आपल्या स्नेहीजनांना पुस्तके भेट द्या

संवेदनशील गुर्जर संस्कृतीतल्या भावभावनांचे
अंत:करणाला स्पर्श करणारे विविधरंगी मनस्वी चित्रण

कथा गुर्जरी

अनुवाद

अंजनी नरवणे

मेहता पब्लिशिंग हाऊस

✆ +91 020-24476924 / 24460313

Email : production@mehtapublishinghouse.com

Website : www.mehtapublishinghouse.com

- *या पुस्तकातील लेखकाची मते, घटना, वर्णने ही त्या लेखकाची असून त्याच्याशी प्रकाशक सहमत असतीलच असे नाही.*

KATHA GURJARI

All Stories Originally Published in Gujrathi

Translated in Marathi Language by Anjani Naravane

कथा गुर्जरी / गुजराती कथानुवादाचा संग्रह

अनुवाद : अंजनी नरवणे

Email : author@mehtapublishinghouse.com

मराठी अनुवादाचे व प्रकाशनाचे हक्क : मेहता पब्लिशिंग हाऊस, पुणे ३०.

प्रकाशक : सुनील अनिल मेहता, मेहता पब्लिशिंग हाऊस,
१९४१, सदाशिव पेठ, माडीवाले कॉलनी, पुणे - ४११ ०३०.

मुद्रक : ट्रिनिटी अॅकॅडमी फॉर कॉर्पोरेट ट्रेनिंग लिमिटेड,
नऱ्हे इंडस्ट्रिअल एरिया, झील कॉलेज रोड, नऱ्हे, पुणे - ४१.

मुखपृष्ठ : चंद्रमोहन कुलकर्णी

प्रथमावृत्ती : जून, २०११

किंमत : ₹ २५०

P Book ISBN 9788184982527

प्रस्तावना

कारणं अशी की—

गुजराती भाषेतून कथा-कादंबऱ्यांचे अनुवाद करायला मी सुरुवात केली, त्याला आता तीस वर्षांच्या वर काळ लोटला. मराठीखेरीज मला चांगल्या येणाऱ्या भाषा दोनच— इंग्रजी आणि गुजराती. हिंदी येतं, पण तितपत हिंदी येण्याला 'भाषा येणं' म्हणणं हास्यास्पद होईल, त्यामुळं हिंदी वाचनही कमीच. वाचनाची आवड (किंवा वेड म्हणा!) मात्र खूप, त्यामुळं मराठी, गुजराती, इंग्लिशपैकी काही चांगलं आहे असं कळलं की, मिळवून वाचून काढायचं! एक वेड आणखीही, की कुठलीही वस्तू, कुठलंही पुस्तक, काहीही आवडलं की त्याबद्दल जो भेटेल त्याला सांगायचं किंवा वस्तू असेल तर स्वत:खेरीज इतर चार-पाच जणांसाठीही ती घेऊन यायची! ह्याच वेडाचा एक भाग हा म्हणता येईल, की गुजराती किंवा इंग्लिशमधली एखादी छान कथा किंवा पुस्तक वाचलं, की त्याबद्दल कोणाला सांगू नि कोणाला नको असं व्हायचं, याचं पर्यावसन त्या साहित्याचे मराठी अनुवाद करण्यात झालं.

आम्ही राहात होतो गुजरातमध्ये जी दोन-तीन मराठी मासिकं घेत होते, ती सोडून मराठी मासिकांचे किंवा पुस्तकांचे संपादक-प्रकाशक इ. कोणीही माहीत नव्हतं. स्वतंत्र लेखन मात्र मी करत होते व लघुकथा, विनोदी लेख, ललित लेख इ. बरंच काही लिहीत होते. योगायोगानं त्या वेळी 'स्त्री'च्या संपादिका असलेल्या विद्या बाळ यांच्याकडून श्रीविद्या प्रकाशनचे मधूकाका कुलकर्णी ह्यांच्याबद्दल कळलं, त्यांनी पुढे माझी तीन पुस्तकं छापली. असंच योगायोगानं मेहता पब्लिशिंग हाऊसबद्दल कळलं, त्यांच्याकडे माझं पहिलं पुस्तक नुसत्या पत्रव्यवहारातून झालं, पण नंतर लवकरच आम्ही गुजरात सोडून पुण्याला आल्यानंतर आत्तापर्यंत स्वतंत्र, इंग्लिश व गुजरातीतून अनुवादित अशी माझी कितीतरी पुस्तकं मेहता पब्लिशिंग

हाऊससारख्या विख्यात प्रकाशकांनी प्रकाशित केली आहेत, ह्याचा मला विशेष आनंद वाटतो.

इंग्रजी पुस्तकांबरोबरच भारतीय भाषांमधल्या साहित्याचे मराठी अनुवाद होणं मला विशेष महत्त्वाचं वाटतं. मराठीत उत्तम उत्तम कथा, कादंबऱ्या लिहिल्या जात आहेत, ह्याबद्दल प्रश्नच नाही, परंतु आपल्या देशाचं वैशिष्ट्य हे आहे, की आपल्याकडे कित्येक भाषा आहेत आणि त्यातल्या कितीतरी भाषांमध्ये उत्तम साहित्य आहे. कानडी, तामिळ, तेलगू, मल्याळम्, पंजाबी, बंगाली, हिंदीबरोबरच गुजरातीतही अतिशय चांगल्या कथा-कादंबऱ्या लिहिल्या जातात, त्यांचे अनुवाद आपल्याला वाचायला न मिळाल्यानं एक तर चांगल्या भारतीय साहित्यापासून आपण वंचित राहतो, उत्तम साहित्य वाचण्याच्या आनंदाला मुकतो. दुसरा तितकाच महत्त्वाचा मुद्दा असा, की जगात अद्वितीय अशा आपल्या देशात प्रांतागणिक भाषा जशी वेगळी आहे, तसंच तिथलं सामाजिक व कौटुंबिक वातावरणही वेगळं असतं. रूढी, रीतिरिवाज वेगळे असतात- ज्यांची ओळख आपल्याला त्या भाषेतल्या साहित्यातूनच होते आणि अनेक दृष्टीनं समानता असणाऱ्या भारतीय संस्कृतीतल्या प्रांतोप्रांती असणाऱ्या फरकांमधले पदर आपल्यासमोर उलगडतात; भारताच्या ह्या वैशिष्ट्याची जास्त चांगली जाणीव होते, की आपण एकही आहोत आणि जरा वेगळेही आहोत! अलीकडे भारतातील सर्व प्रांतांमधले खाद्यपदार्थ आणि वेषभूषा जशा आपल्याला माहीत झाल्या आहेत व त्यांचा आनंद आपण घेत असतो, तसाच आनंद साहित्यातल्या विविधतेतून घेण्यास आपण स्वत:ला वंचित का ठेवावे? गुजरातीमधील निवडक साहित्य मराठीत आणण्याच्या माझ्या प्रयत्नामागे माझी हीच भूमिका आहे.

आजही अनेकांना अनुवाद हे कमी दर्जाचे काम वाटते, हे मी जाणून आहे. ज्याच्या त्याच्या मताचा प्रश्न आहे, पण मला एवढेच विचारायचे आहे, की प्रत्येकच भाषेसारखे मराठीतही सुमार दर्जाचे साहित्यही प्रकाशित होते, मग श्रेष्ठ दर्जाच्या अनुवादित साहित्यापेक्षा सुमार दर्जाच्या मराठी साहित्याने, केवळ ते मराठीत लिहिले आहे म्हणून भाषा खरी समृद्ध होते का? जी कथा किंवा कादंबरी एरवी मराठी वाचकांना माहीतच झाली नसती, ती त्यांच्यापर्यंत चांगल्या मराठीत आणून पोहोचवणे ही मराठी भाषेचीच सेवा आहे, असे मला वाटते आणि म्हणून मी ते करते आहे. माझ्या अनुवादित कथा किंवा कादंबऱ्या वाचून जेव्हा वाचक पत्रं लिहून किंवा फोन करून कळवतात की, 'आपण अनुवाद वाचतो आहोत असे वाटलेच नाही.' किंवा 'ह्या कादंबरीचा अनुवाद तुम्ही केला नसतात तर अशी एक उत्तम कादंबरी आहे, हे आम्हाला कधी कळलंही नसतं, तेव्हा हे काम करण्याबद्दल तुम्हाला शतश: धन्यवाद!'- तेव्हा श्रम सार्थकी लागल्याचं समाधान मिळतं. ज्यांना

गुजराती येत नाही, पण मराठी येतं, असे परप्रांतात राहणारे दोन लेखक माझ्या दोन अनुवादित कादंबऱ्यांचे उडिया आणि हिंदी भाषेत अनुवाद करत आहेत!

ज्या अनेक उत्तम कथा अनुवाद करावा अशा आहेत, त्यातील मोजक्याच कथा निवडण्याचं अतिशय कठीण काम करावं लागलं आहे, तेव्हा हा संग्रह केवळ प्रातिनिधिक स्वरूपाचा आहे. अनेक लेखकही राहून गेले आहेत, ह्याचा खेद आहे. शिवाय असंही वाटलं, की संपूर्णतया वेगवेगळ्या विषयांवर तितक्याच ताकदीनं लिहू शकणाऱ्या लेखकांच्या एकाहून जास्त कथा देऊन त्यांच्या सामर्थ्याला न्याय द्यावा. पुढे-मागे कथागुर्जरीचा दुसरा भाग प्रसिद्ध करता आला, तर वेगळ्या लेखकांचं साहित्य मराठीत आणता येईल. ह्या संग्रहातल्या सर्व लेखक/लेखिकांचा अगदी थोडक्यात परिचय व त्यांच्या कथेबद्दल कथेच्या सुरुवातीला लिहिलं आहे.

मेहता पब्लिशिंग हाऊसचे श्री. सुनील मेहता गेली कितीतरी वर्षं मला सतत सक्रिय प्रोत्साहन देत, मार्गदर्शन करत आले आहेत, त्यांचे आभार मानावेत तेवढे थोडेच आहेत आणि त्या चोखंदळ, रसिक मराठी वाचकांनाही धन्यवाद- जे वेळोवेळी पत्र लिहून किंवा फोनवर अनुवाद आवडल्याचं सांगतात! सर्वांत मोठी पावती हीच असते!

–अंजनी नरवणे

कथानुक्रम

व्हिजिट / १
ऋण / ७
मल्हार / २०
कहाणी वडाच्या लाडक्या मुलाची / ४३
स्पर्श / ४७
मर्म / ५५
झाड / ६४
अकूपार / ७२
आजा पिया... / ८४
अंकुर / ९४
वावली / १०६
वेदना / ११७
वर्षश्राद्ध / १२४
'ते' लोक / १३१
एपिसोड नंबर: एकावन्न / १३९
उगाच हेलपाटा / १४६
मी माझ्या सोबतीनं / १५८
शेवटचा शॉट / १६६
...आणि जाब विचारतंय माझंच मन! / १८१
अॅन अफेअर / १९०
उद्ध्वस्त / २०४
लफंगा / २२५
बदल / २३६
नारायण! नारायण! / २४०
घटनेनंतरची घटना / २४६
निवडण / २५५
विच्छेद / २६३
सुरुवात / २७६
काजळकाळी पोकळी / २९१

प्रवीणसिंह चावडा :-
यांनी इंग्रजीचे प्राध्यापक म्हणून व नंतर गुजरात सरकारमध्ये महत्त्वाच्या हुद्द्यांवर काम केलं. त्यांच्या कथांमधून पात्रांच्या मनाचा वेध घेत सूक्ष्म स्पंदनंही संयमित भाषेत थोड्या शब्दांत व्यक्त करण्याची आगळी शैली दिसते. 'ऋण' ही बापलेकांच्या अनोख्या नात्याची, अनपेक्षित वळण घेत जाणारी हृदयस्पर्शी कथा आहे; तर 'मल्हार' ही एक अल्पशिक्षित, अनेक गैर गोष्टी करणारा, पण अतिशय भावुक मनाचा मनुष्य त्याच्यावर केलेल्या उपकारांची फेड कशी करतो, ह्या विषयावरची हेलावून टाकणारी कथा आहे. 'व्हिजिट' कथेतल्या पती व मुलगा पुरामध्ये वाहून गेल्यावर निर्धन, निर्विकार, अबोल झालेल्या वृद्ध स्त्रीचं बाह्य वर्तन व मनोव्यापाराचं संदिग्ध चित्रणही हृदयस्पर्शी आहे.

व्हिजिट

बातमी समजत गेली तसतशी माणसं येत गेली आणि घरात काही वेळ खूप रडारड, तर काही वेळ अगदी भीती वाटेल अशी शांतता, असं होत राहिलं. सविताला तर अंगावरच्या कपड्यांचंही भान नव्हतं; ती बाजूच्या खोलीत भिंतीला टेकून, बायकांच्या कोंडाळ्यात बसून राहायची; ती आणि चंपकलाल एकमेकांकडे बघतच नव्हते.

तिसऱ्या दिवशी सकाळी चंपकलालच्या लक्षात आलं, की धाकटी दोघं मुलं उठली नव्हती. त्यांना शाळा होती, अंघोळी करून त्यांना तयार करायला हवं होतं. घरात, तसंच स्वयंपाकघरात सगळं अस्ताव्यस्त पडलं होतं.

पदरानं अर्धा चेहरा झाकून घेऊन बसून राहिलेल्या सविताजवळ जाऊन ते म्हणाले, "म्हातारीला बोलावून घेऊ या?"

सविता काही उमज न पडल्यासारखी

बघत राहिली.

"स्वयंपाकघरात आणि मुलांकडे बघायला कोणी तरी तर हवं ना?"

आठ वाजता त्यांचा एक दूरचा पुतण्या परेश स्कूटरला किक मारून निघाला.

आमराईवाडीचा पूल उतरून उजव्या हाताच्या एका चिंचोळ्या, गजबजलेल्या चाळीतल्या एका घरातल्या खाटेवर पँटची इस्त्री मोडणार नाही, असा सांभाळून बसला आणि स्कूटरच्या चावीशी चाळे करत, 'नाही- चहा नकोय मला-आवडतच नाही.' वगैरे म्हणत राहिला.

दरम्यान आतून आवाज ऐकू येत होते- "चालेल आता अंघोळ राहिली तर... तिकडेच वेळ मिळेल तेव्हा करून टाकता येईल. ह्या घ्या... माझ्या जुन्या स्लीपर्स घाला पायात. आता नाही सापडत आहेत आत्ता... तर राहू द्यात ना नसती डोकेफोड! निघा चटचट. तिकडं ती लोकं बिच्चारी..."

आणि दहा-बारा मिनिटांतच म्हातारबाई अंगावरच्या साडीच्या पदराखाली एक बोचकं लपवून बाहेर आल्या, तशी त्यांना मागच्या सीटवर बसवून परेशनं तिथून जी स्कूटर हाणली, ती खड्डे-खळगे न बघता, दणादण चालवत, मध्ये एक-दोनदा "बघा हं, सांभाळा आजी, घट्ट धरून बसा!" म्हणत घेऊन आला.

म्हातारबाई आधीच्या घरून निघाल्या होत्या, तशाच त्या अंगावरची साडी चहूकडून अंगासरशी ओढून घेत, बोचकं सांभाळत, कोणाचं लक्ष वेधणार नाही अशा हलक्या पावलांनी चवड्यावर चालत मागच्या दारातून स्वयंपाकघरात शिरल्या.

थोडा वेळ बोचकं कुठे ठेवावं, हे न सुचून त्या इकडे-तिकडे बघत उभ्या राहिल्या. मग धान्याची दोन पिंपं दिसली, त्यांच्यामागे बोचकं टाकून त्या स्वयंपाकाच्या ओट्याकडे वळल्या. दोन दिवसांची भांडी, कपबशा, चहासाखरेचे डबे, सगळं तसंच पडलं होतं, ते आवरून टाकलं. ओटा धुवून टाकला आणि त्या स्वयंपाकासाठी डाळ-तांदूळ शोधू लागल्या; ते सापडले नाहीत म्हणून मग हळूच सविताकडे गेल्या.

सविता कोपऱ्यात भिंतीला टेकून बसली होती. सबंध चेहरा पदरानं झाकून घेतलेला होता. एक पाय उभा होता आणि त्या गुडघ्यावर डोकं टेकवलं होतं. समोर तिघी-चौघी तरुण, देखण्या बायका बसल्या होत्या. डाळ-तांदुळाचं विचारायला गेल्या होत्या, पण म्हातारबाई तिथंच त्या बायकांपासून जरा दूर बसून राहिल्या. त्या बायका न बोलता, मान खाली घालून बसल्या होत्या.

एकीचा हात सविताच्या पायावर ठेवलेला होता. सगळ्या जणी वरचेवर रुमालांनी हळूच डोळे पुसत होत्या.

'आमटीत आलं घालावं का? ह्या लोकांना कितपत गोड आवडत असेल स्वयंपाकात?'

असा विचार करत म्हातारबाई जरा वेळ मांडी घालून ताठ बसून राहिल्या आणि मग एकाएकी खूप वरच्या पट्टीत बोलून गेल्या, "रडायचं नाही सविता! गेलेला काही परत येणार आहे?"

शब्द होते सहानुभूतीचे, पण काहीसं रागावून, दटावत असल्यासारखे गेले होते. तिथं बसलेल्या त्या स्त्रिया दचकल्या, त्यांनी एकमेकींकडे बघितलं आणि पुन्हा माना खाली घातल्या, तेवढ्यात मग आणखी चार-पाच बायका आल्या म्हणून म्हातारबाई उठल्या आणि स्वत:च शोधाशोध करून डाळ, तांदूळ, गूळ, कणीक सगळं शोधून काढलं. गॅसची शेगडी उचलून खाली घेतली आणि मग व्यवस्थित बसून त्या मन लावून स्वयंपाकाला लागल्या. त्या खूप चटाचट काम करत होत्या. फुलका तव्यावर भाजून झाला की, एका हातानं चिमट्यानं तवा बाजूला घेऊन त्या दुसऱ्या हातानं फुलका गॅसवर शेकून तो चेंडूसारखा फुलवत होत्या.

भावहीन-शून्य-नजर कणीक, शेगडी, पेटलेली आग ह्या सगळ्यांकडे टक लावून बघत होती.

स्वयंपाक झाला तोपर्यंत मुलं शाळेतून परत आली.

निळसर करड्या रंगाचा फ्रॉक घातलेल्या मुलीला आणि पांढरा शर्ट आणि निळसर करड्या रंगाची हाफपँट घातलेल्या मुलाला बघून म्हातारबाई म्हणाल्या, "चला, तुम्ही दोघं जेवून घ्या."

पण मुलांना स्वयंपाकघरात बसलेली ती आकृती बघून भीती वाटली, त्यामुळं दप्तरं फेकत ती पळालीच.

असं झालं, त्याचं म्हातारबाईंना जरासं हसू आलं आणि आसपास कोणी नव्हतं, तरी त्या जरा मोठ्यानं म्हणाल्या, "मला घाबरतायत!"

मग कॉलेजमध्ये शिकणाऱ्या, मुलांच्या एका दूरच्या मावशीनं त्यांचे कपडे बदलून दिले आणि जवळ बसून दोघांना जेवू घातलं.

म्हातारीनं दोनदा विचारलं, "तू कॉलेजात जातेस होय गं?"

पण त्या मुलीला ऐकू आलंसं दिसलं नाही.

दुपारी सगळ्यांची जेवणं झाली की, स्वत:चं ताट वाढून घेऊन म्हातारबाई स्वयंपाकघर स्वच्छ करून टाकायच्या. कोणी त्यांना जेवायला सांगावं किंवा 'जेवून घ्यायचं होतंत ना!' असा आग्रह करावा, ह्याची जरूर नव्हती.

स्वयंपाकाचा ओटा आणि खालची जमीन सगळं घासघासून धुतल्यावर स्वयंपाकघराच्या मधोमध, पंख्याच्या बरोबर खाली, समोर ताट आणि पाण्याचा तांब्या ठेवून त्या जेवायला बसायच्या आणि सावकाश काळजीपूर्वक जणू भरतकाम किंवा विणकाम करत असाव्यात तशा जेवायच्या.

समोर लोणच्या-मुरांब्याच्या बाटल्या ठेवायच्या आणि पापड, कोशिंबीर काही

कमी पडणार नाही, याची पुरती खबरदारी घ्यायच्या. कधीकधी स्वयंपाकघरातून जाणारं येणारं कोणीतरी हे बघायचं आणि त्याचं पाऊलही काही क्षण थबकायचं.

शेजारच्या खोलीत कोणीतरी आवाज हळूही न करता म्हणायचं, ''ही म्हातारी तर बघा!''

पण ह्या सगळ्याकडे त्यांचं लक्ष जात नसे. त्या ताठ बसून, सावकाश, खूप चावूनचावून खात राहायच्या, जबडा भक्कमपणे हलत राहायचा. बाहेर लहानशी बाग होती, तिथलं नारळाचं झाड दिसायचं. त्याच्या पलीकडे निळ्या आकाशाचा लहानशा शेताच्या तुकड्याएवढा भाग दिसायचा. केव्हातरी एखादा पक्षी दूर दूर उडत जाताना दिसायचा, तेव्हा हातातला घास हातात राहून जायचा, एवढंच, मग पुन्हा जबडा जोरजोरानं आपलं काम करायला लागायचा.

आत घरात जे चाललेलं असायचं, त्याचे अस्पष्ट पडसाद त्यांना ऐकू येत असायचे. गाड्यांची दारं उघडायची आणि बंद व्हायची.

कधी बडीबडी माणसं यायची अन् धावपळ व्हायची, 'शेठ आले' किंवा 'साहेब आलेत,' अशी कुजबुज व्हायची.

सगळे चंपकलालच्या जवळ येऊन बसायचे. शहाणपणाच्या, समजूतदारपणाच्या गोष्टी सांगायचे.

'पेपरमध्ये फोटो बघितला', 'सगळ्या पेपरांनी छापलंय' वगैरे शब्द ऐकू यायचे. कधी एखाद्या माणसाच्या रडण्यानं घर भरून जायचं. त्या माणसाला शांत करण्याचा प्रयत्न व्हायचा आणि एकीकडे स्पष्टीकरण व्हायचं, 'त्याचा मित्र आहे. शाळेत बरोबर शिकत होते. समजलं तसा बिचारा थेट राधनपूरहून आलाय!'

अशा वेळी हळूच स्वयंपाकघरातून निघून म्हातारबाई मधल्या दाराशी येऊन बसायच्या आणि अश्रू भिजल्या चेहऱ्याकडे आळीपाळीनं बघत राहायच्या, पण त्यांच्या डोळ्यांचे कोपरे काही ओले व्हायचे नाहीत.

सगळे शांत असतील तेव्हा एकदम केव्हातरी वरच्या पट्टीत त्यांच्या तोंडून निघायचं, ''मित्र म्हणजे दुःख तर होणारच ना! कृष्ण-सुदामाची जोडी होती.''

मग चंपकलाल चिडून त्यांच्याकडे बघायचे. काय चुकलं ते म्हातारीला समजायचं नाही, तरी पण मग त्या मागच्या पावली स्वयंपाकघरात परतायच्या.

सकाळी सगळ्यांच्या आधी उठून बाथरूममध्ये भराभर दोन तांबे अंगावर घेऊन त्या आपले कपडे धुवून टाकायच्या आणि पाठीमागे बागेच्या एका कोपऱ्यात पपईच्या दोन झाडांमध्ये दोरी बांधली होती, त्या दोरीवर कोणाला एकदम दिसणार नाही अशा जागेत वाळत टाकायच्या. मग दीड कप लालभडक दाट चहा बनवून मागच्या ओट्यावर बसायच्या आणि तांबडं फुटत असायचं ते बघताबघता बशीत ओतून चहा पिऊन घ्यायच्या, नंतर मग घरातलं एकेक माणूस उठलं की, त्याचं

अंथरूण गुंडाळून ठेवायचं, अंघोळीसाठी पाणी गरम करायचं.

"तोंड धुवून झालं?" असं विचारून चहा करून द्यायचा.

मुलांना अंघोळी घालून तयार करून शाळेत पाठवायचं. हे सगळं आटपलं की, मग त्या दुपारच्या स्वयंपाकाला लागायच्या. दुपारी त्यांचं स्वत:चं जेवण उरकलं की, काय करावं ते सुचायचं नाही, म्हणून मग स्वयंपाकघराच्या दाराशी बसून राहायच्या.

सविता किंवा चंपकलाल काही म्हणतायत?

मग लक्षात यायचं की सगळे आराम करतायत. ये-जा नाहीये, दारंखिडक्या बंद झाल्यात आणि टेलिफोनही येत नाहीये, म्हणून मग साडीचा पदर डोक्यापर्यंत खेचून घेऊन स्वयंपाकघरातच त्या आडव्या व्हायच्या.

तेवढ्यात काहीतरी आवाज झाला म्हणून डोळे उघडायचे तर पाण्याच्या माठापाशी पाण्याचं भांडं हातात घेऊन सविता किंवा चंपकलाल लाल झालेल्या डोळ्यांनी त्यांच्याकडे टक लावून बघत असायचे. एकदम उठून अंग चोरून त्या तिथून बाहेर निघून जायच्या आणि ओट्यावर उभ्याउभ्या उन्हाकडे बघत राहायच्या.

दुपारनंतर वर्दळ जास्त असायची, तेव्हा कधीकधी सगळ्या बायकांच्या मागे, स्वयंपाकघराच्या दाराजवळच त्या बसायच्या.

'देवाचं नाव घ्यावं', 'त्यानं दिला होता, त्यानं परत नेला' अशी बोलणी ऐकून त्यांना बरं वाटायचं आणि त्या मान डोलवायच्या, त्यात कधीकधी 'गायना पूंछडे पाणी' (बाराव्या दिवशी गाईच्या शेपटावर घरातल्या सगळ्यांनी पाणी टाकणं) 'चाणोद करनाळी' (नर्मदेच्या काठची गावं, जिथं अस्थिविसर्जन करतात) असे शब्द कानी पडले की, त्या एकदम उठून उभ्या राहच्या आणि मागच्या ओट्यावर जाऊन बसायच्या किंवा धाकट्या मुलीला पकडून तिच्या केसांना चोळूनचोळून तेल लावत सुटायच्या.

तेल लावतालावता तिच्याशी बोलत राहायच्या, "तुझ्या मास्तरीणबाईचं नाव काय? तू शिकतेस त्यात 'जननीनी जोड सखी नही जडे' हे गीत शिकवतात?"

रात्री सगळी झोपली म्हणजे स्वयंपाकघरात सतरंजी टाकून डावा हात उशाला घेऊन, पाय पोटाशी घेऊन पडल्या की, झोप तर लागायची, पण मग त्या घरातल्या कण्हणाऱ्या अंधारात, पिंपाच्या पाठीमागे लपवून ठेवलेल्या बोचक्यातून त्यांच्या खासगी अश्रूंचे ओघळ निघायचे आणि फरशीवर दोन ओहोळ बनून वाहात त्यांच्या डोळ्यांपर्यंत यायचे. कडक उन्हाचा डोळ्यांना त्रास व्हायचा आणि त्या छाती पिटून आक्रोश करायच्या. कडुलिंबाच्या अगदी वरच्या फांदीपाशी प्रेतं तरंगत असायची. दु:खानं विदीर्ण झालेल्या चेहऱ्यावरच्या डोळ्यांमधून अश्रूंऐवजी रक्त ठिबकत असायचं. सारी रात्र सबंध अंगणभर प्रेतांना खांदा द्यायला आलेले लोक उकिडवे बसून असायचे

आणि स्मशानाच्या दिशेनं येणारा वारा खिडकीवर धडका मारत असायचा.

सकाळी ह्यातलं काही राहायचं नाही आणि म्हातारबाई दीड कप दाट चहा करून घेऊन ओट्यावर बसायच्या.

चौदाव्या दिवशी सकाळी नात्यागोत्यातले शेवटचे लोकही गेले. सविता डोक्यावरून न्हायली. चंपकलालनी तिच्याकडून किल्ल्या मागून घेऊन कपाट उघडलं आणि त्यातून काही कागदपत्रं काढून चष्मा घालून ती वाचायला बसले. सविता त्यांच्या पायाशी बसली आणि केस न् केस सुटा होईपर्यंत कंगवा फिरवत राहिली.

मुलं शाळेतून आली तेव्हा सवितानं कोरड्या केसांचा अंबाडा घातला आणि त्यांना छातीशी धरलं, तेव्हा म्हातारीची नजर त्या पिंपांच्या मागचं बोचकं शोधायला लागली.

तेवढ्यात घरासमोर एक स्कूटर येऊन उभी राहिली. तिच्यावरून उतरलेल्या तरुणानं झटकन केसांवरून कंगवा फिरवला.

त्यानं सविताला सांगितलं, ''ईसनपूरहून आलोय. मी अमुक अमुक.''

त्याची वहिनी बाळंतीण व्हायची होती आणि रात्री दीड वाजता दवाखान्यात नेलं होतं.

''म्हातारबाई इथं आहेत?''

बाळंतीण हा शब्द त्यानं संकोचानं अर्धा गिळलाच होता. घरात थोडं बोलणं झालं. त्या तरुणाला अर्धा कप चहा देण्यात आला. पायावर पाय टाकून ऐटीत बसून तो चहा प्यायला. तेवढ्यात अंगावरच्या साडीच्या पदराखाली धरलेलं बोचकं अंगाशी दाबून धरून म्हातारबाई बाहेर आल्या आणि दोन्ही बाजूंना बघत 'जेशीक्रश्न' 'जेशीक्रश्न' (जय श्रीकृष्ण– अभिवादन करताना किंवा निरोप घेताना म्हणतात.) म्हणत स्कूटरच्या मागच्या सीटवर जाऊन बसल्या.

चंपकलाल तेव्हा ओट्यावर बसले होते. मुंडण केलं होतं, खांद्यावर उपरणं होतं, डोळे थकलेले होते आणि चेहरा फिक्का पडला होता. ते टक लावून म्हातारीकडे बघत राहिले. मग त्या फिक्या पडलेल्या चेहऱ्यावर गंमत वाटल्याचा भाव आला आणि ते जवळ उभ्या असलेल्या सविताला म्हणाले, ''घ्या, म्हातारीला तर दुसरी 'व्हिजिट' मिळाली.''

आणि मग त्या सोसायटीच्या खडबडीत रस्त्यावर उधळलेल्या सांडासारखे मागचे पाय उडवत पळणाऱ्या त्या स्कूटरच्या सीटला घट्ट धरून बसलेल्या त्या बोचक्यासारख्या आकृतीकडे ते बघत राहिले.

■

ऋण

आता तर त्या घराचा आणि त्या घरातल्या माणसांचा कधी उल्लेखही होत नसे. भेट तर खूप वर्षांपासून झालीच नव्हती. नोकरीतून निवृत्त झाले होते आणि बडोद्याला आकाशवाणीच्या मागच्या बाजूला कुठेतरी एक लहान घर घेऊन राहात होते, एवढं सनातनला ठाऊक होतं. कधीकधी एखादं कसंतरी खरडलेलं पोस्टकार्ड यायचं– 'फुआंबद्दल (फुआ म्हणजे आत्याचा नवरा) कळलंच असेल. मला आता हिंडाय-फिरायला त्रास होतो त्यामुळं मी जाऊ शकत नाही, तू सवड काढून भेटून ये.'

सगळं बदलून गेलं होतं, मुलगा म्हातारा व्हायला आला होता, पण त्याच्यासाठी वापरलं जाणारं संबोधन बदललं नव्हतं. भाषेतला रूक्षपणा गेला नव्हता. शक्य असेल तेव्हातेव्हा सनातन पत्रातून मिळालेल्या सूचनेप्रमाणे सवड

काढून मुंज, साखरपुडा, बारावा-तेरावा दिवस इ. जो प्रसंग असेल तिथं सिद्धपूर, पाटण, वडनगर कुठेकुठे जाऊन यायचा. जाऊन आल्याचं उत्तर लिहून कळवायचा नाही. दोन-तीनदा प्रयत्न केला होतान्, पण संबोधनापर्यंत येऊन मग राहूनच गेलं होतं.

त्याला पंचेचाळीस पुरी व्हायला आली होती आणि कॉलेजमध्ये तो त्याच्या विषयाचा विभागप्रमुख झाला होता. हिवाळ्यात डावा पाय कधीकधी जखडायचा, बराच वेळ बसल्यावर उभं राहायला गेलं की, कंबर लगेच सरळ होत नसे. हा शारीरिक त्रास होता म्हणून मग मुद्दाम नाटकीपणा करून तो दोन-तीन पावलं वाकूनवाकूनच चालायचा, तेव्हा त्याच्या मुलाला अन् मुलीला मजा वाटून हसायला यायचं. अशा वेळी सत्तर वर्षांची दुसऱ्या एका व्यक्तीची आकृती खोलीच्या दुसऱ्या टोकापासून हात पुढे करते आहे असा भास व्हायचा, पण नकारार्थी मान हलवून सनातन हवेत दिसणारा तो आकार नाहीसा करायचा. जे काही झालं होतं ते त्यांनी स्वत:च्या मर्जीनं केलं होतं. त्यांनीच विचारपूर्वक घेतलेल्या निर्णयाची ही फलश्रुती होती.

आठवणी मागे जात लहानपणाच्या धूसर प्रांतात पोहोचायच्या. दूर कुठेतरी, अरुंद होत जाणाऱ्या भूभागात लहान रेल्वे स्टेशनांची बाकं होती. छोट्याछोट्या पायांनी रूळ ओलांडल्यावर शेतांमधल्या कडेच्या पायवाटा असायच्या, तर कधी टेकड्यांच्या मध्ये आहे म्हणून ऐकलेलं एखादं मंदिर शोधत हिंडत असताना एकदमच एखादा छोटासा ओढा सापडायचा- त्यात शेजारीशेजारी उभी राहून एक छोटं, एक मोठं- अशी दोन शरीरं डुबक्या मारायची. कधी डोक्याच्या कोपऱ्याकोपऱ्यांमध्ये नावीन्याच्या कुतूहलानं विजेच्या झिणझिण्या आल्यासारखं वाटायला लावणारी नव्या पुस्तकांची खरेदी व्हायची. त्यांची सरकारी नोकरी असल्यामुळं गावं बदलत राहायची, घरं बदलायची, खोकी आणि पोती भरली जायची, मग रिकामी व्हायची. अनोळखी माणसं आणि अनोळखी आकाश असायचं, पण हात वर नेला की, तो पकडणाऱ्या एका हाताचा स्पर्श मात्र नेहमी तोच असायचा.

ते दोघं मित्र होते- त्यातला एक बाप आहे आणि दुसरा त्याचा लेक आहे, ह्या वास्तवाचं भान तर थेट वेगळे झाले तेव्हा आलं. एकच पुस्तक एकाच वेळी वाचण्याचा हट्ट धरून दोघे दोन बाजूंनी ओढायचे. सनातन दोन मुलांचा बाप झाला, तरी कधीकधी त्याचे कान धरून ओढले जायचे. बैठकीच्या खोलीत अशी दंगामस्ती व्हायची, ती सनातनच्या बा (आई) उभ्याउभ्या बघायच्या आणि हसायच्या. टेबल सरकल्याचा किंवा काहीतरी पडल्याचा आवाज ऐकून रश्मी स्वयंपाकघरातून बाहेर यायची. तिला बघितलं की, जरा संकोचून ते सनातनला सोडून द्यायचे आणि काही झालंच नसल्यासारखे बापलेक समोरासमोर बसून एकमेकांची पुस्तकं उचलून

आपण काय वाचत होतो, ते शोधायला लागायचे!

ज्याच्याखेरीज हे सगळं अपुरं राहिलं असतं, असं आणखीही एक रहस्य होतं. एखाद्या रविवारी सकाळी बगलथैलीत पुस्तक, चष्मा, दाणेफुटाणे आणि पाण्याची एक बाटली घेऊन ते सायकलवरून निघायचे आणि शेतांच्या कडेला किंवा नदीच्या किनारी मोकळ्या जागेत भटकत रात्री उशिरा परत यायचे. घरापासून दूर, एकांतात कुठेतरी, मोकळ्या आकाशाखाली बसून एक-एक चणा किंवा दाणा तोंडात टाकत पुस्तक वाचण्याच्या ह्या माणसाच्या कल्पनेसमोर सनातन हार मानायचा.

एकदा तो म्हणाला, "कधीतरी मीही सायकल आणि पुस्तक घेऊन नदीकाठी जाईन."

"करता येईल तसं, ते काही अशक्य नाही, ती बद्दड नक्कल होईल."

"पाणी, चणेदाणे, पुस्तक, काहीही न घेता मी वाळवंटात जाईन आणि एका पायावर उभा राहीन. मग? मी कसा आहे ते तुम्हाला ठाऊक नाहीये अजून! तुम्ही तर फक्त नाटकाचा पहिला भाग आहात, पहिला भागही नाही, फक्त प्रस्तावना आहात. मुख्य पुस्तक सुरू करून देऊन तुम्ही बाजूला व्हायचं आहे. मी तर 'सरस्वतीचंद्र'चा चौथा भाग आहे. ('सरस्वतीचंद्र' ही गुजराती भाषेतली जुनी, प्रदीर्घ आणि अत्यंत लोकप्रिय कादंबरी. ह्या कादंबरीवरून 'सरस्वतीचंद्र' हा लोकप्रिय चित्रपट झाला होता.) स्टेजच्या मध्यभागी उभा राहून वैश्विक वेदनांना सामोरं जाऊन मी हुंदके देत रडत असेन, तेव्हा तुम्ही तर बाहेर रस्त्यावर, कुठेतरी, कुठल्यातरी चहाच्या हातगाडीवर फुटक्या कपबशीत चहा मिळतोय का बघत असाल!"

एकमेकांपासून दूर होणं घडलं, पण सनातननं थट्टेनं कल्पना केली होती त्यापेक्षा फार वेगळ्या तऱ्हेनं, लांच्छनास्पद परिस्थितीत आणि खूप अभद्र शीघ्रतेनं झालं. बांचं घरात असणं तसंही कोणाला फार जाणवत नसेच. जेवढं काही जाणवत असे तेही आवरतं घेऊन फार दिवस 'निरोप घेण्यात' न घालवता थोडेच दिवस आजारी पडून त्या निघून गेल्या. त्या गेल्यानंतर बरेच बदल झाले. पहाटे उठून अंधारात बसून राहणं, एकाएकी उठून तास दोन तास फिरायला जाणं हे सगळं समजू शकत होतं, पण पराधीनतेची भावना समजत नव्हती.

'बापूजी, जेवायला वाढू?' असं रश्मीनं विचारलं, की लगेच उठून डायनिंग टेबलाशी येऊन बसायचे.

'साडेनऊ वाजले' अशी कोणी आठवण करून दिली की, त्यांच्या खोलीत जाऊन झोपून जायचे.

चेहरा सुकून काळा पडू लागला होता. हे सगळं सनातनला मनाला त्रास देणारं

होतं. नाकाच्या दोन्ही बाजूंना, कपाळावर खोल रेषा पडल्या होत्या. सनातनला वाटायचं, इतकी मैत्री होती आपली ह्यांच्याशी, पण ह्यांचं मन आपल्याला कळू शकलंच नाही!

अशातच एक दिवस, बा गेल्यानंतरच्या तिसऱ्याच महिन्यात त्याला जवळ बसवून त्यांनी सांगितलं, मनोवेदनांचा मान ठेवला गेला नाही. एकटेपणाच्या आत कुठेतरी पंचवीस-एक वर्षांची एक स्त्री केस मोकळे सोडून अधिकारानं फिरताना दिसली. त्यांची जुनी विद्यार्थिनी होती.

सनातनकडे न बघता भिंतीकडे टक लावून बघत म्हणाले, "तुला आठवत असेल आपल्या घरी कधीकधी दुसऱ्या मुलींबरोबर यायची."

घरात एकाएकी दोन वेण्या घालून शाळेच्या युनिफॉर्ममधे हिंडणाऱ्या मुलींची गर्दी झाल्यासारखं वाटलं. त्यांच्यातली एक शामवर्णी उंच मुलगी वेगळी वाटली आणि घरातल्या सगळ्यांकडे कुतूहलानं बघत होती, असं जाणवलं. सध्या ती पुरवठा खात्यात नोकरी करत होती.

'नाव तर तुला आठवत असेल' म्हणत ते नाव सांगणार एवढ्यात सनातननं नकारार्थी आडवा हात धरला.

हे सगळं एका रविवारच्या सकाळी बैठकीच्या खोलीत चाललं होतं. ही बातमी सांगण्यासाठी वेळ आणि जागा कोणती योग्य हे व्यवहाराला धरून, विचार करून ठरवलं होतं, असं सनातनला वाटलं.

ते त्याला फोन करून स्कूलमधल्या त्यांच्या ऑफिसमध्ये बोलावू शकले असते किंवा एखादं रेस्टॉरंट, रेल्वे स्टेशन किंवा सार्वजनिक बागेसारखी तटस्थ, बिनखासगी जागा निवडू शकले असते, पण त्यांनी कदाचित समजून उमजूनच जास्त अवघड जागा निवडली होती.

सांगून संपल्यावर ते गप्प बसून राहिले आणि सनातन ओसरीत पोटावर झोपून पाय उडवत रंगीत चित्रांचं पुस्तक बघत पडलेल्या त्याच्या मुलीकडे बघत राहिला.

रश्मी बेडरूममध्ये काही कामाला गेली होती, तिकडून परत स्वयंपाकघरात जाताजाता तिची आणि सनातनची नजरभेट झाली आणि ती हसली. मन घट्ट करून चित्रांच्या पुस्तकाकडे बघायचं सोडून सनातन त्यांच्या चेहऱ्याकडे बघत राहिला.

'अशा वेळी काय केलं पाहिजे? काय म्हटलं तर ते कमी अयोग्य ठरेल?'

तो संकुचित मनाचा नव्हता. खेळकर वृत्ती वारशातच मिळाली होती, त्याचा उपयोग करायला ह्याहून चांगली संधी कुठली असू शकणार? खळखळून हसत त्यांच्या हातावर टाळी देत तो धावत स्वयंपाकघरात जाऊ शकला असता.

'रश्मी! गूळधने काढ! (लग्न किंवा शुभ घटना ठरली म्हणजे गूळधने वाटतात.) बापूजी दुसरं लग्न करणार आहेत, मला एक लहान 'बा' येईल आणि तुला

तुझ्यापेक्षा पाच वर्षांनी लहान आणि तुझ्यापेक्षाही सुंदर सासू– सखी!’

पण त्याला असं नाटक करता आलं नाही. त्यांनी त्यांचं काम तर पूर्ण केलं होतं, जे सर्वांना सांगायला हवं होतं ते सांगून त्यांनी त्यांची जबाबदारी पार पाडली होती, आता दुसऱ्या पक्षाची जबाबदारी सुरू होत होती. सनातनसाठी सर्वांत अवघड प्रश्न हाच होता– काय केलं, कसं वागलं तर ह्या सुकलेल्या चेहऱ्याच्या माणसाबरोबरचे संबंध जसे शुद्ध आहेत तसे राहतील?

दुसरा एक व्यवहारी प्रश्न होता. त्यानं वर न बघताच म्हटलं, “पण ह्या घरात तर– कसं शक्य होणार? इथं तर भिंतीवर माझ्या बांचा फोटो आहे.”

“ते लक्षात आलंय माझ्या.”

ह्या निर्णयामुळं फक्त भविष्यकाळच नाही, तर भूतकाळही बदलला होता. एकटेपणानं दम कोंडत होता आणि चेहऱ्यावरच्या सुरकुत्या जास्त खोल होत चालल्या होत्या, त्या दरम्यानच समांतर रंगभूमीवर काय चाललं असेल? ते संबंध कशा स्वरूपाचे असतील आणि त्यांच्या मूल्यांकनाचे नियम काय असतील? लहानपणापासून घरात त्यानं ज्या दोन माणसांना नेहमी एकत्रच बघितलं होतं, त्यांच्यातल्या संबंधाच्या प्रकाराविषयीही प्रश्न उभे राहात होते.

सकाळी एकत्र बसून चहा पिणाऱ्या, वर्तमानपत्राचं एक-एक पान सुटं करून ते एकमेकांना देणाऱ्या, संध्याकाळी जेवल्यानंतर जरा फिरायला जाऊन येणाऱ्या, बरं नसलं म्हणजे उशाशी बसून एकमेकांचं डोकं चेपून देणाऱ्या त्या दोघांना त्यानं बघितलं होतं. आता त्या हजारो दृष्यांचे अर्थ नव्यानं तपासण्याची गरज होती. आत्तापर्यंतच्या सबंध सलग जीवनाचा वेध घेत प्रश्न त्याच्या जन्मापर्यंत जात होता.

जीवनाविषयी मनात गोंधळ उत्पन्न करणारे प्रश्न घेऊन जन्मलेला तो, हे प्रेमापोटी जन्मलेलं मूल नव्हतं, असं तो स्वत:ला कठोरपणानं सांगू बघत होता, पण त्याच वेळी मनात खूप खोल जाणवणारी एक प्रचिती त्याला थोपवत होती.

वाटण्यांचा प्रश्न त्यांनी सोपा करून टाकला. पातेली, ताटं, वाट्या ह्यांच्यावरची घासून पुसट झालेली नावं वाचूनवाचून दोन सारखे ढीग करण्याचा बीभत्स तमाशा झाला नाही. कोर्टात जाऊन रजिस्टर लग्न करून टाकलं. पॉलिथिनची लहानशी पिशवी घेऊन घरून निघाले, तेव्हा रश्मी मुलीला मांडीवर घेऊन स्वयंपाकघरात जाऊन बसली होती.

चोहीकडे बघत, कान टवकारून ऐकत थोडा वेळ बैठकीच्या खोलीच्या मध्ये उभे राहिले, मग ती पिशवी उंच धरून हलवली, “एक जोड लहेंगा-झब्बा आणि टूथब्रश एवढंच घेऊन जातोय.”

भिंतीच्या आधारानं उभा असलेला सनातन विचार करत होता, ‘निरोप घेण्याच्या प्रकारांमध्ये कुठेच अशा प्रकारच्या निरोपाची कल्पना केली गेली नसेल.’

त्यानं प्रयत्नपूर्वक हसून म्हटलं, ‘‘पुस्तकं?’’

पाऊल उचलता-उचलता ते ओट्यावर थांबले आणि वळून न बघताच हात उंच करत एकच शब्द बोलले, ‘‘बिट्रेअल’’

द्रोह कोणी कोणाचा केला हे ठरवण्याचं स्वातंत्र्य सनातनला होतं. बापलेक तात्त्विक नियमांची, सूत्रांची भाषा बोलत असत, त्याचा हा फायदा होता. त्या वेळेपुरत्या संदर्भात पहिला अर्थ. पित्यानं पुत्राशी केलेला द्रोह तर उघडच होता, तरीही सनातनला समजत होतं, की त्याच्याही मागे जाऊन भावनांच्या उच्च स्तरावर दुसरा ह्याच्याहून वेगळा, उलटा अर्थ असण्याची शक्यता नाकारता येणार नव्हती.

त्यानंतर तो चेहरा बघावसा वाटायचा तितका बघायला मिळाला नव्हता. नवी काही व्यवस्था तर करायची नव्हतीच. शहराच्या दुसऱ्या टोकाला सरकारी नोकरांसाठी बांधलेल्या वसाहतीमध्ये लहानसा फ्लॅट होता, त्यात रंगीत कपड्यांबरोबर लहेंगा-झब्बा आणि अरुंद पॅसेजमधल्या वॉशबेसिनजवळ टूथब्रशचा समावेश झाला असेल.

एकदा ‘पारेख्स’ मध्ये दिसले (अहमदाबादमधील एक प्रसिद्ध दुकान) तेव्हा तयार कपड्यांच्या एका स्टँडच्या मागे उभा राहिल्याराहिल्या सनातन बघत राहिला. दोघांचेही चेहरे शांत, समाधानी दिसत होते. रंगीत टी-शर्टची खरेदी चालली होती!

आपण कुठल्या गुन्ह्याची शिक्षा म्हणून असे लपून उभे आहोत असा प्रश्न मनाला पडला. तसं त्याला हसू आलं आणि तो झटकन बाहेर पडला.

दुसऱ्यांदा एकदा इलेक्ट्रिसिटी ऑफिसजवळून जात होता, तेव्हा रस्त्यापलीकडच्या फूटपाथवर दोघं दिसली. तिला काही न सांगताच त्यांनी हात वर केला आणि रस्ता ओलांडायसाठी दोन्हीकडच्या वाहनांसमोर विनंती केल्यासारखे हात करत, पुराच्या पाण्यात चालत असावेत तसे त्याच्याकडे येण्यासाठी एक-एक पाऊल टाकत होते, तेवढ्यात खाली वाकून सनातन जवळ उभ्या असलेल्या एका रिक्षेत बसून गेला.

एक दिवस सुट्टीच्या दिवशी सकाळी साडेआठ वाजता येऊन ओट्यावर बसले.

‘‘गहू घेतले का रे वर्षाचे? आमचा वाणी होलसेल भावानं देतोय. दोन पोती पाठवून देऊ?’’

मग घसा खाकरत रश्मीला सांगितलं, ‘‘चहात साखर कमी घाल हं बेटा!’’

सनातन बेडरूमध्ये पलंगावर एकटाच बसून राहिला होता, त्याच्याजवळ येऊन रश्मी म्हणाली, ‘‘डाळढोकळी करणार होते, त्याच्याऐवजी वेढमी (पुरणपोळी) करते, ठीक नं?’’

‘‘तू जाणे अन् तुझं घर जाणे.’’ म्हणत तो बाथरूममध्ये निघून गेला.

बाहेर आला तेव्हा ओट्यावर कोणी नव्हतं. एक-दोनदा फोन आले.

"तब्येत बरी नसते काय रे? औषधपाणी कर नीटपणे, जादा शहाणपणा करू नको." घसा खाकरून नीट बोलायचा प्रयत्न करत होते, पण आवाजात दमदारपणा राहिला नव्हता.

कधीकधी रात्री जेवण झाल्यावर ताटं उचलता-उचलता रश्मी सांगायची, 'चार वाजता आले होते.' अशा वाक्यात संदर्भ न देताही कर्ता कोण, ह्याचा उल्लेख करण्याची आवश्यकता राहिली नव्हती.

'खुर्ची मागून घेऊन ओट्यावर बसले. 'मुलं कुठं गेली? एऽ पोरांनो!' खूप वेळ बसले, पण मुलांनी अभ्यास बाजूला ठेवून उठायला 'नाही' म्हटलं, म्हणून पेपर मागितला आणि सगळी पानं वाचून काढली.'

सनातन म्हणाला, "पेपर वाचायला येत असतील ह्या घरी."

भेटायला येणं बंद झालं नाही, पण त्यात एक तऱ्हेचा लहरीपणा आला. केव्हाही यायचे आणि ओट्यावर बसून राहायचे. वर्तमानपत्राचा आधारही आता घेत नसत. मुलं जवळून जात असली तर त्यांच्याकडे हात लांब करायचे. हात हवेतच रिकामे राहिले म्हणजे बसल्याबसल्या नखं तपासत राहायचे. रश्मी पायाजवळ चहाचा कप ठेवून गेली, की तो बशीत ओतून गरमगरम पिऊन टाकायचे.

हेही हळूहळू बंद झालं. त्यात निवृत्तीची खाई आली आणि मग बडोद्याला निघून गेले. निवृत्तीनंतर गाव सोडून जाण्याचं खास कारण असं नव्हतं, पण दोन घरांमधलं अंतर वाढवणं जरूर आहे, असं वाटलं असेल आणि तिनं तिकडे बदली करून घेतली असेल.

ही बातमी समजली तेव्हा सनातननं हात पसरून आनंद व्यक्त केला, "चला! बरं झालं!"

विकृतीची सावली दूर झाल्यावर आता शांत वाटायला हवं होतं. आता तो वडिलांशी वितंडवाद घालणारा अपरिपक्व तरुण राहिला नव्हता. मुलगा अंबरीष एम.डी.च्या शेवटच्या वर्षाला होता, पार्थवी आर्किटेक्चरला होती. जीवन नियमित आणि स्थिर झालं होतं. सनातनचे स्वत:चे सगळे केस आणि पत्नीच्या केसांमधली कानाजवळची एक बट अनिवार्यपणे पांढरे झाले होते. तो चहूकडे बघत होता आणि आयुष्याची अद्‌भुत गती न्याहाळत होता. कोठेही कुरूपता नव्हती. दूरवर एका जागी कुरूपता भरली होती, पण ते त्याच्या सत्तेच्या बाहेरचं होतं. तिथं तर विकृतीमध्ये आणखी एक भर पडली होती- गणिताचे सगळे नियम चूक ठरवत आणि संबंधांची समीकरणं उलटीपालटी करत एका पुत्राचा जन्म झाला होता. जन्मत:च त्याच्या पायात दोष आहे, असंही समजलं होतं.

अशा परिस्थितीत नातेवाईक अगदी निष्क्रिय नसतात, हे सनातन बघत होता. व्यक्तीचा किंवा स्थळाचा स्पष्ट उल्लेख न करता, शब्दांच्या मध्ये रिकाम्या जागा

ठेवून किंवा वाक्यांना अनपेक्षित जागी दाबून, नमवून हे लोक त्यांना हवा असलेला परिणाम निर्माण करू शकत असत. 'आजारी आहेत आणि गेले दोन महिने अंथरुण धरलं आहे', असं भानूफोईंच्या (फोई म्हणजे आत्या)- निरंजनभाईनं पत्र लिहून कळवलं, त्यातही भाषेमध्ये कर्ता अनुल्लेखित होता. पत्र वाचून काही न बोलता त्यानं ते रश्मीसमोर धरलं.

रश्मीनं वाचून घडी करून टीपॉयवर पेपरच्या खाली ठेवलं आणि म्हणाली, "तुम्हाला समजतंच आहे सगळं."

त्याला काय समजत होतं, हे सनातनला ठाऊक नव्हतं. रश्मीच्या बोलण्यात तिला काय अभिप्रेत होतं, तेही स्पष्ट झालं नाही.

दोन दिवसांनंतर युनिव्हर्सिटीच्या कामासाठी बडोद्याला जायचं होतं. कार्यक्रम पंधरा दिवसांपूर्वीच नक्की झाला होता.

तो निघत होता तेव्हा त्याच्या हातात रुमाल देत, खिशाला पेन व्यवस्थित अडकवत रश्मीनं विचारलं, "मग काय ठरवलंत?"

तेव्हा त्यानं उत्तर दिलं नाही. युनिव्हर्सिटीतली मीटिंग औपचारिकच होती, त्यामुळं एक वाजायच्या आधीच काम संपलं.

लंचनंतर दोन तास आराम करून जरा ऊन उतरलं म्हणजे निघायचा त्याचा विचार होता, पण गाडी गेस्टहाऊसच्या गेटपाशी पोहोचली तशी त्यानं हळूच ड्रायव्हरच्या खांद्यावर हात ठेवून विचारलं, "मकरपुरा कुठंशी आलं, मकरपुरा?"

दारात त्याची सावली अजून पडत होती, तेवढ्यात गर्जना झाली.

"आलास?"

खुर्ची ओढून घेऊन खाटेजवळ बसत तो म्हणाला, "युनिव्हर्सिटीच्या कामासाठी आलो होतो."

आजारपण असलेल्या घरात असतं, तसंच दृष्य होतं. लहान स्टूलवर औषधांच्या बाटल्या होत्या. पाण्याचा अर्धा भरलेला ग्लास होता. उठून उभं राहता येत नसावं, कारण ती विशिष्ट प्रकारची भांडी खाटेखाली ठेवलेली होती. त्याला पाणी देऊन ती स्त्री खाटेच्या दुसऱ्या बाजूला जाऊन खाली बसली.

रिलीफ रोडवर पलीकडच्या बाजूला बघितलेली ती व्यक्ती ओळखू येण्यासारखी राहिली नव्हती. शरीर जरा स्थूल झालं होतं. इतर अनेक विचार डोक्यात घोळत होते, त्यात ह्याचीही नोंद घेतली गेली असाही विचार आल्याशिवाय राहिला नाही, की जशा तऱ्हेचं आयुष्य तिनं पसंत केलं होतं, त्यात शरीराची स्थितीही कुरूपतेकडेच झुकत असावी.

"भाईला सगळे रिपोर्ट्स दाखवले?"(भाई हे संबोधन अनेक सामान्य अर्थांनी सरसकट वापरलं जातं.)

स्त्रीनं गादीखालून सगळे रिपोर्ट्स काढून त्याच्यासमोर धरले, त्यांच्यावर नजर टाकून सनातन काही न बोलता बसून राहिला. पंखा फिरत होता त्याचा आवाज येत होता आणि त्याच्या हातातल्या कागदांचा फर्रफर्र आवाज होत होता.

स्त्री परत जाऊन भिंतीपाशी बसली.

तिनं पदर ओढून डोक्यावरून घेतला आणि दबलेल्या आवाजात म्हणाली, ''डॉक्टर ऑपरेशन करता येणार नाही म्हणतात. आठवड्यातून दोनदा शेक द्यायला दवाखान्यात न्यायचं.''

सनातन म्हणाला, ''अहमदाबादला होईल सगळं.''

कोणीही ह्या विचाराचा विरोध केला नाही किंवा काही हरकत घेतली नाही. 'आज नको, दोन दिवसांनी' असंही म्हटलं नाही.

सुमारे बारा वर्षांचा एक मुलगा एक पाय ओढत आला आणि विस्मयानं त्याच्याकडे बघत उभा राहिला.

पेशंटनं अंगावरचं पांघरूण बाजूला करत म्हटलं, ''मोटाभाईंना नमस्कार (मोटा भाई म्हणजे वडील भाऊ) करा लालूभाई आणि मग पिशवी भरा. टॅक्सी करून आपल्याला घेऊन जायला आले आहेत.''

अहमदाबादचं घर मोठं होतं, तरीही सगळी व्यवस्था लावताना कितीतरी प्रश्न उभे राहिले.

मुलांच्या अभ्यासाची शक्य तितकी कमी गैरसोय व्हावी, ह्या हेतूनं सनातननं स्वत:ची खोली रिकामी केली आणि पूजेच्या खोलीच्या शेजारी एक लहान खोली होती, तिथं स्वत:ची झोपायची व्यवस्था केली. औषधांच्या बाटल्या, रिपोर्ट्स सगळं टेबलावर लावलं. कॉटच्या मागच्या बाजूला पाहुण्यांच्या पिशव्या ठेवल्या.

सुरुवातीला जरा संकोचानं थोडे शेजारी आले, सनातनचे थोडे मित्र आले, पण भेटायला येणाऱ्यांसाठी मुक्तद्वार करण्याचं काम त्यांच्या आजोळच्या नात्यातून पुतण्या लागणाऱ्या दशरथनं केलं. ह्या दशरथचा नेमका व्यवसाय कोणाला माहीत नव्हता. भर दुपारी मोपेड घेऊन नात्यातल्या किंवा ज्ञातीतल्या मंडळींच्या घरी पोहोचायचा आणि नळ बिघडला असेल किंवा पंख्याचा स्विच नीट चालत नसेल, तर दुरुस्त करून द्यायचा.

तिसऱ्याच दिवशी मोपेडवरून येऊन पोहोचला. बंद दरवाजाच्या आत काकापुतण्यामध्ये बोलणी झाली, नंतर दशरथ रडू फुटायला आलेल्या चेहऱ्यानं बाहेर आला.

ओट्यावर उभं राहून त्यानं काळा चष्मा चढवला आणि नम्रपणे म्हणाला, ''बघतो.''

त्या रात्रीपासूनच पाहुण्यांची सुरुवात झाली. सगळ्यांना सबंध कप भरूनच

चहा हवा असायचा, त्यामुळे चहासाठी दूध वरचेवर कमी पडायचं. गप्पा सगळ्या मोकळ्या आवाजात व्हायच्या. पेशंटच्या खोलीतून खो खो हसण्याचे आवाज यायचे, पण परत जायचे तेव्हा भेटायला आलेली मंडळी साडीच्या किंवा धोतराच्या टोकानं डोळे पुसताना दिसायची. त्यांच्यातल्या बऱ्याचजणांना सनातन ओळखत नसे.

ओढव, दरियापूर, रखियाल गावांमधून खूप माणसं आली. त्यांच्या आजोळहून आणि त्यांच्या वडिलांच्या आजोळहूनही जीप्स भरभरून माणसं आली. ह्यातल्या बहुतेक सगळ्यांना आणणारा दशरथ असायचा.

हे जाणं-येणं, धावपळ ह्याच्यात मध्ये सकाळी आणि रात्री बराच मोकळा वेळ मिळायचा, त्यात भिंतीच्या पलीकडून एक आवाज ऐकू यायचा, "सनातनभाई!"

सनातन पेपर वाचत असो की जेवत असो, जिथे असेल तिथून उठून 'ओ' द्यायचा, "हां बापूजी"

"एक मिनिट या. एक गोष्ट आठवली."

तो आत जाताजाता मुलांना सांगायचा, "गोष्ट काही विशेष नसेल. बोर्डिंगात राहून शिकत होते तेव्हाचा एखादा पराक्रम आठवला असेल."

त्या आवाजाला कशाचं बंधन नव्हतं. वाटेल तेव्हा दाट अंधार चिरत तो यायचा, "सनातनभाई!"

उठून उभा होताहोता पत्नीला किंवा मुलांना तो म्हणायचा, "एवढा मान आपल्याला आधी कधीच नव्हता!"

मग नाटकी पद्धतीनं तो हाकेला उत्तर द्यायचा, "येस सर!"

एका सकाळी स्वयंपाकघरात चहा करत असलेल्या रश्मीजवळ जाऊन सनातन गप्प उभा राहिला.

रश्मीनं नजरेनंच विचारलं, "काय?"

"असं वाटलं की आनंदी राहण्यात दुसरा नंबर तुझा येईल."

हातात जाडजूड पुस्तक घेऊन पार्थवी पाणी प्यायला आली होती.

तिनं माठापाशी थांबून विचारलं, "पहिला कोणाचा ते विचारू?"

"अंथरुणात पडल्यापडल्या जोरजोरात हाका मारणाऱ्या माणसाचाच पहिला नंबर, ह्यात शंकाच नाही!"

पार्थवी म्हणाली, "मम्मी, हे दोघं आपल्याला फसवतायत."

पिता-पुत्रांच्या ह्या नाटकी फसवणुकीबद्दल रश्मीचंही तेच मत होतं.

"त्या दोघांच्यात पडायची आपल्याला जरूर नाही. आपण आपला चहा करायचा अन् स्वयंपाक करायचा."

"रात्री उशिरापर्यंत हे दोघं एवढं काय बोलत असतील?"

मुलगी कुतूहलानं विचारत होती आईला, पण उत्तर सनातननं दिलं.

हलक्या फुलक्या उत्तराचे शब्द हवेत उडवत तो म्हणाला, "फालतू गप्पाच मारत असतो, अजून एखाद्या विषयाबद्दल बोलण्यापर्यंत पोहोचलेलोच नाही!"

रश्मी म्हणाली, "सगळ्या सोसायटीत ऐकू जाईल एवढ्या मोठ्यानं हसत असता."

"दुसरं काही नाही करत म्हणून हसत असतो राणी!"

नव्या बा वयाच्या मानानं खूप मोठ्या वाटायच्या. केस सगळे काळे होते, त्याचा संकोच वाटत असेल की काय म्हणून पदर कपाळापर्यंत ओढून घेतलेला असे. खूप संकोचानं त्या सनातनशी औषधांबद्दल किंवा इतर कामापुरतं बोलायच्या, ते सनातन नजर खाली वळवलेली ठेवून ऐकायचा.

पंचवीस वर्षांच्या उंच मुलीसारख्याच ह्या मध्यमवयीन, कसल्याशा विचारात मग्न असावी, अशा स्त्रीचाही काही केल्या स्वत:च्या पित्याबरोबर त्यांची पत्नी म्हणून विचार करता येत नव्हता.

थोडाही आवाज न करता संकोचानं घराच्या कुठल्या तरी कोपऱ्यात बसून राहणाऱ्या त्या आकाराला कोणतं संबोधन वापरावं हे सुचत नसे, म्हणून तो सरळ त्यांच्याकडे न बघताच म्हणायचा, "तुम्ही बापूजींजवळ जाऊन बसा."

जो शब्द तो असा टाळायचा त्याचा उपयोग तो पत्नीसमोर अगदी स्वाभाविकपणानं करायचा– "बा जेवल्या?"

सोफ्यावर किंवा ओट्यावर गप्प बसून राहणाऱ्या मुलासाठी दयेशिवाय कोणताच भाव मनात उपजायचा नाही.

सुरुवातीला डॉक्टर आले. गांधी रोडवरून एक वैद्य आले. बैठकीच्या खोलीत, तिथून ओट्यावर आणि शेवटी दूर झाडाखाली गाडीपाशी सल्लामसलती व्हायच्या.

शेवटी एक दिवस ते मोठ्यानं ओरडले, "अरे माझ्या परोक्ष सगळे गोळा होऊन काय फालतू चर्चा न् वाटाघाटी करत असता? जे असेल ते तोंडावर सांगा ना!"

आणि मग निर्णय जाहीर केला, "इथं जवळ कुठं उकिरडा असेल का रे? सगळ्या पुड्या न् बाटल्या टाकून या तिकडं."

काहीही वाद न घालता सनातननं ह्या आज्ञेचं पालन केलं. रात्रीच्या बैठका अमर्यादित होऊ लागल्या. अकरा वाजून गेल्यावर कॉटजवळ खुर्ची टाकून सनातन बसायचा.

अधिकृत हुकूमनामा निघाला नव्हता, पण तरी घरातली बाकीची माणसं त्या खोलीला प्रतिबंधित विस्तार समजायची. बल्बच्या अंधूक प्रकाशात सनातन बघत राहायचा. चादरीखाली नुसता हाडांचा सापळाच राहिला होता, पण आवाजाचं

आपलं स्वतंत्र अस्तित्व असावं तसा तो जास्त बुलंद होत चालला होता. त्याच्या मनात यायचं, शरीरापासून मन- मनापासून हृदय- हृदयापासून आत्मा वेगळे होऊन कुठल्या दिशेला उडून जात असतील?

पुस्तकं वाचूनवाचून चेहऱ्यावर पडलेल्या सुरकुत्या आता दुसऱ्या वाटेल तशा पडलेल्या रेषांखाली बऱ्याचशा झाकल्या गेल्या होत्या. मनसुद्धा त्याला जिथं जावंसं वाटेल त्या कुठल्यातरी कानाकोपऱ्यात जाऊन पोहोचायचं. स्कूलमधली नोकरी, बडोद्यातले दिवस, पिशवीत चणे न् दाणे घेऊन हिंडत असत ते दिवस– ह्या कशाचीही आठवण येत नसे. कोणताही असा मानसिक दुर्बलतेचा क्षणही येत नव्हता, जेव्हा थोरल्या भावानं लालाला सांभाळावं, असं सांगितलं जात होतं.

खूप कुतूहलानं हसत ते त्यांच्या प्राथमिक शाळेच्या ओसरीवर पोहोचून जायचे. तिथून हवं तर आजोळी जायचे.

त्या चेहऱ्याकडे बघताबघता सनातन मनातल्या मनात म्हणायचा, 'विशेष घाई नसली तर अजून थांबा थोडं. अजून तर खूप गप्पा मारायच्या आहेत.'

गप्पा बंद झाल्या की, त्या शांत खोलीत तो बसून राहायचा. पांघरूण नीट करून तो बाहेर जायला निघायचा तेव्हा रोज दरवाजापाशी ठेच लागल्यासारखं व्हायचं. तिथंच भिंतीशी चिकटून सतरंजीवर आडव्या पडलेल्या व्यक्तीचा रात्रीच्या बैठकींमध्ये काही उल्लेख होत नसे.

एका रात्री त्या खोलीतून बाहेर पडून ओट्यावर अंधारात बसलेल्या रश्मीजवळ जाऊन त्यानं विचारलं, "तू द्रौपदी आहेस?"

तर्कटं करत एका डोंगरशिखरावरून दुसऱ्यावर लांबलांब उड्या मारत जाणाऱ्या तिच्या नवऱ्याच्या अशा भाषेची रश्मीला सवय झाली होती.

तिनं हसून विचारलं, "का?"

"घरातल्या सर्व माणसांना, नोकरांना सुद्धा झोपवून, गायींना चारापाणी घातल्यावर मगच झोपायचं, असा तुझा नियम आहे?"

एकदा संध्याकाळी बैठकीच्या खोलीत एक पाय लांब करून तो खाली बसला होता, तेव्हा हाक आली, "सनातनभाई!"

ह्या वेळी त्यानं उठण्याची घाई केली नाही.

जवळ बसलेल्या रश्मीला सांगितलं, "रश्मी, नीट कान देऊन ऐक. हा आवाज लक्षात ठेव."

पुन्हा एकदा आघातजन्य अचंबा असलेला आवाज आला, "भाई! सनातनभाई!"

जमिनीवर हात टेकवत उठून उभं होताहोता तो म्हणाला, "होय मालक, आलो!"

त्या रात्री शेजारीपाजारी गोळा होऊन ओट्यावर बसून राहिले. सगळीकडचे

नातेवाईक आले. रात्र चढली तसे त्यातले बरेचसे ओसरीवर आणि शेजारच्या घरांच्या ओट्यांवर आडवे झाले.

सनातन एकटा मांडी घालून मांडीवर हात ठेवून मृतदेहाजवळ ताठ बसून राहिला. तो त्याचा एकट्याचा अधिकार होता.

बाराव्या दिवशी घरात खूप गर्दी होती. लौकिक विधी पार पाडण्याची सर्व जबाबदारी त्यानं वडील माणसांवर सोपवली होती.

हात वर करून त्यानं सांगून टाकलं होतं की, बऱ्यावाईट रिवाजांबद्दल माझी काहीही मतं नाहीत. तुम्हाला सर्वांना योग्य वाटेल तसं करा. बाहेरगावाहून आलेल्या माणसांसाठी स्वयंपाक करायचा, असं ठरवलं गेलं, पण ती सुमारे तीनशे माणसं झाली.

धुरानं आणि तूप-गूळ गरम होण्याच्या सुगंधानं भरलेल्या घरात सनातन एकटा हिंडत होता. दुपारनंतर घरातली गर्दी कमी झाली.

शोकग्रस्त माणसं ढेकरा देत, हात जोडून नमस्कार करत निरोप घेऊ लागली. एका कोपऱ्यात बसून सनातन शेवटच्या क्रियांसाठी दोन वडील माणसांचा सल्ला घेत होता, तेवढ्यात त्याला आठवलं– लाला?

कोणीतरी म्हणालं, "ते लोक तर गेले!"

"कुठे? कुठल्या बाजूला?"

उजव्या दिशेला हात दाखवले गेले. कम्पाउण्डच्या बाहेर निघाला, काळी साडी दिसली, तो थोडं पळाला, पण तेवढ्यात एक रिक्षा थांबली आणि दोघं त्यात बसली.

रिक्षा सुरू झाली. अनवाणीच आला होता म्हणून तो एका झाडाखाली उभा राहिला आणि लहानलहान होत दूर जाणाऱ्या रिक्षाकडे बघत राहिला. काही ठरवलं नव्हतं, त्यानं असा विचारही केला नव्हता, तरीही ज्या तऱ्हेनं घटनाक्रम घडला, त्यात त्याचा उज्ज्वल विजय आणि त्या लोकांचा संपूर्ण पराभव झाला होता.

पोळणाऱ्या पायांनी घराकडे जाताजाता त्यानं ठरवलं– हे सगळं उरकलं की, दोन-तीन दिवसांनी रश्मीला घेऊन बडोद्याला एक चक्कर टाकून यायचं. आपल्याला वाटलं असेल किंवा आपण कल्पना केली असेल त्यापेक्षा अगदी वेगळ्याच तऱ्हेनं ऋण फेडायचीही कधीकधी वेळ येते.

■

मल्हार

(१)

परमपूज्य दिनूकाका,
पूज्य उषाकाकी, चि. जिज्ञेश
व चि. नीतीस,

आम्ही सर्व खुशाल- मजेत आहोत. तुमच्या जावयांचा धंदा चांगला चालला आहे. तुम्ही सर्वही मजेत असालच. जिज्ञेश आणि नीती आता खूप मोठे झाले असतील. नीती काय करतेय? कॉलेजमध्ये असेल ना? जिज्ञेश-भाई पण मोठे होऊन पप्पांच्या बिझनेसमधे मदत करत असतील. आम्हाला तुम्हा सर्वांची खूप आठवण येते, पण काका, मुंबईचं आयुष्य कसं असतं, हे तुम्हाला ठाऊकच आहे. मनात असलं तरी निघता येत नाही, पण

काका, कामाच्या निमित्तानं तुमचं तर मुंबईला येणं होतच असेल. एवढ्या मोठ्या मुंबईत मला कोण सांगणार, की अमी, तुझे काका येऊन तुला न भेटता परत गेले! मुंबई म्हणजे काही खाराघोडा नाही. असो. माझं नशीब वाईट म्हणायचं, दुसरं काय?

पण आज एका खास कामासाठी तुम्हाला पत्र लिहिते आहे. खूप विचार करून मगच हे पत्र लिहायला घेतलं. भल्या माणसाचं भलेपणच उपयोगी पडतं आणि दुःखाच्या, अडचणीच्या वेळी आम्हाला तुमची आठवण नाही येणार तर कोणाची?

तुमचे जावईपण म्हणाले, "दिनूकाकांनाच लिहावं, भाईंचे खास मित्र तर दिनूकाकाच ना?"

माझ्या आईनं असं केल्यापासून भाई कसे वागतात, ते तर तुम्हाला ठाऊकच आहे, पण आता हद्द झाली आहे. गेल्या दिवाळीत दोन महिने राहिले, का? तर- बस! मुलीच्या घरचं अन्नग्रहण करायचं नाही; मुलीच्या घरी राहायचं नाही! काका, आजच्या युगात ही अशी जुनाट विचारसरणी ठेवून कसं चालेल? आणि आमच्याशिवाय त्यांना दुसरं आहे कोण? आम्हाला भाईंनी मोठं केलं. तर आता त्यांचे हे असे दिवस आल्यावर आमचं कर्तव्य काहीच नाही? त्यात आणि जावई कोत्या मनाचे असते तर गोष्ट वेगळी; पण निधीचे पप्पा तर बिचारे देवमाणूस आहेत!

फार जास्त किती आणि कायकाय लिहू? पण थोडक्यात सांगायचं, तर सध्या अहमदाबादला काळूपुऱ्यात एका लहानशा होटेलात भाई राहतायत. कधी दोन ओळींचं पत्रही लिहीत नाहीत. दर महिन्याला इथून आम्ही मनीऑर्डर पाठवतो, त्यावर सही असते, बस! एकच गोष्ट– दारू, दारू आणि आणखी दारू! असंच चालू राहिलं, तर शरीर किती टिकाव धरेल तुम्हीच सांगा!

आज हे सगळं लिहिताना खूप वाईट वाटतंय, भाई अहमदाबादमध्ये आहेत, पण तुम्हाला भेटायला कधीच आले नसणार. काय तोंड दाखवणार येऊन? म्हणून काका, तुम्हाला हात जोडून विनंती की, माझ्या भाईंची चौकशी करत जा. काका, खाराघोडाला आम्ही होतो, तशीच तुमच्यासाठी अजून आम्ही लहान मुलंच आहोत असं समजा. जास्त काय लिहू?

तुमची पुतणी,
अमीचा प्रणाम

ता.क. हॉटेलचा पत्ता मागे लिहिला आहे.

(२)

समोर चहाचे दोन रिकामे कप होते आणि त्यातच विड्यांची दोन-तीन थोटकं होती. विडीच्या धुरात अर्धे झाकले गेलेले दिनूभाई बंडी आणि लेहंगा घालून पाय लांब करून पसरले होते आणि थोड्याथोड्या वेळानं हाका घालत होते,

"जिगला ऽ!"

ह्याचं उत्तर आलं नाही म्हणजे विडीचं थोटूक बशीत चिरडून मोठ्यानं हाक मारत होते.

"उषली!"

ह्याला उत्तर म्हणून उषाबेन चहाचा तिसरा कप घेऊन हजर झाल्या आणि शेजारी बसताबसता विचारलं, "हे काय आहे?"

"तुला नाही दिसत हे काय आहे ते?"

"म्हणजे कोणाचं पत्र आहे, असं विचारलं हो."

"तुला सगळ्या गोष्टींची पंचाईत कशाला?"

असं बोलले खरं, पण मग विडीच्या धुराच्या आरपार आत्ताच अंघोळ करून आलेल्या पत्नीचं धूसर रूप दिसलं. ओले केस पाठीवर पसरले होते. गालांवरून अजून पाण्याचे थोडे थेंब राहून गेले होते आणि ओलाव्यानं जड झालेले डोळे त्यांच्यावर खिळले होते.

त्यांनी लगेच उषाबेनच्या हातावर हात ठेवला. शीतल स्पर्शानं बरं वाटलं.

"मुंबईहून, प्रतापभाईंच्या मुलीचं."

"काय म्हणतेय?"

"एक सांगू उषा?"

"काय?"

"सालं मनात येत राहतं, की सगळे दिवस सारखे नसतात."

"आता ह्यात तुम्ही काय मोठं नवं सांगितलंत?"

तेवढ्यात अंगातल्या कुडत्याच्या बाह्या दुमडत जिग्नेश आला.

"पप्पा..."

जीन्सवर त्यानं बदामी रंगाचा कुडता घातला होता. अंघोळ करून आला होता, केस अजून विंचरले नव्हते. दिनूभाई तो काय बोलतोय, ते न ऐकता त्याच्याकडे बघत राहिले. पोरगा किती छान दिसत होता!

"पप्पा, आपला शिक्का कुठाय तो- जय हनुमान कन्स्ट्रक्शनचा?" मग उत्तराची वाट न बघता तो टेबलाच्या खणात धुंडाळायला लागला.

"कशाला हवा होता?"

"त्या बँकवाल्याला शिक्का हवाय."

"त्याला किती हवे असतील तितके देऊन टाक आणि जेवढ्याची गॅरंटी हवी असेल तेवढ्यावर आण इकडे, मी सही करून देतो."

उषाबेन हसायला लागल्या, "तुम्ही कधी सुधरणारच नाही का हो?" प्रेमानं नवऱ्याच्या चेहऱ्यावर नजर खिळवत त्या म्हणाल्या.

"जिगला, पंड्या काय म्हणत होता?"

"कुठला पंड्या?"

"नागरिक बँकेचा"

"पंड्या नाही तो, तो मेहता."

"आता मेहता न् पंड्या, सगळं एकच ना?"

"म्हणत होता की, नेक्स्ट मीटिंगमधे ठराव ठेवेल ह्याचा, पण पप्पा, इतके टक्के-" जिग्नेशनं उजव्या हाताचा पंजा दोनदा पसरून दाखवत दहा बोटं दाखवली.

"मग मरेना, बँकेचे घेऊन त्याला द्यायचेत ना आपण? आपल्या खिशातनं थोडेच द्यायचेत?"

शिक्का घेऊन जिग्नेश शेजारच्या खोलीत गेला.

"महेंद्रसिंहचा फोन होता."

"केव्हा?"

"काल रात्री. तुम्ही झोपल्यावर."

"काय म्हणत होता?"

"दुसरं काय असणार? पैशाचं."

"सांगायचं होतंस ना, की दुसऱ्या कोणाचे दिले, तुमचेच तेवढे राहिलेत."

"भाईसाब! पुष्कळ झालं कमावून आता. हा धंदा बंद करा न् देवाचं नाव घेत बसा आता."

दिनूभाईंनी पटदिशी दरवाजाकडे एक नजर टाकली आणि बायकोच्या मांडीवर हात ठेवत म्हणाले, "देवदेव करायला वेळ आहे खूप अजून!"

उषाबेन लाललाल झाल्या.

"लाज वाटतेय का नाही?" म्हणत त्या चहाचे कप घेऊन उभ्या झाल्या.

दिनूभाई हसले.

"नळ सोड, अंघोळ करून घेतो. खूप कामं पडलीयत अजून" म्हणत पत्राची घडी करून त्यांनी खिशात ठेवली.

"भावजी, न जेवता नका जाऊ बरं का." पन्नाभाभी म्हणत होत्या.

"पण भाभी, घरी स्वयंपाक..."

प्रतापभाईंनी त्यांचा हात पकडत म्हटलं होतं,

"तो स्वयंपाक मी संध्याकाळी येऊन फस्त करीन. तू ह्या माझ्या काचेच्या बाहुलीच्या हातची फुलकी खा तर खरा. लोण्यासारखी विरघळते तोंडात!"

पन्नाभाभींनी डोक्यावरचा पदर सारखा करत म्हटलं, "दोघं बरोबरच बसा." आणि शेगडीपुढे बसताबसता प्रतापभाईंनी हाक मारली, "अमी..."

- दिनूभाई उठले. विडीचं थोटूक चुरगळता-चुरगळता त्यांनी हाक मारली, "उषा, पाणी काढलं?"

बाथरूमच्या दाराशी नवराबायको समोरासमोर आले. दिनूभाई थोडा वेळ बघत राहिले. मग हळूवारपणे उषाबेनच्या खांद्यावर हात ठेवला.

"काय झालं?" उषाबेननी चिंतेनं विचारलं.

"उषली..."

"हं?"

"खाराघोड्याला आपण गेलो तेव्हा पायात घालायला चपलाही नव्हत्या अन् तेव्हा ह्या दोघांनी सख्ख्या भावाच्या वरकडी आपलं केलं होतं."

उषाबेनचा हात वर गेला आणि नवऱ्याच्या केसांमधून फिरू लागला.

"असं काय करता एकदम? इतकं हळवं व्हायचं?"

"दिनू, दिनू म्हणत असायचे नेहमी प्रतापभाई."

"होय ना, मी कुठे नाही म्हणतेय? आपण आपल्याच्यानं होईल तेवढं करायचं!"

बोलण्याची सोय नव्हती, बोलणं योग्यही नव्हतं, तरीपण तो वर्ज्य असलेला शब्द बोलल्याशिवाय त्यांना राहवलं नाही. "आणि पन्नाभाभी..."

ताबडतोब उषाबेनचा हात त्यांच्या केसांमधून निघाला आणि त्या फणकाऱ्यानं बाथरूमच्या बाहेर पडल्या.

"तोंड काळं केलं न् ह्यांची बिचाऱ्यांची अशी दशा केलीय. तरी तुमचं आपलं अजून पन्नाभाभी, पन्नाभाभी! लाज नाही वाटत?"

बाथरूमचं दार लावून घेताघेता दिनूभाई विचार करत होते, 'का लाजायचं? कशाबद्दल लाजायचं?'

(३)

'पन्नाभाभींनी असं का केलं असेल?'

ह्या प्रश्नाचं उत्तर आजपर्यंत मिळालं नव्हतं. एरव्ही दिनूभाईंना (वृथाच) अभिमान

होता, की जगात जे काही बघण्यासारखं आणि समजण्यासारखं आहे, ते सारं ते बघून- समजून चुकले आहेत! चांगलं-वाईट सगळं बघून झालंय. नीती-अनीती गुंडाळून ठेवून ते आयुष्य मन:पूत जगून घेत होते. कधी कुठल्या गोष्टीचा पश्चात्ताप करून नव्हता घेतला.

मित्रमंडळीत नीतिचा विषय निघाला की, ते आपल्या मुलीच्या नीतीच्या डोक्यावरून हात फिरवत म्हणायचे, "हीच फक्त माझी एकमात्र नीती!"

पण ही एक गोष्ट मात्र त्यांना समजली नव्हती. त्यांना स्कूटरवर फडकं फिरवताना बघून उषाबेननी ओट्यावर उभं राहिल्याराहिल्या विचारलं, "का? आज गाडी घेऊन नाही जायचं?"

नेहमीचं उत्तर ओठांवर आलं होतं, 'तुला सगळ्याची पंचाईत?'

पण मग ते काहीच बोलले नाहीत. ओठांच्या कोपऱ्यात विडी दाबून धरत त्यांनी स्कूटर चालू केली. दारातून बाहेर निघाले तशी वाऱ्याच्या झुळकेनं त्यांच्या कपाळावरची केसांची बट उडू लागली होती. ते उषाबेननी बघितलं होतं न् त्यांना ते आवडलं होतं, एवढं त्यांनी निरखलं होतं.

खाराघोडाच्या बाजारात उंच ओटा असलेलं घर होतं. घरासमोर त्या जमान्यात काळ्या रंगाची ऑस्टिन गाडी उभी असायची. सकाळी ते पोहोचायचे तेव्हाही ओटा आणि पायऱ्या इतक्या स्वच्छ असायच्या की, चपला खाली रस्त्यावर काढाव्या लागायच्या. त्या स्वच्छ पायऱ्यांवर चपला ठेवायला जीव होत नसे! घराला विटाळ होईल असं काही तरी वाटायचं.

दारासमोरची रांगोळी विस्कटू नये म्हणूनही खूप जपून कडेनं जावं लागे. ओट्याच्या जाळीच्या दाराशी उभं राहिलं की उदबत्ती, तुळस आणि गुलाब ह्यांचा मिश्र सुगंध यायचा. जाळीचं दार वाजवायच्या आधी ते कुडत्याची बटणं नीट करायचे, बाह्या दुमडल्या असतील तर उलगडून टाकायचे, लेहेंगा वर चढला असला तर नीट करायचे. मंदिराच्या दारात उभं राहिल्यासारखं वाटायचं. 'घंटा कशी वाजवावी? हात कसे जोडावेत?'

तेवढ्यात प्रतापभाईंचा खणखणीत आवाज यायचा, 'कोण? दिनू?' आणि झटदिशी जाळीचं दार उघडलं जायचं.

प्रतापभाई गुणगुणत असायचे, 'एक राजे का बेटा लेकर उडनेवाला घोडा- अरे दिनू, जाळी बंद कर हं आत येता येता.'

समोर लहानशी ओसरीवजा खोली, मग चौक, मग बैठकीची खोली- त्यात उंच दिवाणावर प्रतापभाई मांडा ठोकून बसायचे आणि एकामागून एक रेकॉर्ड्स दाखवत जायचे, 'ही बघ, ही जगमोहनची; ही सी.एच. आत्मा- मग गायला

लागायचे- मंडवेतले गरीबके दो फूल खिल रहे है–'

"ए ऽ भोपळ्या, काय उंडारतोयस नुसता? चार मसाला दे बांधून." बसस्टँडजवळच्या पानाच्या गल्ल्याशी स्कूटर थांबवत त्यांनी हाक मारली.

गल्ल्यासमोर उभी असलेली दोन-तीन पोरं बाजूला झाली.

भोपळा त्यांच्याकडे बघत पुटपुटला, "आता ह्यास्नी काय म्हनावं?"

मसाल्याची पानं करून द्यायला जरा वेळ लागला, तसा दिनूभाईंनी आवाजात अति सज्जनपणा आणत विचारलं, "का रे? काय करतोयस बावळ्या?"

भोपळा बावळा गावचा होता.

उत्साहानं एक-एक डबी उचलून पानं बनवता-बनवता त्यानंही मजेत उत्तर दिलं, "मजेत आहे की बावळा!"

"मला वाटलं की, फार पाऊस पडला, त्यात वाहून गेलं असेल खंबातच्या दर्यात!"

भोपळ्यानं पानं त्यांच्या हातात ठेवताठेवता विचारलं, "बावळा गावानं काय घोडं मारलंय तुमचं?"

ह्याला उत्तर देणं जरूर नव्हतं. काऊंटरवर पैसे ठेवून ते निघाले. स्कूटरजवळ गेल्यावर एक पुडी तोंडात सरकवली, मग काहीतरी काम बाकी राहिलं असावं तसे परत जाऊन गल्ल्याजवळ उभ्या असलेल्या मुलांना म्हणाले, "एऽऽ नीट अभ्यास करा रे! बापाचं दिवाळं नका काढू!"

आणि मग स्कूटर चालू केली.

त्यांना त्या गाण्यांमधलं समजत नसे; उमजत नसे. उलट वाटायचं की, हे असलं ऐकत बसायचा प्रतापभाईंना कंटाळा नसेल येत?

तेवढ्यात हातात चहाचा कप घेऊन स्वयंपाकघरातून पन्नाभाभी बाहेर यायच्या, "घ्या भाई,"

नजर उचलून वर बघायचं धाडस होत नसे. सकाळची वेळ आणि समोर ते देवीसारखं रूप! डोक्यावरून पुढे ओढलेला पदर कपाळापर्यंत असला, तरी मानेवरचा पांढऱ्या फुलांचा गजरा बाहेर डोकवायचा.

"काय म्हणतायेत उषाबेन?"

"ही उषली, ह्यांची बहीण?"

प्रतापभाई डोळे बारीक करून पन्नाभाभींकडे टक लावून बघत त्या ग्रामोफोनबरोबर गात असायचे, "मुझे न सपनोंसे बहेलाओ!"

दिनूभाई खेडवळ, गावंढळ! अशी माणसं बघितली नाहीत, एवढंच नाही, तर

अशी माणसं जगात असतात, असं बोलतात, असं वागतात, हेही ठाऊक नाही!

पन्नाभाभीचं सारं वागणं संथसंथ, मधुरमधुर, हळूहळू चालणं, हळू आवाजात बोलणं.

प्रतापभाईंनी काही सांगितलं, तर लगेच, 'ही आत्ताच करते, हं! ही, लगेच आणते हं!'

दिनूभाईंना अशा बाबतीत समज कमी, पण थोड्या दिवसांनी वाटायला लागलं होतं, की शिवजी आणि पार्वती असेच असतील! प्रतापभाईंना काही दु:खच नव्हतं! मांडी ठोकून चहा पीत असायचे, गाणी गात असायचे, पुस्तकं वाचत असायचे आणि पार्वती फुलं वेचतावेचता आवतीभोवती नाचत असेल, मग तर...!

खाराघोडाच्या बाजारात मिठाचा मोठा व्यापार होता, पण प्रतापभाई ऑफिसमध्ये फार वेळ बसत नसत. मुनीम होते, ते सगळं सांभाळायचे. सकाळ संध्याकाळ एकएक तास गाडी घेऊन प्रतापभाई ऑफिसात जाऊन यायचे. त्या काळी प्रतापभाई बाहेर पडायचे तेव्हाची त्यांची शानही बघण्यासारखी असायची. कधीकधी ते दिनूभाईंना स्वत:च्या बरोबर समोरच्या सीटवर बसवायचे, पण आपली मूर्ती कशी गाडीत शोभणार? फार पंचायती व्हायच्या. दार बंद करायला यायचं नाही, हॅण्डल फिरवायला गेलं की दार उघडायचं! ढगळ लेहेंगा आणि पोपटी रंगाचा शर्ट.

प्रतापभाई बहुतेक वेळा पँट आणि कोटमध्ये असायचे. कोटाची बटणं उघडी असायची. त्या काळी कपड्यांची इतकी हौस? कधीकधी धोतर आणि वर रेशमी लांबरुंद झब्बा घालायचे. कुठल्या तरी लग्नात दिनूभाईंनी प्रतापभाईंना बंद गळ्याचा जोधपुरी कोट आणि डोक्यावर साफा बांधलेलेपण पाहिले होते. उंच, जरा फिकट गौरवर्णाचे प्रतापभाई चार चौघांपेक्षा वेगळेच, राजघराण्यातले असावेत तसे दिसायचे.

गरीब, वाणी जातीच्या एका खेडवळ मुलाशी प्रतापभाईंचं एवढं सूत कसं जमलं ते कोणालाच समजत नव्हतं. दिनूभाईंना स्वत:लाही समजत नव्हतं! ते बापाकडून थोडेसे पैसे घेऊन लहानसा धंदा करण्यासाठी गावाकडून आले होते, तर प्रतापभाईंनी हाताशी धरलं होतं. एकदा ते म्हणाले होते, "दिनू हल्लीच्या दिवसांत तुझ्यासारखी सीधीसाधी मुलं भेटत नाहीत कुठे!" दिनूभाईंनाच ठाऊक ते किती 'साधे' होते ते!

"धंदा तर चालू असतो. पैशाची फार हाव धरू नये. हे बघ 'योगवासिष्ठ'! नवं आलंय." असं म्हणत प्रतापभाई त्यांना पुस्तकं दाखवायचे.

त्यांच्या बैठकीवर टेबलावर, कपाटांमध्ये, पुस्तकंच पुस्तकं. अहमदाबादला मिठाचा सौदा करायला जातील, तेव्हा परत येताना मागच्या सीटवर पुस्तकांचा ढीग असायचा!

'दिनू हा 'झाला' लोकांचा इतिहास वाचण्यासारखा आहे.' दिनूभाईंना काय

समजणार ‘झालं’चा इतिहास आणि ‘जाडेजां’चा इतिहास!

एकाएकी पाऊस यायचा आणि सगळ्या गावाला काळजी पडायची की, कच्छच्या रणमध्ये मीठ तसंच राहील आणि वाहून जाईल; तेव्हा प्रतापभाई एक पुस्तक काढून वाचायला बसायचे.

“पन्ना! आज तर आषाढातला पहिला दिवस! आज कवि कालिदासाची आठवण काढली पाहिजे!”

त्या संसारात बारा-तेरा वर्षांची एक मुलगीच होती. समुद्रासारखा बाप आणि पौर्णिमेच्या चांदण्यासारखी आई, दोघांचे अंश घेऊन बनवली असेल, अशी अमी. तिच्या तोंडातून ‘काका’ हा शब्दही इतका गोड वाटायचा, की दिनूभाईंना वाटायचं, ‘हां बेटा! जीव ओवाळून टाकावा तुझ्यावरून!’

त्यांनी काहीही वाचलं नव्हतं, ऐकलं नव्हतं, जगाची फारशी जाण नव्हती, पण चोहीकडे उदबत्त्या लावल्या असाव्यात आणि घंटा किणकिणत असाव्यात असं त्या घरात वावरताना कधीकधी त्यांना वाटायचं, स्वर्ग ह्याहून सुंदर कसा असू शकेल?

अशात एक दिवस ही मोहिनी खाड्दिशी उतरली.

धुंदीतून ते शुद्धीवर आले.

पन्नाभाभी त्या फॉरेस्टरबरोबर पळून गेल्या होत्या!

(४)

हॉटेल स्टेशनजवळच्या एका गल्लीत होतं. फार शोधावं लागलं नाही. जिना चढणार तेवढ्यात एका छोट्या मुलाला हातात कपबशा आणि टम्बलर घेऊन अरुंद जिना उतरताना बघितलं. खाकी चड्डीवर खूप ढगळ काळा टी शर्ट लटकत होता.

तो गात होता, “अय मेरी दिलरुबा, अय मेरी दिलरुबा...”

ते मध्ये उभे राहिले आणि तिरप्या नजरेनं त्या पोराकडे रोखून बघत राहिले. जिन्याच्या पायऱ्या उतरता-उतरता त्याचं गाणं हळूहळू होत मग बंद झालं. चेहऱ्यावर प्रथम संकोच आणि मग भीती आली.

“जाऊ द्या ना मला...”

“थांब, तुझी दिलरुबा काढतो.” म्हणत दिनूभाईंनी त्या मुलाचा गालगुच्चा घेतल्यासारखं केलं, पण त्याच्या सुकट, काळ्या चेहऱ्यावर उमटलेली भीती बघून त्यांनी त्याचा गाल सोडून दिला आणि एकदम हसले. त्याच्या डोक्यावरून हात फिरवला न् म्हणाले, “दोन पेशल वर घेऊन ये.”

पोरगा पळाला.

पहिल्या मजल्यावर काऊंटरसारख्या एका फळीवर एक माणूस उदबत्ती लावत होता. धुऊन चप्पट विंचरलेल्या केसांमध्ये पाण्याचे थेंब चमकत होते. दिनूभाईंनी बंडी आणि धोतर नेसलेली त्या माणसाची आकृती आणि त्याच्या मागच्या भिंतीवरच्या फोटोमधल्या अत्यंत वेदनाग्रस्त अशा दोन-तीन म्हाताऱ्यांच्या चेहऱ्यांवर नजर टाकली आणि मनात अनेक बोलण्यासारखी वाक्यं उभी झाली. सवड असती तर खुर्ची ओढून तिथं बसले असते आणि एकीकडे पेपर वाचतावाचता त्या माणसाच्या सात पिढ्यांचा इतिहास ऐकून घेतला असता आणि जरूर तो सल्लाही दिला असता, पण त्यांची नजर डाव्या हाताला अंथरुणांवर पडलेल्या वेगवेगळ्या आकारांवर होती.

हॉल मोठा होता आणि दोन्ही भिंतींपाशी ओळीनं पलंग होते. हॉस्पिटलच्या जनरल वॉर्डसारखं दृष्य होतं! बरीच माणसं सकाळच्या प्रसाधनाच्या वेगवेगळ्या टप्प्यांवर होती, तर दोघं-तिघं भिंतीशी टेकून बसून विड्या फुंकत होते. एक पंचा गुंडाळलेला अर्धनग्न आकार उत्साहानं इकडून तिकडे फिरत होता. सफेद पँट आणि शर्ट घातलेला सेल्समनसारखा दिसणारा एक माणूस भिंतीशी छोटासा आरसा टेकवून ठेवून त्यात बघून केसांची झुलपं वळवत होता.

नजर ह्या अशा चेहऱ्यांवरून फिरत होती. तेवढ्यात आवाज ऐकू आला, "या, या! दिनेशचंद्र शेठ!"

डाव्या बाजूच्या अगदी कोपऱ्यात खिडकीजवळचा पलंग. दोन क्षण दिनूभाई बघतच राहिले. मग सावकाश पावलं टाकत तिथे जाऊन उभे राहिले. "या, या शेठ!"

"शेठ शेठ लावलंय, ते बघून घेतो आता मी." म्हणत दिनूभाई प्रतापभाईंच्या समोर त्यांच्या पलंगावर बसले.

गेल्या काही वर्षांमध्ये प्रतापभाई चार-पाचदा भेटले होते. दोनदा उभ्याउभ्या दुकानात येऊन गेले होते. केव्हाही यायचे ते घाईतच असायचे.

"कसं काय दिनेशचंद्र?", "काय चाललंय दिनेशचंद्र?" म्हणत सिगारेट ओढून, अर्धा कप चहा पिऊन निघून जायचे, पण आज आता तीन-एक वर्षांनंतर बघितली ती आकृती ओळखू येण्यासारखी राहिली नव्हती. समोरचे दोन दात पडून गेले होते आणि बारीक कापलेले कोरडे केस डोक्यावर उभे होते.

दिनूभाईंच्या तोंडातून कसेबसे शब्द बाहेर पडू लागले. "हे असं काही बरोबर आहे प्रतापभाई? तुम्ही अहमदाबादमध्ये असे पडून आहात इथे आणि आमची आठवणपण येत नाही तुम्हाला? कोणाची पर्वाच नाही? जगात जणू तुम्ही एकटेच आहात! आम्ही कोणीच नाही तुमचे? आमच्याशी संबंध ठेवायचाच नसेल तर

स्पष्ट सांगा म्हणजे आम्हालाही समजेल कसं न् काय ते, काय समजलं? मग आम्ही बघू आम्हाला काय करायचंय ते!''

भिंतीला टेकून बसलेले प्रतापभाई त्यांच्याकडे बघत होते आणि त्यांच्या तोंडाचं बोळकं हळूहळू स्मित करत होतं.

''काय करणार आहात ते सांगा,''

''मी न् माझा जिगला-आम्ही तुम्हाला उचलून घेऊन जाऊ.''

''साला टाईमच मिळत नाही!''

दिनूभाईंची नजर चोहीकडे फिरत होती. ''पिशवी (दारूची) झाली वाटतं गटगटावून?''

प्रतापभाई खूश झाले असावेत, तसं त्यांना हसू आलं.

''आता प्यायलात सकाळीसकाळी?''

तेवढ्यात एक खरखरणारा आवाज आला, ''आपके सगे लगते हैं?''

दिनूभाई बोलणाऱ्याकडे नाराजीनं बघू लागले. तिसऱ्या कॉटवर एक माणूस एका जाड्या पुस्तकातून डोकं वर उचलून त्यांच्याकडे बघत होता.

''का? तुमचं काही काम होतं आमच्याकडे?''

''ऐसा नही है. दिनरात पीते रहते हैं. मैं छे महिनेसे देख रहा हूँ– इस आदमीको कोई कहनेवालाही नाही है! एक दिन यही मर जायेंगे!''

''त्यांना काही नाही होणार. काय प्रतापभाई? दारू प्यायचीय ना?''

प्रतापभाई अर्धवट उठून बसले, ''हो!''

''तर मग उठा आणि तयार व्हा.''

आजूबाजूचे सगळे बघत होते. दिनूभाईंनी प्रतापभाईंना बकोटाला पकडून उभं करताकरता ह्या प्रेक्षकांकडे बघून डोळे मिचकावले.

प्रतापभाईंना फारसं तयार व्हायचं काही नव्हतंच. चुरगळलेला लेहेंगा, चट्टेपट्टेवाला अर्ध्या बाह्यांचा बुशकोट, पायात स्लीपर. घराबाहेर बूट न घालता पाऊल न ठेवणारा हा माणूस! जागचे उठले, की पन्नाभाभी हातात कोट घेऊन उभ्याच असायच्या. कोट त्यांच्या अंगावर चढवताना हळूहळू काही तरी बोलत असायच्या, खांद्यांवर किंवा छातीवर काही नसलं चिकटलं तरी चवड्यांवर उभ्या होऊन उंच व्हायच्या आणि झटकायच्या. असं करताकरता त्यांचा हात पतीच्या छातीवर दोन क्षण विसावायचा...

जिन्याशी चहावाला पोरगा भेटला. 'कॅन्सल' म्हणून त्याला दोन रुपयांची नोट दिली.

(५)

थोडंसं चालत जाऊन एका एअर कंन्डिशण्ड हॉटेलमध्ये कोपऱ्यातल्या टेबलावर बसताबसता दिनूभाई म्हणाले, "साली भूक लागलीय खूप प्रतापभाई!"

"तुम्ही तर दारू प्यायची म्हणत होता."

"दारू संध्याकाळी. इंग्लिश आणून देईन. आपण दोघांची पार्टी करूया."

"तुम्हाला कोणी सांगितलं?"

"काय?"

"हा पत्ता कोणी दिला?"

"का? मी आलो ते आवडलं नाही?"

"तुम्ही तरी दिनूभाई उलटाच अर्थ घेता..."

"नाही, नाही, पण तुमची आठवण काढणारं कोणी नाहीच, असं वाटतं तुम्हाला? तुम्ही हे सगळं जे काही करताय, ती फार मोठी हुशारी करताय, असं वाटतं तुम्हाला? तुम्हीच फार महान आणि दुसरे सगळे कुचकामी? प्रतापभाई, खाराघोड्यात काढलेल्या दिवसांची अजून आठवण आहे, म्हणून तुमचा मान ठेवतोय, नाहीतर हे राहिलेत ना, तेही दात पाडून हातात दिले असते! तुम्ही काय समजता काय मला?"

प्रतापभाईंना गंमत वाटत होती. त्यांच्या डोळ्यांतून चिकट प्रवाह निघून वाळला होता.

दिनूभाई गप्प झाले तेव्हा ते प्रेमानं म्हणाले, "वा! आता खरे शेठसारखे वाटताय! शेठला शोभेल असा रुबाब अन् वागणं. गाडीबिडी ठेवलीय का नाही? आम्हालाही बसवा कधीतरी दिनेशचंद्र शेठ!"

"आता सांगतो ना 'शेठ'चं कसं न् काय ते!"

वेटर आला, त्याला भराभरा दोन वस्तूंची ऑर्डर दिली. तो गेला तेव्हा टेबलावर दोन्ही हात ठेवून समोर झुकून दिनूभाईंनी विचारलं, "प्रतापभाई, कोणाची तरी आठवण येते?"

विचारलं न् लगेच वाटलं, 'बापरे! हा माणूस ह्या शब्दांचा काय अर्थ काढेल? ते काय म्हणतील - काय करतील?

पण ते चिकट डोळे काचेचे असावेत, तसे काहीही भावना प्रकट होऊ न देता त्यांच्याकडे बघत होते. तोंडावर एक मूर्ख हास्य चिकटून बसलं होतं.

म्हणून मग दिनूभाई पट्दिशी पुढे म्हणाले, "एक मुलगी आहे तुम्हाला, आठवतेय?"

"होय तर! एवढंही नाही आठवणार की काय?"

"असं? काय नाव तिचं सांगा तरी!"

"तेवढंपण येणार नाही की काय मला?"

"सांगा तर खरं, तुमच्या तोंडून ते नाव ऐकायचंय मला."

सुकलेले, सुरकुतलेले गाल हलू लागले. जरा वेळानं ओठही थरथरू लागले.

"काय डोळ्यांतून मूत काढताय? मर्द आहात तुम्ही, लाज नाही वाटत?" मग एकदम पाण्याचा ग्लास त्यांच्यासमोर ठेवत आवाज खाली आणत त्यांनी म्हटलं, "पाणी प्या, प्रतापभाई."

आणि स्वत:ही विडी पेटवली.

सगळे म्हणायचे, 'प्रतापभाई खरे मर्द!'

कच्छच्या वाळवंटात भकभक करत फॉरेस्टरची मोटरसायकल पळायची, त्याच्या मिशा वाऱ्यावर फर्रफर्र उडायच्या. मोटरसायकलवर मागच्या सीटवर बंदूक घेऊन प्रतापभाई बसलेले असत.

हरणांचा एक कळप पुढे पळत होता, रेतीचे लोट उडत होते, खारंखारं वाळवंट उन्हात चमकत होतं.

"हळूहळू खा तुम्ही तुमच्या गतीनं, घाई नाही." पण प्रतापभाई जेवत नव्हते. पोळीचे तुकडे करून आमटीत बुडवून बसून राहिले होते.

"देशी दारू पिऊन लिव्हर खलास केलीय, तुम्ही प्रतापभाई. माणसासारखं नाही, जनावरासारखं जगताय. घ्या, थोडा भात घ्या."

आपल्या हातांनी त्यांच्या ताटात दिनूभाईंनी भात वाढला, त्यात आमटी घातली, चमच्यानं कालवला, मग चमचा त्यांच्या हातात देत म्हटलं, "अमीचं पत्र आलं होतं."

प्रतापभाई नुसते बसून राहिले.

"प्रतापभाई, आपण असं करूया. एक स्कीम आहे माझी. नाही म्हणायचं नाही."

प्रतापभाई काहीच बोलले नाहीत.

"तुमचे डबेडुबे घ्या न् आपल्या घरी चला. वरच्या मजल्यावर फर्स्टक्लास, तुम्हाला साजेशी खोली तयार करू. उषली दिवसातून दोनदा गरमगरम जेवायला वाढेल-"

प्रतापभाईंनी हातातला चमचा खाली ठेवला. हात धुताधुता त्यांनी नकारार्थी मान हलवली.

"अरे? काय नाही? आँ? नाही का म्हणून? ही उषली मोठी शेटाणी होऊन

फिरतेय, ती आहे काय खरं पाहिलं तर? आँ? आम्ही आहोत काय? तुमच्या पायातल्या जोड्यांच्या लायकीचे! तुम्ही या अन् आरामात रहा. दारू प्यायची असेल, तर चांगली प्या. ऑफिसमध्ये येऊन दोनदोन तास रोज बसा. बघा दोन महिन्यांत तब्येत कशी ठणठणीत होतेय का नाही आणि ह्यात माझाही स्वार्थ आहे, हे आपलं आपल्या दोघांच्यात खासगी, बरं का! ऑफिस चालतं ते भगवान भरोसे! मला धंदा न् हिशोब ह्या सगळ्यातलं काय येतंय? साले जे भेटतात ते लुबाडतात! तुम्ही तिथे बसलेले असला तर लोक घाबरतील. येणारा जरा विचार करेल. तुमच्या तर रक्तातच आहे धंदा. आम्ही सगळे नवखे, अडाणी.''

समोर बसलेले प्रतापभाई रडत होते. दिनूभाईंनी बडबड बंद केली न् बिल दिलं. मुकाट्यानं हॉटेलच्या पायऱ्यांपर्यंत दोघं आले.

तिथे थांबून दिनूभाई म्हणाले, ''प्रतापभाई, फार वाईट वाटलं?''

त्याला उत्तर न देता प्रतापभाईंनी खिशात चाचपडून पाचाची एक नोट काढली न् म्हटले, ''घे, जिज्ञेशसाठी चॉकलेट घे.''

जिज्ञेश तर लग्नाच्या वयाचा झाला होता. अर्धा बिझनेस सांभाळत होता. त्यांनी ती नोट नीट खिशात ठेवून दिली.

(६)

प्रतापभाईंचे थकलेले पाय अर्ध्या घासल्या गेलेल्या स्लीपर्स घातलेले, पायऱ्या चढून वर गेले. दिनूभाई थोडा वेळ तिथेच उभे राहिले. स्कूटर समोर होती. चावी हातात होती, पण निघायची इच्छा होत नव्हती.

ऊन झालं होतं. अरुंद बोळात रिक्षा, स्कूटरी आणि हातगाड्यांची गर्दी होती. माणसं घाईघाईनं त्यांच्या मागून-पुढून जात होती. ते जरा मागे सरकले आणि भिंतीला टेकून उभे राहिले. समोर एक मोठी किल्ल्याच्या भिंतीसारखी भिंत होती- त्यातून पिंपळाचं एक रोप उगवलं होतं. त्या बोळातल्या एवढ्या गोंधळातही ते कुठे माळरानावर किंवा गावाच्या एखाद्या मंदिरात असावं तसं शुद्ध दिसत होतं. टोकाला फुटलेली नवी पानं नुकत्याच जन्मलेल्या बाळाच्या तोंडासारखी लाललाल दिसत होती आणि इवल्याइवल्या डोळ्यांनी जणू त्यांच्याकडे बघत होती.

स्कूटर चालू केली तेव्हा मनातून खूप अवघड वाटत होतं.

कच्छच्या रणात जायची बात निघाली, तेव्हा आधी ते 'नाही' म्हणाले होते.

''नको बुवा. आपलं काम नाही ते!''

''दिनू, किती दिवस असा गावंढळ राहशील? चल तर खरा. जग बघ जरा

आणि दुसरं काही नाही, तरी माझ्याकडे बघायला कोणी हवंच ना?''

''हां, ते बरोबर.''

प्रथमच अशी जागा बघितली. जिकडे बघावं तिकडे खडकाळ, सपाट जमीन आणि त्यात ऐंशी किलोमीटरच्या गतीनं पळणारी जीप.

थोड्याथोड्या वेळानं बरोबरची माणसं दाखवायची, ''ते बघा बेट.''

वाळवंटाच्या मधोमध जरा उंचवट्यावर थोडे झाडांचे बुंधे न् झुडपं.

तेवढ्यात कोणी म्हटलं, ''हरीण!''

दिनूभाईची नजर जाईपर्यंत तिथे नुसती उडणारी वाळू!

सगळे म्हणायचे, ''वा प्रतापभाई!''

दिनूभाईंना वाटायचं, 'कुठे तो पाटावर बसून योगवासिष्ठ वाचणारा माणूस आणि कुठे इथे वाळवंटात वाऱ्याच्या वेगानं पळणाऱ्या हरिणाला एका गोळीत उडवणारा हा माणूस!'

बरोबर कुठलेकुठले साहेब! सोनेरी फ्रेमचा चष्मा असलेले बडोद्याचे एक डॉक्टर कॅमेरा घेऊन फोटोच घेत सुटले होते. दुसरे एक होते, त्यांना सगळे महाराज- कुँवरसाहेब म्हणत होते. हिरवेहिरवे डोळे, उलटे फिरवलेले केस आणि लहान पिंगट मिशा. तंबूबाहेर खुर्ची टाकून ते प्रतापभाईबरोबर बसायचे. प्रतापभाई कायकाय माहिती सांगायचे!

हे खडक, ही वाळू, ही झाडं, इथे पहिल्यांदा समुद्रच होता. समुद्राचं हे रण झालं.

'असं कसं होईल?'

तेवढ्यात फॉरेस्टर तिथं आला न् म्हणाला, ''मिठाची फॅक्टरी टाकली तर त्यात माझा भाग.''

प्रतापभाई म्हणाले, ''बघूया सगळे काय म्हणतात ते.''

त्यावर फॉरेस्टर डोळे मिचकावून म्हणाला, ''हे ठरलं!''

कोणीही प्रतापभाईंना अशा तऱ्हेनं बोललेलं दिनूभाईंना आवडत नसे. त्यांना असं वाटायचं, 'आत्ता जोडा काढून मारावं!'

त्या रात्री तंबूच्या बाहेर शेकोटी आणि त्याच्या भोवतालून सगळ्या पाहुण्यांच्या राहुट्या.

प्रतापभाईंनी मागे बघत विचारलं, ''कुठे गेला दिनू?''

दिनूभाईंना संकोच वाटायचा. तऱ्हेतऱ्हेच्या गप्पागोष्टी चालायच्या.

एकजण सांगू लागला, 'डोकं उडालं तरी धड लढत होतं!'

बाकी सगळे म्हणायला लागले, 'राहू दे हो! तो जमाना गेला आता.'

फॉरेस्टर आणि हळवदवाले मास्तर दोघांनी सुरुवात केली म्हणायला की,

गंगोत्री-जमनोत्रीची यात्रा करायचीय, आत्ताच, पायीपायी! दोघं उठले आणि अंधारात थोडं दूर जाऊन परत आले! सगळे जण खूप हसले.

दुसऱ्या दिवशी सकाळी शोधाशोध सुरू झाली. फॉरेस्टर साहेब कुठायत? एका नोकरानं सांगितलं, की रात्री सगळे झोपले, त्यांनतर ते मोटरसायकल घेऊन निघाले.

जाताना म्हणाले, ''धांगध्र्याला मीटिंग आहे.''

प्रतापभाईंना विचारले, ''भाई, रात्री बटाट्याची भाजी का वेगळी करायला सांगितली? 'ती' रस्सावाली भाजी का नाही खाल्ली?''

प्रतापभाई म्हणाले, ''दिनू, मारताना तर मारलं, पण मग त्याचे डोळे दिसले मला. आजपासून सोडून दिलं. हे काम पुन्हा नाही करायचं शपथ, बस्स!''

सोडून द्यायची किंवा शपथ घ्यायची जरूरच कुठे होती? नंतर अशा पार्ट्या होणारच होत्या कुठे? रण राहिलं रणाच्या जागी न् भाई राहिले भाईंच्या जागी! त्या संध्याकाळी खाराघोडाला पोहोचलो आणि त्यांच्या घरासमोर जीपमधून उतरलो तेव्हा ओट्यावरची रांगोळी फिसकटलेली होती. कसली तुळस न् कसलं पूजेचं तबक! हट्!

कोणीतरी सांगत होतं की, सकाळी अगदी उजाडताच, केस सुटेच असलेल्या पन्नाभाभी फॉरेस्टरच्या पाठीमागे त्याला चिकटून बसून गेल्या होत्या.

(७)

त्या संध्याकाळी दिनूभाईंनी गाडी नवा वाडजकडे घेतली आणि एका ब्लॉकसमोर उभी केली. मोकळ्या जागेत थोडी पोरं खेळत होती. गाडी थांबवून ती ते लॉक करत होते, तेवढ्यात टेनिस बॉल वर उडला आणि त्यांच्या पायाशी आला तो त्यांनी एका हातानी पकडला आणि पँटच्या खिशात ठेवून दिला, मग अगदी सावकाश, काळजीपूर्वक गाडीची सगळी दारं तपासली आणि मग पायऱ्या चढू लागले.

एक पोर त्यांच्या मागेमागे आलं, ''काका, बॉल...''

पहिल्या मजल्यावर एका फ्लॅटच्या दरवाजात बसून एक आजी वर्तमानपत्रानं वारा घेत होत्या आणि 'हाशहाश' करत होत्या.

''काय आजी?'' म्हणत हे चवड्यांवर त्यांच्यासमोर बसायला गेले, पण खिशात बॉल असल्याने बसता येईना म्हणून मग तो काढून त्या पोराला दिला. खिशातून दोन चॉकलेट्स निघाली, तीही बॉलबरोबर दिली!

आजी खूश झाल्या. ''या भाई!''

“सून शिरा करून खायला घालते की नाही? आपण दुसरं-तिसरं काही खायचंच नाही हं आजी!” तिरप्या नजरेनं आत घरात बघत ते म्हणाले.

आतली तरुण स्त्री स्वयंपाकघरातून बाहेर येतयेत म्हणाली, “तुम्हाला जितकं चढवायचं असेल तेवढं चढवाना! बसा हं, चहा ठेवते.”

“नको.” म्हणत ते तिसऱ्या मजल्याच्या पायऱ्या चढले, दरवाजा उघडाच होता. आत पाय टाकताटाकताच हाक मारली, ‘सुमी!’ अठरा-एकोणीस वर्षांचा एक पोरगा बसल्याबसल्या टी.व्ही. बघत होता.

त्याला विचारलं, “कुठे गेली तुझी आई?”

आतल्या खोलीतून आवाज आला, “आलेच हं!”

“काय देव आनंद?” कॉटवर बसत त्या मुलाकडे बघत दिनूभाईंनी विचारलं.

“मजेत!”

“तुझं डोंबल मजेत! ते डबडं बंद कर आधी.”

“काका, बघाना, हे श्रीलंकावाले झोडून काढतायत.”

“सुमली, ह्या पोराला सांग काहीतरी.”

“आत्ताच आला तो फॅक्टरीतून.” म्हणत सुमन पाण्याचा ग्लास घेऊन बाहेर आली.

“काय करत होतीस?”

“स्वयंपाकाची तयारी, दुसरं काय?” म्हणत सुमन जवळ अगदी खेटून उभी राहिली.

पोरानं टी.व्ही. बंद केला आणि खुंटीवरचा बुशकोट घेऊन घालताघालता तो बाहेर चालू लागला.

जाताजाता म्हणाला, “येतोच हं काका.”

“कमल...”

“हां काका?”

“कुठे जाणारेस आता?”

“जीवनदीपमध्ये जाऊन येतो.”

“काय ठेवलंय त्या जीवनदीपमध्ये?” पण हे विचारेपर्यंत कमल तर दाराच्या बाहेरही पडला होता.

सुमननं बोटानं त्यांच्या कपाळावरची बट सारखी करत विचारलं, “काल का नव्हता आला?”

“आधी दरवाजा बंद तरी करा!”

दोघांनी मिळून चहा केला. सुमननं गॅसवर पातेलं ठेवलं, दिनूभाईंनी आलं ठेचलं. छोट्याशा स्वयंपाकघरात ते सुमनच्या खोड्या काढत राहिले.

"आणखी दोन दिवसांनी यायचं होतं ना!" सुमन लटक्या रागानं म्हणाली. उत्तरादाखल दिनूभाईंनी हळूच शिट्टी वाजवली. मग आतल्या खोलीत बसून दोघं चहा प्यायले. रिकामे कप घेऊन उठताउठता सुमननं विचारलं, "काय बनवू जेवायला?"

"तू जरा बस तर खरी."

"अंधार पडला. मी काही रिकामटेकडी नाही तुमच्यासारखी."

डोळे बंद करून पडल्यापडल्या ते सुमनच्या हालचालींचे आवाज ऐकत राहिले. खोलीत एकदम उजेड पडला, तसे ते दचकले. लाईटच्या स्विचजवळ हात उंच करून उभ्या असलेल्या सुमनकडे ते बघत राहिले.

"झोप लागली होती?"

सुमननं हाततोंड धुवून कपडे बदलले होते. कदाचित अंघोळ केली असावी, तशी ताजीतवानी अन् निर्दोष वाटत होती. ते डोळ्यांची उघडझाप करत तिच्याकडे बघत राहिले. सुमन त्यांच्याजवळ गेली आणि त्यांचं डोकं उचलून आपल्या पोटाशी धरलं. कितीतरी वेळ एक शब्दही न बोलता दोघं तसेच बसून होते.

जरा वेळानं ते म्हणाले, "ती त्या दिवशीची अर्धी बाटली पडली असेल..."

"ती तर मी पिऊन टाकली" म्हणत सुमननं कपाट उघडून दुसरी बाटली काढली. एक पेग संपल्यावर दुसरा भरताभरता ते म्हणाले, "सुमली,"

"हां राजा"

"इथं बैस"

सुमन समोर बसली होती. ती त्यांच्याजवळ येऊन बसताबसता म्हणाली, "आज असं काय करताय?"

"काय"

"असं का बघताय?"

"घ्या! तुझ्याकडे नको बघू?" मग जरा थांबून परत म्हणाले, "सुमी..."

"हं?"

"एक गोष्ट सांगायचीय."

"अहो, तुम्ही असं नका ना करू, भीती वाटते मग."

"भीती वाटण्यासारखीच गोष्ट आहे."

नंतर त्यांनी हळूहळू सगळी हकिकत सांगितली. खाराघोडाच्या एका मिठाच्या व्यापाऱ्याची गोष्ट. रणची गोष्ट. दुसऱ्या दिवशी घरी पोहोचले, तेव्हाची गोष्ट. मग आज सकाळी अमीचं आलेलं पत्र आणि हॉटेलमध्ये राहणाऱ्या अस्थिपंजर झालेल्या, बघून भीती वाटेल अशा एका माणसाची झालेली भेट.

गोष्ट संपली तेव्हा सुमनच्या डोळ्यांमधून अश्रू वाहात होते.

“बोल.”

“काय बोलू?”

“काही तरी बोल.”

सुमन मानेनं नकार दाखवत बसून राहिली. अचानक तिचं सबंध शरीर थरथरलं.

“काय झालं?” सुमनचा चेहरा निरखून बघत त्यांनी विचारलं.

“काही नाही.”

“सुमी, एक गोष्ट विचारू?”

सुमीनं डोकं हलवलं, “नको.”

“बरं.” त्यांनी नजर फिरवली.

“पण मी एक सांगते ते ऐका. हे सगळं खरं असणारच. तुम्ही सांगितलं ते अक्षर न् अक्षर खरंच असणार, पण मेहेरबानी करून तिच्याबद्दल वाईट बोलू नका किंवा मनात वाईट विचार आणू नका!”

“कोणाबद्दल?”

“जी गेली तिच्याबद्दल.”

सुमनच्या पाठीवर हात ठेवून ते म्हणाले, “सुमी!” त्याबरोबर त्यांच्या छातीवर डोकं टेकवून सुमन हुंदके देऊन रडू लागली.

तिचं रडू जरा आवरलं तेव्हा तिच्या ओठांशी पाण्याचा ग्लास धरत ते म्हणाले, “मी कोण सुमी? मी तर त्यांच्या मुलासारखा. मी पन्नाभाभीबद्दल कसं वाईट बोलू? पण हो, मनात थोडा कडवटपणा होता, तो आता गेला.”

जेवल्यावर घड्याळाकडं बघत ते म्हणाले, “कमल आला नाही?”

“येईल. तुम्ही इथून गेलात म्हणजे मग येणार ना...”

“बरं, हा चाललोच.” मग एकदम आठवलं असावं तसं म्हणाले, “घ्या! मुख्य गोष्ट तर सांगायचीच राहिली!”

“काय?”

“बस.” म्हणत त्यांनी सुमनला स्वतःच्या जवळ बसवली, “नीट लक्ष देऊन ऐक हं, घाई करू नको. आयुष्य म्हणजे सालं, सुमी...”

“तुम्ही तर कमालच आहात! इतका हळवा माणूस धंदा कसा करत असेल?” म्हणत तिनं हात पुढे करून त्यांचे डोळे नीट पुसले.

“चीटिंग! चीटिंग!” ते पुन्हा हसू लागले, “हे बघ, मी असं म्हणत होतो, की ह्या प्रतापभाईंची दशा अशी आहे की फार दिवस काढणार नाहीत आता. सबंध दिवस दारू आणि खाण्याचं तर नाव नाही! दिवसातनं दोनदा ब्रेडचे तुकडे न् भजी अन् मी म्हणतो की, मरतील तर मरू देत. रोज किती माणसं मरतात, त्यात

आणखी एक, पण त्यांच्यासाठी जीव टाकणारी दोन-चार माणसं आहेत. विशेषत: त्यांची मुलगी, म्हणून मी असं म्हणत होतो, की त्यांना दिवसातून दोन वेळा गरमगरम पोळी मिळाली, नीट अंथरुण मिळालं, कोणी विचारणारं असलं, औषधपाणी देणारं असलं, तर बाकी तर ठीक, पण ही दारूची सवय कमी होईल आणि मी असं नाही म्हणत की खूप जगतील, पण जे काय थोडे दिवस जगतील, ते...''

''पण त्यात इतकी लांबण लावायची जरूर होती? घेऊन या ना आजच...''

दिनूभाई तिचे हात, कपाळ, डोकं कुरवाळत राहिले न् म्हणत राहिले, ''माझा सुम्या! माझा सुम्या!''

(८)

नंतरचे दोन-तीन दिवस खूप गडबडीत गेले. कुठे काळूपूर आणि कुठे नवा वाडज? प्रतापभाईंची जुनी पेटी बगलेत मारून, आसपासच्या दोघातिघांचा निरोप घेऊन, भोपाळच्या एका सेल्समनला स्वत:चा पत्ता आणि भोपाळला येण्याचं वचन देऊन ते 'नको-नको' म्हणणाऱ्या प्रतापभाईंचा हात पकडून जिना उतरून गेले आणि काय चाललंय हे पुरतं कळण्यापूर्वीच रिक्षात बसवून त्यांना नव्या वाडजला घरी आणलं. सुमनला त्यांचे कपडे दाखवले.

''हे सगळं कुठेतरी फेकून दे. मी तर म्हणतो, जाळून टाक.'' म्हणून परत बाजारात जाऊन त्यांच्यासाठी दोन-तीन पँट्स, बुशकोट, दोन जोड्या लेहेंगे, चपला आणून ठेवल्या. थोडे बिस्किटांचे पुडे, लोण्याचं पाकीट, चीज, फ्रुट्स आणून टाकले. स्वयंपाक घरात सुमनला सूचना चालूच होत्या.

''सध्या ना, त्यांना खूप दूध देत राहायचं. कोणी विचारलं तर सांगायचं, 'माझे थोरले दीर आहेत' म्हणून. का? त्यात काय आहे? मधूनमधून सुन्न होऊन गप्प बसून राहिलेल्या प्रतापभाईंजवळ जाऊन म्हणायचे, ''काय शेठ? व्हिस्कीचा पेग मारूया ना? पण आपण एक नियम करूया. रोज रात्री आपण बरोबरच बसून दोन पेग मारायचे, काय? तुमच्याबरोबर आमचीही लाट! काय? गव्हाबरोबर भुसकटही!''

पहिला एक महिना जरा अडचणींचा गेला. प्रतापभाई सुमनकडून पैसे मागून न्यायचे आणि बाहेर जाऊन दारू पिऊन यायचे.

''नाही जमत मला इथे. निघून जाईन मी तर.''

असं काहीबाही बोलत राहायचे. असं झालं की, दिनूभाई जास्तच वेड पांघरायचे आणि समजावयचे, ''अं! पेपर वाचावा. पुस्तकं वाचायचीत? आणून देऊ?''

बरोबर घेऊन जाऊन एकदा नंबर काढून चष्मा घेऊन दिला. चष्मा घालून

प्रतापभाई पेपर वाचायला बसले तेव्हा त्यांच्याकडे बघून म्हणाले, ''किती छान, शहाण्यासारखे दिसताय!''

''नाहीतर काय वेडा आहे?''

''ना बाबा ना! तुम्हाला कोण वेडं म्हणणार? साऱ्या जगाला वेडं कराल तुम्ही!''

सुमनचं लक्ष दिनूभाईंकडे नसेल तेव्हा ते तिच्याकडे लक्षपूर्वक बघत असत. एक-दोनदा स्वयंपाक घरात पाणी पितापिता हळूच विचारून घेतलं, ''कसं चाललंय?''

''ह्यांचं? जेवायला वाढलं की खाली मान घालून जेवतात बिचारे.''

''काही गप्पा वगैरे?''

''कमलशी बोलतात. माझ्याशी तर बोलतच नाहीत. संकोचानं वागतात.''

''आपण सांभाळायचं. इकडची तिकडची काही गोष्ट म्हणजे काही जुनं आठवेल अशी काढायचीच नाही आणि दूध भरपूर देत राहायचं.''

त्यांच्या लक्षात आलं होतं की, सुमन जास्त सौम्य आणि शांत दिसू लागली होती आणि जास्त सुंदर.

एकदा प्रतापभाईंना त्यांनी पकडलं! संध्याकाळी दिनूभाई पोहोचले तेव्हा ते गॅलरीत उभे राहून सूर्यास्त बघत होते आणि गाणं गुणगुणत होते, ''मत कर साज सिंगार सुंदरी, मत कर साज सिंगार...''

दुसऱ्या दिवशी बाजारातून सैगल, जगमोहन, सुरैय्या, पंकज मलिक, जी नावं आठवली त्यांच्या कॅसेट्स घेऊन आले.

''आपल्याला काय कळतंय गाण्यातलं? त्या दुकानदाराला विचारून-विचारून घेतली. बरोबर आहेत ना? आणि प्रतापभाई, तुम्ही सगळी पुस्तकं वाचायचात तसली पुस्तकं कुठे मिळतात?''

''गांधी रोडवर.'' प्रतापभाईंनी सांगितलं.

थोडीथोडी पुस्तकं येऊन पडायला लागली. पुस्तकांच्या दुकानदाराबरोबर खूप कटकट करावी लागली. मला मासिकं नकोयत भला आदमी! पुस्तकं द्या पुस्तकं आणि ग्रंथ, मासिकं आणि ग्रंथ ह्यात फरक आहे की नाही? काय करणार बाबा? ही वाचणारा माणूसच काही वेगळाच आहे!''

एकदा सुमनला चिडवलं ''आपणसुद्धा वाचलं तरी चालेल बरं का? चांगली पुस्तकं वाचली तर काही विटाळ नाही होणार!''

सुमन हळूच म्हणाली, ''थोडंथोडं वाचते.''

''उद्धार झाला की मग!''

''पण मला सांगा, तुम्हाला अशा पुस्तकांबद्दल कशी माहिती?''

"मला कसली आलीय माहिती, दुकानदाराला विचारून-विचारून आणली!" आणि खो खो, करून हसू लागले.

एका संध्याकाळी ते आले तेव्हा पाय दरवाजाबाहेरच थांबले. आतून गाण्याचा आवाज येत होता, पण ती कॅसेट नव्हती. प्रतापभाई हळूहळू गात होते आणि त्यात दुसरा एक कोमल आवाज मिसळत होता, सुमनचा.

"झूले में पवनकी आई बहार..."

ते परत फिरले. थोड्या पायऱ्या उतरले तेव्हा खिडकीतून शब्द ऐकू आले, "छेडे हम तुम मल्हार"

(९)

दोन दिवसांनी ते संध्याकाळी गेले तेव्हा शेठ नव्हते.

"कुठे गेले शेठ?" विचारत ते दाराजवळच्या पत्र्याच्या खुर्चीवर बसले. भिंतीला टेकून उभी असलेली सुमन त्यांच्याकडे बघत होती. "मंदिरात जाऊन येतो म्हणून गेलेत."

"अरे वा! घरी देवापाशी दिवा नाही लावत?"

"आंघोळ करून दिवा लावतात ना देवापाशी."

"मला हे कधी जमलंच नाही! पण कोणी देवापाशी दिवा लावला, पूजा केली, मंदिरात गेलं, तर खूप छान वाटतं!"

सुमन टक लावून त्यांच्याकडे बघत राहिली.

"काय बघतेयस सुमन?" त्यांनी हसण्याचा प्रयत्न करत विचारलं, पण चेहऱ्यावर हास्य आलं नाही.

"तुमच्याकडे बघतेय!"

नजरेला नजर देववत नव्हती. हात लांब करून कॉटवरची चादर सारखी करत सुरकुत्या काढताकाढता ते म्हणाले, "एक-दोन महिन्यांत बघच तू एकदम ठीक होऊन जातील आणि आपण कमललाही आपल्या फॅक्टरीत कामाला लावूया. सकाळी कॉलेज आणि तिथून सरळ फॅक्टरी. मेहनत तर करायलाच हवी ना! मेहनत न करता काही अनुभव मिळतोय? आम्ही काय कमी मेहनत केली होती खाराघोडामध्ये? आणि तसा तर मी आहेच ना सुमन, केव्हाही काहीही काम असलं..."

मग सुमनकडे बघून ते म्हणाले, "रडू नकोस सुमन!"

पण सुमन त्यांच्यासमोर हात जोडून उभी होती, जोरजोरात नकारार्थी मान हलवत होती आणि रडत होती!

"सुमन तू, हंस आहेस आणि मी कावळा!"

एकदम सुमन त्यांच्याजवळ आली. ते उठून पळणार होते, पण सुमननं त्यांच्या डोक्यावर हात ठेवला आणि मग ते खाली मान घालून बसून राहिले. जरा वेळ सुमननं त्यांचं मस्तक आपल्या छातीशी दाबून धरलं. मग हळूवारपणे त्यांच्या कपाळावरचे केस सारखे करून लहान मुलाला शाळेत पाठवत असावं, तसा त्यांना निरोप दिला.

रोज हवेत उडत चालल्यासारखी जाणारी त्यांची गाडी त्या दिवशी वरचेवर गचके खात राहिली आणि दोन-तीनदा बाजूला घेऊन थांबवावी लागली.

दुसऱ्या दिवशी सकाळी ते विडीच्या धुराच्या वलयामध्ये गुंग बसले होते आणि पत्र लिहीत होते न् फाडत होते. चौथ्यांदा लिहिलं आणि फाडलं.

'आपल्याला पत्र लिहायचं कुठून जमणार? 'पूज्य बाळ' असं काही लिहितात? कसं तर मग?'

"उषा ऽऽ" त्यांनी जरा वरच्या पट्टीत हाक मारली.

नुकतीच आंघोळ केलेल्या उषाबेन बाहेर आल्या, "काय काम होतं?"

"जिग्नेशला सांग माझं मुंबईचं एक तिकीट काढ म्हणावं. जरा उभ्याउभ्या जाऊन येतो. बरीच लहानमोठी कामं साठलीयत् करायची..."

■

धीरूबहेन पटेल :-

ज्येष्ठ आणि श्रेष्ठ लेखिका म्हणून गुजराती साहित्यजगतात ह्यांना विशेष मान आहे. एक सुंदर सहजता असलेली त्यांची भाषा साधी सरळ असते, पण वास्तवाचं यथार्थ चित्रण असतं आणि कथाविषय मनाला स्पर्शून जातो. त्यांनी कथा आणि कादंबऱ्या बऱ्याच लिहिल्या आहेत. 'आगंतुक' ह्या कादंबरीला 'केंद्रीय साहित्य अकादमी पुरस्कार' मिळाला. श्रीमंत मित्रांच्या संगतीत चैनीची चटक लागलेला, मध्यमवर्गीय कुटुंबातला मुळात स्वभावानं चांगला असलेला मुलगा कर्जात बुडतो आणि मग ते फेडण्यासाठी ओळखीच्या श्रीमंत घरातल्या लहान मुलाचं अपहरण करून पैसे उभे करण्याचा बेत आखतो. मग काय होतं ते 'स्पर्श' कथेत वाचा आणि आपापसातील बारीकसारीक फरकांसाठी मारामाऱ्या करणाऱ्या आपल्यासाठी 'कहाणी वडाच्या लाडक्या मुलाची'मधल्या व्यंगात्मक उपरोधाबद्दल जास्त सांगायला नकोच!

कहाणी वडाच्या लाडक्या मुलाची

नान्युकी आणि सेम्बा जातीच्या लोकांमध्ये मोठं भयंकर युद्ध चालू होतं. दोघांमध्ये फरक एवढाच होता की, नान्युकी जातीचे लोक डोक्याच्या उजव्या बाजूला भांग पाडायचे आणि सेम्बा जातीचे लोक डोक्याच्या डाव्या बाजूला.

'ओहोऽ! तर त्यात काय मोठंसं झालं?'

असा विचार करून कोणी त्यांना समजवायला गेलं, तर ते लोक रागानं लालेलाल व्हायचे आणि समजूत काढायला जाणाऱ्याला रुईच्या झाडाच्या फांदीला लटकवून द्यायचे. आता लटकवल्यावर खायलाप्यायला तर काही मिळायचं नाही, त्यामुळं तो वाळून लाकडासारखा होऊन जायचा आणि मोठमोठ्यानं हाका मारून विनवण्या करायचा, ''बाबांनो, मला खाली उतरवा ना! पुन्हा कधीही मी

तुम्हाला समजवायला नाही येणार!''

त्यानं सत्तावन्न वेळा अशा हाका मारल्या, म्हणजे त्याला खाली उतरवला जायचा आणि चार पेले उसाचा रस पाजून पळवून लावला जायचा. जसजसं लोकांना हे ठाऊक होत गेलं, तसतसं लोकांनी ठरवलं की, काय वाट्टेल ते झालं तरी ह्या नान्युकी आणि सेम्बा जातीच्या लोकांकडे फिरकायचं नाही. करू देत त्यांना लढाई. चिखल संपला म्हणजे लढाई आपोआपच बंद होईल; कारण त्यांच्या लढाईत शस्त्र म्हणून वापरले जायचे चिखलाचे गोळे.

काळा, चिकट आणि चकचकीत दिसणारा चिखल त्यांना जास्त आवडायचा आणि हे सर्व लोक नेहमी चिखल असलेल्या तलावाच्या शोधात असायचे. लहान किंवा मोठे, गोलगोल किंवा अगदी बेडौल गोळे बनवून ते एकमेकांवर फेकण्यात त्यांना खूप मजा यायची.

एकदा नान्युकी जातीच्या लोकांना कोणीतरी सांगितलं, ''चिखलाच्या गोळ्यांनी कपडे घाण होतात, चेहरा, केस घाणेरडे होतात, पण फार लागत तर नाहीच. त्याच्याऐवजी दगड मारा की, दगड!''

''अरे मूर्खा! तसं केलं तर सेम्बा मरतीलच ना?''

''मग ते तर चांगलंच ना?''

''काय चांगलं? ते लोक मेले तर मग आम्ही लढायचं कोणाशी? हट्! मूर्ख कुठला! एवढंही समजत नाही? नीघ इथून, पळ, नाहीतर तुलाही रूईच्या झाडावर लटकावून देऊ!''

सेम्बा जातीच्या लोकांना कोणीतरी सांगितलं, ''तुम्ही चिखलाच्या गोळ्यांच्या ऐवजी विटांनी नान्युकींना मारा.''

ते ऐकून त्यांना खूप राग आला.

ते म्हणू लागले, ''अरे अकलेच्या कांद्या! आम्ही माती खोदून काढायची, ती गाढवांवरून पोती भरून आणायची, मग ती माती चाळायची, भिजवून मळायची, चाकावर घालून गोलगोल फिरवून मग हलक्या हातांनी त्याला आकार द्यायचा, सनाच्या दोऱ्यानं कापून नीट करायच्या, मग त्या विटा उन्हात सुकवून झाल्या, की भट्टी तापवून त्यात भाजायच्या, तेव्हा कुठं विटा तयार होतील. इतकं सगळं करायचं म्हणजे आम्ही थकून नाही जाणार? कोण हात, पाय चेपून देईल आमचे? कोण वारा घालेल आम्हाला? समजत नाही काहीसुद्धा आणि आला मोठा सल्ला द्यायला! काय, तर म्हणे विटा मारा नान्युकी लोकांच्या अंगावर! अरे मूर्खा, एवढा तरी विचार कर की, त्यांना लागलं आणि रक्त आलं, तर त्यांना बांधायला पट्टे कुठून आणायचे? जखमांवर दाबायला कापूस कुठून आणायचा? लढाई करायची

सोडून आम्ही काय शेती करायला लागू? कापसाची झाडं लावू? काय उगीच आपलं वाट्टेल ते सांगतोयस? त्याच्यापेक्षा जा आणि एखादा झकासपैकी चिखल असलेला तलाव शोधून काढ, तर लढाई करायची मजा येईल!''

एकूण असा प्रकार होता, त्यामुळे जोपर्यंत सूर्याचं कडक ऊन पडेल, चमचम करणारं चांदणं पडेल, मग पाऊस पडेल आणि गवत उगवेल, तोपर्यंत ह्या लोकांचं युद्ध काही संपेलसं दिसत नव्हतं. नान्युकींना सेम्बा दिसायची खोटी, चिखल शोधायला निघालेच आणि नान्युकी दिसले रे दिसले, की सेम्बांचे हातही चिखलाचे गोळे करायला शिवशिवायला लागायचे.

अशातच नान्युकींच्या प्रमुखाच्या घरी पुत्रजन्म झाला. मुलगा तर दुधासारखा गोरापान, लोण्यासारखा मऊमऊ, खूप छान डोळे मिचकवायचा आणि गोडगोड हसायचा. बघितला की लगेच कोणालाही आवडेल असा मुलगा, पण एकच वैगुण्य होतं, की डोक्यावर एकही केस नव्हता! अरेरे! हा मोठा झाल्यावर डोक्यावरच्या केसांचा उजव्या बाजूला भांग कसा काय पाडेल? हा नान्युकी आहे का सेम्बा ते लोक ओळखतील कसं?

अशानं तर असंही होणं शक्य आहे की, ह्याला सेम्बापण मारतील आणि नान्युकीपण मारतील. पोरगा बिचारा चिखलाच्या गोळ्यांचा मार खाऊनखाऊन अर्धमेला होईल. नान्युकींना मोठीच काळजी पडली, नान्युकींच्या प्रमुखालाही मोठी काळजी पडली.

सेम्बांचा प्रमुख हातात पांढरं निशाण घेऊन भेटायला आला. नान्युकींचा प्रमुख त्याला भेटला.

''गोष्ट खरी आहे?'' सेम्बानं विचारलं.

''अगदी खरी आहे.'' नान्युकीनं सांगितलं.

आता काय करावं? दोन्ही प्रमुख चिंतेत पडले. कोणालाच काही मार्ग सुचेना. शेवटी कोणालातरी सुचलं, ''वाट बघूया. मोठा झाल्यावर कदाचित केस येतील, तो उजव्या बाजूला भांग पाडू शकेल आणि हा नान्युकी आहे, हे ओळखू येईल.''

ठीक. वाट बघितली.

मुलगा पाच वर्षांचा झाला, केस आले नाहीत.

मुलगा दहा वर्षांचा झाला, केस आले नाहीत.

मुलगा पंधरा वर्षांचा झाला, तरीही केस नाही ते नाहीच आले.

करायचं काय?

शेवटी अश्रू ढाळत आणि भग्न हृदयानं त्याला नान्युकींनी त्यांच्या राज्यातून काढून लावला.

तो सेम्बांकडे गेला. त्यांनीही ठेवून घेतला नाही.

बिचारा एकटाएकटा स्वत:शीच बोलतबोलत जंगलात गेला.

“मी नान्युकी नाही, मी सेम्बा नाही, मग मी आहे कोण? कोण आहे मी?”

जंगलात एक विशाल वटवृक्ष होता, त्याच्या खाली जाऊन तो बसला. वडाची फळं त्याच्या मांडीवर पडली. पारंब्या झुलत त्याला वारा घालत राहिल्या. तो पुन्हा म्हणाला, “मी कोण आहे?”

वटवृक्षानं उत्तर दिलं, “तू माझा लाडका! नाहीस तू सेम्बा, नाहीस तू नान्युकी. तू आहेस वडाचा लाडका. सांग मला, काय हवंय तुला?”

“केस.”

“ओहो! एवढंच ना? हे घे केस! वडानं आपल्या पारंब्या खूप प्रेमानं त्याच्या डोक्यावरून फिरवल्या, तशा ह्या मोठाल्या बटा त्याच्या डोक्यावर उगवल्या. “जा, आता त्या मूर्खांना सांग ह्याच्यात भांग पाडायला. उजवीकडे पाडला तर तू नान्युकी, आणि डावीकडे पाडला तर तू सेम्बा.”

मुलगा मग आनंदानं नान्युकींकडे गेला, वडिलांना भेटला, आईला भेटला, सगळ्यांना भेटला. सगळ्यांना आनंद झाला, पण कोणीही भांग पाडू शकलं नाही.

मग तो सेम्बांकडे गेला, पण त्या जगावेगळ्या अद्भुत जटांपुढे तेही हरले. कोणालाही भांग पाडता आला नाही.

“मग आता मी परत जाऊ?” मुलानं विचारलं.

तो इतका काही छान, मजेदार होता, की कोणीच त्याला वडाकडे पाठवायला तयार नव्हतं.

“तर मग भांगाचं कसं काय?” त्यानं विचारलं.

“भांग गेला उडत!”

“आपण मजेत राहूया!” नान्युकी आणि सेम्बा एकदमच म्हणाले, हसायला लागले, लढाई-भांडणं बंद झाली. तलावातला चिखल वाचला. वडाच्या त्या लाडक्या मुलानं सगळ्यांना मिठ्या मारल्या. सगळीकडे आनंदीआनंद झाला.

■

स्पर्श

"सुमामावशी! मोण्टू तयार झालाय ना?"

"हो तर! अरे केव्हाचा खालीवर होतोय जीव त्याचा, की सलील अंकल अजून का नाही आले? मला न घेताच निघून गेले तर?"

"अहो, असं कसं होईल मावशी? मोण्टूला न घेता जाईनच कसा मी?" असं म्हणत सलील सोफ्यावर बसला.

"का रे बाबा, तिकडे का बसलास? तुझ्या रोजच्या जागी नाही बसायचं आज?"

आरामखुर्चीसारखा आकार असलेल्या वेताच्या झोपाळ्याकडे एकदा सलीलनं बघितलं, खूप बसावंसं वाटलं.

पण मग मनाला आवरून तो म्हणाला, "नको, नको. मग खूप उशीर होईल."

"चहा पिऊन जा ना! महाराजनं (महाराज म्हणजे स्वयंपाकी) आज ओल्या

तुरीच्या दाण्याच्या करंज्या केल्यायत, त्या तर तुझ्या आवडत्या.''

''आज नको.''

''मला तर वाटलं होतं की गरमागरम... बरं, हरकत नाही, तुला उशीर होत असेल तर पॅक करून देते.'' असं म्हणून सुमाबहेन आतल्या खोलीत गेल्या.

झोपाळ्याची आवड इतकी काही लागली होती की, शेवटी न राहवून सलील सोफ्यावरून उठून छताला हूक लावून त्यात अडकवलेल्या त्या झोपाळ्यासारख्या आरामखुर्चीत बसलाच आणि झोका घेऊ लागला. किती वेळ गेला लक्षातच आलं नाही.

सुमाबहेन खूप हौशी! आतून बाहेर आल्याबरोबर सांगायला लागल्या, कदाचित सांगतसांगतच बाहेर आल्या असतील, ''ही बघ, अगदी छोटीशी शोल्डरबॅग आहे, तुला घेऊन जायला बरी पडेल. गेल्या वर्षी आम्ही सिंगापूरला गेलो होतो ना, तिथे दिसली, मला खूप आवडली, ती घेऊन आलो.''

''आम्ही कुठं बाहेरगावी का जातोय मावशी? हे इतकं सगळं काय भरून आणलंत?''

''काही नाहीये रे! ह्या मोण्टूला भूक लागली न् तुला त्रास द्यायला लागला, तर? म्हणून थोडी बिस्किटं, चॉकलेट्स असं सगळं आहे. अगदी लीकप्रूफ पेल्यात त्याचं दूधपण आहे आणि तुझ्यासाठी थोडा नाश्ता; जरा जास्त ठेवलाय, तुझे मित्रही असतील ना बरोबर?''

''मोण्टूला काही हवं असलं तर मी घेऊन देईन. ही शोल्डरबॅग नाही नेत.''

''असं काय रे करतोस? घेऊन जा ना!'' सुमाबहेन विनवणी केल्यासारखं म्हणाल्या.

सलील आणखी जोर देऊन नाही म्हणणार होता, तेवढ्यात मोण्टू हातात बुटांचा जोड घेऊन आला, ''ममा! हा सखाराम मला हे बूट घालून देत नाहीये. तो म्हणतोय नवे बूट आहेत, ते खराब होतील. तुम्ही रागवा ना त्याला! सलीलंकल, तुम्हीच सांगा, असे काही बूट खराब होतात?''

''नाही होत. तुला जे घालायचे असतील ते घाल.'' म्हणताम्हणता सलील गंभीर झाला.

मोण्टूचा चेहरा आनंदानं खुलला.

''सलीलंकल घाल म्हणाले! सलील अंकल घाल म्हणाले!'' म्हणत उड्या मारत नाचत त्याच्या खोलीत गेला.

''मोण्टू! आटप लवकर. नाहीतर सलील अंकलना उशीर होईल.'' एवढं म्हणून पुन्हा सुमाबहेन सलीलच्या विनवण्या करू लागल्या.

''ह्या पिशवीत काही वजन जास्त नाहीये रे आणि खांद्यावर लटकवायचीच

आहे, तेव्हा तुझे हातही मोकळेच राहतील, नेशील ना सलील?''

''बरं.''

''ह्यांचं म्हणजे असं आहे ना बाबा, की आता असं म्हणू नाही, पण कश्शाची हौस म्हणून नाही बघ. सारा दिवस ऑफिस एके ऑफिस. स्वत:तर कधीसुद्धा पोराला असं कुठे घेऊन जायला मोकळेच नसतात आणि तुझ्यासारखं कोणी घेऊन जात असलं, तर हजार हरकती घेतील, 'पोरगं आजारीच पडेल', 'त्याची शाळाच बुडेल' मी सांगितलं, 'सकाळी तर ते सगळे परत येणार आहेत, शाळा कशी बुडेल?' पण ऐकायलाच तयार नाहीत. मग म्हणाले, 'त्याला जागरण होईल, तिथे उघड्या माळरानावर थंडी वाजून सर्दी होईल, अजून तर फार लहान आहे, त्याला काय समजणार आहे उल्कावर्षा बघून?' पण बघेल तर खरा की नाही? मग मोठा झाल्यावर त्याला आठवेल तर खरंच ना की, आपण उल्कावर्षा बघितली होती! खरं सांगू सलील, मला तर इच्छा होतेय की, मीही येते तुझ्याबरोबर, पण मला नाही येता येणार, नाही का?''

''असं काही नाही, पण आमच्याबरोबर जमेल तुम्हाला?''

''मला तर जमेल रे, पण तुला तुझ्या मित्रांबरोबर असताना जरा अवघडल्यासारखं होईल; तेवढं तर लक्षात येतं ना माझ्या, तेव्हा अशी काही मी येणार नाही, ह्या मोण्टूला घेऊन जातोयस हे तुझे उपकार.''

''छेहो, त्यात कसले उपकार? पण ह्याचे बूट घालून झाले की नाही बघा ना! उशीर होईल नाहीतर.''

''अरे हो, खरंच की. मोण्टू, ए मोण्टू! चल लवकर, सलील अंकल निघून जातील नाहीतर!''

ताबडतोब मोण्टू धावतधावत आला.

सलीलच्या समोर उभा राहून म्हणाला, ''बघा आता! नवे बूट छान दिसतायत की नाही?''

''हो. चल आता जाऊया.''

''चला.'' मग मोण्टूनं सुमाबहेनना मिठी मारून बाजूला होत म्हटलं, ''ममा, गुडनाईट! मी त्रास नाही देणार सलीलंकलना. पप्पांना माझ्या वाटचं गुडनाईट सांग. आवजो ममा! बाय!''

''बाय बाय, बेटा!''

सुमाबहेननी हसून हात केला, पण एकीकडे डोळे भरून येऊ लागलेच होते. आवाजावर काबू ठेवत त्या म्हणाल्या, ''आवजे हां सलील!''

''आवजो सुमामावशी!''

''काय रे हे वांगणी फार लांब आहे का? आपली कार घेऊन जा ना नाहीतर!''

"नको, नको!" सलील घाबरून म्हणाला, "तिकडे माझे मित्र स्टेशनवर वाट बघतील ना?"

"तेही बरोबर! बऽरं तर मग... आवजो!" म्हणत व्हरांड्यापर्यंत जायच्या ऐवजी सुमाबहेन तिथंच बसून राहिल्या.

मागे वळून न बघता सलील मोण्टूला घेऊन चालू लागला. शेवटी एकदाचे मोठ्या रस्त्यावर येऊन पोहोचले तेव्हा त्याला हुश्श झालं. तसा तर सगळा बेत नीट आखला होता, तरी पण...

अकल्पितपणेच त्याच्या वडिलांची हर्षवदनभाईंची आठवण येऊन त्याला त्यांची खूप चीड आली. त्या माणसानं जर नीट चांगले पैसे कमावले असते आणि जग कुठं चाललंय हे डोळे उघडून बघितलं असतं, तर आजची ही वेळ कशाला आली असती? ह्या सगळ्याला तेच जबाबदार आहेत. चांगल्या कॉलेजमध्ये घातला त्याला आणि महिन्याच्या हातखर्चाला म्हणून अगदीच चण्याफुटाण्यासारखे दोनशे रुपये फक्त द्यायला लागले, की झालं? जरा बघावं तरी! इतर मुलं रोजच्या रोज दोन-चारशे रुपये यूं उडवत असत! मग चांगल्या कॉलेजमधल्या चांगल्या सर्कलमध्ये भागायचं तरी कसं माणसाचं?

पहिल्या पहिल्यांदा तर तो नाही, नको म्हणायचा, पण काही झालं तरी शेवटी लाज वाटायला लागते की नाही? एकातून दुसरं न् दुसऱ्यातून तिसरं असं होताहोता सत्तर हजार रुपयांचं कर्ज झालं कसं न् केव्हा, कळलंच नाही. रोज कॉलेजात भगनानीचं तोंड बघायचं आणि रोज नवे बहाणे करायचे, सबबी सांगायच्या, हे असं किती दिवस चालणार?

सलीलला खूपदा वाटलं, की जन्मभर लक्षात राहील असं सणसणीत पत्र लिहावं आईवडिलांना आणि मग एखाद्या उंच इमारतीच्या गच्चीवरून उडी मारून जीव द्यावा, पण हिंमत होत नव्हती, म्हणजे होत होती, पण टिकून राहात नव्हती. आईबरोबर अबोला आणि वडिलांशी भांडण हे रोजचंच झालं होतं. त्यांच्या घरी राहायची सोडाच, पाय ठेवायचीही इच्छा होत नव्हती, पण दुसरा इलाजच काय होता? रात्री झोपायला, आंघोळीला, कपडे धुवून घ्यायला दुसरी जागा कुठे होती? शिवाय कसं का असेना, जेवायखायला तिथं मिळत होतं, वर शिवाय महिन्याला दोनशे रुपये... पण ते दोनशे रुपये घेताना एवढा राग यायचा की, वाटायचं वडिलांच्या तोंडावर फेकावेत ते परत, पण तशी हिंमत होत नव्हती. पैसे खिशात ठेवायचे आणि दोन-तीन दिवसांत ते संपून जायचे.

पण आता काहीतरी होणार होतं आणि त्याची लाचारी कायमची संपणार होती. जर सगळं व्यवस्थित पार पडलं तर! छट्! न पार पडण्याचा काही प्रश्नच नव्हता. त्या लोकांनी सगळा प्लॅन बरोबर केलेला होता.

सलीलनं ह्या मुलाला घेऊन जायचं आणि वांगणी स्टेशनवर उतरून चालायला लागायचं. चिंचेच्या झाडाजवळच्या नाल्यापाशी चार जण वाट बघत असतील आणि ते पुढचं सगळं बघून घेतील...

"सलीलंकल!"

"काय?"

"आपल्याला वांगणीला नाही जायचं- ते पाहा ना, तारे तर इथून पण दिसतायत."

मोण्टूला काही नवा शोध लागला असावा, तसा तो हसत होता. त्याच्या त्या भोळ्याभाबड्या चेहऱ्याकडे बघून चिडून सलील म्हणाला, "तारे तर सगळीकडूनच दिसतात."

"मग आपण वांगणीला कशाला जातोय?"

सलीलला खूप राग आला. ह्या प्रश्नाचं खरं उत्तर होतं दहा लाख रुपये मिळवायला! पण ह्याला काय तसं सांगता येणार होतं?

चालताचालता एकदम थांबून सलीलनं विचारलं, "तुला यायचं नाहीये का?"

"यायचंय!"

"तर मग असे मूर्खासारखे प्रश्न नाही विचारायचे."

"नाही विचारणार." मग श्लोक पाठ करत असल्यासारखा मोण्टू स्वत:शीच हळू आवाजात घोकत राहिला, 'मूर्खासारखे प्रश्न नाही विचारायचे, बकबक नाही करायची, सलीलंकलचं डोकं नाही खायचं, त्रास नाही द्यायचा, काही मागायचं नाही. नाहीतर सलीलंकल वांगणीला घेऊन नाही जाणार, शाळेत ऐट नाही मारता येणार, मोठ्ठे तारे नाही दिसणार.'

मग उत्साहात येऊन त्यानं मोठ्यानं विचारलं, "सलीलंकल, वांगणीला तारे खूप मोठ्ठे दिसतात?"

"हो."

"किती मोठ्ठे? फूटबॉलएवढे?"

"हो."

"त्या मोटारएवढे? बसएवढे? त्या बिल्डिंगएवढे?"

मग उत्तराच्या आशेनं त्यानं वर मान करून सलीलकडे बघितलं आणि त्याचा चेहरा रागानं कडक झालेला बघून घाबरून डोकं हलवलं, "नाही, नाही विचारणार. डोकं नाही खाणार."

"हं. असा शहाण्यासारखा वाग. बिस्किट हवंय?"

"नको."

"आत्ता येईल स्टेशन. मग आपण ट्रेनमध्ये बसूया."

"मला ट्रेन खूप आवडते. पप्पा ट्रेनमधून घेऊन नाही जात. कारमधूनच घेऊन जातात, पट्टा बांधतात आणि काचा बंद करतात. मग मला मजा नाही येत. तुम्हाला येते सलीलंकल? तुम्हाला ट्रेन आवडते का कार?"

"बघ पुन्हा मोण्टू,"

"विसरलो! बकबक नाही करायची."

मग पोरगा खरोखरच शहाणा झाला. बडबड करायचा थांबला, पण मग तेही सलीलला आवडलं नाही. आता बिचाऱ्याला थोडाच वेळ बोलायला मिळणार होतं. तशी तर पंकज, शम्सी, तन्ना तिघांनीही खात्री दिली होती की, मुलाच्या केसालाही धक्का लावणार नाही.

पण समजा पैसे नाही मिळाले किंवा पोलिसांना समजलं, तर मग पोराचं काहीतरी करूनच टाकावं लागेल ना? कारण तो तर सगळं सांगून टाकेल. कधी जर ओळखपरेड किंवा असं काहीतरी झालं, तर सगळ्यांना ओळखेल. तन्नाचं तर बहुतेक पोलीस रेकॉर्ड आहेच! चला, जाऊ दे. जे होईल ते होईल.

दोष सगळा त्याच्या वडिलांचा, हर्षवदनचाच होता. छान, खूप पैसे त्यांनी मिळवले असते, घरी दोन-तीन गाड्या असत्या, कपाट भरून पैसे असते, तर सलीलही इतरांसारखी कॉलेजमध्ये मजा करत असता, मुली त्याच्या भोवतीभोवती करत असत्या, भगनानीसारख्या लोकांना मग त्यानं काडीचीही किंमत दिली नसती, पण आत्ता तर उलट त्याला भिऊन राहावं लागतंय. हरकत नाही, आता दोन-चार दिवसांत त्याच्या हातातही पैसे खेळत असतील.

त्याला तर ते तिघं हातपाय बांधून तोंडात बोळा कोंबून रस्त्याच्या कडेला टाकणारच होते ना! खरंखुरं वाटावं म्हणून थोडा मार मारणार होते. चालेल आता, दोन-चार लाथा नाहीतर हातपाय मुरगळणं ह्यात काय एवढं घाबरायचं? आता अर्थात क्लोरोफॉर्मचा वास त्याला नाही आवडत. पंकज म्हणत होता की, ते तर थोडे दोन थेंबच कापडावर टाकणार होते, तेवढ्यानं काही पार बेशुद्ध नाही होत, पण तरीही क्लोरोफॉर्म तो क्लोरोफॉर्मच! आणि हा दादरचा प्लॅटफॉर्म म्हणजे प्लॅटफॉर्म!

किती गर्दी माणसांची! केवढी माणसं! ह्या गर्दीत जर मोण्टू हरवला तर? सगळा बेतच कोलमडेल!

तसं तर चालणार नाही! त्या तिघांना खरंच वाटणार नाही. त्यांना तर असंच वाटेल की सलीलनंच जाणूनबुजून मुलाला लपवून ठेवलाय, कारण सगळे पैसे त्याला एकट्यालाच हडप करायचे आहेत.

एकीकडे त्या तिघांचा त्रास अन् दुसरीकडे सुमामावशीचे हुंदके. छे छे, तसं तर नाहीच चालणार, ह्या गर्दीत मोण्टू हरवता कामा नये.

सलीलनं मोण्टूचं बावटं कचकचून पकडलं आणि जोराजोरानं त्याला ओढू लागला.

मोण्टूचे नवे बूट प्लॅटफॉर्मवर फरफटत घासत होते आणि त्याचे डोळे कावरेबावरे झाले होते.

"सलीलंकल? काय झालं?"

"काही नाही."

"तुम्ही का..."

"चूप बस! गाडी आली बघ. पट्‌दिशी माझ्याबरोबर चढून जायचं, नाहीतर राहून जाशील खाली!"

दोघंही गाडीत चढले आणि एका कोपऱ्यात बसूनही गेले. सलीलला कशाचाही विचार करायचा नव्हता, तरी भलतेभलते विचार एकावर एक यायला लागले.

पैसे हातात आले, की लगेच पहिल्या प्रथम भगनानीला देऊन टाकायचे. समजा दहाच्या ऐवजी पाचच मिळाले तरी त्याच्या हिश्शाचे सव्वा लाख तर येतीलच. त्यातले लाख रुपये लॉकरमध्ये ठेवून द्यायचे. छे, छे. कॉलेजच्या लॉकरचा काही भरवसा नाही. चला, बघू नंतर. आत्ता काळजी कशाला? पैसे मिळाले आणि वाटण्या झाल्या म्हणजे होईल सगळं व्यवस्थित.

हे लग्नबिग्न करणं अगदी निरर्थक आहे. बायकोचं न् मुलांचं ओझं जन्मभर सांभाळायचं-त्यातच सगळं आयुष्य वाया जायचं आणि शिवाय मुलगा मोठा झाला की शिव्या देणार, 'केलंत काय तुम्ही इतकी वर्षं? एक कारसुद्धा घेता नाही आली?'

त्याच्याशी वाद घालायला आवडणार नाही. सांगून टाकायचं, 'गप बस मूर्खा! फार मिजास चढली असली तर हो घराबाहेर माझ्या, मीही बघतो कसला बंगला बांधणार आहेस तू ते!'

"सलीलंकल!"

"काय झालं मोण्टू?"

"हा माणूस मला कोपरानं ढोसतोय."

"असं कोणी नाही करत रे. ट्रेन चालू असली ना, म्हणजे जरा लागतो धक्का."

"वांगणी केव्हा येईल?"

"येईल."

ट्रेनची गती वाढली आणि माणसांची गर्दी कमी झाली. असं वाटायला लागलं की, ट्रेन जणू आपलीआपलीच, स्वतःच्या मर्जीनं धावत होती. माणसं इकडून तिकडे नेण्याशी तिचा काही संबंध नाही. तिचं यांत्रिक आयुष्य खूप क्रूर, निष्ठूर आहे आणि माणूसजातीशी तिचं अगदी कट्टर शत्रुत्व आहे. तिचा आवाजसुद्धा तसाच

एकाच लयीत, भीती वाटेल असा येत होता.

"सलीलंकल!"

"काय झालं?"

"मी काहीतरी सांगू?"

"सांग."

"मला ना, कशाची तरी भीती वाटतेय."

"भ्यायचं नाही."

"मी... मी तुमचा हात पकडू?"

बेदरकारपणानं सलीलनं आपला हात जरा पुढे केला. मोण्टूनं लगेच खूप विश्वासानं तो पकडला आणि सशाचं लहानसं पिल्लू झाडाच्या ढोलीत शिरून बसावं तशी आपली छोटीछोटी कोवळी बोटं सलीलच्या पंज्यात लपवली.

मग तो म्हणाला, "हुऽश! आता मला भीती नाही वाटणार!"

आधी तर सलीलला वाटलं, 'किती मूर्ख आहे हा! ज्या हाताची भीती वाटायला हवी तोच हात पकडून ह्याला बरं वाटतंय!' पण मग त्याला स्वत:लाच समजलं नाही अशा तऱ्हेनं त्या लहानग्याच्या स्पर्शाची ऊब पंज्यामधून त्याच्या सर्वांगात पसरली. आत कुठेतरी काहीतरी तुटलं, विरघळलं आणि डोळ्यांमधून बाहेर वाहू लागलं.

कितीतरी वेळ त्या झोपून गेलेल्या छोटुल्याच्या स्पर्शाच्या आनंदानं त्याला बरं वाटत राहिलं...

तो आनंद आतआत झिरपत गेला आणि कित्येक वर्षांपासून विसर पडलेल्या सुखाच्या आणि सुरक्षिततेच्या दुनियेत तो हरवून गेला.

एक लांबच्या लांब शिट्टी वाजवत ट्रेन थांबली आणि झटक्यात मोण्टूला उचलून खांद्यावर टाकून खूप घाईघाईनं एका अनोळखी स्टेशनवर तो उतरून गेला.

अर्धवट झोपेत असलेल्या मोण्टूनं विचारलं, "आलं वांगणी?"

"आता नाही जायचं आपल्याला वांगणीला." म्हणून सांगत पुढे निघालेल्या ट्रेनकडे सलील बघत राहिला.

■

रवीन्द्र पारेख :-
चाकोरीबाहेरच्या विषयांवर, कधीकधी धक्के देत वास्तवाचं भान करून देणाऱ्या कथा हे ह्यांचं वैशिष्ट्य. विषयांचा आवाका खूप मोठा. 'झाड' कथा भरपूर मनोरंजन करेल, तर 'मर्म' एका कटू वास्तवाचं भान आणून देईल.

मर्म

"माझं म्हणणं ऐकून तरी घे रोशनी!"

"मला काही ऐकायचं नाहीये, अम्मी!" म्हणत उठून कमीज झटकत रोशनी शिसवीच्या जिन्यावरून पळत-पळत वर गेली.

तिच्या आवाजात लटका रुसवा नव्हता, राग होता. गोल वळत वर जाणाऱ्या जिन्यावर छतातून खाली लोंबणाऱ्या जाड विजेच्या तारेला लटकवलेल्या चिनीमातीच्या पांढऱ्या फोकससारख्या शेडमध्ये मिणमिण उजेड पाडणारा चाळीस वॅटचा बल्ब होता. भिंतीवरच्या लाकडी फळीवरचा काळ्या प्लास्टिकचा स्विच सरकून सैल झाला होता, त्यामुळे तो मधूनमधून आपोआपच बंद व्हायचा.

गुडघ्यांवर दोन्ही हात देऊन 'या अल्ला!' म्हणत अम्मी कशीबशी उठून उभी राहिली. ताठ उभं रहायला जाताजाता

कंबरेची हाडं कडकड वाजली.

जिन्याचा कठडा धरूनधरून पायऱ्या चढत वर जायचा ती विचार करत होती, तेवढ्यात बाहेरच्या दरवाजावर थाप पडली. "ममदू, बघ बरं, कोणीतरी..."

जे चाललं होतं ते ऐकायचं सोडून मग मिशीला पीळ देत ममदू भराभरा पॉलिश केलेला, जाळीच्या नक्षीचा, बाहेरचा दरवाजा उघडायला गेला. दरवाजावर अजूनही कोणीतरी खटखट करतच होतं. जुना मोगलाईतला दरवाजा कुंईऽ आवाज करत उघडावा तसा आवाज होत दरवाजा उघडला, तर समोर दिसला रिपोर्टर!

ममदूच्या भुवया नापसंतीनं वर चढल्या. अम्मीच्या अंगाची तर लाहीलाही झाली.

डोक्यावरून सरकणारा रेशमी दुपट्टा सारखा करताकरता ती रागानं ओरडली, "ममदू! दरवाजा बंद कर."

बोलताबोलता तिचा आवाज चिरकला, खरखरला, "ह्या हलकटानं माझ्या पोरीचं..."

तेवढ्यात जिन्याच्या वरच्या लॉबीतून रोशनी विजेसारखी कडाडली, "त्याला जर काही केलंत, तर मी पंख्याला लटकून जीव देईन, सांगून ठेवतेय...!"

हातपाय बांधून कोणीतरी पाणी भरलेल्या मोठ्या टाकीत ढकलून दिल्यासारखं वाटलं अम्मीला.

"जाऊ दे ममदू," एवढं म्हणेम्हणेतो अम्मीचे डोळे लाचारपणे भरून आले.

दुपट्ट्याचं टोक तोंडात कोंबून हुंदका दाबत ती बैठकीच्या खोलीत गेली. जाताजाता तिच्या तोंडातून निघालेले शब्द ममदूच्या कानावर पडले, "ह्या पोरीनं तर जीव नकोसा केलाय मला...!"

ममदूचे डोळे रागानं लाल झाले. रोजच्यासारखंच मग तो बडबडला, "बेटी, बेटी म्हणून आणखी चढवून ठेवा डोक्यावर!"

रिपोर्टर दरवाजातून आत आला तसा ममदू रागानं थरथरत उभा राहिला आणि खाऊ का गिळू अशा नजरेनं त्यानं रिपोर्टरकडे बघितलं. स्वत:शीच हसत, जिभेवरचा तंबाखूच्या पानाचा तुकडा थू: करून बाहेर उडवत, ममदूकडे नजरही न टाकता रिपोर्टर जिना चढून वर गेला.

"हरामखोरानं यायला वेळसुद्धा अशी निवडलीय की, बाकीचे येणारे निराश होऊन परतच जातील!" असं म्हणत ममदू बैठकीच्या खोलीतल्या शाही झुंबरातले दिवे पेटवू लागला.

"काय दिवस आलेत साले!" त्याची नजर पितळेच्या पिकदाणीकडे गेली. झुंबराच्या उजेडात ते आणखी लखलखत होतं.

त्याचं लक्ष जरा विचलित झालं तशी मशालीची लांब सळई झुंबरावर जराशी आपटली आणि बैठकीच्या खोलीतला झगमगाट थरथरला.

"सांभाळून, ममदू."

मेणबत्त्यांचा स्टँड साफ करताकरता म्हटलेले अम्मीचे शब्द त्या थरथरणाऱ्या झगमगाटाबरोबर वाहात आले. किमाम भरलेल्या तोंडानं ममदू हसला. दारूच्या रिकाम्या बाटल्यांवरून त्याची दृष्टी अम्मीकडे वळली.

ममदूच्या डोळ्यांत पुन्हा संतापाची लाली उमटली. अम्मी जाणून होती, की तिनं एक इशारा केला असता तर ममदूनं पळभरात रिपोर्टरला खलास केला असता किंवा काही क्षणातच रोशनीला चेचून टाकलं असतं, पण अम्मी गप्प बसून रोशनीचं उद्धट, बेमुर्वत वागणं चालवून घेत होती!

"अम्मी! ह्या पोरटीला इतकं का डोक्यावर चढवून ठेवलंय तुम्ही?"

"तुला तर ते ठाऊक असलं पाहिजे, ममदू!"

त्याच्याकडे रागानं टक लावून बघत अम्मी हसली. तिच्या त्या नजरेत असं काही होतं, की तो बैठकीच्या खोलीतून मुकाट्यानं निघून गेला. अम्मीलासुद्धा मग वाटलं, की ती ममदूला उगाचच रागावली.

चूक तर तिची स्वत:चीच होती. तिनं मनात आणलं असतं तर रोशनीला तिनं ह्या थराला गोष्टी जाण्यापूर्वीच थांबवलं असतं, पण कित्येक वर्षांनंतर आता पुन्हा अम्मीच्या मनातली एक दुसरी अम्मी जागी झाली होती.

रोशनीकडे बघताना कितींदा तरी असं वाटायचं की, जणू काही ती स्वत:च समोर उभी होती आणि तिच्यासमोर अमीनाबाई जबाब मागत उभी होती. बोलत असायची रोशनी, पण ऐकत असायची अमीनाबाई आणि रोशनीच्या आवाजात अम्मीचेच तेव्हाचे शब्द ऐकू यायचे –

"त्याला काही केलंत तर विष खाऊन जीव देईन मी!"

कितीतरी वर्षांपूर्वी मृत्यू पावलेली अमीनाबाई आज अम्मीला स्वत:च्या आत ठामपणे बसून बोलताना जाणवत होती, त्यात आणि रोशनीनं जेव्हा सांगितलं, की ती आई होणार होती, तेव्हा बसल्या जागीच किती वर्षं मागे जाऊन अम्मी थेट अमीनाबाईसमोर उभी राहून सांगत होती, 'मी आई होणार आहे, मावशी.'

मावशीच्या आवाजातली अस्वस्थ घबराट रोशनीनं अम्मीच्या मनात उभी केली होती.

अमीनाबाई म्हणाली होती, "आपल्यात बायका मुलांना जन्म देत नाहीत, समजलं तुला?"

"पण मला हे बाळ हवंय."

रोशनीसारख्याच भक्कमपणानं अम्मी म्हणाली होती, "आमचं प्रेम आहे एकमेकांवर."

"इथं कोणी प्रेम करायला येत नाही माझ्या बाळे!" अम्मी म्हणाली, अगदी अमीनाबाई म्हणाली होती तसंच.

“जर त्याला तुम्ही काही केलंत, तर मी...”

“तो वापरतोय फक्त तुला.”

“नाहीतरी इथं नुसतं वापरलंच जायचं असतं ना!”

“पैसे न मिळता वापरू द्यायचं असलं तर लग्न कर त्याच्याशी!” अमीनाबाईचेच शब्द अम्मीच्या तोंडून निघाले.

“त्याचं लग्न झालेलं आहे.”

“आणि तरी त्या हमराखोराच्या पोराला जन्म देणार म्हणतेस? नालायक!”

“हो.”

“तुझं डोकं ताळ्यावर आहे? तो हरामखोर रिपोर्टर इथं आला आपल्यासारख्या बायकांना इथून सोडवायला म्हणून आणि तुला तर त्यानं दासीच्याही खालच्या जागी नेऊन ठेवलं!”

“तू काळजी करू नको, मी त्याच्याशी लग्न करणार नाहीये!”

अमीनाबाई अम्मी म्हणाली तसंच म्हणाली होती, “मी तुला त्याला इतके वेळा भेटू दिलं, कारण तो हलकट तुला आवडला म्हणून आणि आता तू त्याच्या पोराला जन्माला घालायला निघालीयस? इथं काय पोरांची शाळा काढायचीय तुला?”

रोशनीला हसू आलं होतं. अम्मीही हसली होती, तेव्हा.

अम्मीला वाटलं की, मांडीवर थाप मारत रिपोर्टर खदाखदा हसतोय. ती बैठकीच्या खोलीतून बाहेर आली.

रिपोर्टर हसतहसत जिना उतरत होता. अम्मीला बघून जरासा संकोचला. तिरक्या नजरेनं डोळ्यांच्या कोपऱ्यातून त्याच्याकडे बघून अम्मीनं तोंड फिरवलं. रिपोर्टर जिना उतरून भराभरा बाहेर निघून गेला.

रोशनी त्याच्या पाठोपाठच उतरली, पण अम्मी समोर दिसली तशी परत वर जायला निघाली. अम्मीनं ‘थांब जरा’ म्हणून तिला थांबवली. रोशनी धुसफुसत उभी राहिली.

“इकडे ये, माझ्याजवळ.”

रोशनी जिना उतरून तिच्याजवळ आली.

अम्मीनं तिच्या चेहऱ्यावरून हात फिरवला. क्षणभर तिला वाटलं– जणू अमीनाबाई अम्मीच्या चेहऱ्यावरून हात फिरवत आहे...

“तुला बाळाला जन्म द्यायचाय ना?”

अमीनाबाई म्हणाली होती, तसंच अम्मीनं विचारलं. रोशनीनं होकारार्थी मान हलवली.

“पण माझं एक म्हणणं तुला ऐकावं लागेल. हवं तर तू त्याला माझी अट म्हण.”

...पण रोशनीचा जन्म झाल्याबरोबर अम्मीच्या ऐवजी अमीनाबाईच 'आई' होऊन गेली होती. अम्मी रात्र हॉटेलमध्ये काढायची तेव्हा रोशनीला दूध अमीनाबाईच पाजायची आणि आता अमीनाबाईच्या जागी अम्मी आली होती.

अमीनाबाईनं अम्मीला आई होण्यापासून थांबवलं नव्हतं तर ती तरी रोशनीला कशी थांबवू शकणार?

"अम्मी, थांब ना. येईलच आत्ता ती."

अम्मीची संतापलेली नजर बघितली तशी रोशनी जरा घाबरली, पण तरी तिला बाकावरून उठावंसं वाटेना.

अम्मीकडे न बघताच तीही रागावून बसून राहिली. आतून नाव पुकारलं गेलं तशी तिच्या शेजारी बसलेली बाई उठली.

रोशनीची नजर तिच्या पोटाकडे गेली. आठवा लागलेला दिसतोय, तरी कशाला येत असेल ही सेंटरमध्ये? कदाचित मूल सरकलेलं वगैरे नाहीये ना बघायला येत असेल.

अम्मीनं परत एकदा चिडलेल्या चेहऱ्यानं रोशनीकडे बघितलं. रोशनीला वाटलं आता उठावंच लागेल बाकावरून. तिनं 'उठूया' अशी अम्मीला खूण केली, तेवढ्यात तिचं लक्ष दाराकडे गेलं.

तिच्या चेहऱ्यावर हसू उमटलं. ती दारापर्यंत धावत गेली.

"आज उशीर केलास?"

"सासूला बरं नाहीये."

"तिलापण बाळ होणार काय?" असं म्हणताम्हणता रोशनीला हसू आलं. मग दोघींनी एकमेकींच्या पोटांकडे बघितलं.

दोघींच्या हातांची बोटं गुंफली गेली आणि त्याचबरोबर बाळाच्या हालचालींबद्दल हळू आवाजात एकमेकींना सांगूनही झालं.

"किती अशक्त झालीयस तू? डॉक्टरना सांगत का नाहीस, रजनी?"

फिकं हसू तोंडावर आणत, पोटावरची चामडी ताणली जाऊन त्रास होत असावा, तशा आवाजात रजनी म्हणाली, "औषधापेक्षाही जास्त जरूर माझ्या मनाला शांती मिळण्याची आहे!"

पण मग अशी गोष्ट सांगण्याइतकी ओळख रोशनीशी नसल्याचं जणू तिला जाणवलं आणि तिनं ओठ घट्ट मिटून घेतले. रोशनीला ते आवडलं नाही.

रजनीच्या घट्ट मिटलेल्या ओठांवरून तिच्या मनातल्या घुसमटीची कल्पना येत होती.

फार ओळख नव्हती, त्यामुळं रजनीच्या घरचे लोक तिच्याशी कसं वागत

असतील ते समजणं अवघड होतं. जे काही थोडं तिला समजलं होतं तेही ह्या सेंटरवर येत असल्यामुळे, नाहीतर घरंदाज बायकांबद्दल तिला सांगायला कोणाला वेळ होता?

रजनीला पहिल्यांदा बघितली होती तिच्या सासूबरोबर आलेली. समोरच्या बाकावर बसली होती. आधी तर रजनी नकळतच रोशनीच्या जवळच बसली होती आणि तिच्या सासूचं डोकं फिरलं होतं.

समोरच्या बाकावरून उठून ती अंगावर आल्यासारखी येऊन रजनीला म्हणाली होती, "देव जाणे कुठे बसाय-उठायचं ही अक्कल तुला कधी येणार?"

तो सुरीसारखा धारदार आवाज सेंटरचं शांत वातावरण कापत गेला. रजनी तर पार गोंधळूनच गेली होती; तिला समजत नव्हतं की, सासूची हरकत होती कोणत्या गोष्टीला?

तेवढ्यात तर सासूनं तिला बकोटीला धरून उठवलीच होती आणि नाकावर पदर दाबत बडबडली होती, "कोणाजवळ बसतेयस तेवढं तरी बघत जा!"

मग शेजारच्या बाईकडे डोळ्यांनी इशारा करत दबक्या आवाजात म्हणाली, "ही तर 'तसली' आहे!"

पण रजनीला समजलं नव्हतं की 'तसली' म्हणजे कोण, कसली?

तेवढ्यात रोशनीनं पावडर, लाली, लिपस्टीक सगळं थापलेला चेहरा तिच्याकडे वळवला, तेव्हा ती समजून गेली, की...

सासूनं रजनीला ओढत नेऊन समोरच्या बाकावर स्वत:च्या जवळच बसवली होती, पण का कोण जाणे, रोशनीला रजनी आवडली होती.

रजनीकडे बघून ती मोकळ्या मनानं हसली. रजनीलाही तिचं हसणं आवडलं, पण सासू जवळ होती म्हणून ती फक्त हळूच हसली. मनातून तिला भीती तर होतीच, की कोणी सांगावं, अशा बायका आपल्यालाही कोठ्यावर ओढून न्यायच्या!

बाजारू बायकांबद्दल तिनं पुष्कळ ऐकलं होतं. रजनी स्वत: त्यांच्या वस्तीजवळच्या भागातच राहात होती. रोशनीचा जायचा-यायचा रस्ताही तोच होता. दोन-तीनदा बाजारातून चाललेल्या रोशनीला तिनं बघितलंही होतं. एकदा तर रजनीकडे बघून हात उंच करून ती हसलीही होती.

दुसरी कोणी असती तर रजनीनंही हात वर केला असता किंवा तिला आपल्या फ्लॅटवर घेऊनही आली असती. पण ही तर...

एवढं खरं, की दोघी सेंटरमध्ये मधूनमधून भेटायच्या, त्यामुळे समोरासमोर बसण्याच्या ऐवजी शेजारीशेजारी बसायला लागल्या होत्या, पण बोलायची सुरुवात प्रत्येक वेळी रोशनीलाच करावी लागायची. रजनीला तर जणू साधं बोलण्यातही कमीपणा वाटायचा.

"कितवा लागलाय?"

नवशिक्या माणसाकडे बघावं तसं रजनीनं रोशनीकडे बघितलं. रोशनीनं मग विचारलं, "पहिलं मूल असेल, हो ना?"

"तिसरं."

"आणि तू काही करत नाहीस?" रोशनीनं एकदम उसळून विचारलं, "मी तर पहिल्या खेपेतच बेजार झालेय, आणि तू...?"

"पहिल्या दोन मुली होत्या, गर्भ पाडून टाकले होते."

"ह्या वेळीपण मुलगी असली तर?"

"तर आणखी एक बाळंतपण, दुसरं काय?" रजनीनं थंडपणानं उत्तर दिलं.

"हाय अल्ला! मी तर मरूनच जाईन, मला जर..."

"मरेन तर मीही!" रजनी कडवट हसली.

रजनीच्या डोळ्यांकडे रोशनीला बघवेना.

"तू ऑपरेशन..."

"जोपर्यंत मुलगा होत नाही, तोपर्यंत नाही करू शकत."

"तुला मुलगा हवाय?"

"माझ्या सासूला मला मुलगा व्हायला हवाय."

तेवढ्यात रजनीचं नाव पुकारलं गेलं आणि ती बाकावरून उठली. रजनीच्या शब्दांमध्ये आतून पेटून उठलेला तटस्थ थंडपणा होता.

रोशनीचा एखाद्या सभ्य घरच्या बाईबरोबर असा संवाद करण्याचा हा पहिलाच अनुभव होता.

दुसऱ्या आठवड्यात रजनी सेंटरमध्ये भेटली तेव्हा रोशनी तिला विचारणार होती की, तुझ्या नवऱ्याचं काय मत आहे? तेवढ्यात रजनीनंच तिला एकदम विचारून टाकलं, 'तू तर 'तसली' आहेस ना?'

'तसली' शब्दाच्या उच्चारात जो सुप्त तिटकारा होता, त्यानं रोशनी दुखावली होती, पण मग निर्ढावलेल्या निर्लज्जपणानं तिनं उत्तर दिलं होतं, 'हो! मी तर 'तसली'च आहे!'

रोशनीनं 'तसली' वर जोर नाही दिला, पण तिच्यासमोर धरल्या गेलेल्या चुरगळलेल्या नोटा बघितल्यावर नाचवायची तसे डोळे मात्र तिनं छान नाचवले.

रजनीला बाकावरून उठून जावंसं वाटलं. तिनं तर ऐकलं होतं की 'अशा' बायका गर्भ वाढूच देत नाहीत. तर मग ही- का?

तिनं लगेच विचारून टाकलं, 'तुझ्यासारख्या बायका तर मूल होऊच देत नाहीत, तर मग?'

'हो!' वर्ख लावलेला विडा ओठ पुढे काढून तोंडात कोंबताकोंबता चांदीची

डबी टपली मारून रोशनीनं बंद केली आणि ती म्हणाली, "तू म्हणतेयस ते बरोबर आहे, पण माझा एका रिपोर्टरवर जीव जडला आणि..."

आई होणार असल्याचा रोशनीला वाटत असलेला अभिमान रजनीला स्पष्ट जाणवला, बोचला.

मनोमन ती म्हणालीही, 'आई होण्यात काय मोठी धाड मारायची असते, ते एवढं नाक वर करून सांगतेय! जळलं मेलं, मला तर दुःखच ह्या गोष्टीचं वाटतं, की...'

रोशनीला चार शब्द सुनवायला तिनं तोंड उघडलंही, पण मग तिला तिच्या आनंदावर पाणी ओतावंसं वाटलं नाही आणि ती सेंटरच्या पायऱ्या उतरू लागली.

रोशनीनं तिला थांबवत म्हटलं, "घरीच जातेयस ना?"

रजनीनं मागे वळून बघितलं आणि होकारार्थी मान डोलावली.

"मग थांब ना, आपण दोघी बरोबरच जाऊ या."

"पण कोणीतरी मला तुझ्याबरोबर बघितलं तर?"

"मग त्यात काय झालं?"

"माझा नवरा तर रस्त्यातच फाडून खाईल मला." आणि नवरा समोर येऊन उभाच राहिला असावा, तशी ती नखशिखान्त थरथरली, "नको गं बाई!"

रोशनीला प्रथमच समजलं की, कधीकधी दोन स्त्रियाही एकमेकींना साथ नाही देऊ शकत. तिला हे खटकलं तर खरंच, पण मग ती म्हणाली, "जाऊ दे, काळजी नको करू, नाही येत मी तुझ्याबरोबर."

"लावून नको घेऊ हं मनाला, पण तुझ्याबरोबर दिसले तर कोणाला तरी वाटायचं, मीही...!"

"कशी लाचारी आहे ना? मनात असूनही तू मला तुझ्या घरी घेऊन जाऊ शकत नाहीस आणि माझ्या घरी तू येऊ शकत नाहीस!"

मग दोघी जणी त्याच रस्त्याच्या दोन कडांनी एकमेकींकडे मधूनमधून बघतबघत घराच्या दिशेनं चालत राहिल्या.

एकाएकी तिला रोशनी दिसली. नेहमी रस्त्यानं चालत जाणाऱ्या रोशनीला तिची वस्ती जवळ असूनही रिक्षात बसायच्या तयारीत बघून रजनीला धक्काच बसला. पुष्कळदा तिला समोरून येताना बघून रजनी रस्ता बदलायची; पण आज रोशनी हुंदके देत रडताना दिसली, तशी ती जवळजवळ धावतच सेंटरजवळच्या रिक्षास्टँडकडे गेली. रिक्षात बसली.

अम्मी रोशनीचे हात धरून थोपटत तिला रिक्षात बसायला सांगत होती.

रजनीनं रोशनीला नेहमी हसतमुखच बघितली होती. तिला आज अशी कळवळून

रडताना बघून रजनीचा चेहरा एकदम उतरला.

"काय झालं रोशनी?"

एकाएकी समोर उभ्या ठाकलेल्या रजनीला बघून रोशनीला आणखीच रडू फुटलं. पण मग रजनीसमोर असं रडणं बरोबर नाही, असं वाटून येणारे हुंदके रोशनीनं प्रयासानं दाबले.

चेहरा पुसत तिनं रजनीकडे बघितलं आणि प्रयत्नपूर्वक हसून विचारलं, "कशी आहेस?"

"ठीक आहे" रजनीनं तिच्या खांद्यावर हात ठेवत म्हटलं, "पण तुला काय झालं?"

रोशनीनं तिच्या प्रश्नाचं उत्तर द्यायच्याऐवजी उलट प्रश्न केला, "तू इथं कशी? मागच्या वेळी तर डॉक्टरीणबाईंनीही तुला पुन्हा यायची जरूर नाही, असं म्हटलं होतं...?"

"बस! असंच..." सवय होऊन गेलेलं हसू रजनीच्या चेहऱ्यावर उमटलं आणि कुणा त्रयस्थाबद्दल बोलत असावं तशा आवाजात ती म्हणाली, "मुलगी आहे, पाडून टाकायचीय. सासू येतेच आहे पाठोपाठ."

हे ऐकल्याबरोबर अम्मीनं रिक्षातून डोकं बाहेर काढलं आणि रजनीला म्हटलं, "नको पाडून टाकू मुलीला!"

"पण माझ्या सासूला मुलगी नकोय!" मग रोशनीकडे बघत रजनीनं विचारलं "तुला काय झालं?"

"मीही पाडून टाकूनच..." रिक्षा चालू झाली त्या घरघराटात बाकीचे शब्द विरून गेले.

"पण का?" रजनीला कमालीचं आश्चर्य वाटलं, "तीही मुलगीच होती की काय?"

"मुलगा होता..." बोलताबोलता रोशनीनं तोंड फिरवलं.

रागानं पेटून उठलेल्या डोळ्यांनी रजनीनं अम्मीकडे बघितलं आणि रिक्षा दिसेनाशी होईपर्यंत बघतच राहिली.

■

झाड

तसं तर ते झाड होतं बदामाचं, पण काहीच उपयोगाचं नव्हतं, म्हणून मी ते तोडून घेण्याच्या खटपटीत होतो.

पण एका सकाळी बघितलं तर झाडाला पानांच्याऐवजी रुपया-रुपयाच्या नोटा लागल्या होत्या! आधी तर खरंच नाही वाटलं, मग वाटलं की, कोणाचं तरी पुण्य फळलं असेल, त्यामुळं या भयंकर तंगीच्या दिवसांमध्ये देवाला दया आली असावी.

दुसऱ्या दिवशी रुपया-रुपयाऐवजी दहा-दहा रुपयांच्या नोटा लागल्या होत्या, तेव्हा वाटलं की देवानं दसपट कृपा केली. नंतर तर देव वीसपट, पन्नासपट, शंभरपट आणि पाचशेपट कृपा करत गेला... तेव्हा तर अशीही शंका आली की हा देव माझ्याशिवाय दुसऱ्या कोणाकडे लक्ष देतो की नाही?

सातव्या दिवशी हजाराच्या नोटा

पडतील या आशेनं झाडाकडे बघितलं, तर झाड आपलं मख्खासारखं ढिम्मपणानं उभं होतं! तेव्हा मग मनाला समजावलं की देव रविवारची सुट्टी घेत असेल.

माझ्यापेक्षा माझ्या कुटुंबातल्या सगळ्यांना पैशाचं महत्त्व फार वाटतं. घरातल्या सगळ्यांनी लक्ष्मीपूजन करून महालक्ष्मीची प्रार्थना केली की आमच्या कॅलेंडरमध्ये सगळे दिवस शनिवारच कर!

तसे अंतराळातून आल्यासारखे अदृश्य गूढ शब्द ऐकू आले, "त्याच्याऐवजी सगळे दिवस रविवारच केले तर कसं काय?"

"नकोऽऽ!" सगळेजण एका आवाजात मोठ्यानं ओरडले.

"तर मग उगीच काहीतरी बोलू नका आणि जे होईल ते बघत रहा."

त्यानंतर चित्रपटात दखवतात तसं महालक्ष्मीच्या हातांमधून तबकात लाल फूल पडलं आणि जे होईल ते बघत राहण्याची सर्व कुटुंबीयांनी मनाची तयारी केली.

कॉर्पोरेशनचा लाकूडतोड्या आला आणि झाड कापायच्या तयारीला लागला.

मी त्याला विनंती केली, "आता झाड कापायची जरूर नाही बाबा!"

"मग काय कापू?"

"दुःख कापता येईल?"

लाकूडतोड्या दोनदा गडबडला. आधी त्याला कळेनाच, की झाडाची जर अडचण होत होती तर ती एकाएकी दूर कशी झाली? आणि दुसऱ्यांदा पुन्हा गडबडला, जेव्हा त्याला नोटा लगडलेलं झाड दिसलं. झाड कापायची कुऱ्हाड उलटी करून त्यानं दांडा बुंध्यावर ठोकला. तशी पाचपाचशेच्या पन्नासेक नोटा गळून पडल्या.

मी काही म्हणणार एवढ्यात त्यानं नोटा उचलून खिशात कोंबायला सुरुवात केली, "झाड कापायला यायला वेळ नव्हता होत, तर माझ्याविरुद्ध कमिशनरसाहेबांकडे या ढीगभर तक्रारी नोंदवल्यात आणि आता आलोय तर नाही तोडायचं म्हणताय?"

"तेव्हा तर झाड बदामाचं होतं ना?"

"आणि आता 'दामा'चं झालं म्हणून नाही कापायचं, असंच ना?"

"बरोबर."

"म्हणजे मी आता साहेबांना जाऊन सांगायचं ना, की झाडाला नोटा लागतायत म्हणून..."

"साहेबांना काहीच सांगायची जरूर नाही."

"आता... काहीच सांगायचं नसेल तर... माझ्या हाताला खूप खाज सुटतीय साहेब."

"अमिताभ बच्चनसुद्धा हेच मलम लावतो." असं म्हणत मी त्याला बोरोप्लसची

ट्यूब दिली, तर तो ओरडलाच, ''खाज बोरोप्लसची नाही, पाचशेप्लसची आहे.''

''बरं तर मग, कुऱ्हाडीच्या दांड्यानं बुंधा हलवून घे पाडून थोड्या नोटा.'' मी सांगितलं.

''माणसांच्या कपड्यांना खिसे इतके कमी का करतात काय की.'' असं काहीतरी स्वत:शीच बोलत तो गेला.

तो गेला आणि पुढच्या शनिवारी कमिशनर स्वत:च आले, ''तुमची जागा अलाइनमेंटमध्ये जाणार आहे म्हणून कितीदा नोटीसा पाठवल्या, तरी...''

''झाडपण त्याच्यात जाणार साहेब?''

''झाड सोडून बाकीची जागा.''

कमिशनर कमिशन नेमण्याबद्दल काही बोलायला आले होते. ते कमिशन घेऊन गेले. खरं म्हणजे झाड मुख्य रस्त्याला अगदी लागून आहे, पण रस्त्यावरून जाणाऱ्या-येणाऱ्या वाहनांना त्याच्या फांद्या नडत नव्हत्या. त्याचा सगळ्यात जास्त त्रास माझ्या शेजाऱ्याला होत होता.

माझ्यापेक्षा त्यानंच जास्त वेळा कॉर्पोरेशनकडे तक्रार अर्ज पाठवले होते, पण साऊथ झोनची झाड कापण्याची विशेष इच्छा दिसत नव्हती, मात्र झाडावरून पानगळीच्याऐवजी नोटगळ होऊ लागली. तशी शेजाऱ्यानं स्वत: होऊन 'झाडाभोवती कुंपण करून घेऊया.' असा प्रस्ताव मांडला.

आणि मग नेहमी बंद राहणाऱ्या शेजाऱ्याच्या दारं-खिडक्याही त्यांनी उघडून टाकल्या, जास्तीतजास्त पानं त्यांच्याकडे पडावीत म्हणून. रस्त्यानं जाणारे-येणारे लोकही रस्त्यानं जायचं विसरून झाड बघायला थांबू लागले. हातात जे असेल ते रस्त्यावर अंथरून प्रार्थना करू लागले की, वारा रस्त्याच्या दिशेला वाहावा.

जवळच हनुमान मंदिर आहे, पण शनिवारी जास्त गर्दी माझ्या घरासमोरच होऊ लागली. कोणालाही, कधीही पानगळ आवडत नाही, पण ही पानगळ मात्र बारा महिने होत राहावी, असं सगळ्यांना वाटत होतं.

आजूबाजूच्या सोसायट्यांमधले लोक भिकाऱ्यांना सोमवारी आमच्याकडे पाठवायचे, पण शुक्रवार, शनिवार ते लोक स्वत:च यायचे.

होताहोता नोटा गळण्याची हकिकत प्रसारमाध्यमांपर्यंत पोहोचली. तसे तेही सगळे शूटिंगसाठी कुठूनकुठून यायला लागले.

''तुम्हाला असं केव्हा वाटलं की, नोटा गळणार आहेत?'' चॅनलवाल्यानं विचारलं.

''मला नाही वाटलं. झाडाला वाटलं असलं तर माहीत नाही.''

''हे झाड तुमचंच आहे याचा पुरावा आहे?''

''पूर्वी माझं आहे असं वाटायचं, आता सामुदायिक वाटतंय.''

“हे झाड कोणी तोडून घेऊन गेलं तर?”

“तुम्ही सगळे इथे असताना अशी हिंमत कोण करील?”

“झाड असं किती दिवस नोटा पाडत राहील?”

“हा प्रश्न तुम्ही झाडाला विचारायला हवा.”

त्यानंतर इतके चॅनलवाले आपापले कॅमेरे घेऊन घरात घुसले की, आत घुसताघुसता मागच्या दारातून मागच्या रस्त्यावर येऊन पोहोचले.

जसजशी बातमी पसरत गेली, तसतसे विमा कंपन्यांचे एजंट येऊन पोहोचू लागले.

एका एजंटाने तर पोलिसांसारखे प्रश्न झाडायला सुरुवात केली,

“वय?”

“चाळीस.”

“तुमचं नाही हो, झाडाचं?”

“ते झाडालाच ठाऊक.”

“अंदाजे?”

“पन्नासेक असेल.”

“मग तर विमा उतरवता येणार नाही.”

“उतरवायचा आहे म्हणून कोणी सांगितलं? मला विमा...”

“तुमच्या विम्याबद्दल बोलत नाहीये. झाडाच्या विम्याबद्दल. प्रीमियम जरा जास्त पडेल आणि ब्लड, युरिन वगैरे टेस्ट्स करून घ्याव्या लागतील.”

“मी कालच करून घेतल्यात. दाखवू रिपोर्ट्स?”

“मी झाडाबद्दल बोलतोय.”

“झाडाच्या ब्लड-युरिनबद्दल मला काहीही ठाऊक नाही.”

“असं करा, तुमचेच रिपोर्ट्स द्या.” एजंटने डोळे मिचकावले. “चालवून घेऊ!”

पण मी सांगूच शकलो नाही की विम्याची जरूर नाही, कारण जेव्हाजेव्हा मी तसं सांगायचा प्रयत्न केला तेव्हातेव्हा एजंटला वाटलं की, मी स्वत:बद्दल बोलतोय.

असाच उच्छाद बँकांनीही आणला.

माणसाचा स्वभाव असा आहे की, तो पैसे लपवून ठेवतो किंवा कुलुपात ठेवतो, पण एवढं मोठं झाड लपवायचं कुठे? त्याला नाही कुलूप लावता येणार की नाही उचलून घरात ठेवता येणार. लोकांच्या दृष्टीस पडणार नाही असं करायला काहीच साधन नव्हतं. माझं झाड जाहीर कसलं, आता तर जगजाहीर झालं होतं.

झाडाचं वैशिष्ट्य असं होतं की, ते एका वेळी सगळ्या नोटा पडू देत नसे.

एक- दोनदा माझ्या घरातल्यांनी नोटा तोडून काढायचा प्रयत्न केला, तर त्यांच्या हातात बदामाची सुकलेली पानंच आली आणि सगळ्यात विचित्र गोष्ट ही होती की, मुद्दाम प्रयत्न करून तोडलेल्या नोटांच्या जागी दुसरी नोट उगवत नसे. ती जागा रिकामीच राहायची. फक्त आपोआप गळून पडलेल्या नोटाच 'नोटा' राहायच्या, पण हे कोणालाच खरं वाटत नसे.

बँकवाल्यांना तर मुळीच नाही. त्यांचा विचार तर असा होता की, झाड सोलूनसोलून आत असलेल्या सगळ्या नोटा एकाच वेळी बाहेर काढून घ्याव्यात आणि मी बँकेत डिपॉझिट ठेवावं. बँका-बँकांमध्ये इतकी स्पर्धा होती की, प्रत्येक बँकेची इच्छा, मी ती सर्व रक्कम त्यांच्याच बँकेत ठेवावी अशी होती, पण कुठली बँक ते बँकवालेच ठरवू देत नव्हते.

माझी इच्छा होती की, सर्व बँकांमध्ये थोडंथोडं डिपॉझिट ठेवावं, म्हणजे त्यातलं एखादं तरी सुरक्षित राहिलं तर मला किंवा बँक स्टाफला रडायची वेळ येणार नाही. कितीतरी बँकांनी तर झाडाएवढा मोठा लॉकर तयार करून देण्याची तयारी दाखवली. इथून उपटून काढून झाड लॉकरमध्ये जमा कसं करायचं हा प्रश्न होता. प्रश्न हाही होता की, इथून उपटून काढल्यावर बँकेतल्या लॉकरमध्ये झाडावरून नोटा गळून पडतीलच याची काही खात्री नव्हती.

जास्त डोकेफोड न करता बँकांच्या कमी होत चाललेल्या व्याजदराचं कारण पुढे करून मी डिपॉझिट ठेवायलाच नकार दिला. बँकवाल्यांना हे आवडलं नाही, पण झाड होतं माझं! त्यामुळे बऱ्याच बँकांची टार्गेट्स अपुरी राहिली, तरीही बँकवाल्यांनी एवढं तर केलंच, की शनिवारी झाडाचे संपूर्ण पान भरेल एवढाले फोटो छापले. वर्तमानपत्रात जाहिरातीही दिल्या की, आमच्या बँकेत डिपॉझिट ठेवलंत तर तुमच्याकडेसुद्धा अशीच पैशांची खैरात होईल.

लोकांनी झाडाच्या भरवशावर बँकांमध्ये पैसे गुंतवले, पण नंतर बँका बंद पडल्या आणि त्यांचे ग्राहक सपशेल तोंडघशी पडले. बँकांच्या बऱ्याच ठेवीदारांना हे माझ्या झाडामुळं झालं असं वाटलं आणि त्यांनी माझ्यावरच मोठाल्या रकमांचे दावे ठोकले! हेही जणू कमी होतं म्हणून बऱ्याच जणांनी तर मुदतपूर्व ठेवीची रक्कम काढून घ्यावी, तसं माझं झाडच उपटून नेण्याचा प्रयत्नही केला.

मला पत्ताही लागू न देता त्यांनी जमिनीखालून भुयार खणून त्यातून झाड मुळासकटच खालूनच सरकवून काढून घेण्याचा प्रयत्न केला, पण झाडानं भक्कमच राहायचं ठरवलं होतं, म्हणून मग माझ्या मुलांना पळवून नेण्याची धमकी देऊन झाडाचा ताबा मागितला. तो मी दिला नाही तर माझे आणि माझ्या कुटुंबीयांचे असे काही तुकडेतुकडे करून टाकण्याचीही धमकी दिली की, कोणाचे कुठले तुकडे कुठे पडले आहेत, हेही समजणार नाही.

एकूण हकिकत पोलिसांपर्यंत पोहोचली. माझ्या मुलांना संरक्षण देण्याऐवजी पोलिसांना झाडाचं रक्षण करण्यात जास्त रुची दिसली. तंबू ठोकून पोलीस झाडाभोवती गस्त घालत राहू लागले.

त्यांच्या तिथे अशा येण्यानं झाडाचा महिमा एवढा वाढला की, माझे नातेवाईक, ओळखीचे लोक आणि मित्र अचानक खूप जवळचे झाले आणि कोणीकोणी, केव्हा मला कशी पत्ताही लागू न देता मदत केली होती त्याच्या दंतकथा, दात नसलेल्या मंडळींना सांगू लागले.

घर इतकं गच्च भरून गेलं आणि नातेवाईक इतके काही जवळ येऊन पोहोचले की, मला माझ्याऐवजी दुसऱ्या कोणाचा तरी श्वास मी नाकात ओढतो आहे, असं वाटू लागलं!

एका सकाळी रस्त्यानं जाणाऱ्या बसमधून कोणीतरी झाडाची एक चांगली मोठी फांदी तोडून घेताना मी बघितलं. मी पोलिसांना उठवलं.

तसं नशेत असताना खरं बोलण्याच्या सवयीमुळं त्यातला एकजण म्हणाला, "आम्ही हजर असताना चोरी व्हावी, ही शरमेची गोष्ट आहे."

"त्याचं काय आहे, की सुरक्षा बंदोबस्त वाढला की धोकाही वाढतो, त्यामुळे यात तुमची काही चूक नाही!"

"म्हणजे तुम्हाला असं म्हणायचंय की, आमच्यामुळं धोका वाढलाय?"

"माझ्यामुळे तर नक्कीच नाही वाढला, एवढं मी म्हणू शकतो." मी घाबरत-घाबरत म्हणालो.

"असं तुम्ही म्हणूच कसं शकता?"

"कारण फांदी मी चोरलेली नाही."

"तुमच्याबद्दल तुम्हाला कसं काय ठाऊक?"

"जसं तुमच्याबद्दल तुम्हाला ठाऊक."

"आम्ही तर पोलीस आहोत."

मला पहिल्या प्रथमच कळलं की, पोलिसांना त्यांच्या स्वत:बद्दलही ठाऊक असतं. ती त्यांची ड्युटी नाही, त्यांना तर इतरांविषयीच माहिती काढायची असते, तरीही. अगदी तसंच जसं इन्कमटॅक्सवाल्यांना इतरांचीच माहिती काढायची असते.

एका सकाळी इन्कमटॅक्स ऑफिसकडून नोटीस आली. मला प्रत्यक्ष भेटायला बोलावलं होतं. केबिनचं दार जरासं उघडता-उघडता मी साहेबांना विचारलं, "मे आय...?"

"कम इन!" ऑफिसरसाहेबांनी वर न बघताच म्हटलं.

मी खुर्चीवर हात ठेवून उभा राहिलो. साहेबांनी बायफोकल चष्म्यातून माझ्याकडे इतका वेळ इतकं रोखून बघितलं की, मला धड श्वासही घेता येईना.

"बसा!" साहेब म्हणाले.

मी बसलो खरा, पण मनातून तर उभाच होतो.

"तुमच्याकडे झाड आहे?" साहेब माझ्याकडे चष्म्याच्या वरून बघत होते.

"होय साहेब, आहे."

"केव्हापासून?"

"बऱ्याच वर्षांपासून."

"ते वेगवेगळ्या किमतीच्या नोटा देतं, हे खरं आहे?"

"होय साहेब."

"रोज किती रुपये पडतात?"

"ठाऊक नाही!"

"किती पडतात ते ठाऊक नाही? का रुपये पडतात तेच ठाऊक नाही?"

"किती पडतात ते ठाऊक नाही."

"ते आम्हाला ठाऊक आहे." साहेबांनी पेन्सिल आणि शार्पनर दोन हातात समोरासमोर धरत म्हटलं.

"मग सांगा ना साहेब."

"तुमच्या झाडाला १९८२२ पानं आहेत."

"ती तुम्ही कशी मोजलीत साहेब?"

"धिस इज अवर ग्रॉस इन्सल्ट यू सी! आम्हाला समजता काय तुम्ही? आम्ही तर आभाळातल्या चांदण्याही मोजून काढतो, तर या एका झाडाची काय पत्रास? तुम्ही कोठे उभे आहात याचा तरी जरा विचार करा."

"आय ॲम सॉरी सर! कुतूहल वाटलं म्हणून विचारलं, बाकी..."

"रविवार सोडून उरलेल्या आठवड्याची तुमची कमाई एक कोटी, चौतीस लाख, अठ्ठ्याण्णव हजार आठशे बाहत्तर रुपये होते."

"साहेब रोजच्या रोज एकोणीस हजार आठशे बावीस पानं गळत नाहीत की..."

"या हिशेबानं महिन्याची कमाई जवळजवळ पाच कोटी चाळीस लाख होते."

"पण हे खरं नाहीये साहेब! गळून पडलं पान आपोआप तरच नोट होते, बाकीची पानंच असतात झाडावर..."

साहेब माझं ऐकून घेण्याच्या मूडमध्ये नव्हते. ते आपलं त्यांचंच घोडं दामटत राहिले.

"तुमचं वार्षिक उत्पन्न... टुबी व्हेरी प्रिसाइज, चौसष्ट कोटी, एकोणऐंशी लाख, एक्केचाळीस हजार, पाचशे सव्वीस रुपये होते."

"पण... पण हे खरं नाहीये साहेब."

मी उठून उभा राहिलो. कारण छातीत दडपल्यासारखं होत होतं.

"झाड किती वर्षांचं आहे?"

"माहीत नाही, पण नोटा पडायला लागून महिनाही झाला नाही साहेब."

"झाडाचं वय अंदाजे पन्नास धरलं, तर तुमची आवक अंदाजे तीन हजार दोनशे पन्नास कोटी होते."

"साहेब! माझं वय तर चाळीसही नाही."

मी धडधडीत खोटं सांगणार तेवढ्यात साहेबच म्हणाले, "झाड आणि वेताळ यांच्यातला फरक मला समजतो मिस्टर."

"पण माझं वय झाडापेक्षा कमी आहे."

"म्हणून तुमची जबाबदारी कमी होत नाही. तीन हजार दोनशे पन्नास कोटींचे तीस टक्के आणि पेनल्टी दहा टक्के मिळून तुम्हाला एक हजार चारशे कोटींचा टॅक्स भरावा लागेल."

"साहेब! मी स्वत:ला विकलं, तरीसुद्धा..."

"तुम्हाला विकत घेईल कोण?" साहेबांनी तुच्छतेनं माझ्याकडे पाहिलं.

मला मी स्वत: डासापेक्षाही नगण्य वाटलो.

"मला असं म्हणायचंय साहेब की, सबंध झाड विकायला काढलं तरीही... इतके पैसे मिळणार नाहीत."

"माहित्येय मला. तर मग इतकी सामान्य वस्तू ठेवण्यात तरी काय अर्थ आहे?"

"खरंय साहेब."

"चौदाशे कोटी टॅक्स भरण्यापेक्षा झाड गिफ्ट देऊन टाकलंत तर?"

"गिफ्ट टॅक्स भरावा लागेल ना."

"आता तेवढाही तुम्ही दिला नाहीत तर कसं हो चालेल?"

"साहेब, पण झाड गिफ्ट द्यायचं तरी कसं? ते कसं उखडून काढणार?"

"झाडाला उखडायचंच नाही. उखडून जायचं तुम्ही."

आज परिस्थिती अशी आहे की... साहेब माझ्या घरात राहतात आणि मी सहकुटुंब त्यांच्या भाड्याच्या घरात...!

■

ध्रुव भट्ट :-

आदिवासी, खेडोपाडीची तथाकथित अशिक्षित म्हणून असंस्कृत समजली जाणारी माणसं, ह्यांच्या विचारातून, वागण्यातून ध्रुव भट्ट ह्यांना नेहमीच खऱ्या भारतीय संस्कृतीचं दर्शन होत आलं आहे. अनेक ठिकाणी पायी प्रवास करून अशा माणसांबरोबर राहून त्यांना समजून घेऊन त्यांनी उत्कृष्ट कादंबऱ्या लिहिल्या आहेत. त्यांच्या 'तत्त्वमसि' कादंबरीला केंद्रीय साहित्य अकादमी पुरस्कार व इतर अनेक पुरस्कार मिळाले. कथा ते क्वचित लिहितात. ह्या कथेत सौराष्ट्राच्या समुद्रकिनाऱ्यावरच्या मच्छिमारांच्या आयुष्याची व एक वेगळी समज असणाऱ्या त्यांच्यातील एका वृद्ध स्त्रीची कथा हलवून सोडणारी व विचारात टाकणारी आहे.

अकूपार- ज्याच्या पाठीच्या आधारावर पृथ्वी उभी आहे ते काल्पनिक कासव

अकूपार

उन्हाळा इतका कडक की, सकाळी आठ वाजतासुद्धा घराबाहेर पडायला नको वाटायचं. थोडासुद्धा वारा नसलेलं ते ऊन सहन करत गेलं, तरी किती जाऊ शकणार? वाळलेल्या गवतात म्हशी चारायला घेऊन आलेल्या गुराख्यांना किंवा त्यांच्या वस्तीवरच्या झोपड्यांमधल्या त्यांच्या घरच्या माणसांना भेटायला जायचं असलं तर निष्पर्ण वृक्षांखालून, डोंगर-कपारींच्या उखीर चावीर रस्त्यानं दोन-तीन किलोमीटर तरी चालावंच लागायचं.

गोविंदनं समुद्रकिनाऱ्यावर राहायला या म्हणून सांगून पाठवल्यावर तर गीरचा उन्हाळा जास्तच जाचक वाटायला लागला. मागच्या वेळी इथं आलो होतो, तेव्हा रेवतुभांनीही (भा-आजोबा) उन्हाळ्यात थोडे दिवस गोविंदच्या घरी जाऊया, अशी लालूच दाखवली होती. समुद्र तिथे अगदी जवळ. संस्थेची हिरवीगार वाडी. दहा-

बारा दिवस तरी तिथं राहायचंच असं ठरवलं.

लेखनाचं काम गोविंदच्या घरी बसून करता येईल, असा विचार केला आणि त्याच्या घरी गेलो.

दोन दिवस झाले इथे येऊन. कालपासून रेवतुभाही आले आहेत. ते व्हेल-शार्कबद्दल वाटणारी काळजी सांगतच आले, त्यामुळे आज सकाळपासून गोविंदलाही तीच चिंता वाटायला लागली आहे. त्या दोघांनी या भागातल्या मच्छीमारांना जाऊन भेटायचा विचार केला आहे. व्हेल-शार्कची शिकार करू नका, असं त्यांना समजावून सांगायला जाणार आहेत ते. हे सगळं कसं करायचं या अवघड प्रश्नावर ते दोघं आपसात बोलत आहेत. मी लाकडाच्या चौपाईवर आडवा होऊन वाचतो आहे आणि त्यांचं बोलणंपण ऐकतो आहे.

त्यांच्या चर्चेत मी रुची दाखवली आणि त्यांच्या कामात भाग घ्यायचा उत्साहही.

"आपण सगळ्यांच्या घरोघर जाऊन भेटूया आणि समजावून सांगूया."

"घरी जायचा विचार चांगला आहे, पण काय समजावून सांगायचं? त्यांच्यातलाच कोणी असा शोधला पाहिजे, जो आपल्याबरोबर येऊन आपल्या बाजूनं बोलेल, तरच काहीतरी उपयोग होईल."

"का?" मी विचारलं.

"त्या लोकांची, अशी सहकारी मंडळी आहे का?"

"मंडळी असण्याचा प्रश्न नाही. तुम्ही तिकडे गीरमध्ये राहून जे शोधताय ना, तोच प्रश्न इथेही येणार, उपजत जाण असण्याचा, मनातून समजत असण्याचा. काय ते म्हणता ना तुम्ही हां–, 'लोकल विज्डम' त्या लोकांशी त्यांना पटेल अशा भाषेत समजावणारं कोणीतरी पाहिजे. आपल्याला ते नाही येणार. ती गोष्टच वेगळी. सगळंच काही आपल्याला येतं असं नाही."

रेवतुभा जरासं हसून म्हणाले आणि मग माझी थट्टा करत असावेत तसं पुढे म्हणाले, "माहीत नाही बुवा, तुम्ही शिकलाही असाल ते!"

मी गोविंदकडे बघितलं. दूर आभाळाकडे बघत तो गप्प बसून होता. हजारो मैल पसरलेल्या निळ्यानिळ्या समुद्राच्या पाण्यातून, कोण जाणे कुठूनकुठून या किनाऱ्यापर्यंत येऊन पोहोचणारे व्हेल-शार्क दिसत असावेत, तसे त्याचे डोळे बारीक झाले.

जरा वेळानं तो म्हणाला, "चला ना, करूया काहीतरी. केलं तर पाहिजेच."

"त्यात काय करायचंय?" मी माझं म्हणणंच परत मांडलं.

"पहिली गोष्ट म्हणजे त्या लोकांना काय सांगायचं आहे, ते आपल्याला माहीत आहे. दुसरं म्हणजे जास्त परिणामकारक होईल असं कसं बोलायचं, ते आपल्याला येतं आहे. तिसरं असं की, कुठल्याही मच्छीमार, तांडेल, खलाशी,

कोळी खारवा अशा सगळ्यांपेक्षा आपण जास्त शिकलेले आहोत. आपल्याजवळ सगळी पुरती माहिती आहे.'' मी एकदम बोलून गेलो.

रेवतुभा पुन्हा हसले आणि म्हणाले, ''ती जी 'पहिली गोष्ट' म्हणालात, ती आहे आपल्याजवळ? सांगा ना गोविंदभाई, आहे?''

रेवतुभांची बोलण्याची ही अशीच आगळी पद्धत होती.

बोलणाऱ्याच्या मताशी ते सहमत नाहीत असं स्पष्टपणानं न सांगता, ते असं थट्टा केल्यासारखे बोलायचे.

मी रेवतुभांना 'हो-नाही' असं काहीच उत्तर द्यायचं टाळलं आणि म्हटलं, ''जे असेल ते. आपण प्रयत्न तर करूया.''

''तो तर करूयाच.'' म्हणत गोविंद आतल्या खोलीत जायला उठला.

त्याची नोकरीवर जायची वेळ होत आली होती. आता तो कपडे बदलेल आणि मोटारसायकल घेऊन नोकरीवर मांगरोळला जाईल.

गोविंद कामावर गेल्यावर मी आणि रेवतुभांनी व्हेल-शार्कबद्दल काही चर्चा केली नाही. सबंध दिवस गीरच्या जंगलाबद्दल बोलण्यात घालवला. संध्याकाळी गोविंद परत आल्यावर आम्ही समुद्रावर जाऊन बसलो.

गोविंदनं पुन्हा व्हेल-शार्कचा विषय काढला. बऱ्याच चर्चेनंतर आम्ही ठरवलं की, दुसऱ्या दिवसापासून आसपासच्या खेड्यांमध्ये जाऊन मच्छीमारांना समजावून सांगायला सुरुवात करायची.

''एखादा दिवस मी येईन तुमच्याबरोबर, पण मला जास्त रजा नाही मिळणार.'' गोविंद म्हणाला, ''रेवतुभा आणि तुम्ही इथं मुक्काम केलात, तर जेवढं करता येईल तेवढं करा. घर तर आहेच उघडं तुमच्यासाठी.''

रेवतुभांना सध्या मोठी सुट्टी होती आणि मी तर रिकामाच होतो. आम्ही जिथंजिथं जायचो तिथले तांडेल, मच्छीमार सगळे खूपच अगत्यानं आमचं स्वागत करत असत. चहा किंवा सोडा प्यायचा आग्रह करायचे, पण आम्ही जेव्हा मुख्य मुद्द्यावर बोलायला लागायचो, तेव्हा त्यात त्यांना रुची नसायची.

बरेचजण त्यांना आमच्या बोलण्यातलं फारसं काही समजत नसल्यासारखं दाखवत, तर काहीजण नुसतेच आ वासून ऐकत राहायचे.

तीन दिवस अशी रखडपट्टी केल्यावर माझ्या असं लक्षात येऊ लागलं की, आता या वेळी आमचं म्हणणं ऐकून घेत बसायला कोणालाही वेळ नव्हता. खोल समुद्रात मासे पकडायला जायचा सिझन संपला होता, तरीही भरती-ओहोटीच्या वेळा सांभाळून जरा आतपर्यंत जाऊन जमेल तेवढे मासे पकडून आणायचं थांबलं नव्हतं, विशेषत: मोठे मगर, मासे– ज्यांना आम्ही व्हेल-शार्क म्हणतो ते जर का सापडले, तर मग काय मजाच मजा!

शिवाय आता बोटी बाहेर काठावर आणून रेतीवर खेचून घ्यायची, तिची दुरुस्ती करायची, रंग द्यायचा. आपल्या झोपडीला नैर्ऋत्येकडून येऊ लागतील त्या प्रचंड वेगाच्या वादळी वाऱ्यांना टक्कर देत टिकून राहील अशी मजबूत करायची आणि अशीच दुसरी शेकडो कामं बाजूला ठेवून, त्यानं समुद्रावर जाऊन काय पकडावं आणि काय नाही, हे समुद्रात पाय बुचकळण्यापलीकडे न गेलेल्या आमच्यासारख्या माणसांकडून लक्ष देऊन ते मनापासून ऐकतील, असं मला वाटेना.

गुरुवारी रात्री आम्ही तिघं बसलो असताना रेवतुभा म्हणाले, "हे काम काही होईलसं दिसत नाही."

मी म्हटलं, "त्यांची कामं पुरी होऊ द्यावीत आणि मग..."

मी पुरतं बोलायच्या आधीच रेवतुभा म्हणाले, "हो! तोपर्यंत शे-दोनशे व्हेल मासे मेले, तर मरू देत!"

रेवतुभांच्या टोमण्याला उत्तर न देता मी गप्प बसलो. आमच्या या संवाद-विसंवादात न पडता गोविंद गप्प बसून होता.

तो एकाएकी म्हणाला, "आपण मंडेरच्या सरपंचाला भेटूया!"

"कोणाला? राणीला? ती तर मेर आहे (सौराष्ट्रातलीच एक वेगळी जात) शिवाय महिला सरपंच. हे मच्छीमार तिनं सांगितलेलं ऐकतील?" रेवतुभांनी विचारलं.

"असेना का मेर. राणी करू शकेल काहीतरी." गोविंद म्हणाला.

राणीवर गोविंदला इतका भरवसा का होता, ते विचारण्याची जरूर आम्हाला वाटली नाही. तो म्हणेल ते बहुतेक सगळं आम्ही कबूलच करत असू आणि नाही तरी राणी जर काही करू शकली तर आम्हाला हवंच होतं. येत्या रविवार नंतरच्या रविवारी आम्ही मंडेरला जायचं ठरवलं.

गोविंद कामाला जायला निघाला की, मी आणि रेवतुभा आपापल्या मार्गी लागणार. येत्या शनिवारनंतरच्या शनिवारी संध्याकाळपर्यंत पुन्हा गोविंदच्या घरी पोहोचायचं नक्की करून आम्ही निरोप घेतला.

गीरला येऊन सांसाईच्या घरी गेलो, (सांसाई ही गीरच्या जंगलातल्या लेखकाच्या ओळखीच्या आदिवासी कुटुंबातली मुलगी. या कथेत तिचा एवढाच उल्लेख येतो.) तर समजलं की, सांसाई तर आजोळी गेली होती. माझी या गावात नंतर राहण्याची काहीतरी सोय ती करून देणार होती. ते आता लांबणीवर पडलं.

एक आठवड्यापुरती एका ठिकाणी सोय झाली. सकाळ-संध्याकाळ जंगलात हिंडून दुपारी घरी बसून टिपणं करायची एवढं काम झालं. शुक्रवारी सकाळी मी झेरॉक्स करायला वगैरे तालुक्याच्या गावी आलो. परत गीरला जाण्यापूर्वी रेवतुभांना भेटून जावं, अशा विचारानं त्यांच्या घरी गेलो.

तिथं आणखी दोघं मित्रही भेटले. गप्पा मारतामारता साडेदहा झाले.

मी म्हटलं, "माझ्या बसची वेळ झाली, मी निघतो आता. उद्या तर परत यायचंच आहे ना."

रेवतुभा म्हणाले, "तर मग रहा ना इथंच. उद्या संध्याकाळच्या ऐवजी सकाळीच जाऊ गोविंदकडे."

"लसणीच्या फोडणीची तांदुळजाची भाजी करतेय." अशी भाभींनी लालूच दाखवल्यावर न राहण्याला मला काही कारणच सापडलं नाही.

जेवणं झाल्यावर जरा गप्पा झाल्या. उन्हं उतरल्यावर बाजारात चक्कर मारायला निघालो.

मुख्य रस्त्यावरून जात होतो, तेव्हा समोरून आमच्या दिशेनं येत असलेल्या एका मेर स्त्रीकडे माझं लक्ष वेधत, रेवतुभा म्हणाले, "ती येतेय ना ती राणीबेन, जिला भेटायला रविवारी आपण जाणार आहोत ती."

"मग चला ना आत्ताच बोलून घेऊया त्यांच्याशी." मी म्हटलं.

"गोविंदभाईंशिवाय काम नाही होणार." रेवतुभा म्हणाले.

"पण आपण रविवारी मंडेरला जाणार आहोत एवढं तर सांगू या? त्या निमित्तानं माझी ओळखही होईल." मी सुचवलं.

"बऽऽरं मग, चलाऽऽ!" रेवतुभा त्यांच्या वैशिष्ट्यपूर्ण मोहक हेल काढण्याच्या पद्धतीनं म्हणाले.

आम्ही रस्ता ओलांडत होतो, तेव्हाच त्या स्त्रीचं लक्ष आमच्याकडे गेलं. आम्ही दिसल्याबरोबर ती थांबली आणि रेवतुभांकडे येतायेता म्हणाली, "घ्या! तुमी भेटला हतं त्ये ब्येस जालं! अवं, तुमी न गोविनभाई आमच्या खारव्यांच्या वस्तीत फिरतायसा म्हनं, त्ये दरियामंदी काय गरबड व्हईलसं वाटतंया म्हून?"

या मेर जातीच्या बाईची भाषा आणि हेल अगदी वेगळे होते आणि बोलताना शब्दातून व्यक्त होणाऱ्या तिच्या भावना चेहऱ्यावर स्पष्ट व्यक्त होत होत्या.

राणीबेनचा प्रश्न ऐकून रेवतुभा म्हणाले, "छे छे, दरियाचं तर तसं काही लक्षण दिसत नाहीये. आम्हाला दुसरंच बोलायचंय, पण ते सांगायला वेळ लागेल, इथं बाजारात उभं राहिल्याराहिल्या सांगता नाही येणार. या रविवारी आम्ही तुमच्या गावी येणार आहोत."

"आइतवारी तं मला नवीला जायचं हाये. माज्या पुतणीला पइल्या बाळंतपनाला आनाया माजी आत्ते, नणंद अशी समदी मुंदराच्या पलीकडे ग्येलीत ना, कादरियाच्या बोटीत बसून निगालीत तथनं, त्ये ती बोट नवीला आइतवारी ईल म्हंत्यात." राणीनं सांगितलं.

"तुमास्नी यायचं तर उंद्याच या."

"उद्या तर गोविंदभाईंना रजा नसते ना." रेवतुभा म्हणाले.

"तं मग आत्ताच चला. बसून जाऊया बसमंदी. गोविन्भायच्या तिथं उतरून जाऊ; मला तं तिथनं फुडं चालतच जायाचं ना."

मी रेवतुभाकडे बघितलं.

ते म्हणाले, "चला! मी तर तयार आहे."

"तुम्ही परत केव्हा जाणार?" मी राणीला विचारलं.

"मावळतीच्या टायमाच्या बसमदनं तं जावंच लागंल, मंग अंधार व्हतो पोहचस्तवर न्हाईतं." राणीनं उत्तर दिलं.

"साडेसातची बस आहे, त्यानं येऊ आम्ही." मी सांगितलं.

"वा! आमच्या गावाकडच्या बसच्या वेळा छान लक्षात ठेवल्यायत तुम्ही." रेवतुभा म्हणाले.

आम्ही दोघं त्यांच्या घराकडे निघालो.

रस्त्यात मी रेवतुभांना विचारलं, "रविवारी राणीला कुठं जायचंय म्हणत होती ती?"

"नवीला म्हणजे नवी बंदरावर. तिच्या पुतणीला मुंद्रा गावी दिली असेल, तिच्या पहिल्या बाळंतपणाला आणतायत. बस बदलत-बदलत यायला या लोकांना आवडत नाही. दरियातून येणं सोपं वाटतं. तिथं बसायचं, इथं उतरायचं, म्हणून पोरीला असं आणत असतील."

आम्ही बसस्टँडवर पोहोचलो, तेव्हा राणीही तिथं पोहोचली होती. उन्हाळ्यातला सूर्य मावळला होता, पण आभाळ अजून अंधारलं नव्हतं. अंधार पडतापडता तर गोविंदचं गाव आलंही.

संस्थेवर गेल्यावर समजलं की, गोविंद दवाखान्यात ड्युटीवर आहे. राणीला घरी पोहोचायची घाई होती म्हणून आम्ही गोविंदला निरोप पाठवला आणि त्याची वाट पाहात बाहेरच उभे राहिलो.

जराशानं गोविंद आला आणि राणीला बघून म्हणाला, "आम्ही येणारच होतो तुम्हाला भेटायला रविवारी."

"रविवारी त्यांच्या घरी मुलीचं डोहाळजेवण आहे, म्हणून आम्ही त्यांना आज इथंच घेऊन आलो."

आम्ही पुढं बोलत राहिलो असतो, तेवढ्यात राणी म्हणाली, "चला तर मंग गोविंदभाय, काय सांगायचं हाये त्ये सांगून टाका."

"पण इथं उभ्याउभ्या? आत तर या! माझं घर तरी बघा." गोविंद म्हणाला.

"त्ये समदं पुन्ना कवातरी."

"असं आहे राणीबेन," मी सांगायला सुरुवात केली, "हल्लीहल्ली आपल्या

किनाऱ्यावर येणाऱ्या व्हेल-शार्कची मोठ्या प्रमाणात शिकार केली जातेय. पाण्यात राहणारा हा प्राणी फार दुर्मीळ समजला जातो. प्रत्येक देशात याचं रक्षण केलं जातं. त्याचा वंशच आता नाहीसा व्हायची वेळ आलीय...''

''घ्या भाय! तुमास्नी वाटतंया की, ही राणी सरपंच म्हंजी हिला समदं ठाव असतंया. पन तुमास्नी सांगत्ये की, या हिकडं समदे सरपंच अंगठा उठिवनारे हायेत. ह्ये तुमी काय सांगताया ना, त्ये मला कायबी समजत न्हाई!'' असं सांगतासांगता राणीला हसू आलं.

मग गोविंदकडे वळून ती म्हणाली, ''चला गोविंदभाय, तुम्ही थोडक्यात सांगा काय हाये त्ये.''

गोविंदनं मग राणीला थोडक्यात सांगितलं, आम्ही मच्छीमारांच्याकडे का जात असतो ते. मग पुढे म्हणाला, ''तुम्ही समजावून सांगितलंत तर त्या लोकांना झटकन समजेल.''

''गोविंदभाय, तुमी सांगताय ते बराबर हाये, पन असं बगा की, येका मगर माशाचे येक लाख रुपये मिळत्यात. त्याला नगा पकडू म्हून म्या त्येन्ला कसं काय सांगू वं? मला सोताला मनाला पटलं मंजी मग मी त्येन्ला सांगनार ना? तवापर्यंत तर पोकळ कसं बोलायचं?''

राणीचं हे स्पष्ट बोलणं ऐकल्यावर मला वाटलं की, गोविंद सांगत होता ते खरं होतं. राणीनं आमचं काम करायचं मनावर घेतलं, तर आम्हाला पुष्कळ मदत होण्यासारखी होती, पण या स्त्रीला स्वत:ला जोपर्यंत समजत नाही, स्वत:ला जोपर्यंत पटत नाही, तोपर्यंत ती काही करणार नाही, याबद्दलही माझी खात्री झाली.

गोविंदनं मग तिला पुढे सांगितलं की, दूरदूरच्या समुद्रांमधून व्हेल-शार्क आपल्या किनाऱ्यावर पिल्लांना जन्म द्यायला येतात. त्यांची शिकार केली, तर व्हेल-शार्क तर मरतेच, पण तिच्या पोटातलं पिल्लूही मरतं. एकाच वेळी एका सबंध पिढीचा विनाश होतो.

हे सगळं राणीला समजावून सांगायला गोविंदला बराच वेळ लागला.

''ह्यो गोविन्दभाय सांगतुया त्ये खरं?''

स्वत:ची खात्री करून घ्यायला तिनं माझ्याकडे बघून विचारलं, तेव्हा तिचा चेहरा, डोळे सगळं एक प्रश्नचिन्ह होतं.

''हो. हा मासा इथला नाही. खूप लांबच्या देशातल्या समुद्रातून इकडे येतो. पिल्लं जन्मली आणि जरा मोठी झाली की, परत जातो. हा जीव आपल्या समुद्रात कायम राहणारा नाही. फक्त पिल्लांना जन्म द्यायला माद्या इथं येतात.'' मी विस्तारपूर्वक सांगितलं.

''घ्या, ऐका! असं हाये तर मंग मी मच्छीमारांना बलावून घ्येऊन सांगून बघन.

पन तुमी समदेपन त्या येळी ततं असला, तर कोनी काय इचारलं त्येला तुमी सांगाल न्हवं?''

''तुम्ही सांगाल त्या दिवशी संध्याकाळचं येता येईल आम्हाला.'' रेवतुभा म्हणाले आणि त्यांनी गोविंदला विचारलं, ''बरोबर ना गोविंदभाई?''

''हो, संध्याकाळी तर कुठल्याही दिवशी येता येईल.'' गोविंद म्हणाला.

''तं मंग परवाच्या दिशी रातचं पोहचून जावा. मी समद्यांना बलावून ठिवीन.'' राणी म्हणाली आणि समुद्रकिनाऱ्याच्या दिशेनं चालू लागली.

जरा पुढे जाऊन थांबली आणि वळून विचारलंन, ''गोविन्दभाय, समुंदरावर लई तुफान वारा फोफावलाय. तुमाला काई वाटतंया वादळासारकं?''

''नाही नाही, आत्ता या दिवसात एवढा वारा तर असतोच की.'' हे बोलणं काय न् कशासाठी झालं ते मला समजलं नाही.

हळूहळू लुकलुकायला लागलेल्या चांदण्यांच्या अंधूक उजेडात जात असलेली राणी दूरवर जाईपर्यंत दिसत राहिली.

निळ्या महासागरावरून वाहात येणाऱ्या वाऱ्यावर उडणारे कपडे आणि हातातली पिशवी दोन्ही हातांनी सांभाळत ती जात होती. दर्याचं पाणी पुढेपुढे येत तिच्या पावलांच्या खुणा पुसल्या जाईपर्यंत आम्ही दरवाजाच्या बाहेरच चांदण्यात बसून राहिलो.

मंगळवारी पुन्हा रेवतुभांच्या घरी गेलो तर ते काही घरगुती कामासाठी बाहेर निघाले होते.

मी एकटाच गोविंदच्या घरी पोहोचलो, तर त्याच्या घराला कुलूप! चौकशी केली तर समजलं की, मुलीच्या– अमीच्या ॲडमिशनसाठी तो राजकोटला गेला होता.

राणीला भेटायला मंडेरला तर रात्री जायचं होतं. लायब्ररीत गेलो आणि व्हेल-शार्कबद्दल थोडा वेळ वाचलं.

संस्थेच्या कँटीनमध्ये जेवणाची सोय झाली. दुपारी भरतीच्या वाऱ्यात झोपही काढली आणि उन्हं जरा कलू लागली तसा समुद्राच्या काठाकाठानं निघालो. रस्त्यानं जात असलेल्या छकडेवाल्यांनी 'बसा गाडीत' म्हटलं, पण मला समुद्रकाठानं चालायची मजा येत होती.

तासाभरात मंडेरला पोहोचलो. गावात फारसं कुणी दिसलं नाही. अजून सगळे समुद्रावरच कामात गुंतलेले असणार. एका घराजवळ थोडी मुलं बाहेर खेळत होती. मला बघितल्याबरोबर सगळे घरात घुसून लपले.

घराजवळ जाऊन मी त्यांना हाका मारल्या तर सगळे रडकुंडीला आल्यासारखे झाले. मी 'राणीचं घर कुठे आहे' असं विचारलं तेव्हा एक-दोन मोठ्या मुलांना जरा धीर आला.

"पीलूच्या झाडाच्या जवळ." (पीलूच्या झाडाला खूप लहानलहान फळं लागतात.)

"पीलू तर इथं खूप ठिकाणी आहेत." मी म्हटलं, "एकजण बरोबर येऊन दाखवणार नाही मला?"

"भूरिया चल, दावून यऊया." एक जण म्हणाला आणि दोन मुलं माझ्याबरोबर निघाली.

"तुमी मिलेटरीतनं आलायसा?" त्यातल्या एकानं मला विचारलं.

"नाही बुवा! का बरं?" मला हा प्रश्न ऐकून आश्चर्य वाटलं.

"कादरची बोट पकडून नेली, ह्ये मिलेटरीमंदी लिवावं न्हाई लागत?" भूरिया म्हणाला.

मला भयंकर धक्का बसला. कादरच्या बोटीतून तर राणीची पुतणी आणि आणखी काही नातेवाईक यायचे होते. त्याच्या बोटीला काय झालं असेल?

"कोणी पकडून नेलं कादरला?" मी अधीर होऊन विचारलं.

"त्येला एकट्याला न्हाई, त्याच्या आख्ख्या बोटीला. पकिसताणी मिलेटरीवाले नाही का घ्येऊन ग्येले?"

माझ्या अज्ञानाची कीव करावी तशा सुरात भूरिया म्हणाला.

नेव्हल कोस्टगार्डला 'मिलिटरी' म्हणणारी ती मुलं मला आणखी काही सांगणार तेवढ्यात राणीचं घर आलं.

दुरूनच मला घर दाखवून दोन्ही मुलांनी मोठ्यानं हाका मारल्या, "राणीआई, तुमचं पावणं!"(आई हा शब्द आजी या अर्थी तिकडे काही जमातींमध्ये प्रचलित आहे.)

राणी घरातून बाहेर आली तसा मी तिच्या अंगणात गेलो.

ती दोघं मुलं परत गेली. अंगणात मला बघितल्याबरोबर राणीनं स्वागत केलं, "या भाय आनि गोविन्दभाय न्हाई आलं तुमच्याबरूबर?"

"त्यांना मुलीच्या शाळेच्या कामासाठी राजकोटला जावं लागलं."

"आनि त्ये दरबार भाय? (दरबार हा सरदार, जागिरदारासारखा सौराष्ट्रातला किताब. रावतुभा दरबार होते.)"

"त्यांनाही दुसऱ्या कामाला जावं लागलं. मी एकटाच आलोय." मी म्हटलं.

आत्ता इथं रडारड ऐकू येणार अशी अपेक्षा होती, ते तर नाहीच, पण ही स्त्री इतकी शांत आहे, हे बघून मला जरा विचित्र वाटलं. ज्या स्त्रीला घरची माणसं अशी हरवली आहेत त्याचंही काही वाटलेलं दिसत नाही, ती स्त्री पाण्यात राहणाऱ्या एका प्राण्याची चिंता कुठली करणार, असा विचारही आला.

काही वेळ गप्प बसल्यावर मला वाटलं की, मी काहीतरी बोललं पाहिजे, पण

अशा प्रसंगी काय बोलणार? सांत्वन करायला इथं कोणाचा मृत्यू तर झाला नव्हता, मग काय म्हणावं?

मी संभ्रमित अवस्थेत होतो.

शेवटी मी काही म्हणण्यापूर्वी राणीच म्हणाली, ''लय जोराचा वादळवारा आला न् बोट वाऱ्यानं ग्येली त्येंच्या हद्दीत. मंग त्ये काय सोडणार? गोळ्या मारून आवाज क्येलानी अन् बोट घितली ताब्यात. आमी तं नवीला वाट बगत हुतो. तवा पहाटला समजलं की, कादरियाची बोट त्ये म्येले पाकिस्ताणी पकडून घिऊन ग्येले.''

त्या दिवशी संध्याकाळी आमचा निरोप घेताना राणीनं समुद्रावर फोफावलेल्या तुफान वाऱ्याची काळजी का बोलून दाखवली होती, ते आता मला समजलं आणि मग काहीतरी बोलण्यासारखं मला सुचलं.

मी म्हणालो, ''काळजी करू नका. बोट आणि माणसं सुरक्षित तर आहेत ना? आता तर आपले आणि पाकिस्तानचे संबंधही चांगले आहेत. आपण सरकारी लोकांना पत्र लिहू. मिळेल मदत सगळ्यांची, त्यामुळे काही अडचण नाही येणार.''

''अडचण तर आली सुद्दा भाय.'' राणी म्हणाली.

तिचा चेहरा बघून असं वाटलं की, ती एखाद्या मोठ्या संकटाची कल्पना करतेय आणि असं समजतेय की, जी अडचण येणार होती, ती येऊन उभीही राहिली होती. तिला अशी काही बातमी कळलीय की नाही ते मला ठाऊक नव्हतं.

तिच्या बोलण्याला मी काही उत्तर देणार तेवढ्यात राणी म्हणाली, ''आता सरकार तरी काय करणार हाये?''

''नाही हो, आज ना उद्या पण लवकरच सगळेजण परत येतील!''

मी तिला धीर देण्याचा प्रयत्न केला. राणीला माझी कीव येत असल्याप्रमाणे ती माझ्याकडे बघत राहिली.

मी पुढे जास्त बोलू शकलो नाही. राणी समुद्राच्या दिशेला बघत राहिली.

तिनं एक सुस्कारा टाकला आणि पुढच्याच क्षणी ती जे म्हणाली त्या शब्दांनी मला गोठवून टाकलं, ''आज ना उद्या तं पुरुष मान्सं येत्याल वं, बाया न्हाई परत येनार!''

उघड्या पावलात खचदिशी बाभळीचा मोठा काटा घुसून खोलपर्यंत जावा तशी वेदना 'बाया न्हाई परत येनार!' हे ऐकून मला झाली.

राणी जे सांगत होती त्याचा अर्थ लक्षात आला तसा मी सुन्न झालो. जी परिस्थिती होऊ शकते, तिची मला कल्पनाही नव्हती. ती परिस्थिती राणी सत्यार्थानं जाणत होती आणि ते सत्य तिनं स्वीकारलं होतं, तरीही ती क्षुब्ध झाली नव्हती. समुद्रातल्या काळ्या खडकाइतकं कोणी मनानं अडग कसं राहू शकतं, ते मला कळत नव्हतं.

मला वाटलं की, आपण आता इथून जावं.

"राणीबेन, तर मग मी जातो, पुन्हा येईन. शहरातलं तुमचं काही काम करायचं असलं तर सांगा. मी नक्की करेन."

"करायचं, करवून घ्यायचं त्ये समदं तं झालं भाय. जिल्ल्याच्या हापिसातलं साह्येब यऊन ग्येलं, कागदावर लिवून घ्येतलं, समदं जालं. ही उबी हाये ना सरपंच तुमच्या म्होरं, तिनं समदं लिववलं. आता फकस्त वाट पगायची ऱ्हाइली." आणि मग राणी पुढे म्हणाली, "पण या साऱ्यामंदी तुमी कशापाई निगून जातायसा? कोळीवाड्यात निरूप धाडलाय. येतीलच यवड्यात."

संध्याकाळपर्यंत एकेकजण आले. छोटंसं अंगण भरून गेलं. राणीच्या घरातून चौदा-पंधरा वर्षांचा एक मुलगा चहाची किटली आणि बशा घेऊन आला. प्रत्येकाच्या हातात बशी देऊन त्यानं त्यात चहा ओतला. सारं यंत्रवत् चाललं होतं.

सगळे आले आहेत आणि पाहुणचार करून झाला आहे, असं बघून राणी मग बोलू लागली, "भायहो, खोल दरियात जानाऱ्यानं कंदीबी खोटं बोलायचं नसतं, ठावं आये तुमास्नी. तवा खरं सांगा. ह्ये मोटे मगर म्हन्त्यात त्ये मासे आख्खं वरीस मिळत्यात की फकस्त आत्ताच?"

"आत्ताच. मंगशानी न्हाई मिलत. निगून जात्यात." दोन-तीन आवाज आले.

"तं मंग ह्ये भाय आल्यात त्येन्ला ठावं हाये की, मासा कुठं ऱ्हातो. त्ये म्हंत्यात, मगर मासा हतं न्हाइ ऱ्हात, दुसऱ्या समुंदरात ऱ्हातो."

"दक्षिणेतल्या समुद्रातून येतो." मी म्हटलं.

"हां" मच्छीमारांमधून उत्तर आलं.

"तं मंग आयका भायहो, आसं समजून घ्या, की हतं येत्यात ते मगर मासे न्हाई येत, त्यांच्या पोरीबाळी यत्यात. पोटुशा असत्यात. त्या पोरांना जनम द्यायला हतं येत्यात."

मी राणीची समजावायची पद्धत बघतच राहिलो.

राणी जरा थांबली. दूर दिसणाऱ्या समुद्राकडे पाहात राहिली- जणू खूप दूरच्या क्षितिजावर ओळखीची बोट दिसतेय का बघत असावी. तिच्या मनातलं असह्य दुःख आता तिच्या चेहऱ्यावर स्पष्ट दिसत होतं.

मग ओढणीच्या टोकानं डोळे पुसत तिनं मच्छीमारांकडे बघितलं आणि म्हणाली, "बाळंतपनाला पोरगी आली आनि तिला पोटातल्या पोरासकट पकडलं तर बराबर?"

ऐकणारे सगळे एकमेकांकडे न् राणीकडे चुपचाप बघत राहिले.

राणी पुढे म्हणाली, "तुमचा सवारथ असनार, तुमचा वेपार-धंदा असतो, म्या न्हाय म्हनत न्हाई, पन म्हायेरी येनाऱ्या दोन जिवांच्या लेकींना कितीबी पैका

मिळाला तरी कोनी मारल? ती जगाच्या मंदिराची धजा तिकडं हाये, (द्वारकाधीशाची) हितं असं करावं? बोला भायहो, तुम्ही ज्याला मानत असाल त्या देवाला, अल्लाला, पीराला आठवा आनि ह्ये भाय आल्यात त्येंना सांगा काय त्ये, मंजी जालं.''

तिथे आलेले सगळे खाली माना घालून गप्प बसून होते.

मला कोणाचंही उत्तर नको होतं आणि कोणालाही उत्तर द्यायची जरूर वाटत नव्हती.

राणी मला म्हणाली, ''जालं तं मंग भाय?''

''हो.'' राणीच्या सुज्ञपणानं मी जणू स्तिमित झालो होतो.

आतून येणारी ही समज– 'लोकल विज्डम' हिचा उपयोग मॅनेजमेंटमध्ये होऊ शकेल का कसं, त्याविषयीचा माझा निष्कर्ष कदाचित सकारात्मक असेल. ही टिपणं करून मी काही शिकेनही, पण रात्रीच्या काळ्या आकाशाखाली, चमचमणाऱ्या चांदण्यांच्या अंधूक उजेडात या मौन बसलेल्या सगळ्यांच्या पायांवर हात ठेवून मी कबूल करतो की, राणीच्या साध्या सरळ शहाणपणाचा जो परिणाम झाला, तो वर्षानुवर्षं अभ्यास केल्यावरही मी घडवू शकलो नसतो, कारण केवळ एवढंच की, मी हे जाणून घेतलेलं, शिकलेलं आहे, पण स्वत:ला अडाणी समजणाऱ्या राणीच्या पिढ्या न् पिढ्यांच्या अनुभवानं रक्तात उतरलेला हा साधा, सरळ विवेक आहे.

रेवतुभांचं बरोबर होतं!

■

वर्षा अडालजा :-
अनेक वेगवेगळ्या विषयांवर, पूर्ण अभ्यास करून, सुंदर ओघवत्या भाषेत उत्तम कथा-कादंबऱ्या वर्षाबहेन लिहीत आल्या आहेत. अनेक कौटुंबिक समस्या मग त्या पतीपत्नींच्या असोत, वृद्धांच्या असोत, अविवाहित किंवा घटस्फोटित असोत त्या अतिशय कौशल्यानं हाताळतात. कुष्ठरोग्यांच्या आयुष्यांवर लिहिलेल्या 'अणसार' ह्या कादंबरीला केंद्रीय साहित्य अकादमी पुरस्कार व इतर बरेच पुरस्कार मिळाले. वृद्धाश्रमात मुलानं आणून टाकलेल्या जोडप्याची कथा 'अंकुर', वैवाहिक जीवनातल्या पत्नीच्या घुसमटीवरची 'वावली' ह्यांखेरीज 'आजा पिया' ही वेगळीच कथा आपल्याला खेड्यातून पळून आलेला मुलगा कुंटणखाण्यात अडकतो, त्याच्या जगात नेते.

आजा पिया...

एका जोरदार धक्क्यानं काशी गाठोडं फेकल्यासारखा खोलीत फेकला गेला.

धट्टाकट्टा गोविंदराम त्याच्यावर वाकून उभा होता. खूप दुखत होतं. त्यानं दात घट्ट आवळून धरले. गोविंदरामनं डोळे फाडून चोहीकडे बघितलं.

कोणी येताना दिसलं नाही, तेव्हा घोगऱ्या आवाजात तो ओरडला, "कुठे मेलात सगळ्या?"

काशीनं डोळे घट्ट मिटून घेतले आणि कासवासारखं अंग चोरून घेतलं– पाय, डोकं, काही दिसणार नाही असं. श्वाससुद्धा अगदी कसाबसा घेत होता, तरीसुद्धा छातीत धडधडत होतं. बरगड्यांमध्ये जोरात लाथ बसली.

"अबे मर गया क्या?"

पुन्हा मार बसेल ह्या भीतीनं काशी किंचाळला आणि आपण जिवंत असल्याचा त्यानं पुरावा दिला. घोगरा

आवाज खदाखदा हसला.

"कबुतर जिंदा है. नहीं मरा तो साला एक दिन मरेगा! ओऽ चिडिया! कहां गई?"

'चिडिया? अरे देवा! ह्यानं पकडून कुठं आणलंय आपल्याला?

ट्रेनमधून उतरून मुंबई स्टेशनवर पाय टाकताच त्याला धसकायला झालं होतं. केवढं मोठ्ठं स्टेशन आणि किती आगगाड्या! अगदी पिक्चरमध्ये पाहिलं होतं तस्संच. दोन पायांमध्ये गाठोडं दाबून धरून, घाबरून गारठून गेल्यासारखा तो बाकावर बसून राहिला होता. माणसांची टोळकीच्या टोळकी हे एवढालं सामान घेऊन घाईघाईनं कुठे कुठे जात होती. तो कुठे जाणार?

हिंमत करून घरून पळाला होता खरा, पण आता ही ओसंडून वाहणारी गर्दी बघून सगळी हिंमत आणि स्वप्नं कुठल्याकुठे पळाली होती. एक तगडा, उंच माणूस समोरून डुलतडुलत चालत येत होता.

काशीनं त्याला घाबरत-घाबरत विचारलं, "वापस जानेकी गाडी कब मिलेगी?"

झालं! जणू काही काय भलतंसलतं विचारलं असावं, तसा त्या माणसानं झपकन त्याचा हात पकडला आणि आपला चालायलाच लागला! सिंहाच्या जबड्यात डोकं गेलं असावं, तसा तो भीतीनं पार आखडून गेला. सामानासारखा फरफटत थेट स्टेशनाच्या बाहेर आला तेव्हा हात सोडवून घ्यायचा प्रयत्न करून पाहिला. हातोड्यासारखा हात जोरात गालावर असा बसला, की केव्हा त्याला गाडीत टाकला आणि गाडी वेगानं जणू काही उडत निघाली, काही भानच राहिलं नाही.

गाडी थांबली. लाकडाच्या जिन्यावरून पोत्यासारखा उचलून आणून त्याला ह्या खोलीत फेकला होता आणि हा भयंकर माणूस आता त्याला मारून टाकायच्या धमक्या देत होता.

विहिरीतून पाणी काढायच्या रहाटाला गुंडाळलेल्या दोराला बांधल्यासारखा सर्रसर्र विहिरीत बुडवलं असावं, तसा भीतीनं त्याच्या अंगावर काटा आला.

काशीला वाटलं की, जोरात किंचाळलं पाहिजे, पळून गेलं पाहिजे, पण जमिनीत खिळे ठोकून अडकवल्यासारखा, तो अंगाचं मुटकुळं करून पडून राहिला.

छमछम, छमछम असा मधुर झंकार त्याला जवळून ऐकू आला. हसणं ऐकू आलं तेही छोटेछोटे घुंगरू बांधले असावेत तसं. हे आता आणखी काय होतं? मनातल्या मनात तो रामराम म्हणू लागला.

"इसकी गठरी तो खोलो!"

दोन कोमल हात त्याच्या अंगावर फिरू लागले. हे हात त्या राक्षसाचे तर नव्हते. पेटारा उघडल्यासारखं दोन हातांनी त्याचं तोंड वर केलं, पाय सरळ केले, तो उताणा झाला आणि कळ दाबावी तसे त्यानं डोळे उघडले.

पेट्या, ट्रंका, पिशव्या, आरशांनी खचाखच भरलेल्या भिंती असलेल्या खोलीच्या मध्ये तो पडला होता.

तीन-चार मुली त्याच्याभोवती गोळा झाल्या होत्या. तो उठून बसला आणि बावळटासारखा सगळ्यांकडे बघायला लागला. मुलींचे कपडे चुरगळलेले आणि कसलेतरीच होते. चेहऱ्यांवर थापलेल्या पावडरचे लपेटे आणि रंगाचे धब्बे फिक्के पडले होते.

एका मुलीनं त्याच्या गालावरून हात फिरवला, तसा डोळे वटारत तो मागे सरकला. एकमेकींना टाळ्या देत त्या सगळ्या हसल्या.

"गोविंदराम, तुम बराबर बोले. हाय रे कबुतर!"

पुन्हा सगळ्या मुली हसल्या. तो काय बोलणार?

"किधरसे उडके आया मेरी जान?"

"चिकना है!"

एका मुलीनं त्याच्या ओठांच्या वर बारीक लव फुटली होती, त्यावर हात फिरवला.

"गोविंदराम, किधरसे उठा लाया?"

"स्टेशनसे पकडा."

एकीनं उसासा टाकत हळूच म्हटलं, "फिर वही दास्तान!"

दुसरीनं ठसक्यात पावलानं ठेका देत म्हटलं, "पर ये तो लडका है! क्या करोगे उसका?"

गोविंदराम मोठ्यानं होऽ होऽ करत हसला. काशी घाबरला.

"सुन रे! मैं इधर आया था ना, तो इससे भी छोटा था. तुम सब लडकियोंको सम्हालो और बहारका काम भी देखो. नहीं होता अब मेरेसे. ये लडका तुम्हारा खास लडका समझो, सिर्फ तुम्हारा काम करनेका. खूश?"

मुलींनी एकमेकींना खूश होऊन टाळ्या दिल्या. एक मुलगी खाली बसली.

"डरता कायकू रे? खाना मिलेगा, कपडा, सब कुछ. देख, मैं रेहाना, ये कुसुम, वो चंपा, तेरी बाजूवाली मधू, ये सबसे छोटी नर्गिस. नंदा और बुलबुल किधर है?"

तो मुटकुळं करून गुडघ्यांभोवती हात बांधून बसून होता. त्याला काय करायचं होतं त्या कुसुमशी का मधूशी?

इथून जाऊ दिलं एकदाचं तर सुटलो.

गोविंदरामनं मोठ्यानं हाक मारली, "बुलबुल!"

फास टाकल्यासारखी ती हाक होती. ती ऐकल्याबरोबर बुलबुल आणि नंदा धावत आल्या. दोघी टकामका काशीकडे बघत राहिल्या. गोविंदरामनं विडी पेटवली.

"चल ऊठ! इथं काय तुझ्या बापाच्या लग्नाला आलायस? और तुम सब?

हाय अल्ला- भूतनी लगती हो! कभी तो होता है, तुम्हारे पास आदमी लोग आताच क्यूं?''

कोणीतरी टहुकलं, ''हां? रातको यहांका नजारा क्या होता है? हं:! बोला! तुम्हारे पास आदमी लोग आताच क्यूं? नीचे गाडीकी लाईन लगती है!''

''हां भई हां, चलो चलो, देख लिया ना नमूना!''

भुर्ररदिशी सगळ्या उडून गेल्या, पण मधू त्याच्याजवळ बसून राहिली होती. गोविंदराम काशीच्या अंगावर वाकला, बंदुकीच्या गोळीसारख्या निर्दय डोळ्यांनी काशीकडे रोखून बघत राहिला.

गोविंदरामनं त्याचा कान पकडला आणि चावी फिरवल्यासारखा गोल फिरवला. त्याच्या गळ्यातून तडफडणारी किंचाळी बाहेर पडली.

मधूनं त्याचा कान सोडवत म्हटलं, ''अरे छोड! बच्चा है, मार डालेगा क्या?''

''बच्चा? ये? अरे पक्का है! गांवके लडके उस्ताद होते हैं। काशी, समझ ले, तू अब जेलमें बंद! अगर भागनेकी कोशीश की, तो सीधा उपर 'रामनाम सत्य है!' मधु, समझा दे उसे.''

दाणदाण पावलं टाकत तो गेला, त्याबरोबर इतका वेळ कसाबसा आवरून धरलेला अश्रूंचा पूर वाहू लागला. गुडघ्यात डोकं खूपसून तो रडू लागला. त्याच्या पाठीवर हळुवार हात फिरू लागला. कळा येणारा कान मृदू हातांनी कुरवाळत मधूनं त्याचा चेहरा वर केला आणि डोळे पुसले.

''बहोत दुखता है?''

पुन्हा रडण्याचा जोरात उमाळा आला. कुठल्या वाईट घडीला दुर्बुद्धी झाली घरून पळून येण्याची? सावत्र आई काम खूप करायला लावायची, पण पोटभर खायलाही द्यायची. शेणामातीनं लिंपलेलं, छान उजेड असलेलं त्याचं घर, आटू लागलेली का होईना पण नदी, गावाजवळच्या डोंगरावरचा किल्ला, त्याच्यावर उगवलेल्या झाडांवर चढाय-उतरायच्या मित्रांबरोबरच्या पैजा हे सगळं एकदम आठवलं.

एक दिवस किल्ल्याच्या डोंगरावर खेळत असताना साप चावला. तो कसाबसा वाचला, पण नंतर मानं बदडून काढलं होतं. त्या रागावर मनाशी ठरवलं होतं की, पळून जायचं. इंद्रधनुष्याचे सातही रंग डोळ्यातल्या स्वप्नांमध्ये भरून घेऊन तो निघून आला होता.

कान दुखत होता. गोविंदरामचे लालसर बटबटीत डोळे आणि पुढे आलेला खालचा ओठ त्याला समोर फणा काढत दिसत राहिले. खच्चून सामान भरलेली, रंग उडालेली ती खोली, 'काशी, तू अब जेलमें बंद!' भोवतालचं सगळं गोलगोल फिरत त्याच्या अंगावर पडलं असावं आणि त्याखाली तो चेंगरला असावा, तसा तडफडत तो रडायला लागला.

मधू घाबरून पुन्हा त्याच्याजवळ आली आणि तिनं त्याच्या तोंडावर हात दाबला.

"चुप हो जा. गोविंदरामको रोना बिलकुल अच्छा नहीं लगता. मैं भी तडप तडपके रोई थी, देख."

न संकोचता मधूनं आपला पायजमा वर केला. बिलकुल लव नसलेले, गोरे, मऊ पाय. त्यांच्यावर काळे डाग होते.

तो डोळे फाडून बघत राहिला. मधूनं फटकन पायजमा खाली केला. डाग दिल्याचे ते डाग होते, हे तर लगेच समजत होतं. गावात एकदा हीरूच्या अंगात भूत आलं होतं, तेव्हा तिला असे डाग देताना त्यानं आपल्या डोळ्यांनी पाहिलं होतं.

काशीचा थरकाप झाला. त्याला आता एवढं समजलं होतं, की हा सांडासारखा गोविंदराम चुटकीसरशी काहीही करू शकतो. मधू पाणी घेऊन आली, ते त्यानं गटागटा पिऊन टाकलं. किती तहान न् भूक लागली होती त्याला.

मधूनं त्याला हात धरून उभं केलं आणि ती चालू लागली. स्वयंपाकघरात घेऊन गेली. ताट वाढलं. तो भराभर घास घेऊ लागला. दुसऱ्या दोन मुलीही जेवत होत्या. कोण जाणे काय नावं होती त्यांची. मधूकडे बघून डोळे मिचकावत हसत होत्या.

काशीच्या घशात घास जणू अडकला. मुलींनी हे असले कपडे घालायचे, खी खी करून हसायचं, डोळे मिचकावायचे, हे काय चांगलं म्हणायचं? एकीचीसुद्धा आई कशी दिसत नाही?

त्याची धाकटी बहीण तर दहा-अकरा वर्षांचीच होती, पण माचं तिच्यावर बारीक लक्ष असायचं.

"असं नाही बसायचं.", "फ्रॉक नीट कर." ती मोठ्यानं हसली तरी आईला आवडत नसे.

गोविंदराम इतक्या सगळ्या मुलींचा बाप होता? कोण जाणे! त्यानं ताट चाटूनपुसून स्वच्छ केलं. गटागटा पाणी प्यायला. मधू त्याला पुन्हा खोलीत घेऊन गेली.

"देख काशी, इधर बैठ. किधर जाना नहीं. तेरेकू सब समझमें आ जायेगा, ठीक?" ही एक मधूच काय ती दोन शब्द नीट बोलली होती, जेवू घातलं होतं. शहाण्या मुलासारखा तो एका कोपऱ्यात बसला.

'देवा रे!' असं पुटपुटत मधू गेली. मुटकुळं करून बसल्याबसल्या त्याचा केव्हा डोळा लागला त्याला कळलंच नाही.

धपकन त्याच्या अंगावर काहीतरी पडलं. दचकून तो जागा झाला. नक्कीच किल्ल्याच्या खिंडारात कुठेतरी तो झोपून गेला होता आणि त्याच्या अंगावर साप... घाबरून किंचाळत उडी मारून तो उठून उभा राहिला, खोलीच्या बाहेर पळाला.

बाहेर लहानसा व्हरांडा होता. त्याच्या उजव्या बाजूचा हॉल खूप सजवलेला होता आणि दिव्यांच्या उजेडानं झगमगत होता.

तो बघतच राहिला. गाद्या, तक्के होते, त्यांवर थोडे पुरुष बसले होते आणि सकाळी बघितलेल्या मुली पिक्चरमधल्या सारखे नखरे न् हावभाव करत गात होत्या, 'आजा पिया, तोहे प्यार दूँ –'

सकाळी अवतार असलेल्या त्या सगळ्या मुलींनी छानछान कपडे घातले होते. किती छान दिसत होत्या!

त्याचा बाप चेतूच्या बायकोच्या झोपडीत कधीकधी जायचा. आई छाती पिटून रडत शिव्याशाप द्यायची. पंचायतच्या ऑफिसात व्हिडिओवर 'पाकिझा', 'मुकद्दर का सिकंदर' पाहिले होते. आहा! काय नाचतात मीनाकुमारी आणि रेखा! पण आई पिटून काढायची.

तो मटकन खाली बसला. एकदम सगळं काही त्याच्या लक्षात आलं. चेतूच्या घराकडे नुसतं बघायचंही नाही, असं आईनं बजावलं होतं.

ती म्हणायची, "रौरव नरक आहे तो, किडे पाडेल देव अंगात." एकदा तर वडिलांच्या मागे लपतछपत जाऊन झोपडीत बघून आला होता. त्यानंतर रात्रभर स्वत:चे हातपाय पुन्हापुन्हा बघत बसला होता की, अंगात किडे पडतायत की काय?

आणि आत्ता तर तो साक्षात नरकात बसला होता, तिथेच जेवलाही होता. बापरे! पुन्हा अश्रू वाहू लागले.

'गोरी बैंयाका हार दूँ'

असं गातगात एक मुलगी एका पुरुषाच्या मांडीवर जाऊन पडली आणि तिनं दोन्ही हात त्याच्या गळ्यात टाकलेन. हसणं, खिदळणं चालू होतं.

तो पुरुष त्या मुलीला घेऊन उठला आणि तिचा हात पकडून तो बसला होता त्याच खोलीत दोघं यायला लागले. ती मुलगी चिडून काशीवर ओरडली, "एऽऽ! बाहर निकल!"

"कौन है?"

"जाने दो ना! तुमको क्या करना है? है एक नया कबुतर!"

तो चटदिशी बाहेर निघाला. दार बंद झालं. नाचगाणं चालू होतं, त्या खोलीच्या बाहेर रस्त्याच्या बाजूला एक व्हरांडा होता. खिडकी उघडी होती आणि तिथून उजेड येत होता. तो खिडकीपाशी उभा राहिला.

'किती वाजले असतील रात्रीचे? घरी सगळेजण गाढ झोपले असतील. मा सगळ्या मुलांना ओळीनं झोपवायची आणि मोठ्या चादरीचं एक पांघरूण घालायची. ते पांघरूण इकडून तिकडे खेचण्याची किती मजा यायची! हसणं खिदळणं, धमाल, दंगामस्ती. मा चिडून शिव्या घालायची, त्याही गोड वाटायच्या!'

काशीला घरची खूप खूप आठवण झाली.

खिडकीतून उडी मारून पळालो तर?

तो खाली डोकावला, रस्ता खूपच खाली होता. तो खिडकीला चिकटून उभा राहिला. खाली एक चढ असलेली उंच जागा होती. म्हणजे ह्या रस्त्यावर पूल होता? त्याच्या कठड्यावर खूप लोक बसले होते. नटलेल्या-सजलेल्या मुली हिंडत होत्या. खूप वर्दळ होती, जणू भर दुपार होती! कोणीकोणी वर खिडक्यांकडे बघत शिट्ट्या वाजवत होते.

डोकं धरून त्यानं बसकण मारली. डोक्यात सणका येत होत्या. तहानेनं अन् भुकेनं तो व्याकूळ झाला होता आणि ह्या नरकात अडकल्याचं दुःख तर अपार होतं.

गोविंदरामचा भयंकर कुत्र्यासारखा चेहरा नजरेसमोर आला. त्यानं चोहीकडे नजर टाकली, तो कुठे दिसला नाही. पोरी नाचण्या-गाण्यात गुंतल्या होत्या. कोणाचंच त्याच्याकडे लक्ष नव्हतं. कदाचित त्याला विसरलेही असतील सगळे.

'भाग बच्चा काशिनाथ! नहीं तो... अंगात किडे पडतील किडे! भावंडं तिकडे रडत असतील तुझी आठवण काढून.'

तो उठून उभा राहिला. हळूच खोलीत डोकावला. इतर मुलींबरोबर मधूही नाचत होती. जिना तर त्याच्यासमोरच होता, सकाळी त्याच्यावरूनच तर त्याला वर आणला होता.

परमेश्वरा! कोणाचं माझ्याकडे लक्ष जात नाही एवढं बघ! हळूच गुपचूप उतरून जायचं. रस्त्यावर तर सगळे अनोळखी लोक. त्याला कोण ओळखणार? तो असा जोरात पळ काढेल, की बस!

"एऽ काशी!"

पळ, जीव घेऊन पळ! तो जिन्याकडे पळाला तेवढ्यात त्याच्या पायात कोणीतरी पाय अडकवला. तो चेंडूसारखा उसळून पडला आणि रडू लागला. त्याच्या ओठांवर कोणाचा तरी हात दाबला गेला.

चमकून त्यानं बघितलं, तर मधू. आत्ता तर आत होती आणि एवढ्यात इथे?

मधूनं हात पकडून उभा केला आणि आतल्या खोलीत आणून बसवला.

"भागनेका सोचता है?"

त्यानं मधूकडे बघितलं. काळेभोर डोळे, जास्वंदीच्या फुलासारखे लाल ओठ. मोगऱ्याच्या सुगंधाचा घमघमाट.

"तुमने मुझे क्यूं पकडा?" तो रागानं म्हणाला.

"पागल मत बन. नीचे गोविंदरामकी चौकी होती है. हड्डीपसली टूटेगी, देख." हात पकडून ओढून तिनं त्याला उभा केला आणि खिडकीजवळ घेऊन आली.

"वो नीचे दिखता है सब लोग? खानेपीनेकी लारी, गल्ला, पानकी दुकान, टॅक्सीवाला, सबका सब चौकीदार है काशी. यहाँ जब नया कबुतर आता है, सबको

पता चल जाता है. चल, कुछ खा ले.''

घटकाभरात काशीच्या डोळ्यांतली नशा उतरली. मधू काशीचा हात पकडून त्याला स्वयंपाकघरात घेऊन गेली. गॅसवर आमटी गरम करायला ठेवली. फ्रिजमधून थंड ताक काढून दिलं, तेवढ्यात बाहेरून तिला हाक मारली गेली. गॅस बंद करून त्याला खुणेनं सांगून ती निघून गेली.

जेवून घेतल्यावर काशी तिथंच आडवा झाला. आज नाही तर उद्या ह्या तुरुंगाचे गज तोडून तो नक्कीच पळून जाणार होता.

टेपरेकॉर्डरमध्ये कॅसेट्स बदलत राहतात. नवी-जुनी गिऱ्हाइकं रात्री उशिरापर्यंत येत राहतात. घुंगरू छुमछुम वाजत राहतात. चकचकीत नव्यानव्या मॉडेल्सच्या गाड्यांमधून अंधाराचा बुरखा घालून साहेब लोक उतरतात आणि जिना चढून वर येतात.

रिक्षाही इथं येऊन थांबतात. 'आ जा पिया' गाणं मोहक नखरे करत गात राहिलं जातं.

तीन मजल्यांची ती जुनी अंधारी इमारत रात्री आळस झटकून नवयुवतीच्या शृंगारानं सजते.

मुंबईच्या प्रख्यात फ्रेंच ब्रिजचा तो भाग रात्री मेळा भरला असावा तसा जिवंत होतो. मस्ती, मस्करी, चित्रपटांच्या लोकप्रिय गाण्यांचे सूर आणि उघडणाऱ्या, बंद होणाऱ्या दारांचे आवाज घुमत राहतात.

मधू म्हणते ते खरं आहे. ह्या तुरुंगाचे अदृश्य गज खूपच मजबूत आहेत. काशीला इथून सटकणं फार अवघड आहे. सगळ्यांच्यासारखा आता त्याचा दिवसही रात्रीच उगवतो.

''काशी, पळ बरं. एक चिकन बिरयानी.''

''साबको ब्लॅक लेबल मंगता है काशी.''

''काशी इधर'', ''काशी उधर.''

काशी रेहानाचे नखरे बघत राहतो. बुलबुलचं कंबरेत लचकत, मुरडत चालणं, मधूचा आकर्षक, ऐटबाज अभिनय.

काशीवर हळूहळू मुंबईचा हा रंगेलपणा चढू लागतो. खोलीच्या बाहेरच्या कोपऱ्यात लपून तो मजेत सिगारेट ओढत राहतो. पँटच्या खिशात बक्षिसाच्या नोटा.

गोविंदराम त्याच्यावर खूश आहे.

त्याच्या पाठीवर एक थाप मारत म्हणतो, ''कबुतर शैतान बन गया है! ये जिन्दगीका नशा है काशी, कभी उतरता नहीं है! तूने भी अब पी ली है!''

काशीला त्याचं म्हणणं समजतं, ते बरोबर आहे हे त्याला ठाऊक आहे. संध्याकाळ होते आणि मुली नटायला-सजायला लागतात, काशीला नशा चढायला लागते.

तो खोलीत गाद्या टाकतो. गाण्यांच्या नव्यानव्या कॅसेट्स लावतो.

ॲश ट्रे, काड्यापेट्या, नॅपकिन्स, सगळं टिपटॉप.

मुली काशीला हाका मारत राहतात, "काशी मेरी चूडी किधर है?"

"काशी ये पायलकी कडी लगा दे..."

अंधाराच्या शरीरावर कोड आल्यासारखे दिवे प्रकटायला लागतात आणि लालगुलाबी मेकअपचे थर चढायला लागतात.

काशीचे पाय थिरकायला लागतात. खालच्या, वरच्या मजल्यांवरून फिल्मी गाणी वाजायला लागतात.

वाढत्या आवाजांच्या गोंगाटात आईची हाक, भावंडांचं खळखळून हसणं, अंगणात बसून फुर्रफुर्र करत मातीच्या वाडग्यातनं चहा पिणारे बापूजी, किल्ल्याचा डोंगर, सगळं काही जणू जमिनीत गाडलं जातं.

ताल देत, हातवारे न् नखरे करत तोही गायला लागतो, "पिया तू अब तो आजा..."

गोविंदराम त्याच्या पाठीवर थाप मारत म्हणतात, "साला! तू तर पक्का निर्ढावलास की!"

एक दिवस हिंमत करून काशीनं विचारलंच, "गोविंदराम, तुम्ही गुजरातीच आहात. कुठल्या गावचे? इथं केव्हा आलात? तुमची कुळदेवी कुठली?"

रोजच्यासारखं रागावण्याऐवजी गोविंदराम उदास झाला होता.

"बच्चा, इधर कौन गुजराती, कौन मद्रासी, नेपाली? इधर दो जात– औरत और मरद. तुमसेभी छोटा था, तब फूटपाथपरसे मेरेकू उठाके लाया था."

"सच?"

"नहीं तो? और अब देख, मै पहेलवान. इधरकी मॅडम मर गयी तो मॅडम बिगरच मैं कोठा चलाया. अब तू भी बन जा मर्द."

काशी उभा थरथरला.

"मैं मर जाऊंगा, तब तू इधरका पहेलवान बन जाना."

"नाही, नाही. काहीतरीच काय बोलताय?"

गोविंदरामचा असा फिक्का पांढराफट्ट पडलेला चेहरा तर त्यानं कधीही पाहिला नव्हता.

त्यांनी त्याला जवळ घेतला.

"बच्चा काशी, तू नहीं तो कौन? इधर जो आया, उसकी सगाई खतम. न भाई, न बहेन. फिर तू भी कोई चिडिया पकड लेना."

आता काशी रोज रात्री खोलीजवळ बसून नाचगाण्याच्या तालावर डोलत असायचा. सिगारेटी ओढत असायचा. ओठांवरची लव दाट होत चालली होती.

कानात खोचलेल्या अत्तराच्या बोळ्याच्या सुगंधासारखा गोविंदरामच्या शब्दांचा

सुगंध दरवळू लागला होता, 'इधर दो जात – औरत और मरद'

त्याचं शरीर ताठर होऊ लागलं होतं. होय, तो पुरुष-मर्द होता! ह्या सगळ्या स्त्रिया आणि त्यातली मधू.

तिचे डोळे, तिची कंबर, घुंगरू बांधून देताना होणारा तिच्या गोऱ्या पायांचा कोमल स्पर्श.

मधू औरत, तो मर्द. ह्या कोठ्याचा तो मालक होईल, पैसे मिळवेल.

मधू मॅडम आणि तो पहिलवान. मग तो गावी पैसे पाठवेल. त्या पैशांमधून त्याचे बापू त्याच्या धाकट्या भावंडांना शिकवतील.

भिंतीला टेकून उभा राहिलेला तो तसाच सरकत जमिनीवर पसरला. डुलकी लागली.

बंद डोळ्यांसमोर दिसू लागलं– गावाकडचं निळं आकाश, शेणामातीनं सारवलेलं खूप उजेड असलेलं घर, अंगणात खाटेवर बसलेली मा- 'बेटा काशी, तुला मारायला मला आवडत नाही रे! पण तू नीट शिकून-सवरून कोणीतरी मोठा हो. तू सगळ्यात मोठा. तुझा बाप तर त्या चेतूच्या बायकोच्या मागे. पण तू तसा होऊ नको. तू चांगला माणूस हो, तो नरक आहे, तिकडे जाईल त्याचा जीव नरकात जाईल....'

"अबे काशी ऽ!"

मोठ्यानं हाक मारली गेली. त्यानं डोळे उघडले. तो उठून उभा राहिला. गिऱ्हाइकानं एक शिवी हासडत रिकामी काड्यापेटी फेकली.

काशी धावत खाली गेला. पानाच्या गल्ल्यावरून काड्यापेटी घेतली.

पहिल्या मजल्यावरची रीटा गिऱ्हाइकाचा हात पकडून उभी होती. पानवाल्यानं त्याच्याकडे बघत डोळा मारला.

गिऱ्हाइकानं रीटाला धक्का देत टॅक्सीत बसवली. टॅक्सी निघून गेली.

तो बघत तिथेच उभा राहिला. जेव्हा म्हणून रीटा दिसायची, त्याला चंपाची आठवण व्हायची.

मा म्हणायची, 'चांगला माणूस हो, तुझ्या बहिणीचं- चंपाचं लग्न करून दे.'

"एऽ काशी! क्या देखत रे? रीटा पर दिल आ गया क्या?" खी खी हसत पानवाल्यानं विचारलं.

काशी भराभरा तिथून निघाला.

"आजा पिया, तोहे प्यार दूँ..."

वरून गोड आवाजातले सूर वाऱ्याची झुळुक यावी तसे वाहात आले.

मधू, रीटा, चंपा...

हातात काड्यापेटी घेऊन तो जिन्यापाशी उभा राहिला.

■

अंकुर

प्रार्थनागृहात आज फार माणसं नव्हती. हरिदास आणि शोभानं भोवताली नजर टाकली. नाहीतरी इथे होती कुठं फार माणसं?

पंचेचाळीस कॉटेजेसपैकी काही रिकामी-च होती. काही काहींमध्ये एकेकटंच कोणीकोणी राहात होतं आणि काहींमध्ये त्यांच्यासारखी जोडपी.

सकाळच्या प्रार्थनेची वेळ तशी उशिराचीच होती– सात-साडेसातची. उशिरा उठलं तरी येता येत असे, पण सगळेजण प्रार्थनेसाठी एकत्र जमलीयत, असं कधी होतच नसे.

कुणाची तब्येत जरा नरम असायची तर, कुणाला त्या दिवशी देवाशी संवाद करायचा मूड नसायचा!

हरिदासनासुद्धा आज इथे यायची इच्छाच नव्हती आणि नव्हती तर नव्हती, शोभानं तरी का आग्रह धरावा, त्यांनी

आलं पाहिजे असा?

सकाळी त्यांनी प्रार्थनेसाठी जायला नकार दिल्याबरोबर ती कॉटवर बसून राहिली होती.

"पण तू जा की! नाही तो हट्ट का? मी नाही गेलो तर तुझं तुला नाही जाता येत?"

डबडबलेल्या डोळ्यांसमोर पुसट दिसणाऱ्या पतीकडे ती बघत राहिली आणि हळूहळू तिची मान खाली गेली.

"झालं! ही रडून आपलं ते खरं करायची तुझी सवय आहे ना, ती मला पहिल्यापासूनच आवडत नाही, ठाऊक आहे ना तुला? का म्हणून मी प्रार्थना करू? अं? का म्हणून? 'त्यानं' ऐकली असती प्रार्थना आपली, तर आज इथं असतो का आपण?"

पण मनातला अग्नी अश्रूंनी विझला नाहीच, उलट छातीत धूर कोंडला असावा तसं गुदमरायला झालं. हरिदासांनी मग खिडकीत अडकवलेली काठी काढली आणि चपला घातल्या. शाल पांघरून घेऊन शोभा नवऱ्याबरोबर निघाली.

दार ओढून घेऊन दोघं बाहेर पडली तशी आसपासची वैराण भूमी एखाद्या हिंस्र जनावरासारखी जणू त्यांच्या अंगावर आली. घडीभर दोघं तसेच उभे राहिले.

शोभानं नवऱ्याच्या हाताला नुसता स्पर्श केला. बोलायसारखं होतंच काय? सुखदु:खांच्या ऊन-सावलीत बेचाळीस वर्षं दोघं बरोबर चालली होती, पण आज हा प्रार्थनाखंड जणू किती योजनं दूर होता!

मग हळूहळू दोघं चालू लागली. एकदम वाऱ्याचा झोत आला आणि शोभा थरथरली. तिनं शाल अंगाभोवती आणखी नीट गुंडाळून घेतली.

प्रथम तर लक्षातच आलं नाही, अशा तऱ्हेनं कुशनं सगळ्याची सुरुवात केली होती. बोलताबोलता तो वरचेवर सांगू लागला होता की, आणखी दोन-तीन वर्षं तरी प्रमोशन मिळायची शक्यताच नव्हती.

"ऑफिसमधलं पॉलिटिक्स हो पप्पा, दुसरं काय?" आणि कधी म्हणायचा, "केवढी महागाई वाढलीय! आता तर स्वप्नातसुद्धा मोठं घर घेता येणार नाही! लवला अमेरिकेत शिक्षणासाठी पाठवायला तुम्ही भरूचचं घर विकलं नसतंत तर आज त्या घराचे पैसे इथे प्रॉपर्टीमध्ये घालता आले असते..."

मग तर लागोपाठ दोन मुलींचा जन्म झाला.

त्यांना खेळायला, अभ्यासाला जागा तर लहान पडणारच होती आणि "जागा लहान, तुम्ही आता रिटायर झालात, सारा दिवस घरात बसून वेळ तरी कसा जाणार तुमचा? आणि आईला मंदिर खूप दूर पडतं इथून."

...आणि मग असं-तसं-हे-ते-अमुक-तमुक- आणि एक दिवस अचानकच

"आई, पप्पा, एक छान बातमी कळलीय. आपल्या शहराच्या जवळच एक एकदम फर्स्टक्लास वृद्धाश्रम निघतोय! वृद्धाश्रम आपलं नावाला म्हणायचं बरं का पप्पा, अहो, एखाद्या हॉलिडे रिसॉर्टसारखं आहे सगळं! त्यांचा प्लॅन बघून मी तर जाम खूश झालो बुवा! प्रत्येक कॉटेजमध्ये सगळ्या सोयी, कॉमन रूममध्ये सगळ्या गेम्स, टी.व्ही! दर रविवारी डॉक्टर्सच्या व्हिजिट्स. कारंजी, बाग, आमराई..."

"आई गंऽऽ!"

शोभाच्या तोंडून चीत्कार बाहेर पडला. जोरात ठेच लागली होती तिला. टोकदार दगड लागून पायाच्या अंगठ्याला चांगलंच लागलं होतं. हरिदासनी जवळपास कोणी दिसतंय का म्हणून बघितलं, पण कोणी दिसलं नाही. दूरवर नजर जाईल तिथपर्यंत बाभळीची खुरटलेली झुडपं सोडून काहीच दिसत नव्हतं.

प्रार्थनागृहाच्या दिशेनं अगदी कान लावून ऐकलं तरी काहीच आवाज ऐकू येत नव्हता. हरिदासना मग रुमालाची आठवण झाली. खिशातून रुमाल काढून बायकोच्या अंगठ्याला गुंडाळेपर्यंतच तो रक्तानं भिजून गेला.

काठीच्या आधारानं ते पुन्हा कसेबसे उभे राहिले. भरीस भर ही गुडघेदुखी! त्यांनी शोभाकडे बघितलं. ती लंगडत-लंगडत पुढे चालू लागली, तसे तेही चालू लागले. जास्त संभाषणाची गरजच पडत नसे. नुसत्या स्पर्शानं, नजरेनं, पुष्कळदा तर नुसती मान अशी किंवा तशी हलवण्यानंसुद्धा काम भागायचं. एकमेकांचे हात धरून दोघं प्रार्थनागृहात आली, तेव्हा माणसं थोडीशी विखरून बसलेली होती.

बसलेल्या आवाजात धीरजबेन गाऊ लागल्या, 'हरि तारा हजार नाम, कया नामे लखवी कंकोतरी' (हरी, तुझी तर हजारो नावं, कुठल्या नावानं तुला निमंत्रण पाठवू?)

बेसूर आवाजात कोणीतरी धीरजबेनना साथ देत गात होतं, तर कोणी नुसतं डोकं हलवत होतं का पेंगत होतं? शोभा टाळ्या वाजवून ताल धरत ओठ हलवत होती. हरिदास ओठ घट्ट मिटून गप्प बसून राहिले.

आज कुठला मोठा अगदी शुभ दिवस होता, ते 'निमंत्रण' पाठवायचं होतं? 'त्याच्या' असंख्य चमचमत्या डोळ्यांनी काय त्याला काही दिसतच नसेल? वस्तीपासून दूर असलेली ही उजाड मुरमाड जमीन... जणू आयुष्यातूनच हद्दपार केलं असावं, तसं धान्याच्या रिकाम्या पोत्यांसारखी आईबापांना मुलं इथं टाकून गेली होती.

कुठे दूरवर उघडे-बोडके डोंगर, कुठे कुठे बाभळीची झुडपं. वृद्धाश्रमाच्या हद्दीभोवती निवडुंगाचं कुंपण. इथे कोकिळेचं कुहूकुहू तर नव्हतंच, पण सळसळतं चैतन्यही कधी जाणवणार नव्हतं. लपून बसून अचानक हल्ला करणाऱ्या शत्रूसारखा मृत्यू दबा धरून बसलेला होता. केव्हा हल्ला करून गारद करील, काय सांगावं?

पोटच्या पोरानं जिथं फसवलं होतं तिथं यमराजाचा काय भरवसा?

लव परदेशातून डॉलर्स पाठवायचा, "पप्पा, तुम्ही ठीक असाल अशी आशा आहे. मी इथे ठीक आहे."

"इथे काहीही ठीक नाहीये!" असं मोठ्यानं ओरडून सांगावंसं हरिदासना वाटलं.

शोभाच्या अंगठ्यातून अजूनही जराजरा रक्त येत होतं. आता ही जखम पिकली तर? धनुर्वात झाला तर? गेले दोन रविवार डॉक्टर तर फिरकलेच नव्हते. मिस्टर मोदींची छाती भरली होती कफ होऊन आणि या धीरजबेनना परवाच्याच दिवशी दम्याचा किती वाईट ॲटॅक आला होता... आणि आज गातायत, 'कया नामे कंकोतरी...!'

कसेबसे हरिदास परत उभे राहिले तेव्हा गुडघ्यात चांगलीच कळ आली.

गेल्या महिन्यात ट्रस्टी आले होते, तेव्हा त्यांच्याजवळ तक्रार केली होती. सांगितलं होतं, "ठिकठिकाणी थोडी बाकं, खुर्च्या ठेवा. खाली बसायला त्रास होतो कितीतरी जणांना. पाण्याची टंचाई आहे, बोअरिंग करवून घ्या. बाग करायला सांगा."

'बघू, बघू' करत त्यांनी नुसतं राऊंड घेतलं होतं.

हे बरंय! सरकारी ग्रॅण्ट मिळवली आणि या उजाड जमिनीवर कॉटेजेस बांधून मोकळे झाले!

आता म्हणतात कसे, 'तुम्हाला ठाऊक आहे ना everything is very difficult now a days!'

पाय ओढत, खोकतखोकत आणखी दोघं-चौघं म्हातारे येऊन पोहोचले. कोणीतरी गाऊ लागलं, 'वैष्णवजन तो' हरिदासांचं मन कटू झालं होतं.

त्यांना पुन्हा वाटलं की, मोठ्यानं ओरडून म्हणावं, 'अरे बाबांनो, तो एक वैष्णवजन मेला त्याला पन्नास वर्षं उलटली, अजून दुसरा वैष्णवजन काही सापडलाय का?'

शोभा डोळ्यांनी खुणावत होती, 'खाली बसा' म्हणून, तरी डावा पाय ओढतओढत ते हॉलच्या बाहेर जायला निघाले.

भिंतीवर कृष्ण, माताजी, साईबाबा, विवेकानंद यांचे मोठाले फोटो होते. वेगवेगळी सुभाषितं छान अक्षरात लिहून लटकवली होती.

'एकेक भिंतीवरून उतरवून फेकून दिली पाहिजेत!' हरिदासनी तोंड दुसरीकडे फिरवलं.

प्रार्थनागृहाच्या बाहेर येऊन त्यांनी एक दीर्घ श्वास घेतला. वाऱ्यावर हलणाऱ्या पानांसारखी फुफ्फुसं जणू आतल्या आत फडफडली. चारही बाजूंना बघताना

त्यांच्या नजरेला तो उजाड, रखरखीत प्रदेश काटा टोचावा, तसा रुतला.

निवृत्त झाले तेव्हा कायकाय स्वप्नं बघितली होती! संध्याकाळी नोकरीवरून परत यायला आता उशीर होण्याचा प्रश्न नव्हता! कुशच्या मुलींना घेऊन ते समुद्रावर फिरायला जाणार होते. मुली वाळूत घर बनवतील आणि ते आणि शोभा पाण्यात पाय बुडवून उभे राहून मावळत्या सूर्याचे किरण अंगावर घेणार होते! बागेत फिरायला जाणार होते आणि तिथल्या हिरव्यागार वातावरणात तेही त्या हिरवाईसारखे ताजेतवाने होऊन जाणार होते!

"काय हरिदास? प्रार्थनेतून उठून आलात मध्येच?"

मिस्टर मोदी गळ्याला मफलर गुंडाळत-गुंडाळत त्यांच्याजवळ येऊन उभे राहिले.

"तुम्हाला तर ठाऊकच आहे मोदी की, मी केवळ माझ्या बायकोला बरं वाटावं म्हणून येतो, नाहीतर हे वेडंवाकडं, बेसूर गाणं ही काय प्रार्थना म्हणायची?"

दोघं चालू लागले.

त्यांचं कॉटेज आलं तसे हरिदास म्हणाले, "या ना आत."

मोदी आढेवेढे न घेता लगेच आले आणि शोभाच्या कॉटवर बसले. सकाळच्या त्यावेळी काही ना काही बहाणा काढून, काहीतरी कामाचं निमित्त करून ते इथं यायचे.

त्यांच्या बायकोला जाऊन दहा वर्षं होऊन गेली होती. चार मुलं होती, ती आपापल्या जीवनात गढलेली होती.

'डॅडी, तुम्हाला या जागी एकटेपणा जाणवायचा नाही, कंपनी मिळेल इतक्या इतर लोकांची.' असं सांगत एक दिवस त्यांनी मर्सिडिज गाडीतून त्यांना इथे आणून सोडलं होतं.

इथे हे दोघे जण चौकीदारासारखे समोरासमोर बसून राहायचे. समय इथं अमर्त्य, शाश्वत होता, अमर होता, अश्वत्थाम्यासारखा!

दुपार होईपर्यंत कसाबसा वेळ संपवता-संपवता ती सगळी जणू दमून जायची. मग सुरू व्हायचा भोजनालयापर्यंतचा प्रवास. प्रत्येक घास बेचव आणि खारंच म्हणता येईल असं मचूळ पाणी. कितीही प्यालं तरी तहान म्हणून भागायची नाही. तहान! जीवनाचीही, प्रेमाचीही! मुकाट्यानं सगळे जेवायचे आणि मग जनावरं गोठ्यात जातात तशी रेवाशंकर, धीरजबेन, काशीबा किंवा समुकाकी सगळेजण आपापल्या कॉटेजमध्ये शिरायचे.

बाहेर सूर्याची भट्टी धगधगलेली असायची आणि उन्हाच्या ठिणग्या पडत असायच्या. मग संध्याकाळ व्हायची आणि त्या उजाड माळरानावर रात्र घुमायला लागायची.

मग पुन्हा एक सकाळ व्हायची... मग पुन्हा एक दिवस...

केव्हातरी कधीतरी कोणी नातेवाईक किंवा घरचं कोणीतरी यायचं. तेव्हा मग आश्रमातली दुसरी माणसंही येऊन म्हणायची, 'काय? कसे आहात? तुमचं काय बुवा! आज तर सोन्याचा दिवस उगवला तुमच्यासाठी!... माझं जरा एवढं काम होतं हो– एवढा एक फोन...एक निरोप द्यायचा होता...एवढं पत्र पाठवायचं होतं...'

केव्हा केव्हा कुश यायचा, थोडं फराळाचं घेऊन, वर्तमानपत्रं घेऊन. कधीतरी पल्लवी यायची बरोबर, नाहीतर मग... 'हल्ली ध्वनी आणि रीमाच्या परीक्षा चालल्यायत ना, म्हणून...'

जशी काही पल्लवीचीही परीक्षा असायची! कधी म्हणून तिला येता यायचं नाही, तर कधी परीक्षा संपल्यावर पल्लवीचा भाऊ न् वहिनी आलेली असायची, त्यामुळं... शिवाय जागा इतकी लहान ना, म्हणून अमुकतमुक!

आश्रमाच्या भोवताली निवडुंगाचं जे कुंपण होतं, त्यानं त्यांच्या आयुष्यांनाही वेढून टाकलं होतं.

नजर पोहोचेल तिथपर्यंत पसरलेल्या त्या प्रदेशाचा उजाड रखरखीतपणा त्यांच्या मनातही पसरत चालला होता.

संसारातून, जगातून झाडून झटकून त्या सगळ्यांना कसं गोळा केल्यासारखं इथं गोळा करून ठेवलं होतं. पुढे काय होतं? पुढे होती मृत्यूची सरहद्द, इथे होता हा आश्रम, No man's Land!

एक दिवस सकाळी आश्रमाच्या आवारात एक जीप येऊन उभी राहिली. तीन-चार तरुण मुलंमुली त्यातून उतरल्या. इकडून तिकडून डोकी बाहेर निघाली. कोणाचे नातेवाईक? थेट इथपर्यंत... आणि तेही सकाळी सकाळी?

रोजच्यासारखेच हरिदास आणि मोदी प्रार्थनागृहातून लवकर बाहेर पडले होते. आज तर अजून चहाच मिळाला नव्हता, सकाळी दूधच आलं नव्हतं. रात्री झोपही चांगली लागली नव्हती. डोकं जड झालं होतं. मानगुटीला बसलेल्या पिशाच्चासारखा खोकला मोदींची पाठ सोडत नव्हता. दोघे मुकाट्यानं थोडे चालत राहिले. जीप दिसली तसे जरा थांबले.

हरिदास चिडचिडेपणाने म्हणाले, "चला मोदी, आले असतील सवड मिळाली म्हणून कुणाला तरी भेटायला! आपल्याला काय करायचंय? आगाऊपणानं दीडशहाण्यासारखं काहीतरी बोलतील अन् चालते होतील!"

खोकतखोकत मोदींनी होकार भरला आणि दोघे परत चालू लागले.

"एक्सक्युज मी!"

पण ती मुलं तर त्यांच्याच जवळ येऊन उभी राहिली.

हरिदासांनी तुसड्यासारखं म्हटलं, "काय आहे? कुणाचं काम आहे?"

“तुमचं.” वाऱ्यानं उडणारे लांब केस हातानं सारखे करत एक तरुण हसऱ्या चेहऱ्यानं म्हणाला.

“माझं? मिस्टर, मी तर तुम्हाला ओळखतसुद्धा नाही!”

“मग आम्ही तरी तुम्हाला कुठे ओळखतो?”

ती सगळी मुलं यावर हसली, तसे हरिदास खवळले.

“चेष्टा करायचीय काय आमची? हेच शिक्षण मिळतं काय तुमच्या या तरुण पिढीला? आणि घरातही हेच संस्कार झालेत वाटतं?”

मुलं शरमिंदी झाल्यासारखी उभी राहिली.

त्यांच्यातली एक मुलगी मात्र लगेच पुढे आली न् म्हणाली, “वुई आर सॉरी काका, तुम्हाला वाईट वाटलं असेल तर. तुम्ही आम्हाला आमच्या वडिलांसारखे. तुमची चेष्टा कशाला करू आम्ही?”

“मग? मग काय तर?” हातातली काठी जोरानं जमिनीवर आपटत हरिदास मोठमोठ्यानं बोलत होते.

प्रार्थनागृहातून इतर लोक बाहेर येत होते. काहीतरी वेगळं चाललंय असं लक्षात आल्याबरोबर उत्तेजित होऊन सगळे त्यांच्या दिशेनं येऊ लागले.

शोभा भराभरा पुढे आली.

“काय झालं? हे लोक कोण आहेत?”

“विचार ना तिलाच!” हरिदास गुरगुरले.

वरमून चेहरा पडलेली ती मुलगी सांगू लागली, “आम्ही सगळे ‘इन्स्टिट्यूट ऑफ सोशल स्टडीज’चे विद्यार्थी आहोत. शेवटच्या वर्षात आम्हाला एक सोशल प्रोजेक्ट करायचा असतो, आम्ही चौघांनी वृद्धाश्रमावर प्रोजेक्ट करायचं ठरवलं, म्हणून तुम्हाला सर्वांना भेटायला, आश्रम बघायला...”

“सुस्वागतम! बघितलात हा आश्रम? आम्हालाही भेटून घ्या. हे उभे आहोत आम्ही. कॅमेरा नाही आणलास का? फोटो काढ ना आमचे! मग तुझ्या प्रोजेक्ट रिपोर्टमध्ये लिही की, ‘म्हातारे बिचारे मरत नाहीत म्हणून जगतायत! आपण त्यांना सहानुभूती दाखवली पाहिजे, त्यांचा आदर केला पाहिजे...’ आदर - माय फूट!”

हरिदासांचा संतापानं लाल झालेला चेहरा बघून ती बिचारी मुलगी दुखावल्यासारखी झाली आणि मागे सरकली.

शोभानं हरिदासना दटावत म्हटलं, “तुम्ही तरी कसे आहात? त्यांचं बोलणं मनावर नको घेऊ हं बाळ तू! आज त्यांना जरा बरं नाहीये ना, म्हणून...”

“म्हणूनबिणून काऽही नाही! इथं बघण्यासारखं आणि भेटण्यासारखं आहेच काय? आम्ही काय प्रदर्शनातली वस्तू आहोत की काय?” रागारागानं एकदम पुढे जात हरिदास फिसकारले, तसा मोदींनी त्यांचा हात पकडला.

"हरिदास! इतक्या दूर आलीयत ही मुलं, तर त्यांचं बोलणं तरी ऐकूया!"

जमलेल्या लोकांपैकी मग दुसरे दोघं-चौघंही म्हणाले, "हो ना, खरंय, विचारा हो तुम्ही."

मग कोणीतरी उत्साहानं म्हटलं, "तिकडे प्रार्थनेच्या जागेत चला सगळे आणि मी बघून येतो, दूध आलं असलं तर यांना सगळ्यांना चहापण देऊया."

संथ, स्थिरावलेल्या पाण्यात दगड पडावा तसे मग सगळेच काही ना काही बोलू लागले. आता मात्र हरिदासचं पित्त पारच खवळलं.

"हो! हो! जा! चहा प्या! गप्पा मारा! आत्ता हात झटकत हे सगळे चालू लागतील! मग? मग पुन्हा दगडासारखं इथे पडूनच राहायचंय ना तुम्हाला?"

दुखरा पाय फरफटत हरिदास त्यांच्या कॉटेजकडे जाऊ लागले. मोदी सगळ्यांबरोबर प्रार्थनागृहाकडे गेले. शोभा जरा घुटमळली आणि मग सर्वजणांच्या मागे गेली.

हरिदास कॉटेजमध्ये आल्याआल्या काठी फेकून देऊन पलंगावर आडवे झाले. पायातून कळा येत होत्या. डोकं भणभणत होतं. ते काय प्रदर्शनात ठेवायची वस्तू होते? एकदम उघडं पडल्यासारखं वाटून त्यांनी चादर पांघरून घेतली आणि पडून राहिले.

कितीतरी वेळानं दाराचा आवाज आला. शोभा आली होती. हरिदास रूसून तसेच पडून राहिले. 'इतरांसारखी ही मूर्खपण तिकडे गेली होती.'

काळजीच्या स्वरात शोभानं विचारलं, "का झोपून राहिलाय? ताप तर नाहीये ना वाटत?"

अंगावरची चादर फेकून देत ते उठून बसले अन् ओरडले, "हो, आहे ताप! काय करणारेस मग तू?"

"काय तुम्ही तरी लहान मुलासारखं करताय हो! ती मुलं बिचारी किती चांगली होती माहितेय? खूप छान गप्पा मारत होती. आम्हाला कितीतरी जातींचं बीपण दिलं पेरायला इथे. मी घेऊन आलेय. म्हणत होती की, इथं थोडी फुलझाडं..."

हरिदास खदाखदा हसले.

"झाडं? फुलं? या मुरमाड जमिनीत? कहेता भी दीवाना, सुनता भी दीवाना!"

"म्हणा तुम्हाला काय हवं ते, पण मी तर लावणार आहे बी त्यांनी दिलेलं."

"खबरदार आपल्या अंगणात पेरलंस काही तर!" म्हणत हरिदास एकदम तावातावानं उठून उभे राहायला गेले, पण त्यांना तसं उभं राहता आलं नाही. त्यांच्याकडे न बघताच शोभा बाहेर निघून गेली. जराशानं खिडकीच्या बाहेरून आवाज ऐकू येऊ लागला. ते कसेबसे उठून बसले आणि खिडकीपाशी जाऊन उभे राहिले. शोभा आणि मोदी मिळून खिडकीजवळची जमीन खणत होते.

"शोभा!" हरिदास ओरडले, "सांगितलं ना नको म्हणून?"

“एवढंसं बी पेरलं तर तुमचं काय गेलं त्यात?” शोभा चिडून म्हणाली.

धुळीनं माखलेले हात वर करून समजावणीच्या सुरात मोदी हरिदासना म्हणाले, “काही उगवणार नाही हो! पण शोभाबेनना हौस आहे तर पेरू देत ना! माझ्या कॉटेजजवळपण पेरलंय आम्ही.”

“बरं, बरं! सुंदर सुगंधी दगड उगवतील ना, ते घ्या मारून कपाळावर!” धाडकन हरिदासनी खिडकी बंद केली.

दुसऱ्या दिवशी सकाळी त्यांना जाग आली तेव्हा शोभा खोलीत नव्हती. त्यांना उशीर झाला होता उठायला की काय? शोभा त्यांना बरोबर न घेता एकटीच प्रार्थनेला निघून गेली होती.

‘जाऊ दे, फार बरं! सुटका झाली! रोज त्या प्रार्थनागृहात शिरलं की, डोकं फिरायचं माझं, आज वाचलो त्यातून!’ गुडघ्याला सूज आली होती. हळूहळू चालत जाऊन त्यांनी तोंड धुतलं, केस विंचरले. तेवढ्यात शोभा आली.

“काय? झाली का तुमची प्रार्थना? शिरा ताणून ओरडून झालं?”

“काय गं बाई तुम्ही तरी! प्रार्थनेची वेळ तर आत्ता होतेय. मी तर माझ्या बियांना पाणी पाजायला गेले होते.”

“छ्या! हे बियांचं वेड अजून आहेच वाटतं तुझ्या डोक्यात?”

“असून देत माझं वेड माझ्यापाशी. चला प्रार्थनेला.”

“अंहं. तू जा. मला इच्छा नाही यायची.”

“पाय दुखतोय, होय ना? माझं ऐकतच नाही ना? रोज सांगतेय गेल्या वेळी कुश आयुर्वेदिक तेल देऊन गेला होता, त्यानं मी मालिश करून देते, पण तुम्ही ऐकतच नाही!”

“ते तेल तुझ्या बियांना पाज जा!”

शोभा निघून गेली. गळ्याला मफलर गुंडाळून, काठी घेऊन ते बाहेर आले, पण एक तर पाय दुखत होता आणि एकट्यानं करमेना. परत खोलीत येऊन पलंगावर बसले. आभाळ आल्यासारखं खोलीत अंधारल्यासारखं वाटत होतं. उठून खिडकी उघडावीशी वाटली , पण कालचा बी पेरण्यावरून झालेला प्रसंग आठवला आणि मन कडवट झालं.

‘साली काय नालायक दुनिया आहे! आणि आता तर शोभासुद्धा त्यांच्या बाजूनं...’

कितीतरी वेळानं शोभा परत आली. ते तिरकसपणानं म्हणाले, “बराच वेळ चालली प्रार्थना?”

शोभा अजून रुसलेलीच होती. नुसतं एवढंच म्हणाली, “काशीबांच्या घरी गेले होते.”

"वा! ही खोली म्हणजे घर केव्हापासून झालं? आणि तू कधीपासून दुसऱ्यांच्या घरी चक्कर टाकायला जायला लागलीस?"

"त्यांनी विटा लावून छान वाफा बनवलाय, तो बघायला गेले होते... जाऊ दे ना पण! उगीच चिडचिड कराल तुम्ही परत. आम्ही तिकडे चहा पिऊन आलो, तुमच्यासाठी मी घेऊन येते."

शोभा परत बाहेर गेली. खोलीतल्या सगळ्या वस्तू उचलून फेकाव्या, आपटाव्या, असं वाटलं हरिदासना.

'काय मूर्ख होती ही सगळेजण!'

दोन दिवस दोघांचे अबोल्यातच गेले. ते जागे होण्यापूर्वीच रोज न चुकता शोभा उठायची. मग कितीतरी वेळानं ती परत यायची, ती चहा घेऊनच. अलीकडे त्यांचं प्रार्थनेला जाणंही बंद झालं होतं. शोभाही त्यांना आग्रह करत नव्हती, पण म्हणून सुटल्यासारखं वाटायच्याऐवजी आता त्यांना राग यायचा!

'ती कशाला मला 'बरोबर चला' म्हणेल? त्या बियांवरच जास्त जीव आहे ना तिचा! मी सकाळी नसलो बरोबर तर चांगलंच तिला! काशीबांचा वाफा बघायला जाईल, मोदींनी तर म्हणे त्यांच्या अंगणाच्या दोन्ही बाजूंना बी लावलंय, म्हणजे दाराच्या चौकटीवर वेल चढवता येईल म्हणे! नवीनभाईंनी मातीच्या कुंडीत तुळशीचं रोप लावलंय. स्वयंपाकघरापाशी धनजीनं तर भाजीपाल्याचे वाफे केलेत, असं तो काल कुणाला तरी सांगत होता. वेड्यांचा बाजार म्हणतात तो हाच, नाहीतर काय?'

आताशा मोदीसुद्धा सकाळी जरा उशिराच यायचे त्यांच्याकडे. मग रोजच्यासारखं दोघे थोडं फिरायचे. उलटून गेलेल्या दिवसांची जुनी वर्तमानपत्रं यायची आश्रमात, ती वाचून त्यातल्या शिळ्या बातम्यांवर दोघं चर्चा करायचे, हे सगळं तसं तर होतं पहिल्यासारखंच, तरीपण अगणित बिया रचून एक भिंत दोघांच्या मध्ये उभी केली असावी, तसं काहीतरी हरिदासना मनोमन जाणवायचं. वाटायचं कुदळ घेऊन सगळ्यांनी लावलेल्या बिया खोदून काढून टाकाव्या, रोपं उपटून टाकावी. सगळे काय आंधळे झालेत की काय? या शुष्क, कठोर भूमीत काहीही उगवणं, वाढणं, फुलणं शक्य तरी होतं का?

शोभाबरोबर इतर इकडचं तिकडचं बोलणं व्हायचं.

"ऐकलं का, कुशनं कळवलंय की रीमा पास झाली, तो पेढे पाठवणार आहे सगळ्या आश्रमात वाटायला. पल्लवीची बहीण आलीय अमेरिकेहून, तिला घेऊन पल्लवी भेटायला येणार आहे..."

कटाक्षानं एक विषय टाळून इतर सगळ्या विषयांवर बोलणं होत होतं! शोभा जणू थोडीशी दूर सरकली होती. अगदी एवढीशीच फट पडली होती तसं पाहिलं

तर, पण त्यामुळं असं वाटत होतं जसा भांडायचा, रुसा-फुगायचा अधिकारच त्यांना राहिला नव्हता आणि त्यामुळं मन उदास झालं होतं.

रोज उशिरा यायची आगळीक करण्याबद्दल मोदींना सुनवायचं पण त्यांनी आता सोडून दिलं होतं. आता कशाला काही अर्थच राहिला नव्हता, एवढं नक्की होतं. त्यांच्या खिडकीतून सुगंधी फुलांनी लगडलेली फांदी काही आत झुकणार नव्हती! मोदींच्या दारावर मधुमालतीचा वेल मुळीच चढणार नव्हता! उजाड माळरानावरून रात्री घूं घूं करत येणारा वारा काही पाठीवर हिरवळीचं पोतं घेऊन कधीही येणार नव्हता!

कुठल्या कुमुहूर्तावर ते पोरांचं टोळकं आलं होतं कोण जाणे! त्या य:कश्चित बी-बियाणानं त्यांच्या शोभाला त्यांच्यापासून हिरावून घेतली होती. शोभाला खूश करायला आताशा तिनं आग्रह केला नाही तरी ते स्वत:च प्रार्थनागृहाच्या दाराशी जाऊन उभे राहायचे, पण प्रार्थना संपली की, गप्पाटप्पा करायला कोणी रेंगाळतच नसे!

सगळेजण आपापल्या जमिनीच्या तुकड्याकडे चटाचटा निघून जायचे. आसाममध्ये झालेल्या भयंकर भूकंपाच्या दु:खद घटनेबद्दल सांगायला जावं, तर त्यांच्या लक्षात यायचं की, मोदी तर त्यांच्या अंगणातल्या रिकाम्या जमिनीकडे केव्हाचे टक लावून बघत बसलेले असायचे!

हरिदासना मग कीव यायची मोदींची.

'बस्स! अति झालं आता. हे वेड काढलंच पाहिजे सगळ्यांच्या डोक्यातून.'

ते आता सगळे वाफे खणूनच टाकणार होते, म्हणजे मगच शोभा अन् बाकीच्या सगळ्यांची डोकी ताळ्यावर आली असती!

त्या दिवशी मग ते शोभाच्याही आधी उठले. हलक्या पावलांनी बाहेर पडले आणि त्यांच्या कॉटेजच्या मागच्या बाजूला जाऊन खिडकीशी आले.

'ओहो! शोभानं तर काशीबांसारखा विटा लावून वाफा करून त्या विटांना रंगही दिलेला दिसतोय!'

ते आलेच होते कुठे या बाजूला?

'शोभा उठायच्या आधीच आज या वांझोट्या बिया खणून काढून टाकल्या पाहिजेत. मग त्या मोदीची पाळी. सगळ्यांना आज धडा शिकवतो चांगला!'

वाफा खणून काढायला काहीतरी अणकुचीदार सापडतंय का बघायला त्यांनी जरा आसपास शोधलं, पण काहीच चांगलं टोकदार दिसलं नाही.

'काही हरकत नाही, हातानंच उखणून टाकतो सगळं.'

हरिदासांनी वाफ्यात हात घातला.

'ओहो! हे काय?'

त्यांच्या बोटांना अत्यंत कोमल, मऊमऊ स्पर्श झाला. अंगातून शिरशिरी गेली. चमकून त्यांनी वाकून नीट बघितलं. त्या मुरमाड जमिनीला फट पाडून त्यातून इवलाले, नाजूक हिरवेगार कोंब वर आले होते! पृथ्वीच्या अंगावर रोमांच उभे राहात असावेत, तसे वाऱ्याच्या झुळुकेनं ते हलकेच हलत होते!

'ओहो! किती शीतल, सुखद स्पर्श होता त्यांचा!'

हरिदासांचे डोळे विस्फारले.

'हे... हे काय?'

टणक भुई फोडून ते स्वत:च जसे अंकुर बनून उगवले असावेत, तशी गाढ हिरवाई त्यांना त्यांच्या मनात जाणवत होती!

हर्षोत्फुल्ल होऊन ते उभे राहिले, त्यांनी धक्का मारून खिडकी उघडली आणि मोठ्यानं हाक मारली, "शोभा!"

■

वावली

प्यून येऊन हीनाच्या टेबलाशी उभा राहिला, "मॅडमनी बोलावलंय."

हीनानं घड्याळाकडे बघितलं. तीन वाजून दहा मिनिटं. आज संध्याकाळपर्यंत पुरं करूनच जायचं, असं काही नवं काम आत्ता मॅडमनी दिलं म्हणजे आटपलंच! तिला जरा धडधडलंच. आज ऑफिसमधून सुटल्यावर पप्पा-मम्मींकडं जायचं फार मनात होतं तिच्या. किती दिवस झाले होते ती माहेरी जाऊन आली होती त्याला! फोनवर काय थोडंफार इकडचं बोलणं व्हायचं तेवढंच. दिवाळी जवळ आली होती. ऑफिसमधलं काम वाढलं होतं.

'सहेली'च्या सुंदर आणि भरदार दिवाळी अंकाची तयारी करण्यात ऑफिसचा सगळा स्टाफ गुंतलेला असायचा, पण तिच्या स्वत:च्या आयुष्यात विशेष असं काहीच नसायचं, होण्याची शक्यताही

नव्हती. श्रावणसारखं आयुष्याची कावड उचलून सतत चालत राहायचं होतं. एका पारड्यात घर, दुसऱ्यात ऑफिस.

सकाळी डोळे उघडल्यापासून ती रेसच्या घोड्यासारखी धावत असायची. दूध गरम करायचं, चहा, नाश्ता, कपडे साबूच्या पाण्यात भिजवायचे, चिंटूच्या शाळेची तयारी, तिची स्वत:ची लंचबॉक्स आणि भरीला जुगलबंदी करत असाव्यात तशा दारावरची आणि टेलिफोनची अशा दोन घंटा!

महानगरातल्या नोकरी करणाऱ्या एका गृहिणीची सकाळ!

लग्नानंतर सासूबाई– मम्मा घरकामात मदत करायच्या. नणंद चांदनी, मम्मांची आणि भावाची लाडकी होती. उशिरापर्यंत झोपायची आणि मग कॉलेजला जायची वेळ होत आली की, उठून भराभरा आटपून पळायची. अर्जुनला नोकरीवरच्या कामासाठी बरेचदा बाहेरगावी जावं लागायचं. पण तो घरी असेल तेव्हा तोही सारखा हाका मारत असायचा, 'हीना, टॉवेल दे', 'हीना, मोजे वाळले?', 'धोबी नाही आला?'

मग हळूहळू मम्मा घरकामातून अंग जराजरा काढून घ्यायला लागल्या आणि हीनाच्या खांद्यावरची दोन्ही पारडी जड होत चालली. अंतच नसायचा अशा बारीकबारीक कामांच्या जंजाळातून कशीबशी सुटून ती बाण सुटल्यासारखी घरातून निघायची, लोकल ट्रेनच्या गर्दीत चेंगरत शेवटी तिच्या प्लॅटफॉर्मवर फेकली जायची.

अडथळ्यांच्या शर्यतीत धावणाऱ्या घोड्यासारखी अनेक अडथळे पार करून ऑफिसमध्ये पोहोचल्या पोहोचल्या ती लेडिज रूममध्ये घुसायची, थोडा मेकअप करून, केस, साडी व्यवस्थित करून तिच्या जागेवर जाऊन बसायची.

'न्यू इंडिया टाइम्स' हे देशातलं एक प्रतिष्ठित, प्रमुख वर्तमानपत्र होतं. ग्रुपची दुसरी कितीतरी प्रादेशिक भाषांमधली वर्तमानपत्रं आणि नियतकालिकं देशाच्या वेगवेगळ्या शहरांमधून प्रसिद्ध होत असत. इंग्रजी आणि हिंदी भाषांमध्ये प्रसिद्ध होणारं महिलांसाठीचं नियतकालिक 'सहेली' खूप लोकप्रिय होतं.

एखादं लहान शहर असावं तशा प्रचंड दहा मजली इमारतीत भूलभुलैय्यासारख्या असंख्य खोल्यांमधल्या एका खोलीतल्या ऑफिसमध्ये संपादक कल्पना ओबेरॉयच्या केबिनच्या बाहेर बसणाऱ्या आठ युवती आणि तीन युवकांच्या 'सहेली'च्या स्टाफमधली हीना, शेवटच्या टेबलावर बसणारी एक क्लार्क.

देशविदेशाच्या कानाकोपऱ्यातून येणारं तऱ्हेतऱ्हेचं लेखन आणि पत्रं यांचे ढीग तिच्या टेबलावर आणून ठेवले जायचे. ते सगळे सुटे, वेगवेगळे करायचे, फाईल करायचे म्हणजे जरा डोकेदुखीचंच काम होतं. घरातून बाहेर पडून, इतक्या सगळ्या लोकांबरोबर बसून नोकरी करण्याचा अनुभवच तिला घाबरवून टाकणारा होता,

त्यात पुन्हा या पत्रकारितेच्या जगाची वेगळी अशी भाषा अजून सवयीची होत नव्हती.

पण एखाद्या महाकाय, राक्षसी यंत्रातल्या, नुसत्या डोळ्यांनी दिसणारही नाही इतक्या लहान एखाद्या तुकड्यासारखी ती त्यात सामावून जायची; मग सबंध दिवस कानठळ्या बसतील एवढा आवाज करणारं मशीन न थांबता अखंड चालू असायचं.

कावडीची दोन्ही पारडी जडच होती. खांदे दुखायला लागायचे, धाप लागायची, पारडी खालीवर व्हायची, पण दर महिन्याच्या सहा तारखेला हातात पडणारं पाकीट दोन्ही पारडी समतोल करून टाकायचं.

त्या दिवशी ती खूप आनंदात असायची. लंच टाईममध्ये घरच्या पोळीभाजीबरोबर ऑरेंज ज्यूस प्यायची. तशी तर त्या दिवशी नंदिता, ममता चॅटर्जी, क्रिस्टीन, शब्बीर, सगळेच मूडमध्ये असायचे. ऑफिसमधल्या राजकारणाबद्दल खुसखुस करून निंदानालस्ती करायला सगळ्यांना मजा यायची, मग दिवस पुढं जातील तशी त्या पगाराच्या पाकिटाची जादू कमीकमी व्हायला लागायची.

'सहेली'नं पाककृती स्पर्धा जाहीर केली होती. तिच्या टेबलावर एक मोठा थैला भरून टपाल येऊन पडलं होतं. ती आणि नंदिता पाकीटांमधून लेख काढून सकाळपासून फाइलिंग करत होत्या.

नंदितानं आठवण करून दिली, ''अगं हीना, मॅडमनी तुला बोलावलंय ना?''

ती लगेच उठली आणि कल्पना मॅडमच्या केबिनमध्ये आली. नेहमी सगळ्या स्टाफबरोबर तर ती मीटिंगसाठी यायचीच. बऱ्याच चर्चा व्हायच्या. 'सहेली'ला नवं रूप देणं, फोटो सेशन्स, ले आऊट, कव्हरपेज, प्रतिस्पर्धी नियतकालिकांबद्दल चर्चा, नवी सदरं सुरू करणं असे खूप विषय असायचे. मीटिंगचं संचालन उपसंपादक रंजना अय्यर-भट्टाचार्यच करायची.

पुढच्या वर्षी कल्पना निवृत्त व्हायची होती; तिच्यानंतर संपादकाच्या खुर्चीवर रंजनाच बसणार होती. खूप महत्त्वकांक्षी होती ती. केबिनच्या बाहेर बसणाऱ्या स्टाफवर घारीसारखी तिची नजर असायची. संध्याकाळी घरी जायची तिला अजिबात घाई नसे आणि दुसऱ्या कुणी घाई केलेली तिला आवडतही नसे. क्रिस्टीननं तर हीनाला हळूच सांगितलंही होतं, की काही झालं तरी कल्पनाला मुदतवाढ मिळू नये म्हणून रंजना खटपट करत होती.

असं चाललंय हे कल्पनाही जाणून होती.

हीनाला ऑफिसच्या या राजकारणात रुची नव्हती. कल्पना असली काय न् रंजना असली काय, तिचं करिअर थोडंच बदलणार होतं?

''बस ना हीना.''

''जी मॅम.''

ती जीव मुठीत घेऊन बसली. कल्पना काहीतरी जास्तीचं काम तिला सोपवणार असेल! असंच असेल, नाहीतर तिला एकटीला कशाला बोलावलं असेल? आज पप्पा-मम्मींकडं जायची खूप इच्छा होती. दोघी धाकट्या बहिणी– मैत्रेयी आणि जानकी कॉलेजमध्ये होत्या, त्यांच्याबरोबर बसून स्वस्थपणे गप्पा मारायच्या होत्या. पूर्वी तर सगळ्या बिल्डिंगमध्ये ही त्रिपुटी प्रसिद्ध होती.

"हीना..."

"येस मॅम?"

"दिवाळी अंकासाठीचा मजकूर येतोय ना?"

"येस मॅम! ढीगच्या ढीग येतायत!"

"तुला ठाऊक आहे ना येत्या आठवड्यात स्टाफ मीटिंग आहे. तोपर्यंत सर्व मजकूर फाईल झालेला असला पाहिजे."

"येस, जी."

कल्पनाला हसू आलं.

"इंग्लिश मीडियममध्ये शिकली आहेस तरी इंग्रजी बोलायला तुला अवघड जातं, नाही? घरी गुजराती बोलत असाल."

"येस मॅम. माझ्या सासूबाईंना इंग्रजी बिलकूल येत नाही."

"तुझ्या नवऱ्याला?"

"त्यांना येतं, पण सेल्समध्ये आहेत, ट्रॅव्हलिंग खूप असतं, त्यामुळं त्यांना हिंदी, मराठी सगळंच मोडकंतोडकं येतं."

हीना बोलून तर गेली, पण मग तिला अवघडल्यासारखं झालं.

"सॉरी मॅम, माझ्या कामात इंग्रजी भाषेच्या काही चुका तर..."

"छे, नाही. मला तर इंग्लिश मीडियममध्ये शिकलेली गुजराती मुलगीच हवी होती, म्हणून तुला इंटरव्ह्यूमध्ये लगेच सिलेक्ट केलं. खरं सांगायचं तर 'सहेली'ची गुजराती आवृत्ती काढावी, असं मी मॅनेजमेंटला किती दिवसांपासून सांगतेय, पण अजून तरी..."

कल्पना कागदावर रेघोट्या ओढत बोलत होती.

कदाचित तिला काहीतरी सांगायचं होतं आणि ते सांगणं तिला अवघड वाटत होतं.

"येस मॅम, मॅनेजमेंटचं काय म्हणणं आहे?"

हिंमत गोळा करून तिनं विचारलं. गुजरातीत 'सहेली'ची आवृती निघाली, तर तिलाही उपसंपादकाची किंवा अशी काही जागा कदाचित मिळेल, तर मग पगारही जास्त मिळेल. क्षणभरच पडलेल्या त्या इंद्रधनुष्यासारख्या स्वप्नातून ती जागी झाली.

कल्पनानं एक गुजराती लेख तिच्या हातात दिला.

"हीना, या लेखाचं छान इंग्रजी भाषांतर करून ते रंजनाला दे."

"शुअर मॅम."

"आपल्या 'अहमदाबाद टाईम्स'साठी राजीव अग्रवालनं आदिवासी स्त्रियांसाठी काम करणाऱ्या एका गुजराती महिलेची मुलाखत घेतली आहे, ती आहे ही."

हीना लेख घेऊन उठून उभी राहिली.

"हे बघ हीना, आपल्या मासिकाचा खप गुजरातमध्ये वाढावा, यासाठी गुजराती स्त्रियांना आवडतील अशा पाककृती, लेख अशा गोष्टींबद्दल विचार कर. दिवाळीनंतर हे काम आपण हाती घेऊ."

हीना खूश झाली.

"नक्की. मला खूप आवडेल मॅम."

"आणखी एक. गुजराती आवृत्तीबद्दल आपण जे बोललो, ते फक्त तुझ्याजवळच राहूदे. बाकी कुणालाही सांगू नको. तुझ्यावर विश्वास ठेवू शकते मी, होय ना?"

"शंभर टक्के, मॅम."

"थँक्स!"

हीना लेख घेऊन पुन्हा आपल्या जागेवर येऊन बसली. आत्ता ऑफिसमध्ये थांबून केलंच पाहिजे असं हे काम नव्हतं. तिनं घड्याळात बघितलं– साडेचार.

इतक्या वेगानं पळत असणाऱ्या या जगात हे एक घड्याळच का हळूहळू चालत असेल? खरंच का 'सहेली'ची गुजराती आवृत्ती निघेल?

जर तसं झालं, तर वेगळं ऑफिस, वेगळा स्टाफ, शिवाय या सामान्य स्वरूपाच्या कामातून तिला बढती मिळेल आणि पगाराचं पाकीट जरा जास्त जड असेल. तिच्याजवळ थोडे पैसे शिल्लक राहतील, फक्त तिच्या मालकीचे. मग त्यांचं तिला हवं ते ती करू शकेल.

सध्या पगाराचं पाकीट ती मम्मांना– सासूबाईंना देऊन टाकते. मम्मा तिला लोकलचे आणि वरखर्चाचे पैसे देतात. तसं बघितलं तर बळजबरीनं तिच्याकडून तिचा पगार घेतला जात नव्हता, पण घरातलं सबंध वातावरणच असं होतं की, तिला पाकीट द्यावंच लागायचं.

लग्नानंतर थोड्याच दिवसांत सकाळी पेपर वाचतावाचता अर्जुन म्हणाला होता, "हीना, तू नोकरी केलीस तर कसं?"

ती जरा चमकली, मम्मांकडं बघत राहिली. कदाचित त्या विरोध करतील, पण कपड्यांच्या घड्या करत असलेले त्यांचे हात थबकले वगैरे नाहीत.

काम करताकरता त्या म्हणाल्या, "तू तर चांगली शिकलेली आहेस, उगीचच घरी बसून कशाला राहायचं? आणि घरचं सांभाळायला मी असतेच ना घरी!"

दुसऱ्याच दिवशी तिचा बायोडेटा टाईप झाला. अर्जुन म्हणाला की, तिची परीक्षांची सर्टिफिकिटं? ती कुठं सासरी घेऊन आली होती सर्टिफिकिटं?

पप्पांच्या घरी जाऊन कपाटातून तिनं फाईल काढली तेव्हाच मम्मीनं आश्चर्यानं विचारलं, "तू काय नोकरी करणार आहेस की काय? आत्ताआत्ता तर लग्न झालंय."

सहजपणानं आईचा मुद्दा उलटवत ती म्हणाली होती, "मग त्यात काय झालं मम्मी? असंही घरी काम असतं किती? मम्मा मदत करतात, चांदनीही दुपारनंतर घरीच असते. महिन्यातले पंधरा दिवस तर अर्जुन बाहेरगावी असतो, म्हणून मग मला वाटलं की..."

पप्पा लगेच म्हणाले होते, "चांगली गोष्ट आहे. आपली पोरगी हुशार आहे, तिच्यामध्ये कुवतही आहे काम करू शकण्याची. चार माणसांच्या ओळखीही होतात."

ती पप्पांच्या गळ्यात पडून म्हणाली होती, "पप्पा, मी हुशार असेन तर ती तुमच्यामुळं. तुम्ही मला खूप चांगल्या शाळेत घातलंत, बाहेरची लहानमोठी कामं करायला शिकवलंत."

"बस्स! बस बेटा! आईबापांच्यानं होईल तेवढं मुलांसाठी करणं हे त्यांचं कर्तव्यच आहे."

त्यांच्या या लाडक्या ध्रुवपदावर नेहमी सगळी चर्चा संपायची.

मम्मीला फारसं आवडलं नव्हतं, "आत्ता कुठं नवंनवं लग्न झालंय, जरा हिंडली-फिरली असतीस."

चर्चा तिथंच थांबवून "येते" म्हणत ती बाहेर पडली होती.

अर्जुन रोज बारकाईनं जाहिराती बघायचा. अर्ज पाठवत राहायचा. त्यानं 'सहेली'मध्ये अर्ज पाठवला तेव्हा हीनानं विरोध केला होता. पत्रकारितेत काय येत होतं तिला? जर्नलिझमचा डिप्लोमा तर तिच्याकडं नव्हताच, थोडासुद्धा अनुभवही नव्हता, त्यामुळं 'सहेली'मधून इंटरव्ह्यूसाठी कॉल आला, तेव्हा तिला खूप आश्चर्य वाटलं होतं आणि ती नोकरीही तिला अगदी सहजपणं मिळून गेली, तेव्हा तर ती खूश होण्याऐवजी चक्क घाबरलीच होती.

अर्जुन केक घेऊन आला होता, मम्मांनी प्रसाद करून देवासमोर ठेवला होता. चांदनी खूश होऊन सगळ्यांना सांगत सुटली होती की, तिची भाबी आता टाइम्स ग्रुपच्या मॅगेझिनमध्ये काम करणार आहे आणि आता रोज नव्यानव्या साड्या नेसून आणि पर्स घेऊन टकटक करत ऑफिसमध्ये जाणार.

पहिला सबंध महिना ती मुटकुळं करून आपल्या खुर्चीत लेखांच्या फाइलींमध्ये डोकं खुपसून बसून राहायची. पहिल्या प्रथम पाकीट हातात आलं, तेव्हा तिला आनंदानं मोठ्यानं 'हुर्रेऽऽ' करून ओरडावंसं वाटलं होतं. सबंध दिवस घरच्या सगळ्यांसाठी कायकाय खरेदी करायची, त्याची यादी करत होती ती. काजू-

कतलीचं पॅकेट, मम्मीसाठी साडी, पप्पांसाठी शर्ट, दोघी बहिणींसाठी काहीतरी स्पेशल खरेदी करून ती पप्पांकडं जाणार होती; त्यांच्या पाया पडणार होती आणि थोड्या नोटा मम्मीच्या हातात ठेवणार होती, तिचं मुळीच ऐकून न घेता. नंतर दर महिन्याला थोडंथोडं देत जाणार होती. दोघी बहिणी शिकत होत्या, पप्पांची आर्थिक ओढाताण काय तिला माहीत नव्हती थोडीच!

रात्री ती आणि अर्जुन भेटले तेव्हा तिनं पर्समधून पाकीट काढून अर्जुनला देतादेता हसत म्हटलं, ''सरप्राइज!''

तिला हसत खिदळत खोलीभर आनंदानं गिरक्या माराव्यात असं वाटत होतं! अर्जुननं हात पुढे केला, तेव्हा तो तिला मिठीत घेईल असं वाटून ती त्याच्या अंगावर रेलली. अर्जुननं पाकीट घेतलं आणि लगेच आतले पैसे मोजले.

''बस? साडेचार हजार?''

एकदम खट्टू होऊन ती जरा दूर सरकली.

''मी अजून प्रोबेशनवर आहे ना! नंतर...''

''बरोबर,'' म्हणत अर्जुननं पैसे परत पाकिटात ठेवले आणि लगेच उठून बाहेर गेला. तीही त्याच्यामागं गेली. आता मम्मा खूश होतील, तिला बोलावून शाबासकी देतील, मग ती तिच्या शॉपिंगच्या प्रोग्रॅमबद्दल सांगेल...

मम्मा टी.व्ही. बघत होत्या. अर्जुननं त्यांच्यासमोर ते पाकीट धरलं. काय, कसलं, काहीच न विचारता जणू त्यांना माहीतच असावं, तसं त्यांनी ते त्यांच्या कपाटात ठेवून दिलं आणि पुन्हा टी.व्ही.वरची मालिका बघण्यात गुंग झाल्या. अर्जुन आत येऊन पलंगावर झोपून गेला. ती दरवाजाच्या चौकटीत जखडल्यासारखी उभीच होती.

किती सहजपणे, काही क्षणात तिची स्वप्नं गुंडाळली गेली होती! झोपून राहिलेल्या अर्जुनला हलवून-हलवून काहीतरी रागानं बोलावंसं वाटलं, सासूकडं जाऊन लगेच तिचं पाकीट परत घेण्याची खूप इच्छा झाली.

पण काय म्हणाली असती ती त्यांना?

'माझे पैसे मला देऊन टाका' असं?

पतीचं आणि सासूचं काय मत झालं असतं तिच्याबद्दल? आपल्याच माणसांपासून ती स्वत:ला वेगळी समजते, असंच ना? फक्त ग्रह-नक्षत्र यांच्यावर विसंबून या अगदी अपरिचित घरात जन्मभर राहायला ती आली होती.

'अजून एकमेकांच्या मनांची पुरती ओळखही झालेली नाही, तेव्हाच असं तुझं-माझं करायचं?'

रात्रभर छताकडं बघत ती जागीच पडून राहिली, स्वत:चीच कशीबशी समजूत घालत राहिली, 'काही हरकत नाही, हा तर पहिलाच पगार आहे, नंतर फुरसतीनं बोलता येईल.'

पण तसं झालं नाही. जणू पगार मिळणं आणि पाकीट त्यांना देऊन टाकणं, ही एक अगदी स्वाभाविक गोष्ट होती. तिलाही तोंड उघडून काही म्हणायचं जमलं नाही.

'काय वाटेल त्या दोघांना, की शेवटी परकं रक्त परकंच, असंच ना?'

नोकरीमधला रोमांच उडून गेला होता. आता फक्त धावपळ शिल्लक होती. तिला दिवस गेले तेव्हा एक विचार तिच्या मनात पुसटसा येऊन गेला, की मम्मी म्हणतील, 'हीना बेटा, सोडून दे नोकरी, चार-पाच वर्षांनी पुन्हा करायची असली तर कर.'

चिंटू जन्मला, त्याच्या तिसऱ्या दिवशी मम्मा हॉस्पिटलमध्ये शिरा घेऊन आल्या होत्या, तेव्हा तिला घास भरवत म्हणाल्या होत्या,

"तोंड गोड कर! नव्या वेज बोर्डप्रमाणं पत्रकारांच्या पगारात वाढ होणार आहे, शिवाय बोनसही मिळणार! काल टी.व्ही.वर बातम्यांमध्ये सांगितलं."

तीन महिन्यांची बाळंतपणाची रजा संपली आणि ती ऑफिसमध्ये परत आली, तेव्हा सगळ्या स्टाफनं तिला गराडा घातला होता.

"पार्टी दिली पाहिजे हं हीना!" क्रिस्टीन म्हणाली होती.

"हीना, भाग्यवान आहेस बाई तू!"

"का गं? तुला किती छान मुली आहेत!"

"तुझ्या सासूबाई आहेत घरी, किती प्रेमळ आहेत त्या! घर सांभाळत होत्याच, आता चिंटूलाही सांभाळणार. मी तर माझ्या मुलींना सांभाळणाऱ्या बाईच्या भरवशावर सोडून येते. माझा जीव किती तुटतो ते माझं मला ठाऊक!"

तिनं नुसतं जरासं स्मित केलं होतं. छातीत दूध भरायचं, खूप त्रास व्हायचा. तसं पाहिलं तर क्रिस्टीनचं म्हणणं काही खोटं नव्हतं, तरीही गरम तेल उडून भाजावं तसा मनावर एक फोड आला होता.

पहिल्या दिवशी तिनं देऊन टाकलेलं पगाराचं पाकीट नंतर कधी तिच्या हातात आलंच नाही.

तिनं अर्जुनला सांगून बघितलं होतं, "अर्जुन, मला पैसे हवेयत."

"काय घ्यायचंय तुला? गेल्या महिन्यात तुझ्या ऑफिससाठीच्या साड्या न् चपला घेतल्या. तुझ्या माहेरूनही चिंटूसाठी न् तुझ्यासाठी कपडे आले. मग आता काय?"

"बस. असेच."

"आता आपल्याला चिंटूचा विचार केला पाहिजे. चांदनीला कॉम्प्युटर कोर्स करायचाय, शिवाय एखादं चांगलं स्थळ आढळलं तर? समजतंय ना तुला? मम्माला स्वयंपाकघरात टाइल्स घालून घ्यायच्यात."

"मला माझ्या मम्मी-पप्पांना थोडे पैसे द्यायचे आहेत" हे काही तिच्या तोंडातून निघू शकलं नाही.

'अर्जुननं मम्मांना सांगितलं आणि त्यांनी नातेवाइकांना सांगितलं, तर पप्पांना किती अपमानित वाटेल? कुणाला असंही वाटेल की पप्पांनीच मागितले असतील. शी! लग्न झालेल्या मुलीकडून पैसे घेऊन खर्च भागवतायत!'

'लग्न झालेल्या स्त्रीजवळ तिचे स्वत:चे म्हणता येतील असे पैसे नसलेच पाहिजेत?'

"हीना!"

ती दचकून उभी राहिली. रंजना तिच्या टेबलाजवळ आली होती.

"येस रंजना?"

"तू एका गुजराती लेखाचं इंग्रजी भाषांतर करून द्यायचं आहेस ना?"

"तो लेखच वाचतेय. दोन दिवसांत देते करून."

रंजना उघडउघड नाराज होती.

"कोण जाणे कल्पना मॅडमना असले फालतू लेख कोण आणून देतं! कुणाला इंटरेस्ट असेल आदिवासींबद्दल वाचण्यात? आणि तेही दिवाळी अंकात?" असं बडबडत ती निघून गेली.

हीनानं लेखावरून भराभर नजर फिरवली.

मुंबईमध्ये प्रचंड प्रॅक्टिस असणारे गुजराती डॉक्टर मनुभाई आणि त्यांच्या पत्नी निरुबहेन धरमपूर तालुक्यातल्या एका गावी बऱ्याच वर्षांपासून खूपच चांगलं काम करत होते. या पत्रकारानं निरुबहेनबरोबर आदिवासींच्या खेड्यांमध्ये हिंडून तिथल्या स्त्रियांच्या आयुष्याबद्दल अनेक प्रश्न विचारले होते. जोडीला फोटोही दिले होते.

तिथल्या कुंकणा जातीच्या आदिवासी स्त्रिया स्वतंत्र आणि सुखी होत्या. पतिपत्नींमध्ये भांडणं, मारपीट वगैरे होत नाही. या अशिक्षित, गरीब, खेड्यात राहणाऱ्या स्त्रिया स्वाभिमानी आहेत. पतीच्या खांद्याला खांदा लावून शेतीची, गुराढोरांची कामं त्या सांभाळतात. घराभोवतालच्या अंगणात थोड्या जमिनीवर त्या भाज्या लावतात आणि त्या भाज्या बाजारात विकतात. त्यांना यातून जे पैसे मिळतात, त्यांना 'वावली' म्हणतात. त्या पैशांवर फक्त तिचाच हक्क असतो. पतीचाही त्या पैशांवर अधिकार तर नसतोच, पण त्या पैशांचा हिशेबही तो विचारत नाही.

"ए, हीना! सगळं काम आजच संपवणार आहेस की काय? कशात डोकं खुपसून बसलीयस?"

खांद्याला पर्स लटकावत ममता येऊन उभी राहिली होती.

लेख फाईलमध्ये ठेवत हीना उठली.

“दिवाळी अंकासाठी एक भाषांतर करायचंय, मला वाटलं जरा नजरेखालून घालून ठेवावा लेख. चल, पप्पांच्या घरी जातेय मी टॅक्सी करून. तुला सोडते वाटेत स्टेशनवर.”

“फर्स्ट क्लास, थँक्स यार!”

ऑफिसातून बाहेर पडून हीनानं टॅक्सी केली. ममताला स्टेशनजवळ उतरवून ती पप्पांच्या घरी पोहोचली. ते ऑफिसमधून घरी आले होते आणि बायकोच्या अंथरुणापाशी बसून संध्याकाळचं वर्तमानपत्र वाचत होते. मैत्रेयी स्वयंपाकघरात होती, जानकी गॅलरीत होती.

एकाएकी हीनाला आलेली बघितली, तसे सगळेच चकित झाले. जानकी धावत येऊन गळ्यात पडली.

“अरे! तू? फोनही नाही केलास? आणि वेळ बरा मिळाला तुला?”

“पप्पा! फोन न करता मी येऊ नाही शकत? हे माझं घर नाही? आणि मम्मी तू? झोपून का राहिलीयस अशी? काय झालं तुला?”

जानकी एक पाय लांब करून घसरून पडल्याचं नाटक करून दाखवत म्हणाली, “मम्मी अशी रस्त्यात धप्प धप्पाय नमः!”

“आणि मला फोनपण नाही केला? मी परकी झालेय का?”

हीनाचे डोळे भरून आले.

पप्पांनी तिच्या डोक्यावरून हात फिरवत म्हटलं, “असं कधी होईल का बेटा? तू परकी होशील? पण हेही खरं ना, की तुझी धावपळ चालू असते आणि मम्मीला तसं काही फार लागलं नाहीये.”

मैत्रेयी ट्रेमध्ये चहा न् बिस्किटं घेऊन आली.

“मोटी बेन (ताई), तू तुझ्या संसारात गुरफटलेली असतेस आणि आम्ही तर आहोतच ना?”

हीना रडतच होती.

“म्हणजे मी आता तुमची राहिलेच नाही, असंच ना?”

मम्मीला आश्चर्यच वाटलं.

“त्यात एवढं रडायचं? बरं चुकलं आमचं, बस्स? चल, आता चही पी बरं.”

पप्पा एक्स-प्लेट्स घेऊन बाहेर निघाले. जाताजाता म्हणाले, “डॉक्टरांची अपॉइंटमेंट आहे हीना मला.”

“जा ना पप्पा. मी येईन ना परत!”

मम्मी आणि हीना थोडा वेळ एकट्या होत्या.

मम्मी बळेबळे हसरा चेहरा करत म्हणाली, “मैत्रेयी दोन ट्यूशन्स करते आणि जानकी कॉलेजच्या लायब्ररीत दुपारी पार्टटाईम काम करते. तुला सांगायचं नाही,

असं दोघींनी सांगितलंय. म्हणाल्या की, आमच्या कमाईत आम्ही मोटी बेनला काहीतरी प्रेझेंट घेऊ आणि मग सांगू!''

''कमाल आहे खरंच! पण मैत्रेयीचं तर बी.कॉमचं शेवटचं वर्ष आहे आणि शिवाय ती ट्यूशन्स करतेय?''

''रात्री बसते ना अभ्यास करत! आम्ही खूप समजावलं, पण ती म्हणते की मला पुढं शिकायचंय, त्याचे पैसे मीच साठवेन. काल ही औषधंही तीच घेऊन आली. मी तुला फोन करणारच होते; अगं, ही पोरगी आत्ता लग्न नाहीच करायचं म्हणते बघ!''

''पण अजून ती लहान आहे.''

''लहान आहे, पण बोलत असते मोठ्या माणसासारखं, संकोच न बाळगता. तुझ्या पप्पांनाच सरळ सांगितलं की मी शिकेन, नोकरी करेन आणि मग, माझे विचार जो समजू शकेल असा माणूस भेटेल तेव्हाच लग्न करेन, पत्रिका जुळेल त्याच्याशी नाही. कसं होणार गं या मुलीचं? मला काळजी वाटते हीना!''

हीना जायला उठली.

''तिची जरासुद्धा काळजी करू नको. फार शहाणी आहे माझी धाकटी बहीण आणि मम्मी, इथून पुढं दर महिन्याला मी थोडे पैसे देत जाईन.''

मम्मी घाबरली.

''नाही, नाही बेटा! तुझे पैसे कसे घेता येतील?''

''अगदी मुळीच संकोच न करता घेता येतील मम्मी. मी मिळवतेय ना? या दोघींच्या खात्यात जमा करत जा आणि हो, ही गोष्ट फक्त तुझ्या-माझ्यातच राहील हं, मग तुला काही हरकत?''

जाताजाता ती स्वयंपाकघरात डोकावली.

''एऽऽ सीता और गीता! मैं चली!''

''अरे! निघालीस कुठं? मी भराभरा स्वयंपाकाला लागले, जेवून जा. मी तर म्हणते जिजाजींनापण इकडं बोलावून घे.''

जानकीनं हिनाचे हात धरून तिला आत ओढलं.

''उद्या येईन आणि तुझ्या हातची पावभाजी खाईन. आपली त्रिपुटी विसरलीस की काय? चल, जाते आता. बाय!''

चपला घालून हीना जिना उतरू लागली.

■

मावजी माहेश्वरी :-

दलित खेडूत असलेले, कच्छमध्ये शिक्षकाचा पेशा असणारे श्री. माहेश्वरी, कच्छमधील वातावरण, तेथील खेडुतांचं आयुष्य, स्थानिक राजकारण इ. विषयांवर खूप चांगल्या कथा लिहितात. असं आढळतं की, गुजराती दलित लेखक त्यांना भोगाव्या लागलेल्या अन्याय किंवा दु:खांबद्दल फारसं लिहीत नाहीत. 'वेदना'मध्ये तर त्यांनी शहरी जीवनातल्या प्रेमविवाह करून माहेर दुरावलेल्या युवतीच्या मन:स्थितीचे सुंदर विश्लेषण केले आहे.

वेदना

सरितानं गॅलरीचा कठडा पकडून खाली बघितलं.

दागदागिन्यांनी मढलेल्या स्त्रिया, मेकअप करून सज्ज झालेल्या तरुण मुली, कोणाशी तरी नजर भिडवायच्या प्रयत्नात असलेले तरुण, कंटाळलेली प्रौढ माणसं, इकडून तिकडे पळणारी लहान मुलं, उगीचच इथून तिथे फेऱ्या मारणारे फोटोग्राफर्स, नवी लोकप्रिय फिल्मी गाणी वाजवत कोकलणारे लाऊडस्पीकर्स, भांड्यांचे आवाज, टेबल- खुर्च्या सरकवण्याचे कर्कश्श आवाज आणि ह्या सगळ्यात मिसळणारे माणसांचे तऱ्हेतऱ्हेचे आवाज. सगळं कार्यालय विचित्र गोंगाटानं भरून गेलं होतं.

सरितानं खाली हिंडणाऱ्या, उभे असणाऱ्या, बसलेल्या सर्वांवरून पुन्हा एकदा नजर फिरवून बघितलं. ओळखीचे

आणि अनोळखी, कितीतरी चेहरे दिसले. सर्वांचे चेहरे आनंदी दिसत होते. तिनं पुन्हा निरखून कानाकोपऱ्यामध्येही बघितलं. शेवटी निराश होऊन मुख्य प्रवेशद्वाराकडे नजर टाकली.

मुख्य प्रवेशद्वाराजवळ ठेवलेल्या टेबलावर पसरलेल्या स्वच्छ चादरीवर ठेवलेल्या मोठ्या थाळ्यातला मुखवास नीट सारखा करत असलेल्या मेव्हण्याला– बहिणीच्या नवऱ्याला-राजीव काहीतरी सांगत होते. सरिता राजीवकडे बघत राहिली.

अंगानं आता जरा भरलेल्या राजीवना मरून रंगाचा सफारी सूट शोभून दिसत होता. हातात एक मोठं पाऊच होतं. कपाळावरून खाली आलेली केसांची एक बट भुवईजवळ घामानं चिकटली होती. त्यांच्याकडे बघून त्यांचं वय जाणवत नव्हतं. राजीव घाईघाईनं स्वयंपाकघराकडे निघाले. सरिता राजीवची धावपळ बघत राहिली. भराभरा काही ना काही सूचना देत, सर्वांचं स्वागत करत ते सर्व व्यवस्था बघत होते.

सरिताला वाटलं, 'अजूनही पूर्वीसारखीच भराभरा कामं उरकतात त्यांना, आणि निर्णय घेण्याची क्षमता तर...! त्या वेळीसुद्धा किती पटदिशी त्यांनीच निर्णय घेऊन टाकला होता!'

ती तर अजून किनाऱ्यावर बसून, वाहत्या पाण्यात पाय बुडवून मजेत पाय हलवत बसली होती! पाण्यात उडी मारण्याचं आव्हान त्यांनीच दिलं होतं आणि तिनं उडी मारली होती! मागचापुढचा काहीही विचार न करता आणि कशाचीही पर्वा न करता, पोहोचायचंय कुठे, ह्याचा विचार तर तिनं केलाच नव्हता! बस्स त्यांच्या तोंडातून बाहेर पडेल तो शब्द झेलण्यातच सारं काही मिळाल्याचा आनंद होत होता, अभिमानही वाटत होता.

आजपर्यंत त्यांचा पडला शब्द झेलला नाही, असं झालं आहे कधी! पण तरी...

लग्नाच्या आधीचा तो गोडवा, बरोबर असण्यातलं ते सुख, अभिमानानं जोडीनं उभं राहण्यातला आनंद, सगळं कुठे वाहून गेलं, कोण जाणे! छिद्र पडलेल्या भांड्यातलं पाणी वाहून जावं, तसं.

आणि आता? सर्वस्व कशाला म्हणता आलं असतं? सरिताच्या अस्तित्वाच्या भोवती जणू एक मोठं प्रश्नचिन्हांचं वर्तुळ तयार झालं होतं. निराश नजरेनं तिनं वर बघितलं. डिसेंबरच्या फिकट निळ्या आकाशात एक छोटासा निस्तेज ढग चुपचाप तरंगत जात होता.

सरितानं सुकलेल्या ओठावरून जीभ फिरवत खाली नजर टाकली आणि त्याच वेळी स्वयंपाकघरातून बाहेर पडलेल्या राजीवचं लक्ष वर गेलं. दोघांनी एकमेकांकडे बघितलं. दोघांच्याही नजरांमध्ये वेगवेगळे प्रश्न होते.

सरितानं खूण करून राजीवला वर बोलावलं. बुटांच्या धाडधाड आवाजाखाली पायऱ्या दाबल्या जात राहिल्या. राजीव तिच्यासमोर आला. काय बोलावं ते चटदिशी सरिताला सुचलं नाही.

ती अडखळत म्हणाली, "मी म्हणत होते अजूनही..."

"ठाऊक आहे मला, तुला काय म्हणायचंय ते. त्याबद्दल चर्चा होऊन गेलीय आधीच आणि आत्ता ही वेळही नाही पुन्हा चर्चा करण्याची. मला खूप कामं आहेत आणि तू आत्ता, ह्यावेळी इथे नुसती उभी आहेस, ते कसं दिसेल सगळ्यांना?"

पायऱ्या पुन्हा एकदा बुटांखाली दाबल्या गेल्या न् गप्प झाल्या.

सरिता ओठ घट्ट मिटून स्तब्ध उभी राहिली, येणारा हुंदका दाबू बघत.

वरपक्षाला कार्यालयाच्या वरच्या खोल्या दिल्या होत्या. शेजारच्या खोलीतून दहा-बारा तरुण मुलांचा जोरजोरानं हसण्याचा आवाज येत होता. सरिताला खूप एकटंएकटं वाटू लागलं. तिनं भोवताली नजर टाकत पुन्हा खाली पाहिलं. मुख्य प्रवेशद्वाराजवळच्या एका खोलीतून फिक्या हिरव्या रंगाच्या पडद्यामागून प्रकाशाचा मोठा झोत दिसत होता. व्हिडिओ कॅमेरावाला कॅमेरा पुढे मागे सरकवत काहीतरी सूचना देत होता.

दाराशी उभ्या असलेल्या मुली कौतुकानं आत डोकावत होत्या. अवनीला वेगवेगळ्या तऱ्हांनी उभी करून फोटो घेण्याचं काम चाललं होतं. सरिताला अवनीचा चेहरा जरासा दिसत होता. ती लक्षपूर्वक बघत राहिली.

अवनीच्या चेहऱ्यावर अवर्णनीय सुखाचं तेज झळकत होतं. अगदी खास तिचं असं आणि कायदेशीर सुख!

'अवनी किती खुषीत दिसतीय आत्ता,' सरिताला वाटलं.

'आणि तेव्हा... मी?'

'कशाचाच विचार केला नाही. दुसराही कुठला मार्ग निघू शकेल, ह्या दिशेनं तर नाहीच! बस्स, राजीवच्या चार ओळींच्या चिठ्ठीवरून आयुष्य ओवाळून टाकलं आणि त्या रात्री...'

ट्रेन वेगानं चालली होती, दक्षिण गुजराथच्या दिशेनं. मिळू घातलेल्या सुखाच्या पंखावर बसून मन ट्रेनबरोबर धावत होतं. अंधार चिरत चाललेल्या ट्रेनच्या चाकांचा आवाज मनात लयबद्ध आवर्तनं उत्पन्न करत होता.

ट्रेनच्या खिडकीतून दिसणारे दूरदूरच्या कुठल्या गावातले एवढालेसे भासणारे दिवे दिसले की, आपोआपच नजर एकमेकांकडे जात होती. शब्दांची जरूरच कुठे होती? दोन हातांच्या जुळलेल्या पंजांमधून एकमेकात मिसळणारा दोघांचा घाम, एक हिंमत, एक वचन देत होता. मनात काहीही आशंका नव्हती, दुःख नव्हतं.

हां जरा किंचितशी एक चिंता मनात घुटमळत होती, की परत जाऊ, तेव्हा? पण समोर बसलेल्या कमावलेल्या शरीराकडे, सुंदर, तेजस्वी डोळ्यांकडे आणि बुद्धिवान चेहऱ्याकडे बघितल्यावर तेवढ्या त्या चिंतेचं काहीच वाटत नव्हतं. सगळं काही व्यवस्थित पार पडेल, असा विश्वास वाटत होता. ट्रेनच्या बोगीच्या फिकट पिवळ्या उजेडात धडधडत्या हृदयानं रात्र घालवली, प्रसन्न सकाळ उजाडली. सगळं काही व्यवस्थितच पार पडलं.

पाच दिवसांनंतर परत येताना खूप विचार केला होता. जे समोर ठाकणार होतं, त्याला तोंड कसं द्यायचं, ह्याची मनोमन तयारीही केली होती. मोठ्या भावाच्या रागीट स्वभावाची भीती तर होतीच, तरीही काय होईल ते तेव्हाचं तेव्हा बघून घेऊ, असा विचार करून दोघं परत आली, तेव्हा सारं काही पूर्ववत होतं. जणू काही, काही झालंच नव्हतं, अशा रीतीने सगळं नेहमीप्रमाणे चालू होतं. दोघाही भावांकडून कुठल्याच तऱ्हेची काहीच प्रतिक्रिया झाली नाही, तेव्हा मग सुखानं चिंब भिजलेल्या तिच्या हृदयात एक न उमजणारं दु:ख हळूहळू वाढू लागलं, जणू एका झटक्यात त्यांनी वजाबाकी करून टाकली होती!

मनात विषादाचं बीज रुजलं. वाटलं होतं तसं काही झालं नाही, पण थोड्या दिवसांनी थोरल्या भावाचं पत्र आलं– ब्लेडच्या पातळ, हलक्याशा धारेसारखं तीक्ष्ण.

"तू आता पूर्वीच्या कशाचीही आठवण ठेवण्याची जरूर नाही. सर्व काही कायदेशीर होऊ शकलं असतं, पण आता मात्र कशातच अर्थ उरलेला नाही."

पत्र वाचून तिच्या मनात हाहाकार उडाला. जमीन दुभंगून एखादा प्रवाह बाहेर वाहू लागावा, तशी अंतर्मनावर बसवलेली शिळा सरकली आणि हळूहळू सारं बाहेर येऊ लागलं. अनोळखी देशात जावं आणि तिथे स्वत:चं गाव आठवावं तसं सगळं आठवू लागलं. रक्तात भिनलेले ते जुने दिवस, तेव्हाचा आनंद, ते चेहरे, ते प्रसंग, सतत डोळ्यांसमोर येऊ लागले आणि आव्हान देत निघून जाऊ लागले. कितीतरी दिवस मनात द्वंद्व चाललं होतं... तरीही त्याच वेळी, ते सगळं विसरून जाऊ बघणारा दुसरा एक प्रवाहही समोरच समांतर वाहात होता. दिवसभर थकलेलं मन आणि शरीर, रात्री राजीवच्या सशक्त बाहूंमध्ये सामावून शांत होत असे, पण ते सारं फार दिवस चाललं नाही.

मन शांत करणारा प्रवाह हळूहळू ओसरू लागला. मग एक बारीकसा ओहोळ राहिला होता, तोही सुकून गेला. सुख नावाची नदी सुकून कोरडी पडली आणि तिच्या पात्रात उगवल्या काटेरी बाभळीच्या जाळ्या!

राजीवचं सगळं काम हिशोबीपणानं केलेलं होतं, ते हिशोबीपणानंच चालू राहिलं. क्षुब्ध झालेल्या तिच्या भावांची निंदानालस्ती करण्यात त्यानं थोडीही कसूर

बाकी राहू दिली नाही. दु:खाच्या सावटात भूतकाळातल्या सुखद क्षणांची आठवण दंश करत राहायची. काहीतरी म्हणावं, सांगावं असं खूप वाटायचं, पण तिच्या समग्र अस्तित्वालाच त्याच्या दिपवून टाकणाऱ्या तेजानं घेरून टाकलं होतं. नव्यानं त्याला ओळखायचा प्रयत्न अयशस्वी झाला आणि जुनी ओळख पुसून गेली होती...!

"मम्मी! तू इथं अशी एकटी?"

सरिताकडे बघणाऱ्या अवनीच्या डोळ्यांमध्ये विषाद डोकावत होता. तिला सरिताच्या अवस्थेची थोडीफार कल्पना होती.

अवनी तिच्या मैत्रिणींबरोबर केव्हा वर आली, हेच तिला कळलं नव्हतं. ती अवनीकडे बघत राहिली. जणू ती सरिताच होती! बावीस वर्षांपूर्वीची कमनीय देहाकृती असलेली सरिता! साजशृंगारानं शोभून दिसणाऱ्या अवनीला बघून सरिताला वाटलं, 'आणखी थोड्या वेळानं स्वत:चं अंगण कायमचं सोडून जायचंय, ह्या जाणिवेच्या व्यथेची एखादी रेष दिसतेय चेहऱ्यावर, तरीपण मनातून किती रोमांचित, पुलकित वाटत असेल हिला!'

सरिताचे डोळे पाणावले.

"मम्मी! आज..." अवनीचे डोळेही भरून आले.

सरितानं लगेच स्वत:ला सावरलं.

अवनीच्या खांद्यावर हात ठेवून तिच्या डोळ्यांत बघत ती म्हणाली, "काही नाही बेटा! उद्या घरात मी एकटीच असेन, ह्या विचारानं जरा..."

प्रयत्न करूनही जमलं नाहीच; सरिताला डोळे पुसावेच लागले.

सरिता खाली आली. खाली तीच गडबड, तोच गोंधळ चालला होता. कार्यालय तसं तर चांगलं मोठं होतं, पण आत्ता ते लहान वाटत होतं! शहरातल्या प्रतिष्ठित व्यक्तींपैकी एक, अशा राजीव पंड्यांच्या एकुलत्या एका मुलीचं लग्न होतं. येणारे सगळे आवर्जून आले होते.

राजीवनं स्वत: अगदी आठवून-आठवून प्रत्येक निमंत्रणपत्रिका लिहिली होती. शेवटी तर पुन्हा आणखी पत्रिका छापाव्या लागल्या होत्या. एवढ्या गर्दीत एकटी पडलेली सरिता इकडेतिकडे बघत होती.

चारही बाजूंनी राजीवचे मित्र, नातेवाईक, सहकारी, कितीतरी तर असे की, ज्यांना सरितानं कधी पाहिलंही नव्हतं. त्याखेरीज मित्रमैत्रिणींचं वर्तुळ.

'ह्या सगळ्यांमध्ये माझं कोण?'

सरिताच्या मनात प्रश्न उठला. तिचे उदास डोळे पुन्हा चोहीकडे भिरभिरले. घशात सारखे आवंढे अडकत होते. थोड्या दिवसांपूर्वीचा तो प्रसंग डोळ्यांसमोर येत होता.

लग्नाला फक्त चार दिवस राहिले होते. सरितानं सारी भीती, लाज बाजूला ठेवून राजीवला विनंती केली, "एक पत्रिका माझ्या थोरल्या भावाला नाही पाठवणार?"

दगडासारख्या बसून राहिलेल्या राजीवजवळ भीक मागावी, तशी तिनं भावाला पत्रिका पाठवायची परवानगी मागितली! स्वत: द्यायला जायलाही ती तयार होती... तेवढ्यात एखाद्या बेमुर्वत तरुणानं रस्त्यात पडलेल्या दगडाला बेपर्वाईनं लाथ मारावी तसे पत्रिकेबरोबर विषारी शब्दही मरणप्राय दाहक वेदना देत अंगावर पडले!

"ही घे! तुझ्या मनासारखं होऊ दे! मी तर नमतं घेणारचं नाही, पण तुला पाठवायची आहे तर घे, पाठव. तुला असं वाटतंय की ते येतील? अग हुडूतहुडूत करून अंगणातूनच हाकलून देतील, तेव्हा कुठल्या तोंडानं परत येशील? आणि तरीही, समजा, तुझ्यासाठी म्हणून ती मंडळी आली, तर त्या वेळी मी लग्नमंडपात हजर नसेन, एवढं लक्षात ठेव!"

बस्स! सगळा राग, दु:ख, सगळं थंड झालं. पेटत्या ज्वालांवर पाऊस पडावा न् राखसुद्धा वाहून जावी, तसं डोळ्यांवाटे सारं काही वाहून गेलं, पण तीव्र घाव सहन केलेल्या हृदयातून कसला तरी अंकुर फुटला, डोळ्यांसमोर कायकाय दिसू लागलं–

...ह्याच गावात, कुण्या एका जागेवर उभं असलेलं लहानपणचं ते घर, मोठ्या अंगणावर सावली पसरणारं कडुलिंबाचं झाड, ओसरीवरचा झोपाळा, झोपाळ्यावर झोके घेताघेता दंगामस्ती करणारी तीन लहान मुलं, अभ्यासात गढलेली जरा मोठी झालेली मुलं, डोळ्यांत उमलणाऱ्या स्वप्नांना सजवू बघणारी तरुण मुलं...

किती किती अन् काय काय सरिताच्या डोळ्यांसमोर येत राहिलं. एखादं जुनं नाणं घासूनघासून उजळल्यावर त्याच्यावरचा छाप, संवत् सगळं स्पष्ट दिसायला लागावं तसं पुन्हा एकदा सगळं कसं आत्ताआत्ता झाल्यासारखं वाटायला लागलं, पण अर्धांगवायूनं लुळ्या पडलेल्या अंगासारखी स्वत:ची स्थिती बघत राहण्याशिवाय काही करता येण्यासारखं नव्हतं!

तिच्या हृदयात ह्या फसवणुकीचं दु:ख पुन:पुन्हा उन्मळून येऊ लागलं. सरितानं सगळं विसरून जाण्याचा खूप प्रयत्न केला, दाबून टाकायला बघितलं, मनावर काबू ठेवण्याचा खूप प्रयत्न केला, पण ते तिच्या काबूत राहिलंच नाही आणि एका क्षणी मग सारं कागदावर ओघळलं.

प्रत्यक्षच जाऊन देऊन यावं असं खूपदा वाटलं, पण का कोण जाणे, हिंमत झाली नाही. भावाच्या घराच्या बाहेरच्या अंगणाच्या मोठ्या दरवाजाच्या फटीतून ते बंद पाकीट आत सरकवताना एखादा प्रचंड लोहचुंबक लोखंडाला खेचत असावा, तसं ते बंद दार तिला खेचत होतं. महामुश्किलीनं तिनं स्वत:वर ताबा ठेवला.

सरिताचे डोळे पुन:पुन्हा कार्यालयात हिंडणाऱ्या हसऱ्या चेहऱ्यांवरून फिरत

होते. क्षणोक्षणी तिची निराशा वाढत होती. तिला पुन्हा पुन्हा प्रश्न पडत होता, की काळाच्या ओघात खडकसुद्धा घासले जातात. हे तर सख्खं नातं! मी त्यांची सख्खी बहीण आहे, ह्याचाही विसर पडला त्यांना? इतकी मोठी वजाबाकी?

...पण सरिताला ह्या प्रश्नाचं उत्तर ठाऊक नव्हतं! जेवणं उरकली, हातात गुलाबजामूनचं भांडं घेऊन राजीवनं प्रत्येक पंगतीत फिरून प्रत्येक पाहुण्याला आग्रह करून वाढलं.

'अहो, नको!', 'पुरे आता!', 'बस्स पंड्यासाहेब!' म्हणतम्हणत सगळे मनापासून, पोटभर जेवले.

आलेले सर्व पाहुणे राजीवची आपुलकी, संबंध सांभाळणं, औदार्य सगळ्याची खूप वाखाणणी करत होते. टेबलावर चांल्ल्याच्या (रोख आहेर) पाकिटांचा ढीग झाला होता.

हळूहळू सारे पाहुणे पांगले. आता फक्त घरची न् वरपक्षाकडची काही मंडळी राहिली होती. तेच कार्यालय आता केवढं प्रशस्त वाटत होतं!

दोन-दोन दुःखांचं ओझं उचलत डबडबलेल्या डोळ्यांनी सरिता चोहीकडे बघत होती. तिची उदास नजर वरचेवर मुख्य प्रवेशद्वारापर्यंत जाऊन परतत होती. कदाचित अजूनही काहीतरी घडेल ह्या विचारात तिचं मन मात्र निराश, हताश होत चाललं होतं.

काही काळ नंतरचे विधी उरकण्यात गेला. शेवटी सारं काही संपलं. वरपक्षाकडचे लोक त्यांचं सामान गोळा करत होते. गुरुजींनी काहीतरी सूचना दिल्या.

व्हिडिओ कॅमेऱ्याचा फ्लॅश ऑन झाला. पतीच्या मागे उभ्या असलेल्या अवनीच्या दबक्या हुंदक्यांबरोबर सरिताचे मोठाले हुंदके भिंतीवर आपटून विखरून गेले.

पण...

गाढ दुःखाच्या त्या क्षणी, रबरबँडनं बांधलेल्या आहेराच्या पाकिटांच्या मोठ्या गठ्ठ्यात वर नाव-गाव काही न लिहिलेलं गुलाबी रंगाचं एक पाकीट सरिताकडे बघत गालातल्या गालात हसत होतं!

सरिताला त्याची कल्पनाच नव्हती!

■

हिमांशी शेलत :-
सुरतला कॉलेजमध्ये इंग्रजीच्या प्राध्यापिका म्हणून काम करत असतानाच त्या वैयक्तिक स्वरूपात उपेक्षित, अनाथ, भटकणाऱ्या मुलांसाठी खूप काम करत असत आणि वेगवेगळ्या विषयांवर कथा कादंबऱ्याही लिहीत असत. मुदतपूर्व निवृत्ती घेऊन त्या आता लहान गावांत राहून ही दोन्ही कामं वेळ पुरत नाही इतकी करत असतात. त्यांचं मराठी वाचनही बरंच आहे. लेखनही समाजातील उपेक्षित घटकांवर जास्त असतं. ह्या संग्रहात तृतीयपंथी लोकांबद्दल 'ते लोक', कारगिलच्या लढाईत मारल्या गेलेल्या जवानाच्या मुलाची 'वर्षश्राद्ध' तर कलाकार पत्नीचं अवघड- मध्यम वयात पतीपासून दुरावणं ह्यावरील 'एपिसोड नं. एकावन्न' ह्या कथा समाजातल्या उपेक्षितांची आयुष्यं दाखवतात.

वर्षश्राद्ध

गेले पंधरा दिवस वर्तमानपत्रं, टी.व्ही. आणि रेडिओच्या बातम्या सर्वांना एकच विषय पुरवत होत्या.

येणार आहेत - ते येणार आहेत - त्यांचं आगमन होणार आहे - त्यांच्यासाठी रेड कार्पेट, त्यांच्यासाठी खास शाही मेजवानी, त्यांच्यासाठी बसायला सिंहासनासारखी खुर्ची, त्यांच्यासाठी खास सोफासेट, त्यांच्यासाठी फुलांच्या तऱ्हेतऱ्हेच्या सजावटी, त्यांच्यासाठी विशेष मूल्यवान आणि दुर्मीळ भेटवस्तू, त्यांना एकवीस तोफांची सलामी, त्यांना लष्करी थाटानं मानसन्मान... संतापानं फणफणणाऱ्या सुखबीरनं पायानं वर्तमानपत्र दूर ढकलून दिलं. पायाचा अंगठा कुठल्यातरी नेत्याच्या फोटोला लागला. तेवढ्यानंही सुखबीरचा राग शमला नाही. त्यानं त्या वर्तमानपत्राचा पायांनी चुरगळून चोळामोळा करून

टाकला. नेमकी तेव्हाच त्याची माँ बाहेर आली.

सुखबीरच्या पायाखाली चुरगळलं जाणारं वर्तमानपत्र तिला दिसलं. काहीही न बोलता ती बाहेर अंगणात गेली. आता ती अंगणात काही ना काही काम करायला शोधून काढेल. घरात असे काही कामाचे ढीग पडलेत असं नाही, पण...

सुखबीरनं हात पसरून आपल्या पंजांकडे बघितलं. मित्रांबरोबरच हात लढवून कुस्ती करायला त्याला खूप आवडायचं. हळूहळू हात असे पोलादासारखे टणक न् मजबूत झाले होते की, त्याच्याशी तशी कुस्ती खेळताना पापासुद्धा हार खायचे!

"...असा धट्टाकट्टा जवान तर फौजेतच असला पाहिजे! काय रे? होणार ना फौजेत भरती?"

माँ धावत यायची.

"लहान आहे हो अजून तो! शिक्षण तर होऊ देत पुरतं!" तसे मग सुखबीरच्या हातावर टाळी देऊन त्याच्या खांद्यावर थोपटत पापा मोठ्यानं खळखळून हसायचे.

पापा म्हणायचे ते खरंच होतं. लष्करात भरती व्हायची कल्पना सुखबीरलाही आवडत होती.

युनिफॉर्ममध्ये रुबाबदार दिसणाऱ्या पापांना बघायला त्याला खूप आवडायचं. कधीकधी जीपमधून इतर जवानांबरोबर पापा घरी यायचे, तेव्हा त्यांना बघून त्याला इतका आनंद व्हायचा, इतका अभिमान वाटायचा, की त्यांना मिठी मारावीशी वाटायची.

त्यांची लहानशी कॉलनी अशा वेळी उत्साहानं ओसंडत असायची. गावातल्या शाळेतली मुलं, म्हाताऱ्या बायका, पुरुष, सगळे या फौजींकडे आदरानं बघत असायचे. मुलं बंदुकांकडे थोड्या भीतीनं, थोड्या कुतूहलानं बघत असायची. सुखबीरचे डोळे अशा वेळी अगदी चमकत असायचे.

पापांच्या जवळ, त्यांना चिकटून बसण्यात, त्यांचा हात पकडून त्यांना ओढत घरात घेऊन जाण्यात, त्याचा आनंद न् अभिमान अगदी शिगेला पोहोचायचा. तेव्हा चढलेली नशा पापा परत जाईपर्यंत टिकून राहायची.

माँ चपात्या करत असायची, तीन वर्षांची रिन्की कुठेतरी खेळत असायची आणि दारातून पोस्टमन 'टपाऽल' असं ओरडायचा.

गावात फारसं कोणाकडे टपाल येत नसे, त्यामुळे पत्र येणं म्हणजे विशेषच. सुखबीरच्या अंगावर रोमांच उभे राहायचे. किंचित थरथरत्या हातांनी तो पत्र उघडायचा.

पत्रात तसं विशेष असं काही नसायचं. खुशाली कळवलेली असायची. तब्येत चांगली आहे, काही त्रास असा नाही, काळजी करू नये, सांभाळून राहावे, सुखबीरचा अभ्यास नीट चालला आहे ना, वगैरे.

पापांनी आपल्या हातांनी लिहिलेलं त्याचं नाव. सुखबीर डोळे भरून बघत राहायचा. पत्र खिशात ठेवूनच सगळीकडे हिंडायचा, बाहेर काढून पुन:पुन्हा वाचायचा.

दुसरं पत्र येईपर्यंत जुनं नीट सांभाळून ठेवलेलं असायचं. शेजारची लाखीमौसी वेळ मिळेल तेव्हा ते पत्र ऐकायला यायची. सुखबीर मोठ्यानं पत्र वाचून दाखवायचा तिला आणि माँ अशा वेळी कधीकधी पोलक्याच्या बाहीनं डोळे पुसायला लागली की, मौसी प्रेमानं, लटक्या रागानं, तिला मोठ्यानं म्हणायची, 'पहाडांमध्ये तर तब्येत छान राहते उलट! काय उगीच रडतेयस? तुझ्या नवऱ्यासारखा एक तरी मर्द माणूस आहे का साऱ्या गावात?'

लाखीमौसीचा नवरा रोज दिवेलागणीला झोकांड्या खात आणि वाटेल ते बरळत घरी यायचा. कोणाला याचं काही विशेष वाटतही नसे, कारण गावातले जवळजवळ सगळेच पुरुष हे असेच होते. काही प्रौढ किंवा सुसंस्कृत किंवा धार्मिक वृत्तीच्या अशा आठ-दहा जणांचाच अपवाद होता आणि म्हणून तर सुखबीरच्या फौजी पापांबद्दल सगळ्यांना खूप कौतुक वाटायचं आणि हे सारं बघून सुखबीरला आपणही सैन्यात भरती व्हावंसं वाटायचं.

तसं पाहिलं तर सुखबीरला शाहरुख खानही व्हायचं होतं!

घरातली एक भिंत शाहरुखच्या पोस्टर्सनी नेहमी भरलेली असायची.

"अरे तो काय तुझा कोणी लागतो का काका-मामा, त्याच्या फोटोंवर पैसे वाया घालवतोयस ते?"

माँ लटकं रागवायची, पण पोपडे निघालेल्या भिंती जर एखाद्या छान दिसणाऱ्या चेहऱ्यानं झाकल्या जात असतील तर बिघडलं कुठं?

माँनंसुद्धा भिंतीचा एक कोपरा कुठल्याकुठल्या साधूसंतांच्या फोटोंनी भरून टाकलाच होता ना?

पण सुखबीर खरं म्हणजे मनातून एवढं समजून होता की, फौजी बनणं शक्य होतं, शाहरुख नाही! आणि नाव तर फौजेत जाऊनही मिळवता येतंच की! मेडल मिळू शकतं.

छानशा ऐटबाज समारंभात सर्वांच्या समोर मेडल देतात, फोटो घेतले जातात. तो स्वत: जीपमधून ऐटीत उडी मारून खाली उतरतोय, खाडदिशी बूट वाजवत सलाम करतोय, बंदूक हातात धरून जंगलांमधून, डोंगरांमधून पळतोय अशी दृष्यं तो कल्पनासृष्टीत बघत राहायचा... पापांना मिळेल मेडल एखाद्या वेळी? आपल्याला? कोण जाणे!

त्या वर्षी पावसाच्या पहिल्या सरींना सुरुवात झाली, तेव्हा लढाईच्या बातम्या बघायला तो रोजच्या रोज रामशरणचाचांकडे जायचा. भयंकर थंडीला तोंड देत लढणाऱ्या सैनिकांमध्ये त्याचे डोळे पापांना शोधत असायचे.

युनिफॉर्मच्या त्या जाडजूड कपड्यांमध्ये सगळे सैनिक सारखेच दिसायचे, पण तरी पापांइतक्या उंचीचा एखादा सैनिक टी.व्ही.वर ओझरता दिसला की, सुखबीर उत्तेजित होऊन आरडाओरडा करायचा आणि सगळी खोली दणाणून सोडायचा.

"ते पाहा पापा, ते बघा ते ऽऽ आत्ता त्या डोंगराच्या शिखराच्या मागच्या बाजूला आत्ता गेले ते- पापाच होते!"

आता पुढच्या सुट्टीत पापा येतील तेव्हा त्यांच्या घरीही टी.व्ही. आणायचा होता, हे तर सुखबीर कॉलनीतल्या जवळजवळ सगळ्यांना सांगून आला होता.

अशीच एक दुपार. आभाळ खूप भरून आलं होतं. कुंद, अंधारलेला दिवस. पाऊस जणू कोणाच्या तरी हुकुमाची वाट बघत बसला होता कोसळण्यासाठी. चारसुद्धा वाजले नव्हते, तरी रात्र झाली असावी तसं अंधारून आलं होतं.

माँ ओट्यावर बसून तांदूळ निवडत होती. सुखबीर समोर पुस्तक उघडं ठेवून वाचायच्याऐवजी आभाळाकडे बघत होता.

तेव्हा बातमी आली होती. माँ रडली नव्हती. रिन्कीला मांडीवर ओढून घेऊन, सुखबीरला जवळ घेऊन थिजल्यासारखी बसून राहिली होती. जणू काही तिला ठाऊकच होतं, की हे एक दिवस होणारच होतं.

शेजारीपाजारी जमले होते आणि जरा वेळानं सारं गाव त्यांच्या घरासमोर गोळा झालं होतं. सगळ्या बायका आत येऊन एक एक करून माँला जवळ घेऊन, तिचं डोकं छातीशी धरून रडत होत्या, पण माँला जणू कशाची शुद्धच नव्हती.

सारी रात्र घरापाशी कितीतरी लोक बसूनच राहिले. पाऊस शेवटी एकदाचा पडायला लागला. तेव्हा बाहेरच्या ओट्यावर माणसं बसली. जी ओट्यावर मावत नव्हती, ती छत्र्या घेऊन कितीतरी वेळ बाहेर नुसती उभी राहिली.

पापांचा मृतदेह गावी आलाच नाही. रामशरणचाचा म्हणाले की, बर्फात गाडलं गेलं असेल तर लगेच सापडणारही नाही किंवा शत्रूच्या हाती लागले असेल तर अंतिम क्रियेसाठी थेट इथपर्यंत आणायच्या स्थितीतच नसेल, पण आपले तिथले लोक, तिथल्या तिथेच पुऱ्या सन्मानानं...

भोपाळहून आलेला आतेभाऊ सांगू लागला की, काहीकाही सैनिकांचे मृतदेह घरच्यांच्या ताब्यात देण्यासारख्या स्थितीतच नव्हते. सुखबीरनं तरी धीर करून विचारलं की, म्हणजे? तर तो सांगू लागला की, डोळे काढलेले असतात किंवा हातपाय कापून टाकलेले. मग सुखबीरचा चेहरा बघून एकदम त्याच्या लक्षात आलं तशी तो घाबरला न् म्हणाला की, तसं काही नसेलसुद्धा. त्यानं आपलं कुठेतरी वाचलं होतं, ते खोटंही असू शकेल.

वर्तमानपत्रवाले काय, काहीही उगीचच छापतात ना?

त्यांच्या भागातली पुढारी आणि मंत्री मंडळी मोटारींचा तांडा घेऊन माँला

भेटायला आली होती. जमिनीवर बसायला त्यांना जमत नव्हतं तरी ती सगळी माँचं सांत्वन करायला कसंतरी करून बसली होती.

बाहेर जमा झालेल्या लोकांना पुढाऱ्यांनी सांगितलं की, तुमच्या गावचा एक बहादूर सैनिक शहीद झाला याचा तुम्हाला अभिमान वाटला पाहिजे, मग त्यांनी लोकांना 'भारत माता की जय'ची घोषणा करायला सांगितली.

सुखबीर म्हणालाच नाही आणि साऱ्या गलक्यामुळं घाबरून रिन्की रडत राहिली.

थोडे दिवस त्यांच्या घरी रोज पत्रं येत राहिली. 'कारगिल के अमर जवान', 'शहीदों की यादमें' वगैरे मोठ्या अक्षरात छापलेली लहानमोठी पत्रकं, पापांचा फोटो असलेली वर्तमानपत्रं, सरकारी पत्रं; साहाय्य योजनांसाठी भरण्याचे फॉर्म्स, दूरच्या दोन-चार नातेवाइकांनी पाठवलेली पत्रं आणि कधीकधी लहानसहान रकमांच्या मनीऑर्डर्स.

माँजवळ बसायला रोज कोणी ना कोणी यायचं. नंतर मग माँ शिवणकाम करू लागली, तेव्हा बायका जातायेता दारातून चौकशी करायच्या.

पापा होते तेव्हाची माँ आणि आताची माँ अगदी वेगळ्या होत्या. आता माँ खूपच कमी बोलायची. क्वचितच हसायची आणि किल्ली दिली की, खेळणं फिरतं - त्या खेळण्यासारखी काम करत असायची.

किती बदलली होती माँ! पापांच्या फोटोकडेही ती बघायची नाही. रात्री घरात दाटून आलेल्या अंधारात एखादा दबका हुंदका ऐकू यायचा, तेव्हा पोटाशी पाय घेऊन अंथरुणात पडून राहिलेला सुखबीर तोंडावरचं पांघरूण बाजूला करून बघायचा.

माँ पडल्यापडल्या रडत असायची. तिचे खांदे आणि पाठ थरथरत असायची. उठून तिच्याजवळ जावंसंपण वाटायचं आणि जाण्याची भीतीपण वाटायची.

त्याला बघून जर माँचा स्वत:वरचा ताबा पारच सुटला तर? तर तो तिला शांत करू शकणार नाही आणि मग पुन्हा डोक्यावरून पांघरूण घेऊन सुखबीर झोपायचं सोंग करायचा. स्वप्नात त्याला खाडकन बूट वाजवत सलाम ठोकणारे पापा दिसायचे, त्यांच्या खळखळून हसण्यानं घर भरून जायचं, जीपचा आवाज ऐकू यायचा.

सकाळी माँ चहा करत असायची तेव्हा तिचे डोळे लाल झालेले असायचे आणि एका नव्या दिवसाची सुरुवात झालेली असायची, पण गेले काही दिवस तर रात्र संपता संपत नसे.

वर्तमानपत्रांतून येत होतं की, तो येणार होता आणि त्याच्या स्वागतासाठी आग्र्याचं एक मोठं हॉटेल सजवण्यात येत होतं. पाण्यासारखा पैसा खर्च केला

जात होता.

आत्ता पडतेय का मग, अशा गावातल्या जागेतल्या लायब्ररीत लोक वर्तमानपत्रं आणि मासिकं वाचायला गोळा होऊ लागले. लोकांची उत्सुकता खूप वाढत चालली होती.

"अरे, हे बघ काय लिहिलंय, केवढी तरी मोठी शानदार पार्टी होणार आहे, फिल्मवाले, लेखक, गाणारे, सगळ्यांना बोलावलंय."

"कुण्णी गेलं नाही पाहिजे. अशा माणसाबरोबर खायचंप्यायचं काय म्हणून?"

रागारागानं सुखबीरनं त्या मुलाच्या हातून वर्तमानपत्र हिसकावून घेऊन फेकून दिलं.

"अरे, खोटं नाही सांगत, खरंच, तुझा तो शाहरुखपण येणार आहे."

खोटं तर नव्हतंच, निदान वर्तमानपत्रात तरी तसं लिहिलं होतं.

गावातल्या तबेल्यासारख्या थिएटरात काहीही करून सुखबीर शाहरुखचं पिक्चर बघायचाच. जगातले सगळे लोक वाईट काम करतील, पण शाहरुख कधीच नाही करणार, असं छाती ठोकून सांगायला सुखबीर तयार होता.

पण यादीत शाहरुखच काय, आणखीही कितीतरी नावं होती. त्याचा आवडता गावस्करही होता आणि तो ज्यांना ओळखत नव्हता असे कितीतरी जण. मेजवानीला हजर राहणार असलेल्यांच्या नावांकडे सुखबीर बघत राहिला, मनोमन त्यांना शिव्या देत राहिला. बेशरम! लोभी! जणू मेजवानीचं जेवण मिळालंच नसेल कधी!

सुखबीरचा राग कोणाला समजत नव्हता. स्वागताची कायकाय तयारी चालली आहे त्याची रसभरित वर्णनं लोक चवीचवीनं वाचत होते. सगळी नवलाईच वाटत होती त्यांना!

"अरे, हे वाचलंस का? आग्र्याचा एक माळी आहे, सगळी फुलांची सजावट करण्यासाठी त्याला केवढं कॉण्ट्रॅक्ट मिळालयं ठाऊक आहे? दहा लाखांचं! दहा लाख! साला पुढे जन्मभर मजा मारेल!"

"तर काय! आणि अरे कार्पेट देणारेत ना भेट म्हणून, त्याची किंमत किती आहे माहीत आहे? पन्नास लाख! हो, हो, खरं सांगतोय, पन्नास लाख!"

"अरे हे ऐका! मेजवानीत मिठाया कुठल्याकुठल्या बनवणार आहेत ते! बदामाचा हलवा, गुलाबजाम, काजूबर्फी, अंजीर बर्फी, अंगुरी रबडी आणि सहा जातींचं वेगवेगळं आईस्क्रीम!"

"साले इतकं सगळं खातील तर बोलणी करायच्याऐवजी सगळे घोरायलाच लागतील!"

सगळे एकमेकांच्या हातावर टाळ्या देत खदाखदा हसत राहिले. पापांच्या तिरडीजवळ उभं राहून कोणीतरी टिंगलटवाळी करत असावं तसं वाटलं सुखबीरला.

त्याचं डोकं तापलं होतं, गरगरत होतं, जाग्यावरच नव्हतं.

तो तिथून बाहेरच पडला, रागानं फणफणलेला घरी आला. कसले शहीद न् कसलं काय? एक तगडा, तरुण माणूस, पोलादासारखा मजबूत, त्याच्या आजोबांसारखा नव्वद वर्षं सहज जगला असता, असा हकनाक मारला गेला होता! कुठल्या शत्रूला खलास करण्यासाठी त्यानं स्वत:चं बलिदान केलं होतं हेच आता सुखबीरला समजत नव्हतं!

ज्याला लोक आणि सरकारसुद्धा तेव्हा शत्रू म्हणत होते, त्याचाच तर हा एवढा सत्कार चालला होता! पाय आत रुततील असा लाल कार्पेट, एकवीस तोफांची सलामी, फुलांचे मोठमोठाले गुच्छ, शाही मेजवान्या, पन्नास लाखांच्या गालिच्याची भेट.

सुखबीरला वाट बघावी लागणार होती– स्कॉलरशिपसाठी केलेल्या अर्जाच्या उत्तराची, कॉम्प्युटर क्लासमध्ये जाण्यासाठी मागितलेल्या पाच हजारांच्या मदतीची, सायकल विकत घेण्यासाठी पैसे उभे करण्याची. त्याला खूप जरूर होती पापांची, ज्यांनी त्याची पाठ थोपटून त्याला उत्तेजन दिलं असतं. त्याला खूप खूप वाटायचं, पापांना एकदा मिठी मारता यावी असं. तो आता फौजेत भरती तर होणारच नव्हता, हवेशी लढायचं नव्हतं त्याला!

"चल, बघायला येतोस टी.व्ही.वर सगळं? ती कारंजी असलेली बाग दाखवतील, मेजवानीत तुझा शाहरुखपण दिसेल."

सुखबीरनं दात गच्च आवळले, डोकं हलवलं, खांदे उडवले आणि खोलीत जाऊन धाडकन दार बंद करून दारावर जोरात एक लाथ मारली. पायाला झिणझिण्या आल्या तरी परत आणखी एक लाथ मारली, आणखी जोरात.

भिंतीचे तीन-चार पोपडे पडले. भिंतीवर लावलेले फोटो त्यानं एका दमात टराटरा फाडून टाकले. भिंतीचाही थरकाप झाला असावा तसं भिंतीवरचं कॅलेंडर फडफडलं. विश्वासघाताच्या दारुण दु:खानं आणि संतापानं त्यानं दरवाजावर डोकं आपटलं.

आणि मग शेवटी खाटेवर अंग झोकून देऊन उशी पोटाशी कवटाळून त्यानं मोठ्यानं हंबरडा फोडला. जणू त्याच्या पापांचा त्याच्या डोळ्यांसमोर आत्ताच बळी गेला होता!

■

'ते' लोक

शुभ प्रसंग आहे असं समजलं, तसे 'ते' लोक ताबडतोब तिथं पोहोचलेच आणि त्या राजेशाही बंगल्याच्या कम्पाउण्डच्या भिंतीवर कशातरी वाकड्या-तिकड्या अक्षरांमध्ये आपली नावं लिहून मोकळे झाले. धनगौरीच्या बरोबर खाली, पण आडवं भानुमती लिहिलं गेलं, मग प्रेमाचं नावपण लिहिलं गेलं 'परेमा' असं. त्याच्या जरा बाजूला कलावती आणि गुलाब, शेवटी नूरी. गेटावर उभ्या राहिलेल्या खाकी कपडेवाल्या रुबाबदार चौकीदारानं त्यांना जरा धमकावलं–

"मेहनतसे साफ किया था सब. चार दिनसे सफाई चल रही थी, अभी अभी रंग लगाया, और तुम लोगोंने खराब कर डाला..."

धनगौरीनं खी खी हसत हात लांब करून पोकळ पंजांनी टाळ्या वाजवत चौकीदाराला एका क्षणात मान खाली

घालायची वेळ आणली.

"तेरा क्या जाता है भैय्या? अपना धंदा चलता है तो चलने दे ना! जैसा तेरा ये काम, वैसा अपना ये काम, समझा?"

ह्या लोकांच्या कुचेष्टा, मस्करी आणि कर्कश्श आवाजात ओरडाआरडा करण्याच्या गोंधळात आपण सापडू, ह्याची चौकीदाराला भीती वाटली, म्हणून स्वत:ला त्यातून वाचवत, जास्त पंचाईत न करता तो दूर पळाला आणि लांब उभा राहून तमाशा बघायला लागला.

"तारीख लक्षात ठेवा. पंधरा का सतरा, कुठल्या दिवशी यायचं ते लिहून ठेवा खाली."

"सतरा, सतरा. चला, रिक्षा थांबवून ठेवलीय."

जाण्यापूर्वी ऐटबाज सजवलेल्या त्या बंगल्याकडे एकदा नीट बघण्याची त्यांना इच्छा झाली. मोठ्यामोठ्या झाडांवर छोट्याछोट्या रंगीत बल्बस्च्या माळा पसरल्या होत्या. संगमरवरी आकर्षक कुंड्या मांडायचं काम चाललं होतं. नूरीनं गुलाबला कोपरानं ढोसून कोपऱ्यात सजवलं जात होतं ते स्टेज दाखवलं. खुर्च्या येऊन पडल्या होत्या. राजाराणीला शोभतील अशा खुर्च्यांच्या पाठीवर नाचणारे मोर कोरले होते, त्यांच्या प्रत्येक पिसात चमचमणारे खडे होते. मोरपंखीच रंगाच्या मखमलीच्या मऊमऊ बसायच्या गाद्या आणि पाय ठेवण्यासाठी लाल मखमल लावलेला चौरंग.

"चला चला, निघूया लवकर. अंबानगरला जायचंय. तिथल्या चार नंबरच्या बंगल्यात मुलाचा जन्म झालाय तिकडे..."

तिथून निघतानाच प्रेमानं ठरवून टाकलं की, लग्नाच्या वेळी इथं यायचं जमलं तर. कसलीतरी साडी नाही नेसायची, गेल्या वर्षी नवरात्राच्या वेळी घेतलेली, लाल रेशमी, जरीपट्टे असलेली साडीच नेसायची आणि कानातलं, बांगड्या, नेकलेस, कंबरेची साखळी, सगळं घालायचं. अशा बंगल्यात काही वरचेवर यायला मिळत नाही. धनगौरीच्या बघण्यात आला हा बंगला, ते चांगलं झालं; नाहीतर दुसऱ्या टोळक्यानं आधी बघितला असता, तर असा समारंभ आपल्या हातून गेला असता.

सबंध अंगभर सोनेरी रंगाचं भरतकाम केलेल्या जांभळ्या साडीत कशाबशा मावलेल्या एका जाडजूड गोऱ्यापान बाईनं हातानं खूण करून त्यांना थांबायला सांगितलं, मग दोघा-चौघांना एका कोपऱ्यात बोलावून काहीतरी सांगू लागली, "ह्या लोकांना एक दिवस आधी बोलवा भाईसाब, लग्नाच्या दिवशी ह्या लोकांचा कुठे इथं दंगा? त्यांना काय, बक्षीस मिळाल्याशी कारण, ती तारीखच असली पाहिजे, असं काही नाही. त्यांचं काय ते शांतपणे उरकून टाका बाबा, नाहीतर इथं फार आवाज न् गोंधळ होईल."

रेशमी कुडत्याच्या बाह्या वर दुमडत, अत्तराच्या घमघमाटात, छान मिशा असलेला एक देखणा पुरुष धनगौरीजवळ येऊन उभा राहिला.

गुलाबनं दीर्घ श्वास घेत त्या अत्तराचा सुगंध छातीत भरून घेतला. खूप महागातलं अत्तर असणार.

"हे बघा, तुम्ही सोळा तारखेला या ना. बक्षीस दिल्यावर मग जास्त कटकट नकोय इथं आम्हाला. आधीच काय ते नक्की करून टाका."

धनगौरीनं कानांना हात लावून जीभ काढली.

"असं तर नाही करू शकत आम्ही. देवीमा नाराज होईल. बक्षीस घेतलं की, नवरानवरीला आशीर्वाद मिळतील आमचे."

"बरं बरं. किती ते ठरवून टाका. लग्नघरात वाद नको तेव्हा."

"आम्ही तर बडं घर बघून आशेनं आलोय. तुमच्यासारख्यांना शोभेल असं द्या. आणखी काही आम्ही सांगणार नाही."

सोळा तारखेला सगळेजण वेळेच्या आधीच हजर. आवारात काम करणारे सगळे जरा अवघडल्यासारखे झाले. त्या सगळ्यांनी खूप भडक रंगाचे कपडे घातले होते म्हणून असेल किंवा मग तोंडावर पावडर फार थापली होती म्हणूनही असेल.

नूरीनं आणि गुलाबनं गंगावनं लावून लांबसडक वेण्यांमध्ये लाल गोंडे गुंफले होते आणि काळे ओठ चांगले लाल दिसावेत म्हणून प्रयत्न केले होते, तेही कदाचित अवघडल्यासारखं वाटायला कारण असेल.

"हे लोक तर मागेच लागतात खरोखर! जणू कर वसूल करायला येत असतील. द्यावंच लागतं. साखरपुडा असो, विवाह असो की जन्म, ह्यांना कोण जाणे कसा सुगावा लागतो ते. येऊन पोहोचतातच!"

"अहो, आमच्या सोसायटीत तर एकदा कमाल झाली होती. एकाच्या घरी बेसणं होतं, (शोकसभा) तर दुपारी ऊन होतं म्हणून घराच्या आवाराला कापड बांधून घेतलं. तर तिथंही येऊन पोहोचले चौकशा करत, पण मग पांढरं कापड बांधलेलं बघून गेले परत!"

"जाऊ दे हो, हे तर असं चालतंच. दुसरं ते लोक काय करणार? सांगना तूच आता. त्यांनी काम करायचा विचार केला तर त्यांना कोणी देईल का काम? तू तरी तुझ्याच ऑफिसात साधी बारीकसारीक कामं करायलाही असा कोणी ठेवशील? म्हणून मग द्यावंच लागतं..."

"अहो शांताबहेन, ती चांदीची भांडी येऊन पोहोचली का नाही... बघा ना जरा."

"परशुभाई, काकांना सांगून कोणाला तरी पाठवा बाहेर. ते लोक आलेयत. मला माहीत नाही काय ठरवलंय त्यांच्याबरोबर ते."

बंगल्याच्या समोर धनगौरी आणि मंडळींनी ठाण मांडलं. खूप वर्षांपूर्वी कोणाच्या तरी अशा लग्नसमारंभाच्या वेळी ह्या लोकांना बक्षिसाबरोबर शिवाय कायकाय खायलाही मिळालं होतं, त्याचं वर्णन धनगौरीकडून सगळ्यांनी कितीदा तरी ऐकलं होतं.

आज परत तसा प्रसंग होता. आत चाललेल्या धावपळीत कोणाचं लक्ष ह्यांच्याकडे गेलं तरी डोळ्यांत कुसळ गेल्यासारखं वाटणार आतल्यांना.

"चलो गायेंगे. कला, शुरू हो जाव."

पदर बांधून गोंडेवाली केसांची वेणी ऐटीत मागे टाकत बरोबर सगळं जमून सुरुवात होणार तेवढ्यात तर, त्या बंगल्यातून कोणाचा तरी जळफळाट होऊन ओरडल्यासारखा आवाज बाहेर ऐकू आला. हळूहळू आवाज जास्त रागीट आणि मोठ्यामोठ्यानं येऊ लागले. बाहेर काम करणाऱ्या माणसांच्या कुजबुजीचे आवाज आणि ते मोठे आवाज ह्यांच्यामधून, बड्या घराच्या मजबूत भिंती ओलांडून थोडे शब्द आता आवारापर्यंत पोहोचले.

पटापटा कामं उरकणारे हात ह्या जोरजोरानं आणि संतापानं येणाऱ्या शब्दांच्या प्रवाहानं जरा अडखळले. आत्तापर्यंत सगळं चटचट उरकण्यासाठी धावणारे पाय आता अडखळल्यासारखे होऊ लागले. सगळे कान एकाच दिशेला लागले होते ना!

जे काही चाललं होतं ते गुंडाळून गप्प करून टाकण्याच्या हेतूनं कोणी वयस्क गृहस्थ सगळ्यांना पुन्हा पुन्हा काहीतरी सांगत होते, पण अर्थातच त्यांच्या अशक्त आवाजातल्या सूचनांकडे कोणाचंच लक्ष नव्हतं.

"चला, चला, कामं उरका. तुम्ही आपलं तुमचं काम करा. ए शंकर, तिथं कोपऱ्यात नुसता उभा राहून काय करतोयस? हे घे, हे त्या तिकडे ठेवून ये. अजून किती सगळं काम बाकी आहे आणि तुम्ही सगळे..."

धनगौरी, भानुमती आणि मंडळी गोंधळून चार पावलं मागे सरकून दरवाजाजवळ थांबली.

'चांगलं काम करायला शंभर अडचणी येतात म्हणतात ना, ते असं!' अशा अर्थाचं त्यांच्यातलं कोणीतरी पुटपुटलं.

"ह्यांची आत्ताच भांडणं सुरू झालीयत! दुसरा दिवस नाही सापडला का ह्यांना? आता कोणी इकडे आपल्याकडे लक्षच देणार नाही!"

"चालायचंच असं तर. लग्नघरात लहानमोठी बाचाबाची तर होतच असते. देण्याघेण्याची काही बाब असेल त्याबद्दल बेबनाव असेल. आपला त्याच्याशी काही संबंध नाही. बक्षीस मिळालं की चालायला लागायचं."

"अरे पण, ह्या बाजूला कोणी आलं तर की नाही? गायला लागा ना, नाहीतरी

चांगला प्रसंग असला म्हणजे आपण लोक गातोच ना?''

आतली गरमागरमी हळूहळू वाढत चालली होती. संतापलेल्या आवाजांमधल्या भांडणात एका बाईचा क्रुद्ध आवाज आणि त्याच्या बरोबरीनं एक भसाडा पुरुषी आवाज विशेष ऐकू येत होते.

काही विशेष उग्र मामला आहे ह्यापलीकडे काही कळत नव्हतं. आवाज मोठे होतहोत आता बाहेरच्या बाजूला येऊ लागले होते.

''तुम्ही लोक इथं डोक्यावर उभे राहिलायत केव्हाचे, ते जरा बाजूला सरका बघू. बघतच नाहीत जरासुद्धा.''

एक नोकरासारखा दिसणारा माणूस जरा असं तिडकावून गेला, तशी धनगौरीनं नाकावर बोट ठेवून खुणेनं सगळ्यांना जरा मागे हटवलं.

एवढं होतंय न होतंय, तेवढ्यात सुंदर कुंड्या लावून ठेवलेल्या गुलाबी संगमरवरी ओट्यावर जणू पेटते निखारे पडले.

''तू असा असशीलसं वाटलं नव्हतं मला. पंधरा दिवस झाले इथे येऊन बसलायस, तो तिच्यासाठी, हे माहीत नव्हतं मला. तुझी ही थेरं आता चालवून नाही घेणार मी. तुला तर जणू हवं तसं वागायला मोकळीक मिळाली? मला समजतोस काय तू, अं?''

''जा जा! तुला शिकलीसवरलेली तरी कोण म्हणेल? गावंढळ एक नंबरची. बस्स-संशय घेण्यातच जन्म जायचा. कोणाशी नुसतं बोललो तरी चालत नाही तुला. पाळलेल्या कुत्र्यासारखा वागवायचाय काय मला?''

''कुत्रं फार बरं. उगीच तोंड उघडायला लावू नकोस मला.''

''अरे बाबा, हात जोडते तुम्हा दोघांपुढे. आज चांगल्या दिवशी असं बोलून चार लोकांसमोर शोभा करता ते काय बरं दिसतं? लहान का आहात तुम्ही आता? आणि शांतपणानं बोला ना काय ते, असं अंगावर जाता एकमेकांच्या, बरं दिसतं हे वागणं? आज बापूजी असते तर कसं वाटलं असतं त्यांना, ह्याचा विचार केलात?''

''अरे यार, जाऊ दे ना आता. चल, खूप काम पडलंय अजून. अजून त्या आइस्क्रीमवाल्याकडे पुन्हा एक चक्कर टाकून यायचंय. हे काय भांडण उकरून बसलाय दोघंजण? चला बरं भाभी, तुम्हीही सोडून द्या.''

प्रेमानं भानुमतीच्या खांद्यावर हात ठेवून दाबला, तिची बोटं कापत होती.

कलावतीला मजा वाटत होती. कंबरेवर हात ठेवून, पायरीवर एक पाय टेकवून, उत्सुकतेनं ती जे चाललं होतं, त्यातून अर्थ काढायला वेगवेगळे अंदाज करू लागली.

''आज सोडणार नाहीये मी ह्याला. भले इथं ह्या सगळ्या नातेवाइकांसमोरच

काय तो निकाल होऊन जाऊ दे. ह्या बाजूनं नाहीतर त्या बाजूनं. आता मला समजलं, की काही ना काही लग्नाच्या तयारीचे बहाणे काढून हा इथं का धाव घेत होता.''

''भाभी प्लीज, जरा आवाज हळू तरी, सगळे ऐकतायत.''

''मग ऐकू देत ना, मला कोणाची चोरी आहे? चोरी आहे ह्याच्या पोटात! मला सांगताय ते त्याला सांगा ना आवाज हळू करायला. माझीच चूक दिसते तुम्हाला सगळ्यांना.''

''बहेन, पुष्कळ झालं, आता आत तर चल.''

''भाभी, ही बघा तुमची साडी आलीय नवी. जरा आत या तर खऱ्या.''

पदर कंबरेला खोचून, गळ्यात आलेले कोरडे केस मागे पाठीवर ढकलत ती बाई तिथंच खाली बसून राहिलेली बघितली, तसा धनगौरीनं चक्क सुस्कारा टाकला.

'आता तर संपलंच. ही काही आत जायची नाही, हा मामला काही असा लवकर संपायचा नाही आणि बक्षीस मिळायला तेवढा उशीर होणार. अजून दोन ठिकाणी जायचं बाकी आहे ते वेगळंच.'

तो पुरुष आत जायला निघाल्याबरोबर त्या बाईनं झडप घातल्यासारखं पुढे सरकून त्याच्या कुडत्याची खालची कड पकडली.

''आत कुठे चाललायस भ्याडासारखा? हिम्मत असली, तर उत्तर दे.''

''अगं-अगं! काय करतेयस हे? जरा तरी भान ठेव.''

''भान बीन राहू दे. एक तर सगळ्यांना फसवतोय. तुझं गुपित कोणाला काय ठाऊक? मला माहीत आहे ना सगळं. सांगू सगळ्यांना?''

''प्लीज जया, असा आपणच आपला तमाशा करणं चांगलं नाही दिसत. इतक्या लोकांसमोर...''

''चांगलं-वाईट तू मला शिकवणारेस? असं? करायचा होतास ना विचार लग्न करायला उभा राहिलास तेव्हा आणि कर ना विचार ह्या सगळ्या मैत्रिणींना घेऊन फिरत असतोस तेव्हा. त्या सगळ्यांना थोडंच माहीत आहे की तू... तू तर...''

पुरुषानं झटकन पुढे होऊन तिच्या तोंडावर हात ठेवला, असं ओझरतं धनगौरीला दिसलं. भयंकर त्वेषानं बाईनं त्या हाताला धक्का देऊन झिडकारून टाकला आणि जवळजवळ बोंबलायलाच लागली. त्या पुरुषानं आता चिडून-गोंधळून आणि काय करावं ते न सुचून तिचे केस धरून इतक्या जोरात खेचले की, ती खाली ओढली गेली आणि वेदनेनं किंचाळली.

''अरे, अरे! काकी, हे बघा ना.''

पुरुषाला बाजूला ओढायला काही हात प्रयत्न करत होते, बाई तर आता गळा काढून मोठ्यानं आक्रोश करत होती.

"मला 'नवरे'पण दाखवतोयस तू, तू? साला बायला. तू कसा मर्द आहेस ते मलाच ठाऊक. मला माहीत आहे मोठा आलाय मर्द. मला दाखवायला बघतोस? मला? सांगते ना ह्या सगळ्यांना तू कसा मर्द आहेस ते."

आणि डोळ्यांसमोर अंधारी आली असावी, अशा त्या पुरुषाला दोघं-चौघं आधार देऊन आत घेऊन गेले. डोळ्यांवर पदर दाबून बाई थोडा वेळ तिथेच बसून राहिली. मग दोघं-तिघं येऊन तिलाही आत घेऊन गेले; समजूत घालत, गप्प करत. भर्रकन हे सारं घडून गेलं, मग सगळं शांत झालं.

प्रेमाचा रोखून धरलेला श्वास पुन्हा नीट चालू लागला. भानुमतीनं घाम आलेलं कपाळ पुसलं. आवारातलं थांबलेलं काम पुन्हा चालू झालं. मोठी माणसं आत जायला निघाली, तेव्हा मग भानुमतीनं चौकीदाराला खूण करून आठवण करून दिली. केव्हाचे तरी उभे होते ते लोक आणि बराच उशीर झाला होता.

चौकीदारानं जवळ उभ्या असलेल्या एकाला आत पाठवलं. त्यानं आत जाऊन कोणाला काय सांगितलं ते तर कळलं नाही, पण धनगौरीनं बघितलं, की तो, तोच पुरुष– ज्याला मगाशी धरून आत नेलं होतं, तो एक झटका देऊन कपाळावरचे केस नीट करत, कुडता ओढून सारखा करतकरत त्यांच्या दिशेनं येत होता. कदाचित समोरच्या खोलीतच बसलेला असेल. कदाचित हे काम– पैसे द्यायचं वगैरे त्याच्यावर सोपवलेलं असेल. कोण जाणे काय असेल ते, पण बाहेर तोच आला, हे तर नक्कीच. जरा जवळ येऊन मग नवंकोरं असावं तशा दिसणाऱ्या गेटाच्या आतल्या बाजूला उभा राहूनच तो ओरडला.

"आज काही नाही मिळणार-बिळणार. तुम्ही लोक वेळीअवेळी आपले येऊन पोहोचता! बस! मागायचं म्हणजे मागायचं. दुसरं काही बघायचंच नाही? आज आता काही नाही मिळणार. लग्नाच्या दिवशी या."

"पण आम्हाला तर शेठनीच एक दिवस आधी यायला सांगितलं होतं..."

"कुठले शेठ? केव्हा सांगितलं होतं? ते मला काही माहीत नाही. शेठनी काहीही सांगितलं असेल. मी सांगतोय, की आज नाही म्हणजे नाही. चला पळा इथून. जुलूम आहे, जणू आमच्यावर उपकार करताय जगताय हा. चला, चला, निघा, आले आपले रिकामटेकडे!"

गुलाब तिच्या खास ढंगात काहीतरी बोलण्याच्या आणि टाळ्या वाजवण्याच्या विचारात होती असं वाटलं, पण धनगौरीनं तिचा हात ओढला.

"चल इथून. दुसरीकडे जायचंय आपल्याला."

दूर उभ्या ठेवलेल्या रिक्षामध्ये ते लोक चूपचाप जाऊन बसले.

"आज तर रिक्षाचं भाडंपण फुकट गेलं सालं."

प्रेमाला खरंच कंटाळा आला.

“आणि आपल्याला वाटत होतं, की खूप पैसे देतील हे मोठे लोक. बंगला बघून अगदी खूश झालव्तो ते.”

“चला काही नाही, जाऊ दे, फुकट तमाशा तर दाखवला की नाही?...” धनगौरीनं पोलक्याच्या खिशात एकुलती एक विडी सापडली ती काढली. केव्हापासून तल्लफ तर आलीच होती.

रिक्षामधून डोकं बाहेर काढून मान वळवून प्रेमानं एकदा पाठीमागे बघितलं, बंगला खूपच छान होता, खरोखर!

आणि तेव्हाच गेटच्या आत हाताची घडी घालून उभा असलेला ‘तो’ पुरुष दिसला– ताठ, मर्दासारखा ऐटीत उभा असलेला...!

■

एपिसोड नंबरः एकावन्न

पूर्वसूत्र -

विधवांच्या आयुष्यावर करण्यात आलेला प्रख्यात दिग्दर्शिका मदनिका मिश्रा ह्यांचा चित्रपट 'रंगविहीन दृष्यावली' बघण्यासाठी चित्रकार माधवी घरून निघते. थिएटरजवळ पोहोचते तेव्हा समजतं की, चित्रपटाचा विरोध करण्यासाठी जमलेल्या जमावानं खूप दंगा सुरू केला आहे. शहरात ठिकठिकाणी लावण्यात आलेली चित्रपटाची पोस्टर्स फाडून गोळा करून त्यांची होळी पेटवण्यात आली आहे. वातावरण तंग आहे. कुठल्याही क्षणी लाठीचार्ज, टिअरगॅस किंवा गोळीबार सुरू होईल असं. दुरूनच माधवी मोटार दुसऱ्या रस्त्याला वळवून घराकडे परत फिरते.

आता पुढे -

चित्रपटाची पोस्टर्स जमिनीवर आपटून, फाडून त्यांच्या चिंध्या करत, त्यांच्यावर थुंकणारी टोळकी बघून माधवीचं मन अत्यंत अस्वस्थ झालं. पोस्टर्सवरच्या वपन केलेल्या स्त्रियांवर ते लोक उड्या मारत होते. दुरूनच दिसलेले त्या माणसांचे कुत्सित चेहरे माधवीला डोळ्यांसमोरून पुसून टाकता येईनात.

टोळक्यांमध्ये बायका दिसल्या नव्हत्या. असल्याच तर त्या आडदांड पुरुषांच्या गर्दीत लपून गेल्या असतील किंवा कदाचित रागानं इतकं डोकं फिरायला स्त्रियांना वेळ लागत असेल? असं काय मोठं चित्रपटात असू शकेल, ज्याच्यामुळे त्या माणसांची डोकी इतकी फिरली असतील? आणि ती स्वत: तरी भर दुपारची, हातातली कामं बाजूला ठेवून थिएटरवर गेली होती, ती का? नाहीतर अलीकडे थिएटरवर जाऊन चित्रपट बघणं जवळजवळ बंदच झालं होतं.

दोन कॅनव्हासेसवर तिचं काम चालू होतं, 'देवदासी' अपुरं होतं आणि दोन लहान मुलांना काखेत पकडून नदीत उडी मारत असलेल्या स्त्रीच्या चित्राची अजून सुरुवातच होती. त्या चित्रासाठी तर अजून शीर्षकही ठरवायचं होतं. प्रदर्शन अजून वीस दिवसांनी होतं हे खरं, पण तरी, जे करण्याची अत्यंत तीव्र इच्छा होती, त्यातलं बरंचसं अजून कल्पनेतच झोके घेत होतं.

आता घरी पोहोचून लगेच ब्रश हातात धरता येणार नाही; अर्थात चित्रपट बघितला असता तरीही ब्रश उचलून लगेच काम झालं नसतं. ज्या अनुभवानं मनात खूप खळबळ निर्माण होते तसा अनुभव आला की, खलास. कशातच लगेच लक्ष लागत नाही. तसा तर मेनोपॉजचा त्रास होत होताच, ते झंझट संपलं ते बरं झालं, पण एक गेलं आणि आणि दुसरं सुरू झालं.

काय होतंय तेच समजत नाही असं अस्वस्थ, केव्हाही- वाटेल तेव्हा वाटायला लागायचं. कधी चक्कर यायची तर कधी जीव घाबरा व्हायचा.

डॉक्टरांचं निदान- ब्लडप्रेशर, 'टेन्शन घेऊ नका' असा सल्ला!

वाटलं होतं त्यापेक्षा एकदम लवकरच घरी पोहोचली. पर्समध्ये चाचपडून चावी काढली आणि दरवाजा उघडला. समोरच्या खोलीतल्या गुळगुळीत फरशीवर बसून चंपा आरामात कुठल्या तरी 'फॉर्म्युला' चित्रपटाच्या नाचगाण्यांमधे रंगली होती. माधवीला बघून ती टी.व्ही. बंद करायला धावली.

"बघ पुरता सिनेमा. माझं काही काम नाहीये. मी जरा आराम करते."

मदनिका मिश्राच्या खासगी आयुष्यात डोकावण्याचे खूप प्रयत्न झाले होते- त्यातलं थोडंफार खरं असेलही. माधवीनं काहीबाही वाचलंही होतं, दोन मुलाखतीही बघितल्या होत्या. म्हणायचं खासगी आयुष्य, पण त्यात तिनं कुठली खासगी गोष्ट

सांगितली असेल? त्याच नेहमीच्या परिचित गोष्टी.

प्रेमळ जीवनसाथी असण्याचं मृगजळ. वरून दिसायला काही खळबळ नाही. सगळं छान, सुंदर वाटणारं. जे भडाभडा जळत असेल ते तर थेट आत-खोल मनात. ते ज्याला दिसणार त्यालाच दिसणार. चित्रपट बनवताना मदनिकानं स्वत:च्या दु:खाचा किती उपयोग करून घेतला असेल?

विचारांच्या ओझ्याखाली खूप थकून माधवी पडून राहिली. स्टुडिओत जाण्याची इच्छा होत नव्हती. घरातलं काम करताना वेळ मिळाला नाही तर ती वैतागायची आणि आज मुबलक वेळ हाती होता, तेव्हा काम करायची इच्छाच राहिली नव्हती.

"दीदी, आपके वास्ते चायवाय कुछ?"

चला, चंपाचं पिक्चर संपलेलं दिसतंय!

माधवीनं चंपाकडे बघून स्मित केलं; तरीही चंपाचा चेहरा शरमिंदा दिसतच होता.

"नहीं, कुछ नहीं."

किती वाजले असतील असा प्रश्न उगीचच मनात उभा राहिला आणि मग लगेच मांडी घालून बसून गेला. काय वाजले असतील ते असतील. घड्याळाला इतकं बांधून घ्यायचं नाही. सौमित्र कदाचित बंगलोरला पोहोचला असेल. त्याचं प्लेन उशिरा पोहोचलं नसेल तर व्याख्यानाची तयारी करत असेल, हॉटेलमध्ये, हातात सिगारेट धरून. इतक्या सिगारेट्स ओढतो, की फफ्फुसांची चाळणी होणार आहे- तेव्हा मग बंद करेल सिगारेट. मग काय उपयोग? तो जाणे न् त्याचं...

पण मदनिका मिश्राला बातमी मिळाली असेल का, की तिचा चित्रपट आज दाखवण्यात आला नाही आणि आता दाखवला जाण्याची काही शक्यता नाही? ह्या शहरात काय किंवा दुसऱ्या कुठे काय, जमाव तर निर्दय, जुलमी असतात. सर्वशक्तिमान असतात आणि कायदे त्यांना लागू पडत नाहीत.

मदनिका ह्याबद्दल काही करू शकणार नाही. तिचा चित्रपट आता जमावांची कृपादृष्टी होऊन वाचला तर बघता येईल आणि जमावाला दयामाया नसते. ज्या मानसिक तडफडीतून ह्या चित्रपटाचं निर्माण झालं, तो चित्रपट वाया गेला आणि ती तडफडही व्यर्थ ठरली.

"दीदी, फोन..."

माधवीनं किंचितही आतुरता किंवा उत्साह वाटत नसताना संभाषण केलं.

"हां जी, हां, प्रदर्शनात माझी जवळजवळ वीस चित्रं असतील, बाकीची इतर साथी कलाकारांची. प्रदर्शनाचं आयोजन 'पंचभूत' करतंय, जी... अवश्य, भले... थँक्स..."

संभाषणानंतर जरा उत्साह आला. प्रदर्शन बघायला रसिक आतुर आहेत, हे

तर छानच म्हणायचं. 'पंचभूत'चा लौकिकच तसा आहे. ह्यापूर्वीची तीनही प्रदर्शनं बघण्यासारखी झाली होती. काम करायचा उत्साह मनात संचारला.

"चंपा, स्टुडिओमें कॉफी भेज देना, और खाने के लिये कुछ भी..." अपुऱ्या कॅनव्हाससमोर माधवी उभी. बोटं शिवशिवायला लागली.

'छान! असंच वाटलं पाहिजे.'

तिनं ब्रश निवडला आणि तो अल्ट्रामरीन ब्लूमध्ये बुचकळला. डोळे कॅनव्हासच्या एका विशिष्ट भागावर केंद्रित झाले.

'देवदासी' पेंटिंगचं काय होईल? माधवी वरचेवर लक्षपूर्वक कॅनव्हासकडे बघत राहिली. देवदर्शनाला येणारेजाणारे लोक आहेत, धार्मिक पूजापाठात मग्न असलेले पुरोहित आहेत आणि डाव्या कोपऱ्यात उभ्या आहेत देवदासी- त्यांच्या नशिबावर सोडलेल्या. पाय असूनही आपला रस्ता आपण ठरवू शकणार नाहीत, अशा तऱ्हेनं बांधल्या गेलेल्या.

हे सगळं इष्टदैवताच्या मूर्तीसमोरच चालू आहे- शोषण, अन्याय, दमन. तसं पाहिलं तर चित्रात विवादास्पद काहीच नाही. जवळजवळ पाच वर्षांपूर्वी केलेल्या एका प्रवासात जी वास्तव परिस्थिती बघितली होती, तीच चित्राचा विषय झाली होती इथं.

अशा चित्राचा काही परिणाम होतो तरी का खरा? मदनिका मिश्राच्या चित्रपटाच्या विषयानं जे वादळ उभं झालं, ते अशा चित्रांनीही होईल?'

जिथे प्रदर्शन भरणार होतं ती आर्ट गॅलरी केवळ देशातल्याच नाही तर, परदेशातल्याही उत्तम गॅलरीजपैकी एक. कोणीतरी 'देवदासी' वर हरकत घेतली आणि आर्ट गॅलरीत तोडफोड केली तर...? मोठ्यामोठ्यानं ओरडणाऱ्या हिंसक टोळक्या माधवीच्या डोळ्यांसमोर माथेफिरू संहारक उद्रेकानं नाचत राहिल्या. त्यांच्या जिभेवरचा विषारी रंग हवेत उडाला.

"दीदी, साब का फोन..."

साबना आत्ता काय काम निघालं असेल, हे जर विचारलं तरच समजणार. माधवीनं अलिप्त मनानं फोन कानांना लावला.

"सॉरी माधवी, तुला डिस्टर्ब केलं. जरा अर्जण्ट काम होतं. मला एक पत्ता हवाय. माझ्या खोलीत टेबलावर उजव्या बाजूला एक डायरी आहे. येस, प्लीज, एकाएकी जरूर पडली म्हणून, अदरवाइज तुला त्रास द्यायला आवडत नाही-"

सौमित्रची बोलण्याची ही पद्धत आता नवखी वाटत नसे. शक्य तितक्या स्पष्टपणे जाणवून द्यायचं, की त्यांचे संबंध आता अगदी औपचारिक आहेत. दोघांमध्ये दरी निर्माण झाली, त्याला कितीतरी वर्षं झाली, खोल, विक्राळ दरी. वाळून काळ्या पडलेल्या वृक्षासारखा संबंध. वृक्षाच्या मुळांना नीटपणे खतपाणी

मिळालं नाही, तरीही वेगळं होण्याचा विचार केला नव्हता. तितका त्रास घेण्याइतकाही हा संबंध आता राहिला नव्हता. विनाकारण डोकेफोड. त्यापेक्षा आपल्या आपल्या तऱ्हेनं जगत राहिलं तर काय प्रश्न येणार? एखादी खाण्याची वस्तू फ्रिजच्या मागच्या कोपऱ्यात पडून राहावी आणि फेकून देण्याची तसदी घ्यायचीही आठवण होऊ नये, तसंच हे. गोठून जाऊन ती वस्तू अशी होते, की ना त्याची घाण येते, ना तिचं तिथं असणं असह्य होतं!

एकदा, फक्त... एकदा माधवीनं प्रयत्न केला होता. सौमित्रचा हात पकडला होता आणि ती हमसून-हमसून रडली होती.

त्यांच्या प्रेमाच्या अंत्येष्टीचा विचार ती सहन करू शकली नव्हती... तेव्हा सौमित्र तिच्याकडे अनोळखी माणसासारखा बघत राहिला होता. त्याच्या भावनांबद्दल तो एक शब्दही बोलला नव्हता. त्याचा हातही थंडगार होता आणि चेहरा निर्विकार. हे झालं त्यानंतर माधवीनं त्यांच्या संबंधांबद्दल शोक करणं बंद केलं होतं. विजेसारखं हे सत्य तिच्या डोळ्यांसमोर लखलखून गेलं होतं की, इतके अश्रू ढाळण्याच्या योग्यतेचा सौमित्र नाही.

पण मदनिका मिश्राचं काय? तिनं तर हा चित्रपट बनवण्यासाठी आपलं सर्वस्व पणाला लावलंय, असं तिनंच त्या मुलाखतीत सांगितलं होतं. प्रेमात पराभूत झालेली ती स्त्री तिला आवडणाऱ्या क्षेत्रात सर्वस्व घालत होती.

तिला अनेक स्त्रियांपर्यंत, माधवीपर्यंत पोहोचायचं होतं आणि अहंकारी लोकांचे ते जमाव त्यात विघ्न आणत होते. निराश होऊन ती आत्महत्या तर नाही ना करणार? दिल्लीतच असेल तर तिच्याशी संपर्क साधणं अशक्य नव्हतं. दिल्लीत ओळखीचे खूप लोक होते, जे मदनिकाशी भेट करून देण्याची व्यवस्था करतील, पण भेट झाली तर विचारायचं काय? उगीचच भेटायचंय असं सांगणं चांगलं वाटत नाही. मीडियावाले कधीकधी खासगी आयुष्य आणि कलाकाराचं सर्जन ह्यांमधल्या साम्याविषयी प्रश्न विचारतात, तसं काहीतरी किंवा मग असं सांगता येईल की, आपल्या दोघींचा जन्म एकाच वर्षी, एकाच महिन्यात झालाय म्हणून दोघींचा वनप्रवेशही बरोबरच झाला!

समजा मदनिकानं तिला तिच्या वैयक्तिक आयुष्याबद्दल काही विचारलं, तर ती संकोच न वाटता, मनाला त्रास न होता स्पष्ट उत्तर देऊ शकेल? माधवीनं स्टुडिओच्या खिडकीतून दिसणाऱ्या रस्त्याच्या एका सुंदर वळणाकडे बघितलं. ते वळण बघायला फार आवडायचं, पण ते कुठेही घेऊन जात नव्हतं. त्यानं जायचं ठरवलं तर पाच-दहा पावलं गेलं की, समोर एक उंच भिंत होती आणि भिंतीला चिकटून एक कचऱ्याची कुंडी, सदैव भरून सांडणारी आणि दुर्गंध येणारी.

सौमित्रनं प्रवास लांबवला. आणखी दहा दिवसांनी येईल. तसं तर तो असला काय आणि नसला काय, फारसा फरक पडत नसे. सकाळचा चहाही माधवी एकटीच प्यायची आणि तोही बहुतेक वेळा स्टुडिओमध्ये. सौमित्र घरी आहे ह्याची खूण म्हणजे दुसरा कप टेबलावर पडलेला असायचा, एवढंच.

ज्याच्याबरोबर जगत आहोत त्या पुरुषाची गैरहजेरी बेचैन करून सोडणारे दिवस तर जून्या काळातले झाले होते. मधूनमधून सौमित्र फोन करत असे. थोड्या वर्षांपूर्वी तो फोनवर विरहव्याकुळ यक्षासारखा बोलायचा. आता तर बोलणं म्हणजे 'काही पत्रं आली आहेत का?' 'काही निरोप आहेत का?' हेच. कोणाची काही तक्रार नव्हती.

मूळ मेलं म्हणजे वृक्ष जगणार नाही, हे दोघांनाही माहीत होतं. सौमित्रच्या आयुष्यात दुसरं कोणी आहे की नाही ह्याबद्दल माधवीला पुसटसं कुतूहलही नव्हतं.

थकलेले हात झाडून माधवीनं खेचले. आळोखेपिळोखे देत डोळ्यांवरून हळुवारपणे बोटं फिरवली. ह्या डोळ्यांवर कधीच कोणी बोटं फिरवलीच नव्हती का? स्पर्श कुठे आपली खूण ठेवून जातो? समोर आरसा नव्हता. अलीकडे कितीतरी दिवसांत स्वस्थपणे आरशात बघितलंच नव्हतं. माधवी उठून आरशाजवळ गेली.

पहिलं दिसलं कुंकू आणि मग चेहरा. केवढं मोठं कुंकू! रुपयाच्या आकाराचं कुंकू ही कलाकार माधवीची ओळख समजली जायची. गुंजेसारख्या लाल रंगाचं मोठ्ठं कुंकू आणि गावठी मातकट रंगाचे कपडे म्हणजे माधवी.

कुंकवाशिवायचा चेहरा स्वत: माधवीलाच इतका कसातरीच आणि अपरिचित वाटायचा, की तोंड धुतलं की पहिलं काम ती कपाळाला कुंकवाचा टिळा चिकटवायचंच करायची.

आज जरा वेगळं करता येईल.

कुंकवाचा टिळा काढून तिनं तो त्याच्या मूळ पाकिटातच चिकटवून टाकला. त्याचा गोल डाग कपाळावर वेगळा दिसत होता. छान घासून तोंड स्वच्छ केल्यावर पावडर लावली. आता तो कुंकवाचा डाग पुसट झाला.

मग इकडंतिकडं शोधून तिनं खादीची एक चादर उचलली. ती चादर डोक्यावरून पांघरून मग त्या चादरीनं सबंध शरीर लपेटलं. काळं आणि नारंगी रंगाचं प्रिण्ट असलेली किरमिजी रंगाची साडी त्या चादरीखाली पूर्णपणे झाकून टाकली. चादरीखाली झाकलेल्या केसातून एक-दोन रुपेरी बटा बाहेर निघाल्या होत्या, त्या पुन्हा चादरीखाली दाबल्या. आता केस दिसेनासेच झाले.

तिनं आरशात उभ्या असलेल्या स्त्रीला नीट निरखून बघितलं. वाट बघूनबघून थकलेल्या, भिजल्या डोळ्यांच्या पापण्या जड झाल्या होत्या. काहीतरी सांगायचं राहून गेलं असावं, तसे ओठ जरासे विलग झालेले होते. त्या फाटून गेलेल्या

पोस्टर्समध्ये ज्या बायका होत्या, त्या अशाच नव्हत्या दिसत?

मदनिका मिश्राबरोबर बोलायला एकाएकी एक मुद्दा तर सापडला होता अचानक. तिला सांगितलंच पाहिजे की, विधवांची नेमकी संख्या आणि त्यांची स्थिती ह्याविषयी नव्यानं गणना करावी.

■

जोसेफ मक्‌वान :-
हेही एक प्रसिद्ध लेखक, दलित वर्गीय, अत्यंत गरिबीतून व अनेक हालअपेष्टा सहन करत लहानपण गेलं, पण चिकाटीनं, जिद्दीनं शिक्षण पूर्ण केलं आणि आज अनेक कथा-कादंबऱ्यांचे लोकप्रिय लेखक आहेत. मनात कडवटपणा न ठेवता समाजातील मुख्य प्रवाहात कितीतरी दलित गुजराती लेखक मिसळून गेले आहेत, ह्याबद्दल उभय पक्षांचं कौतुक वाटतं. जोसेफ मक्‌वान ह्यांच्या 'अंगळियात' ह्या कादंबरीला केंद्रीय साहित्य अकादमी पुरस्कार मिळाला होता. (पदरी मूल असलेली विधवा दुसरं लग्न करून नव्या सासरी जाते, तिच्याबरोबर तिचं बोट धरून जाणाऱ्या तिच्या लहान मुलाला 'अंगळियात' म्हणतात.) शहरी जीवनातल्या एका सुखवस्तू, व्यापारधंदा करणाऱ्या वयस्क गृहस्थाची ही एक आगळीवेगळी, मनावरची पकड कायम ठेवणारी, नाट्यपूर्ण कथा आहे. श्री. मक्‌वान ह्यांचं २०१०मध्ये निधन झालं.

उगाच हेलपाटा

राजधानी एक्सप्रेस भर वेगात चालली होती. सेकंड ए.सी.च्या बर्थवर पडल्यापडल्या अमरतराय 'हिमालयाचा प्रवास' वाचत होते, पण मनात इतके विचार घोंगावत होते, की त्यांचं वाचण्यात लक्षच लागत नव्हतं. एक प्रश्न वरचेवर मनाला डिवचत होता, की आपण करतोय हा अविचार तर होत नाहीये? परिणामी काही अनर्थ तर नाही ना होऊन बसणार? अजूनही परत फिरलो, तर बचावासाठी समर्थन तर देता येईल म्हणा, की सगळं काही असं एकदम घडलं की कोणाला सांगून जायलाही सवड नव्हती.

आणि मग त्यांचंच दुसरं मन त्यांना दटावत होतं, 'हात् रे भेदरटा! घाबरलास एवढ्यानंच? किती अवहेलना, किती अपमान सहन केलेस आजवर, ते काय विसरलास? तुझे पैसे, तुझी समाजातली प्रतिष्ठा, तुझं नाव, ह्या सगळ्यांचीच

फक्त जरूर होती घरात सर्वांना, ते सगळं नसतं तर तुला वाटतं का, की घरातल्या एकालाही तुझ्याबद्दल खरं प्रेम, खरा आदर आहे असं? तुझ्या आवतीभोवती घोटाळणारे सगळे केवळ स्वार्थापुरते तुझे मित्र होते, हे कळून चुकलंच होतं ना तुला? अरे, दुसऱ्या सगळ्यांचं सोड, पण तुझी बायको, तुझी धर्मपत्नी, खऱ्या अर्थानं तुझी आहे? तीही तिच्या मुला-नातवंडांमध्ये आणि संसारातच गुरफटून नाही राहिलेली?

अरे! पाच वर्षं झाली, तू वेगळा, एकटा झोपतोस त्याला! किती वय झालं तुझं? एकोणसाठ! पण तुझ्या शरीराची भूक चाळवते ना अजूनही कधीतरी? केली का तुझ्या बायकोनं त्याबाबतीत कधी तुझी पर्वा? रात्रीच्या रात्री अस्वस्थपणे ह्या कुशीवरून त्या कुशीवर करत असतोस, तेव्हा जवळ हवी असते ना बायको? लालसाभरल्या डोळ्यांनी कितीदा तू तिचं मन वळवायचा प्रयत्न करायचास, पण विरघळली का कधी ती? तुझ्याकडे फक्त पैसे मागायची- पण तुला आवडावं, बरं वाटावं, अशी एक गोष्ट तरी तिनं गेल्या कितीतरी वर्षांमध्ये केलीय? 'अंथरूण बघून पाय पसरा.' एवढंच एकदा फक्त, घरखर्चाच्या बाबतीत तू तिला म्हणाला होतास, तेव्हा सुनांच्या न् जावयाच्या समोर तुझा पाणउतारा करून ती तुला किती टाकून बोलली होती, नाही आठवत? तुझ्या मोठ्या मुलानंही आईचीच बाजू घेतली होती!

त्या दिवशी तू रात्री जेवायला खाली गेलाच नाहीस, तेव्हासुद्धा कोणी केली होती का पर्वा? तेव्हाच पहिल्या प्रथम हा घर सोडून जायचा विचार आला होता की नाही तुझ्या मनात? आज निवृत्त झाल्यावरही वर्षाकाठी अडीच-तीन लाखांची आवक आहे तुझी. सगळ्यांच्या चैनी आणि मौजमजा तर तुझ्या पैशावरच चालू असतात ना? मुलगे तर आता आपापल्या इस्टेटी साठवण्यात गुंग झाले आहेत. मधला कसा विनवण्या करून, गोडगोड बोलून तुझ्याकडून चाळीस हजार घेऊन गेला होता?

'मुलगी सोनाली, सोसायटीत दुसऱ्याच्या घरी टी.व्ही. बघायला जाते, तिला कमीपणा वाटतो, न्यूनगंड होतो, आपण इतरांपेक्षा उणे आहोत असं आत्तापासून तिला वाटावं हे मला फार खुपतं डॅडी प्लीज, तुम्ही थोडी मदत करा ना! मोठ्ठा क्राऊन टी.व्ही. घ्यायचाय मला!' असं म्हणाला होता.

तुला द्यावेच लागले, कारण तुझ्या बायकोनंही तिच्या मुलाचीच बाजू घेतली, 'आहेत पैसे, त्यांचा आत्ता मुलांना उपयोग नाही करून दिला तर ते पैसे काय छातीवर बांधून घेऊन जाणार आहात?' ती म्हणाली होती.

त्यानंतर त्याच मधल्यानं धान्य दळण्याची घरघंटी, फ्रीज आणि मग तेवढंच बाकी राहिलं होतं ते वॉशिंग मशीनही घेतलं, पण तुझे पैसे परत करायचं नाव तरी काढलं कधी?

आणि शेवटी एक दिवस तू जरा ओझरती आठवण करून दिलीस तेव्हा किती तुच्छतेनं हसला होता तो अन् म्हणाला होता, 'असं करा ना, तुम्ही वाटण्या कराल ना, तेव्हा तेवढे माझ्या नावावर कमी ठेवा!'

तेव्हासुद्धा तुला वाटलं होतं, मरणाचीच वाट बघत बसलेत जणू! त्या रात्री तुला झोपच लागली नाही.

तुला वाटलं होतं, 'हे पैसे, ही इस्टेट, मी घाम गाळून मिळवलेली आहे, ह्यात वडिलोपार्जित एक पैसुद्धा नाही. माझ्या मनात आलं तर मी मृत्युपत्र करून सर्व काही उचलून एखाद्या धर्मादाय चालणाऱ्या संस्थेला दान देऊन टाकू शकतो! ह्या अशा मुलांसाठी सारा जन्म इतके कष्ट केले मी?'

एक छोटासा हादरा बसला आणि त्यांच्या विचारांमध्ये जरा खंड पडला. एक तरुण स्त्री शेजारून पुढे गेली, अमरतरायना एकदम त्यांच्या मुलींची आठवण झाली. लोकांसमोर ऐट दाखवण्याच्या मोहाला बळी पडून आणि खरं म्हणजे बायकोच्या हट्टापुढे झुकून थोरल्या मुलीला त्यांनी चाळीस तोळे सोनं दिलं होतं.

तिच्या पाठच्या मुलीच्या लग्नाची वेळ आली तेव्हा त्यांना कसंबसं अठ्ठावीस तोळे सोनं जमा करता आलं होतं. तेव्हा तोंड फुगवून ती म्हणाली होती, 'माझ्या हक्काचं बारा तोळे बाकी राहिलं, ते मी घेतल्याशिवाय राहणार नाही!'

आणि धाकटीच्या लग्नाला अजून वेळ होता, तरी ती म्हणाली होती, 'मी तर पुरते पन्नास घेईन! मी सगळ्यात लहान आहे म्हणजे माझा अधिकार सगळ्यात जास्त! आणि शिवाय मी सिव्हिल मॅरेज करणार आहे ना?'

हे ऐकून मुलींच्या आईनं त्यांच्या मागण्यांना पाठिंबा देऊन शिक्कामोर्तब केलं होतं, तेव्हा न राहवून ते म्हणाले होते, 'तुम्ही सगळे घेण्यापुरतेच माझ्या नात्याचे आहात जणू!'

ह्यावर मधली ताडकन लगेच म्हणाली होती, 'जन्मदाते आहात ना आमचे? मग द्यायचंच ना तुम्ही? काही उपकार थोडेच करताय?' हे उत्तर हा नव्या जमान्याचा प्रताप असण्यापेक्षा त्यानं आपल्या मुलांना दिलेल्या स्वातंत्र्याचा प्रताप होता!

बरेचदा त्याला वाटायचं, की मुलगे, सुना, मुलींना जवळ बसवावं आणि आपल्या आयुष्यात आपल्याला किती आणि कसा संघर्ष करावा लागला, ते सारं सांगावं, पण कोणालाही ते ऐकण्याची इच्छा नव्हती!

ते असं काही सांगायला लागले की, प्रोफेसर असलेला सगळ्यात धाकटा त्यांना म्हणायचा, 'भूतकाळ उगाळत बसण्यात काही अर्थ नाही डॅडी! जो बीत गई सो बात गई! तुमच्या नशिबात कष्ट करायचं होतं, ते तुम्ही केलेत. आमच्या नशिबात मजा करायचं आहे, तर आम्ही मजा करतोय हे बघून तुम्हाला तर आनंद

झाला पाहिजे. तुमचं बोलणं ऐकलं तर असं वाटतं की, जणू तुम्हाला तुमच्या मुलांच्या सुखाचाही हेवा वाटतोय!'

ह्याच मुलाची इण्टरव्ह्यूमध्ये निवड करावी म्हणून त्यांनी ट्रस्टींचे पाय धरले होते. त्यातल्या तिघांचे वर्षाचे अकाऊण्टस लिहून देऊन त्यांची इन्कमटॅक्स कन्सल्टन्सी फी वाचवली होती.

मग त्या सगळ्यांच्या मेहरबानीनं धाकट्याला नोकरी मिळाली, तेव्हा तो फुशारकी मारायला लागला, 'मला तर माझ्या योग्यतेमुळंच मिळाली नोकरी! इंटरव्ह्यूमध्ये एकही प्रश्न असा नव्हता, की ज्याचं उत्तर देऊन मी परीक्षकांना थक्क केलं नाही!'

'अरे बाबा, काय विचारायचं हे आधीच ठरलं होतं' असं त्याला सांगायला अगदी ओठांवर आलेले शब्द केवळ ते स्वत:च त्याचे वडील होते, म्हणून त्यांनी गिळून टाकले होते.

सावत्र आईच्या त्रासाला कंटाळून त्यांनी वयाच्या पंधराव्या वर्षी दहावीचा अभ्यास आणि घर दोन्ही सोडलं होतं आणि मोठ्या शहरात पळून गेले होते. अजिजी करून, ऑफिसमधल्या झाडलोटीसकट वाटेल ती कामं करण्याचं कबूल करून नोकरी मिळवली होती. शेठ दयाळू होते, उदार होते, त्यांनी नोकरी करताकरता मॅट्रीकच्या परीक्षेला बसायला परवानगी दिली होती, मदतही केली होती. स्वत:चा स्वत: अभ्यास करून त्यांनी त्या परीक्षेत सत्तर टक्के मार्क मिळवले होते आणि गणितात शंभरपैकी पंचाण्णव!

ते बघून शेठचे डोळे आश्चर्यानं विस्फारलेच होते आणि मग मात्र त्यांनी त्याला स्वत:चं काम शिकवायला सुरुवात केली होती. मेहनत, निष्ठा आणि इमानदारीनं काम करत शिकताशिकता पाचच वर्षांत एखाद्या सी.ए.लाही मागे टाकण्याइतकं कौशल्य त्यांनी अकाऊण्ट्सच्या कामात मिळवलं होतं.

शेठ त्यांच्या प्रामाणिकतेचं खूप कौतुक करत असत. केराच्या टोपलीत कुणाच्या तरी हातून चुकून फेकून दिला गेलेला एक दहा हजाराचा डिमांड ड्राफ्ट त्यांनी शोधून शेठच्या हाती दिला होता. तसाच एकदा एका इंग्रजी महत्त्वाच्या पत्राचा कच्चा मसुदा केरात जाताजाता केवळ अमरतरायच्या दक्षतेमुळं बचावला होता.

अशा गोष्टी घडत गेल्या, तसतशी शेठची त्यांच्यावर अत्यंत मर्जी बसत गेली. मोठे मुनीमजी वारले- त्यानंतर आपोआपच पेढीतली सर्वांत विश्वासू व एकनिष्ठ व्यक्ती अमरतरायच होते.

चार्टर्ड अकाऊण्टंट, सी.ए.च्या टर्म्स भरणारे, बी.कॉम, एम.कॉम. होऊन पेढीवर नोकरी करणारे, ह्या सर्वांचे वरिष्ठ ते झाले होते आणि शेठसाहेबांचा

डावाउजवा हातच काय, तर मन आणि मेंदूही तेच होते!

अर्थात हे सगळं रातोरात थोडंच झालं होतं? तब्बल सोळा वर्षं रोज अठराअठरा ताससुद्धा काम केलं होतं त्यांनी. त्यांच्या कामावर अतिशय संतुष्ट असलेल्या शेठच्या मेहरबानीनंच चांगल्या घरच्या सुसंस्कृत मुलीशी त्यांचा विवाह होऊ शकला होता. पण...! खरोखर ती सुसंस्कृत होती?

त्यांच्या विचारांना एकदम ब्रेक लागला. शेठसाहेबांनी लग्न करून दिलं तेव्हा सुसंस्कृत शब्दाची जी व्याख्या केली होती, त्यात सप्तपदीच्या सात पावलांचे मंत्र म्हणत त्यांच्याबरोबर पावलं टाकणारी ती स्त्री बसत होती?

त्यांच्या मनाचं उत्तर होतं- नाही! नाही. त्यांच्या अंतर्मनातून जशा प्रेमाची, सहानुभूतीची, पाठबळाची आशाआकांक्षा त्यांनी पत्नीपासून केली होती, त्या भावनांचा पडसाद तिच्याकडून त्यांना कधीही मिळाला नव्हता.

ज्या पेढीमुळं ते इतके वर आले, लोकांमध्ये त्यांची एक प्रतिष्ठित असामी म्हणून गणना होऊ लागली, त्या पेढीवर ते जे काम जीव ओतून करायचे, त्याला ती गद्धामजुरी म्हणायची.

शेठना त्यांच्या स्वभावात जे खास गुण वाटायचे त्यांना ती त्यांच्या स्वभावातले सर्वांत मोठे अवगुण मानत होती. म्हणायची, 'तुमच्या जागी दुसरं कोणी असतं, तर त्याची एव्हाना पेढीमध्ये काही नाही तरी निदान चार आण्याची भागीदारी असती. अहो, त्यानं तर शेठना टक्कर देईल अशी स्वत:ची पेढी उभी केली असती! आणि एच.डी.एफ.सी.चं लोन घेऊन बांधलेल्या ह्या घराच्या जागी बाग आणि पोर्च असलेला बंगला असता! दारात ऐटबाज मारुती गाडी असती. नुसती वाखाणणी करण्यानं पोट भरत नसतं. बंगले उठत नसतात, गोडगोड बोलून, तुम्हाला भुलवून, तुमचा गैरफायदा घेण्यापलीकडे तुमच्या शेठनं केलंय काय तुमच्यासाठी? अहो, जितके जास्तीचे तास काम करत आलात, तेवढ्या तासांचं ओव्हरटाईम दिलं असतं तरी काहीतरी कदर केली कामाची, असं म्हणता आलं असतं, पण हे सगळं एखाद्या चलाख, चतुर माणसालाच जमणार. तुमच्यासारखे सगळे तर असे बनवलेच जात राहणार!'

मुलांनाही तिची अशीच शिकवण असायची. म्हणायची, 'तुमच्या वडिलांसारखं वागलात तर नुसते रखडतच राहाल. अरे, भोळे कसले, बावळट आहेत ते अगदी! माझ्या नजरेनं जगाकडे बघायला शिका!'

स्वत:ला सी.ए. होता आलं नव्हतं. ती राहून गेलेली महेच्छा अमरतरायनी थोरल्या मुलाला सी.ए. करून पूर्ण केली होती. तो आता सरकारी नोकरीत क्लास वन ऑफिसर होता. त्याला सरकारी गाडी मिळाली तेव्हा त्याच्या आईनं शुभप्रसंगी वाटतात तसे गुळधने वाटले होते.

मधला सिव्हिल इंजिनियर झाला होता, त्यालाही ती सांगत राहायची, 'अरे कुठून तरी वशिला लावून तू पी.डब्ल्यू.डी.त नोकरी मिळव अन् मग बघ किती गाड्या तुझ्या आसपास घोटाळत राहतील ते!'

धाकटा जरा वाचनाची आवड असलेला, शौकीन, मौजमजा करायला आवडणारा. त्याला ती टोकत राहायची, 'पुस्तकं उलथीपालथी करत बसून आणि मास्तरकी करून काय मिळणार रे? दोघंही शिकलेली आहात तुम्ही, ट्यूशन्स क्लास उघडा! आत्ता तरुण आहात तोवरच दिवस आहेत कमावण्याचे, ते बघताबघता जातील निघून, मग केव्हा कमावणार आहात?'

मोठ्या जावयाला तिनं स्वत:च शेठच्या शिफारशीनं दोन-तीन एजन्सीज मिळवून दिल्या होत्या. धंद्याची अजून घडी बसतेय न् बसतेय तेवढ्यातच त्याला लगेच ऑफिस उघडायची घाई झाली होती.

पाच लाख तरी पागडी दिल्याशिवाय जागा मिळणं अवघड होतं, हे समजल्याबरोबर मधल्यानं न विचारताच वडिलांना सल्ला देऊन टाकला होता, 'बघा हं डॅडी, देऊ नका! परत द्यायची वेळ आली की, तोंडं वाकडी होतील! आता तर कायदेसुद्धा असे विचित्र आहेत. की, जर त्या पैशांना त्याच्या वाटणीतले समजा म्हणू लागला तर दुसऱ्या दोन्ही मुलांच्या वाटण्या काढून द्याव्या लागतील.'

आणि बायको म्हणाली होती, 'तुझ्या वडिलांच्या तोंडून शेठसमोर कुठला शब्द बाहेर पडायला? मूग गिळून बसणार ते! तुम्हीच नवराबायको दोघं जा सरळ शेठकडे अन् सांगा, की एवढी मदत करा. त्यांनी केलीच पाहिजे. म्हणावं सारा जन्म आमच्या वडिलांनी गद्धामजुरी केलीय तुमच्याकडे, आता अशा वेळीही नाही मदत केली तर कधी करणार आहात?'

हे ऐकून मधली मध्येच बोलली होती, 'शेठनीपण डॅडीसारखं साफ नाही म्हटलं तर?'

'तर?' बायकोचा क्रोधानं धुसफुसणारा आवाज आला होता. 'चार पैशाचं मडकं वाया गेलं असं समजायचं, पण कुत्रा कसल्या जातीचा निघाला हे तर कळेल?'

'शी: शी:!' अमरतरायचं डोकं चीड आणि तिरस्कारानं खवळलं होतं. 'ज्यांच्या अन्नपाण्यावर पोसले हे सगळे, त्यांच्याबद्दल घाणेरडी भाषा? अशा ह्या बाईला, सहधर्मचारिणी तरी कसं म्हणायचं?'

एक आदर्श कुटुंब निर्माण करण्याचं त्यांचं स्वप्न धुळीला मिळालं होतं. त्यांना वाटलं होतं की, चांगलं शिक्षण मिळालेली आणि इतक्या प्रेमानं वाढवलेली मुलं शहाणी, समजूतदार, आज्ञाधारक होतील, प्रत्येक गोष्टीत त्यांचा सल्ला घेतील, काही अडचण आली तर धावत वडिलांना सांगायला, विचारायला येतील आणि

एखाद्या वटवृक्षासारखे ते सगळ्यांना आपल्या शीतल छायेत ठेवतील, त्यांच्या अडचणी दूर करतील, पण असं काहीच झालं नाही. सगळे आपापल्या जगात गुंग होते.

त्यानं लोकांना असंही बोलताना ऐकलं होतं, की मुलापेक्षा मुलगी चांगली. बऱ्यावाईट प्रसंगी धावून येते, आजारपण आलं, तर शुश्रुषा करते, बाप मृत्यू पावला तर आकांत करते, पण त्यांच्या स्वत:च्या मुलींचं वागणं बघितल्यावर त्यांना लोकांच्या ह्या समजुतीही खोट्या वाटायला लागल्या होत्या!

संतांनी म्हणूनच 'संसार असार आहे' असं म्हटलं असेल? त्या शहाण्या सत्पुरुषांना जे वेळीच समजलं होतं, ते त्यांना इतक्या उशिरा का उमजत होतं? कुठल्या लोभानं का मूर्खपणानं, आयुष्याची पंचेचाळीस वर्षं ह्या नालायक मुलांसाठी इतके श्रम केले होते त्यांनी?

त्या प्रश्नानं ते इतके अस्वस्थ झाले, की अमरतराय जणू खडबडून जागे झाले होते आणि मन आता स्वस्थ राहायला तयार नव्हतं. दिल्लीला जायचं आणि तिथून उत्तरेकडे यात्रेला निघून जायचं. हृषीकेश, बद्रिनाथ, केदारनाथ, उत्तरकाशी, जिथं मनाला बरं वाटेल, तिथे राहायचं. सारं आयुष्य एवढे श्रम केले आता फक्त आपल्या आत्म्याच्या शांतीसाठी प्रयत्न करायचा, बस्स! घरी सगळे थोडीफार शोधाशोध करतील, बायको खोट्या दु:खाचा उदास मुखवटा घालून बसेल, पण मनातून तर सुटकेचा निश्वास टाकेल! कोणाचाही जीव तडफडणार नाही, हां! माझ्या खात्यावर शिल्लक असलेल्या पैशांचा हिशोब सुरू होईल तेव्हा कदाचित माझ्याबद्दलचा तिरस्कारही वाढेल! वाढेना, त्याची काळजी मी कशाला करू? आप मर गए, दुनिया डूब गई!

संध्याकाळही उलटली होती, त्यांच्या बोगीतला डायनिंग कारमधला वेटर सगळ्यांना जेवण आणून देत होता.

अमरतरायनी त्याला सांगितलं, "खाने की इच्छा नहीं है,"

तो पुढे न जाता थांबला न् म्हणाला, "खाना अच्छा है, खा लीजिए, नींद अच्छी आ जायेगी."

अमरतरायना त्याच्या बोलण्यातली सहज आपुलकी स्पर्शून गेली, ती कृत्रिम नव्हती. जरासं हसून ते म्हणाले, "अगर नींद दिलाना चाहते हो, तो एकाद स्लीपिंग पिल, कांपोज या ऐसा कुछ दे दो!"

"दवाई तो नही है साब, मगर..."

मग जरा समोर झुकून तो हळूच म्हणाला, "दारू है! व्हिस्की, नींद भी आएगी, खाना भी भाएगा!"

सारा जन्म ज्या वस्तूला अपवित्र मानून दूर राहिले होते, त्या दारूच्या

उल्लेखानं आज अमरातरायना मोह झाला! बंडच करायचं तर सगळ्या बाबतीतच करावं! वेटरनं इशारा केला, तशी ते त्याच्या मागे चालू लागले, त्यानं दाखवलेल्या जागी त्यांनी पुरे दोन पेग्ज गटागटा पिऊन टाकले. प्रथम जरा पोटात एकदम आग झाली, पण मग जरा वेळानं थांबली. जेवणही चांगलं गेलं, ते परत येऊन बर्थवर पडले, त्यानंतर पाच मिनिटातच ते स्वप्नांच्या दुनियेत तरंगत होते!

त्यांना दिसलं की, ते जमिनीवर पडले आहेत. त्यांचे प्राण उडून गेले आहेत. घरात रडारड चालली आहे. मुली हुंदके देऊन रडत आहेत. मुलगे अत्यंत व्यथित चेहऱ्यानं सुन्न होऊन बसले आहेत.

पत्नीचा शोक अनावर झाला आहे. ती आक्रोश करत म्हणते आहे, 'एकाएकी असे निघून गेलात! मला सांगायलाही थांबला नाहीत, देवमाणूस होता तुम्ही! कध्धी मला असं नाही, तसं म्हटलं नाही! सारा जन्म आमच्यासाठी झिजलात! परमेश्वरा, कितीही तपश्चर्या केली तरी असा पती मिळणं अवघड रे! मला का हो नाही नेलीत बरोबर?'

हे सगळं ऐकून अमरतरायना वाटत होतं, 'आज आता मी मेल्यावर ह्यांना माझी किंमत कळली?'

पण ते तर मृत्यू पावले होते, म्हणून तसेच पडून राहिले, उठून बसले नाहीत! तिरडीवर बांधून त्यांना स्मशानात नेत होते तेव्हाही त्यांना ओरडून सांगावंसं वाटत होतं, पण गळ्यातनं आवाजच निघत नव्हता! त्याच क्षणी एकाएकी एका खांद्यावरून तिरडी तिरकी झाली आणि धाडदिशी ते खाली पडले.

आणि मग धरणीकंप झाला असावा, तसं भोवतालचं सगळं सामान, दोन-तीन माणसंही त्यांच्यावर पडली! आता ते पूर्ण जागे झाले होते. भोवताली भयंकर किंचाळ्या, करूण रडारड, भीती वाटेल असा आरडाओरडा, आरोळ्या कानावर आदळत होत्या, डब्यात गडद अंधार होता.

त्यांच्या अंगावर पडलेल्या जड मानवदेहांच्या खालून ते महामुश्किलीनं बाहेर पडले. बघतात, तर त्यांचा डबा रुळावरून घसरून तिरका खाली पडला होता! धडपडत, चाचपडत, कितीतरी जणांच्या अंगावर पाय टाकत, दरवाजा कुठे असेल त्याचा अंदाज घेत ते त्या दिशेला गेले. किंचित अंधूक उजेड दिसला. त्यांच्या सुदैवानं, बसलेल्या धक्क्यानं डब्याचा दरवाजा उघडला गेला होता.

खाली काय असेल ह्याचा विचारही न करता उंच गेलेल्या त्या दरवाजातून त्यांनी बाहेरच्या अंधारात उडी टाकली. बरंच लागलं, गुडघ्यातनं पाय निखळलासा वाटला, चांगलाच मार बसला होता, पण जीव तर वाचला होता.

डब्यातनं बाहेर पडल्यावर ऐकवत नव्हत्या अशा किंचाळ्या न् रडणं कानावर पडत होतं; त्यातही हाती लागेल ते सामान चोरून, उचलून पळणारेही होतं.

मिळेल ते लुटत होते! कोणी आई तिच्या मुलाच्या नावानं किंचाळत होती, काही लोक काहीच समजत नसल्यासारखे हतबुद्ध उभे होते.

अमरतरायना उभं राहताच येत नव्हतं, ते मटदिशी खाली बसले. भोवतालचा आक्रोश सहन होईना तेव्हा त्यांनी कानात बोटं घातली. मदतीसाठी कोणी येऊन पोहोचेपर्यंत दीड-दोन तास गेले होते- तेवढ्यात मधल्या वेळात शुद्ध हरपण्यापूर्वी अमरतरायनी कोणाला आपली ओळख पटू नये म्हणून खिशातलं तिकीटही काढून फेकून दिलं होतं.

एका आठवड्यानंतर त्यांना हॉस्पिटलमधून घरी जाण्याची परवानगी मिळाली तेव्हा अमरतरायच्या ऐवजी त्यांचं नाव अनंतराय होतं. अपघातात मरणाऱ्यांच्या यादीत अमरतरायचं नाव होतं, पण त्यांच्या शवाची ओळख पटू शकली नव्हती.

त्यानंतर दीड महिन्यानी त्यांनी त्यांच्या एका अत्यंत गाढ विश्वासातल्या मित्राला पत्र लिहिलं-

'अक्षर ओळखून घाबरू नको किंवा आनंदानं उड्या मारू नको. मी मेलेलो नाही, जिवंत बचावलो आहे. पण तुझ्यापुरता आणि विशेषत: माझ्या घरच्या लोकांपुरता आणि ओळखीच्या लोकांपुरता मी मेलेलाच आहे. मेल्यानंतर आपल्या मागे काय होतं, आपल्या मागे राहिलेल्या लोकांचं काय होतं, हे समजावं असं प्रत्येक जिवंत माणसाच्या मनात सुप्त कुतूहल आणि इच्छा असते, पण तसं समजणं शक्य नसतं. ते अशक्य भाग्य मला प्राप्त झालं आहे. तू मला पूर्णपणे जाणून आहेस. मी जिवंत असल्याची पुसट शंकाही कोणालाही येऊ देणार नाहीस, हे मला ठाऊक आहे. फक्त उलट टपाली एवढंच कळव, की मी मेल्यावर माझ्या घरात, संसारात काय चाललंय?'

त्यांनी दिलेल्या बॉक्स नंबरवर तीन आठवड्यांनंतर त्याला उत्तर आलं.

'तू जिवंत आहेस ह्याचा मला तर अतिशय आनंद आहेच, हे तुला सांगायला नकोच. बाकी तुझ्या मृत्यूला आज पावणे दोन महिने झाले. तू घर सोडून निघून गेला होतास, हे तुझ्या घरच्या लोकांनी कोणाला समजूच दिलं नव्हतं, पण रेल्वेच्या अपघातात मेलेल्यांच्या यादीतलं तुझं नाव तुझ्या मोठ्या मुलाला कोणीतरी दाखवलं, तेव्हा एकच गजहब झाला. तुझे मुलगे तुझा मृतदेह शोधायला, ओळखायला आणि इथं घेऊन यायला, अपघाताच्या जागी गेले होते. ज्यांचे हातपाय इत्यादी अवयव तुटून इकडेतिकडे पडले असतील आणि ज्यांची ओळख पटणं शक्य नसेल, त्यांचे अंत्यविधी तेथेच केले जातात असं त्यांना सांगण्यात आलं. तेव्हा तेथून ते परत आले आणि तुझी उत्तरक्रिया केली. कोणीही मुंडण केलं नाही. तुझी पत्नी आता पांढरे कपडे घालते. तिच्या चेहऱ्याकडे बघून तिच्या मनातल्या भावनांची मात्र कल्पना येत नाही. तुझ्या शोकसभेला खूप माणसं आली

होती, सगळेच जण तुझ्या चांगुलपणाची स्तुती करत होते. तुझ्या शेठना तर तुझं गुणवर्णन करताकरता रडू फुटलं, तेव्हा माझेही डोळे भरून आले.

ते शेवटी म्हणाले, 'अमरतराय एक सच्चा माणूस होते, त्यांचा खरा स्वभाव कोणी समजू शकलं नाही, ह्याचंच मला दु:ख आहे.'

आणखी काय लिहू?'

ता.क. : अपघातात मृत्यू पावलेल्या प्रत्येक प्रवाशाच्या वारसांना रेल्वेकडून दोन लाख रुपये देण्यात आले. सध्या त्या पैशाची वाटणी चालू आहे.

पत्र वाचून अमरतरायना हसू आलं. पत्राचा बोळा करून त्यांनी तो गंगार्पण केला आणि म्हणाले, 'चला, अमरतराय तुमचं तर तर्पणही झालं.'

पुरी दोन वर्षं उत्तर काशीच्या चीड देवदारच्या वृक्षांच्या जंगलात ते हिंडत राहिले. हिमालयातलं हवा, पाणी आणि नशिबात असेल तेव्हा मिळणाऱ्या अल्प आहारामुळं त्यांचं संपूर्ण रूपच बदललं. स्थूलपणा पार उतरला आणि अंगकाठी कृश पण चैतन्यपूर्ण झाली. संसाराची मनाला विरक्ती तर आलीच होती, पण तरीही वरचेवर इच्छा व्हायची की, एकदा घरी जाऊन स्वत:च्या डोळ्यांनी सारं बघून यावं.

त्या इच्छेनंच एक दिवस खेचून आणून त्यांना त्यांच्या घरासमोर उभं केलं. योगायोगानं ती दिवाळीतल्या पाडव्याची, नव्या वर्षाची प्रतिपदा होती. लांब बटा, पांढऱ्या दाढीमिशांनी झाकला गेलेला चेहरा आणि जाड्या फ्रेमचा काळा चष्मा. दरवाजात उभ्या त्या साधूला बघून थोरला मुलगा बाहेर आला, त्यानं दोन रुपयांची नोट द्यायला हात पुढे केला. साधूनं हात जोडले.

"ये अमरतरायजी का घर है?"

"जी, पर वे तो..."

"जानता हूं। उनका स्वर्गवास हो गया। मै उनका पुराना मित्र हूं। मैं तो घुमता घामता आदमी, आज इस शहरमें आया, तो शेठसाहबसे पता चला, की अमरतराय चल बसे, सोचा यहां तक आया हूँ तो मेरे भले मित्र के परिवारसे मिलकर आँखे भर लू!"

आता त्यांना घरात बोलावणं थोरल्या मुलाला भागच होतं. बैठकीच्या खोलीत बसल्याबसल्या त्यांनी घरभर नजर टाकली. फर्निचर आणि इतर सामानात खूपच बदल झाला होता. लहान मुलांचा दंगा चालू होता. दागिन्यांनी सजलेल्या त्यांच्या मुली न् सुना काहीतरी आनंदाच्या समारंभाची तयारी करण्यात व्यग्र होत्या. थोरली सून कोणा अनोळख्या व्यक्तीला बाहेर बसलेली बघून तबकात दिवाळीची मिठाई वगैरे घेऊन आली.

"चाय पीएंगे आप?" थोरल्यानं विचारलं.

"जी! पूरा साधू तो नही हूं, और फिर अपनेही घरमे कैसे मना कर सकता हूं?"

संधी मिळाली तेव्हा तेव्हा लक्षात येणार नाही, अशा रीतीनं त्यानं आवतीभोवती वावरणाऱ्या आपल्या मुली, सुना, नातवंडं, सगळ्यांकडे बघून घेतलं. त्यांना वाटत होतं, की अमरतरायचे मित्र, ह्या नात्यानं घरची सगळीजणं येऊन त्यांना नमस्कार करतील आणि त्या निमित्तानं सगळ्यांच्या डोक्यावर प्रेमानं शेवटचा हात फिरवून घेता येईल, पण कोणालाच त्यांच्याकडे बघण्याची किंवा त्यांना भेटण्याची इच्छाही दिसत नव्हती. चहाचे घोट घेताघेता आणि नाश्त्याचा एखादा तुकडा तोंडात टाकताटाकता ते थोरल्याला त्याच्या वडिलांबद्दल काहीबाही विचारत राहिले आणि थोरला, आता ही बला लवकर टळली तर बरं, अशा सुरात 'हं हं', करत राहिला.

चहाचा रिकामा कप आणि नाश्त्याची थाळी घेऊन जायला थोरली सून पुन्हा आली. तेव्हा मुद्दाम होऊनच त्यांनी तिच्या डोक्यावर हात ठेवून आशीर्वाद दिला, "सदा सुखी और सौभाग्यवती रहो बिटिया।"

सुनेनं जरा नजर वर केली, पळमात्र दोघांची दृष्टभेट झाली आणि ती कप आणि थाळी घेऊन आत निघून गेली.

थोरल्याला आवडणार नाही हे समजत असूनही त्यांनी मुद्दामच विचारलं, "मालकीन घर में नही है? आप की माँ?"

थोरला घुटमळत नाइलाजानं आतल्या खोलीत गेला, पण त्याच्या आईनं ह्या साधूला भेटण्याची थोडीही उत्सुकता दाखवली नाही.

संकोचत, घुटमळत परत येऊन तो म्हणाला, "ऐसा है न, पिताजी की मौत के बाद वो किसीसे भी नहीं मिलती!"

"अच्छा! तो मैं चलूँ?"

"जी."

थोरल्यानं सुटकेचा निश्वास टाकला, तेवढ्यात फोन वाजला. काही खासगी बोलायचं असणार, म्हणून थोरला कॉर्डलेस घेऊन आतल्या खोलीत गेला. अमरतराय झटदिशी उभे झाले.

कोपऱ्यात अजून लटकत असलेल्या आपल्या स्वत:च्या फोटोकडे गेले. दिवाळीच्या सफाईत तोही पुसलेला दिसत होता, पण त्यावर फूल, हार घालण्याची तसदी कोणी घेतली नव्हती. त्यांनी तो फोटो काढून आपल्या खांद्यावरच्या झोळीत टाकला. एका दृष्टिक्षेपात पुन्हा एकदा डोळे भरून घर बघून घेतलं आणि पायऱ्या उतरून ते बाहेर पडले.

त्याच वेळी एक मारुती येऊन उभी राहिली. त्यातून मधला न् धाकटा मुलगा उतरले. अमरतरायनी त्यांच्याकडे बघितलं न बघितल्यासारखं केलं आणि मग

झपाट्यानं पावलं टाकत तेथून निघून गेले.

त्यानंतर बरोबर लाभपंचमीच्या दिवशी घरच्या मालकिणीच्या नावानं एक पोस्टकार्ड आलं. त्यात लिहिलं होतं-

'मी तुला शेवटचं एकदा भेटायला म्हणून आलो होतो, पण तुला सवड नव्हती आणि मुलांना मनापासून इच्छा नव्हती. जिवंत असतानाही कदर नव्हतीच, मग मेलेल्याची आठवण कोण काढत बसणार? म्हणून मी माझा फोटो बरोबर घेऊन जातो आहे, आता तो शोधत बसू नका. बरं तर मग, जगण्याचा अन् मृत्यूचाही जोहार.'

अक्षर ओळखलंन, तशी ती एकदम बाहेरच्या खोलीत धावली. कोपऱ्यात तो फोटो नव्हता, तिच्या डोळ्यातून टपटप अश्रू गळू लागले. एक हृदयविदारक किंचाळी फोडून ती जमिनीवर कोसळली. घरातले सगळे तिच्याभोवती गोळा झाले.

आईच्या अश्रूंनी बापूजींच्या पत्रावरची अक्षरं पुसली जात होती!

■

इला आरब मेहता :-
लेखन विपुल नसतं, पण कथांचे विषय अगदी वेगवेगळे आणि विचारात टाकणारे असतात. रागीट पतीच्या दडपणाखाली आयुष्य गेलेली पत्नी पतिनिधनानंतर एकटी पडते, घाबरते, बावरते; पण मग हळूहळू तिच्यात जे आश्चर्यकारक परिवर्तन होतं, त्याची 'मी माझ्या सोबतीनं' ही कथा. 'शेवटचा शॉट' ह्या हेलावून सोडणाऱ्या कथेचं वेगळं स्पष्टीकरण देण्याची जरूरच नाही!

मी माझ्या सोबतीनं

आता ते दिवस सरले होते- अश्रू वाहत राहण्याचे, काहीही न करता एका बाजूला बसून राहण्याचे, शेजारपाजारच्या किंवा नात्यागोत्यातल्या बायकांच्या कोंडाळ्यात गुडघ्यावर डोकं टेकवून बसून राहण्याचे, कोणी सहानुभूतीनं बोललं की, डोळे पुन्हा भरून येण्याचे.

त्यानंतरचे ते दिवसही सरले होते-

कपाटं उघडून फाइली उघडायचे. शेअर्स किती आहेत, डिपॉझिट्स कुठे कुठे आहेत, दुकान विकलं होतं त्याचे आलेले पैसे कशात आणि कसे गुंतवले आहेत... आणि मग, 'तुला काही ठाऊकच कसं नव्हतं मम्मी?' असं मुलीनं दोष दिल्याच्या सुरात म्हटलं आणि नंतर मग शेजारच्या मोदीभाईंच्या सी.ए. झालेल्या मुलानं येऊन मदत केली ते दिवस; तसंच सोसायटीमधल्या फ्लॅटचे शेअर्स स्वत:च्या आणि मुलाच्या नावावर

करण्यासाठी अर्ज करण्याचे दिवसही सरले होते.

"आता नीट, अगदी व्यवस्थित राहायला लागा. जाणारा सुखानं आयुष्य जगून गेला. तुम्हालाही तसं पाहिलं तर काय दु:ख आहे? मुलगा-मुलगी, दोघांचं सगळं काही झालंय. नाहीतर त्या जशुबहेनचं बघा ना, मुलंही अजून लहानच...." एक जण म्हणाली.

"हो ना! शांत मनानं राहायचं तुम्ही अगदी!" दुसरी म्हणाली.

"अहो, आपण असं म्हणतो खरं, पण घरात एकटेपणा अगदी खायला उठत असेल हो बाई!" तिसरा आवाज.

"आणि अगदी एकटीनं कसं हो राहायचं तरी?" चौथा आवाज.

"पण करायचं काय? सवय तर करून घ्यायलाच हवी ना एकटं राहण्याची? मी म्हणते त्यासाठी असं करावं की, दुपारनंतर घरातून बाहेरच पडावं रोज. दोन-तीन मंदिरांमध्ये दर्शनाला जाऊन यावं, कुठे ना कुठे भजनं चालू असतातच." प्रथम बोलली होती तिनं चौथीला परस्पर उत्तर दिलं.

मग हळूहळू हे सल्ले ऐकायचे दिवसही सरले आणि त्यानंतर मग ती खरोखरच एकटी पडली. मुलगा आणि सून अमेरिकेला परत गेले, मुलगी तिच्या घरी बोरिवलीला परत गेली.

अशी आत्तापर्यंत लहानपणापासून ती कधीच एकटी राहिली नव्हती. वडिलांच्या घरी तर त्यांचं कुटुंब आणि मोठ्या काकांचं कुटुंब. मोठ्या काकांना सगळीजणं 'मोटका' म्हणायचे. तिच्या वडिलांना 'भाई', तिच्या आईला 'बा'. बा तशी काही अगदी जुन्या वळणाची नसली तरी मोटकांबरोबर ती डायनिंग टेबलावर जेवायला बसत नसे.

मोटकांनी घराचं टाईमटेबल तयार केलेलं असायचं. घरातले सगळे व्यवहार, देणीघेणी, खाणंपिणं, सगळं काही ते आखून निश्चित करायचे. ती बी.ए.च्या शेवटच्या वर्षाला आली, तेव्हा तिचं लग्न जयंतीलालबरोबर त्यांनीच ठरवलं होतं.

त्यांचं मत होतं की, 'असं स्थळ हातचं जाऊ देता कामा नये,' आणि म्हणून मग लग्न होऊनही गेलं होतं.

जयंतीलाल त्यांच्या वडिलांच्या हार्डवेअरच्या दुकानात बसायचे. ह्या घरात सगळ्यांनी कसं जगायचं, ते जयंतीलालच्या आई अंजीबेन ठरवायच्या. घरातल्या दुसऱ्या कोणी, कशाबद्दलही काहीही विचार करायचा नाही, प्रश्न विचारायचे नाहीत, ही प्रथा अंजीबेन जिवंत होत्या तोपर्यंत चालू राहिली.

त्यांच्या मृत्यूनंतर कुटुंबप्रमुख झाले जयंतीलाल. प्रत्येक बाबतीत एक अभिप्राय बरोबर असायचा आणि तो अभिप्राय असायचा जयंतीलालचा.

ह्या परिस्थितीला हरकत घेण्याचे दिवसही संपले.

नंतरची एक सकाळ.

आपलं घर एवढं भरलेलं आहे, हे जणू प्रथमच तिच्या लक्षात आलं. सहाशे स्क्वेअर फुटांच्या जागेतल्या इंच न् इंच जागेत ते कुटुंब जगत होतं. सगळी मिळून चौघं. विरल आणि वंदना मोठी झाल्यावर पार्टिशन करून एका खोलीच्या दोन खोल्या केल्या होत्या. त्यात राहायचं, अभ्यास करायचा, सायकल, क्रिकेटची बॅट आणि वंदनासाठी ड्रेसिंग टेबल आणि तरी सरिताच्या खोलीत त्यांचे कपडे, वह्यापुस्तकं, बूटचपला आणि फाइली न् कागदपत्रं असायचीच; शिवाय पाहुण्यांसाठी हॉलमध्ये ठेवलेली सेटी आणि अंजीबेनचा सोफा कम बेड आणि काचेच्या खेळण्यांसाठी शोकेस; त्याशिवाय टीपॉयवर टीव्ही, तसंच आग्र्याहून विरलनं आणलेली एक मूर्ती आणि कोपऱ्यात देव ठेवलेलं कपाट... कपाटाचा एक कप्पा अमेरिकेच्या मेलॉमिन क्रॉकरीनं भरलेला, वंदनाच्या मुलांच्या खेळण्यांचा एक कप्पा... ह्याखेरीज वंदनाच्या थोरल्या जावेनं नवीन घेतल्यावर इथं आणून ठेवलेला जुना ओव्हन आणि बाथरूममध्ये वॉशिंग मशीन...

तिला धाप लागली! ती पलंगावर बसलीच.

'एवढं सगळं सामान केव्हा गोळा झालं? कोणी केलं?'

कदाचित पहिल्या प्रश्नापेक्षा दुसरा प्रश्न जास्त महत्त्वाचा होता. हळूहळू ती कशीबशी उठली. एवढ्या सगळ्या सामानाचं ओझं तिच्या डोक्यावर लादलं गेलं होतं. ती उठली आणि जयंतीलालच्या टेबलाशी जाऊन उभी राहिली.

केवढी धूळ जमली होती! फडकं घेऊन ती धूळ पुसू लागली न् लगेचच किंचाळून मागे सरकली! पालीचं एक लहानसं पिल्लू झटकन तिच्या हातावर चढायला गेलं होतं, त्याला दुसऱ्या हातानं तिनं जोरात झटकून टाकलं, ते खाली पडलं.

खूप घाबरून, जवळजवळ रडकुंडीला येऊन ती पुन्हा कॉटवर जाऊन बसली आणि तिनं दोन्ही पाय वर घेतले. तिचं सारं अंग कापत होतं.

'बाई गंऽ! हे तर केवढंसं पिल्लू दिसतंय... पण म्हणजे त्याची आई- मोठी थोरली जाड पालही तिथंच असेल! आणि आणखी पिल्लंही असतील!'

भीतीची एक लहर तिच्या सर्वांगातून गेली.

'बापरे! एकाच महिन्यात पाली, झुरळं, किडे न् मुंग्यांनी घर काबीज केलं की काय? ती मोठी पाल कुठून तरी भराभरा येऊन पलंगावर चढली तर? एकदा बाथरूममध्ये अशी पाल बघितली होती,' तिला एकदम आठवलं.

मग पालीचं पिल्लू कुठे गेलं, ते बघायला तिनं खाली वाकून पाहिलं.

'ते काय पडलंय जमिनीवर! अरेरे! बिचारं फारच लहान आहे आणि कसं अर्धमेलं होऊन पडलंय! पण असं म्हणतात ना! की अशा प्राण्यांच्या पिल्लांना तर

जन्मापासून चालायला येतच असतं! मग ह्याला चालता येत नाहीये का हे मरून गेलंय?'

मरणाच्या विचारानं तिच्या अंगावर काटा आला. हळूच खाली उतरून ती स्वयंपाकघरातून केरसुणी घेऊन आली आणि त्या पिल्लाला केरसुणीनं अलगद कागदावर ढकलून तिनं पटदिशी कागद बाहेर फेकून दिला.

आणि मग एकदम तिला रडूच आलं.

'अरेरे! आई जवळ नव्हती त्याच्या, तिनं त्याला खाली फेकून दिलं!'

तिला रडू आवरेना. मृत्यूचा घाव अजून ताजा होता. तिनं झडप घालून त्या पिल्लाला मारून टाकलं, तसंच मृत्यूनं झडप घालून तिच्या पतीचे प्राण घेतले! पुन्हा रडू आलं आणि असं होत होत हळूहळू शांत होण्याचे दिवस.

मग वंदनाशी फोनवर गप्पा मारण्यात जाणारा वेळ.

स्वयंपाक करण्यात जाणारा वेळ.

असे दिवस जात होते.

"एकट्या राहता तुम्ही? डिप्रेशन येत असेल, नाही?"

"एकटं राहतच जाऊ नका दिवसभर. माझ्यासारखं संध्याकाळचं मंदिरांमध्ये जायचं. काय समजलं? नाहीतरी आपल्यासारख्यांच्या आयुष्यात उरलंय काय? 'गंगाभागीरथी' झालोय ना?"

आणि एका पहाटे एकाएकी जाग आली, ती वेळ. पहाटेची निस्तब्ध शांतता साऱ्या घरात पसरली होती.

'काय बरं झालं? का झोप मोडली? वाईट स्वप्न पडलं? अंहं.'

काय स्वप्न पडत होतं ते आठवत नव्हतं, पण ते वाईट नक्कीच नव्हतं. ती उठली. बाहेरच्या खोलीत आली. अंधार होता. तिनं खिडक्या उघडून टाकल्या. खिडक्या पश्चिमेला असल्यानं उगवत्या सूर्याचे किरण तिकडून आत येत नव्हते, पण समोरच्या घराच्या काचेच्या खिडक्या फिक्या सोनेरी रंगानं चमकायला लागल्या होत्या. थंड हवा घरात आली, तशी छान वाटलं. डोळे मिटून घेऊन तिनं थंड हवेत स्वत:ला लपेटून घेतलं, कायेनं आणि मनानं.

हळूहळू खिडकीला टेकून ती उभी होती तिथंच तिची तंद्री लागली... की तिला झोप लागली? की ती जागीच होती? की मग तिचा आत्मा हवेतून वाहात वाहात खालची शहरं, घरं, डोंगरदऱ्या, बघतबघत जात होता? आत्मा जणू कायेपासून वेगळा झाला होता आणि दु:ख, शोक, विचार, अपेक्षा, चिंता, सगळ्यांतून मुक्त होऊन पंख फडफडवत जात होता!

दरवाजावरच्या घंटेच्या आवाजानं ती भानावर आली. खरोखरच खिडकीला डोकं टेकून उभं राहिल्याराहिल्या तिची समाधीच लागली होती! तिनं दरवाजा

उघडलाच नाही. दूधवाला दुधाची पिशवी ठेवून बेल वाजवून निघून जात असे. तिला दूध आत आणायची घाई नव्हती.

'सकाळीसकाळी उठून 'चहा', 'चहा' करणारं होतं कोण आता? पडू दे पिशवी बाहेरच.'

पुन्हा ती खिडकीबाहेर बघत राहिली. आता समोरच्या घरांच्या खिडक्यांच्या काचा सोनेरी रंगाच्या उन्हानं झगमगत होत्या. रस्त्यांवर सकाळी लवकर उठून फिरायला जाणाऱ्यांची वर्दळ दिसू लागली होती. ती बघत राहिली.

'मीपण जाऊ? बरं दिसेल असं जाणं? जाऊ मी? कोणाला विचारायचं? विचारायची जरूरच नाही. जायचंय? जा ना मग! होय की! मीपण जाऊ शकते.'

जयंतीलालना सकाळी फिरायला जायला आवडत नसे. संध्याकाळी जायचे, पण संध्याकाळपर्यंत सकाळपासूनची एकामागून एक कामं उरकता-उरकता ती इतकी थकून गेलेली असायची की, अगदी गळून जायची आणि मग रात्रीची जेवणं, साफसफाई, थोडा वेळ टी.व्ही. झाला, की थकव्याचं जड गाठोडं फेकून देऊन ती अंथरुणात आडवी व्हायची.

तिनं आत जाऊन कपाट उघडलं, कपडे तरी बदलायला हवे होते. समोरच हाताला लागली त्या हिरव्या साडीला हात लावला आणि एकदम हात मागे घेतला.

'हिरवी? नेसली तर चालेल? नाही चालणार? अगं! कशी चालेल? का? त्याला काय झालं?'

प्रश्न - उत्तरं - प्रश्न - उत्तरं -

'काय केलंयस जेवायला?', 'चहा इतका कसा गोड झाला?', 'कशाला जायचंय बाहेर?', 'का नाही जायचंय बाहेर?'

सतत दोघांमध्ये अशी प्रश्नोत्तरं, मनाची ओढाताण, वादविवाद, आग्रह, दुराग्रह असे होते दिवस, वर्षं.

ते दिवस, ती वर्षं संपली. आता जिथं जायची इच्छा होईल तिथं जावं, न गेलं तरी चालेल, कुठलीही साडी नेसली तरी चालेल, असे दिवस आले होते.

कपाटात मातकट रंगाची एक हलकीशी मलमलची साडी सापडली, ती नेसलीन, दरवाजा उघडून दूध आत आणून फ्रीजमध्ये ठेवलं. लॅच की नीट पर्समध्ये ठेवून ती फिरायला जायला जिना उतरली.

एक दीर्घ श्वास तिनं छातीत भरून घेतला आणि खूप वर्षांपूर्वी थोडे दिवस केलेला योगाभ्यास आठवला. दीर्घश्वसन ती तेव्हा शिकली होती, पण नंतरच्या दिवसांत ते विसरूनही गेलं होतं. नंतरचं आयुष्य होतं वरवरचं श्वास घेणं, वरवरचं जगणं.

बागेपर्यंत पोहोचल्यावर ती परत फिरली. आत गेली नाही. खूप माणसं

ओळखीची भेटली असती आणि मग पुन्हा तेच 'एकटं राहण्याची हिंमत बाळगा'चं पुराण सुरू झालं असतं!

'नकोच ते!'

तिनं दार उघडलं, दाराबाहेर पडलेले 'टाईम्स' आणि 'गुजरात समाचार' उचलून घेऊन ती घरात गेली.

घर अगदी शांत होतं. कसलाही आवाज नव्हता. ती तशीच उभी राहिली. टपटप टपटप थेंब पडत जावेत तसं तिच्या मनात काहीतरी साचत होतं, पसरत होतं. जणू तिच्या पोळून निघालेल्या मनाला कुरवाळून कोणीतरी शांत करत होतं.

सोफ्यावर बसून ती शांतपणे वर्तमानपत्र वाचू लागली. वर्तमानपत्रांच्या मथळ्यांवर नजर टाकली न् तेवढ्यात ती एकदम दचकली.

'किती सगळी कामं तशीच पडली होती! कुठली कामं? ती सगळी आत्ताच केली पाहिजेत अशी आहेत? का मग आयुष्यच एक 'रिफ्लेक्स ॲक्शन' होऊन गेलंय? विचार न करता काम करतच राहायचं, असं? पाल बघून किंचाळायचं?'

तिला आठवलं, विरल न् वंदना लहान होते तेव्हा कितीतरी वेळा तिला रोजचं वर्तमानपत्र वाचायलाही सवड मिळत नसे.

'हो ना? पण मग आता वाच ना!'

'होय! आता वाचेन.'

आणि मग वर्तमानपत्रं, मासिकं, पुस्तकं वाचण्याचे दिवस. सॅलड, सूप आणि सॅंडविचवर जेवणाचं काम भागवण्याचे दिवस.

घरात पसरलेली शांतता अजूनही घरात नांदत होती, कोणाच्याही आवाजाच्या हातोडीनं भंग न पावता.

...कुरू कर्माणि... होय, ती कर्म करत राहणार होती, रोजची कामंही करणार होती; पण आता ती जे कर्म करील ते डोंगरावर गोलगोल वळणं घेत जाणाऱ्या रस्त्यासारखं रूटीन असलं तरी तिला त्या रस्त्याच्या वरचं उंचावरचं टोक गाठता येईल असं असेल; तिनं मनाशी ठरवलं, विचार केला.

मग एका दुपारी तिनं दूरच्या एका उपनगरातल्या शाळेत फोन केला. कोणीतरी तिला तिथल्या ह्या शाळेबद्दल सांगितलं होतं. तुटपुंजी साधनं, थोडेच विद्यार्थी असं असूनही अत्यल्प फी घेऊन ही शाळा गरीब विद्यार्थ्यांना शिकवत होती.

तिनं प्रिन्सिपॉलनाच फोन केला.

"काय करू शकाल तुम्ही?" त्यांनी तिचं म्हणणं ऐकून घेतल्यावर विचारलं.

"मुलांना गोष्टी सांगीन, त्यांच्याकडून लहानलहान नाटकं बसवून घेईन, त्यांना जवळपास छोट्या सहलींना घेऊन जाईन, आठवड्यातून दोन दिवस शाळेत येऊ शकेन मी."

आणि असे मग शाळेशी संबंध सुरू होण्याचे दिवस सुरू झाले.

एका रात्री विरल फोनवर म्हणाला, "मम्मी, इकडेच ये ना तू राहायला. तिथं एकटी किती दिवस राहशील अशी?"

"नको विरल. तू काळजी नको करू. मी मजेत आहे इथं."

"मी तिकीटच पाठवतो. अर्चनापण बोलावतेय तुला."

विरलच्या मनातली थोडी अपराधी भावना ती समजू शकत होती. आईच्या बाबतीत आपलं हे कर्तव्य आहे, ह्या जाणिवेपोटी बोलत होता तो, पण तिकडं अमेरिकेत जाऊन राहण्याची तिची इच्छा नव्हती.

शिवाय घरात पुन्हा चार माणसं म्हणजे पुन्हा प्रश्न-उत्तरं! 'हो' 'नाही' 'का?' 'का नाही?' अशी द्वंद्वं.

तिला आता द्वंदांशिवायचं आयुष्य जगायचं होतं. शिवाय विरलच्या मुलांना सांभाळणारी त्यांची लाडकी आजी व्हायचं म्हणजे पुन्हा एक एके एकपासून संसारात अडकायचं.

आणि मग एका दुपारी वंदना आली. इकडचं तिकडचं बोलत राहिली. एक-दोनदा काहीतरी बोलायला जाऊन गप्प होणं बघितल्यावर तिनंच विचारलं, "काय सांगायचं आहे वंदना तुला?"

"काही नाही मम्मी; पण मला वाटत राहतं की, तू एकटी कशी राहात असशील?"

"म्हणजे गं काय?"

"म्हणजे असं की, असाच आपला एक विचार आला. मी आणि विरल दोघंही आधुनिक विचारांचे आहोत. तूही समजून घेशील असं..."

एवढं बोलेपर्यंत वंदनाचे डोळे भरून आले.

"अगं वेडाबाई! सांग ना, काय सागायचंय काय तुला?"

"म्हणजे असं आहे मम्मी, की माझ्या मामंजींचे एक खूप जवळचे मित्र आहेत, त्यांची बायको गेल्या वर्षी वारली. मला म्हणायचंय..."

"वंदना!"

"सॉरी मम्मी! खरं सांगू का तुला, ही कल्पना राजूची आहे. तो म्हणतो, तुझ्या मम्मीचं काही खूप वय नाही झालेलं, असं एकटीनं कशाला राहावं?"

वंदना जेवूनच जाणार होती. बोलणं तिथंच थांबवून ती स्वयंपाकाला लागली. स्वयंपाक करताकरता विचार करत राहिली.

'परत सहजीवन? अनोळखी माणसाबरोबर आता ह्या वयात जमवून घेणं? पुन्हा प्रश्न-उत्तरं. आवडतं-नाही आवडत-चर्चा-वादविवाद-होय-नाही-डोक्यावर जबाबदारीचं ओझं?'

जेवताजेवता तिनं वंदनाला सांगितलं, ''थँक्स वंदना. राजूलाही माझे थँक्स सांग. पण मला आता असं काही करायचं नाहीये.''

वंदना जरा वेळ तिच्याकडे बघत राहिली. भिंतीवर टांगलेल्या तिच्या पप्पांच्या फोटोकडे बघत राहिली आणि मग जरा भरून आलेल्या आवाजात म्हणाली, ''मम्मी! मला वाटलंच होतं. मी म्हटलंच होतं राजूला, की माझी मम्मी 'हो' म्हणणारच नाही! ती मनानंच 'गंगाभागीरथी' झालीय!''

''तसं काही नाही बेटा, पण...'' मग ती पुढे काही बोललीच नाही.

अनुभवानं आलेल्या शहाणपणानं तिला शिकवलं होतं, की बरेचदा खरीखरी स्पष्टीकरणं लोकांना पचायला जड जातात!

तेवढ्यात वंदनाला हसू आलं. म्हणाली, ''मम्मी, राजू तर म्हणतो, 'तुम्हा बायकांचं डोकं म्हणजे त्या विनोदी गोष्टीतल्या भुतासारखं असतं!' गोष्ट अशी आहे बरं का मम्मी, की एका माणसावर एकदा एक भूत खूश झालं आणि त्याला म्हणालं, 'तुझं जे काम असेल, ते मी करून देत जाईन.' पण रोजच्या रोज किती न् काय काम असणार? म्हणून शेवटी त्या माणसानं कंटाळून सांगितलं- मम्मी, राजू तर हा जोक इतका छान सांगतो ना, की खूप हसायला येतं! 'हे बघ भुता, तू रिकामटेकडं बसायचं नाहीस; ह्या झाडावर चढ-उतर करतच राहायचंस.' तेव्हा मग भूत खूश झालं आणि 'झाडावर चढायचं-उतरायचं, चढायचं-उतरायचं असं करत राहिलं!' तर राजू म्हणतो काय, की तसंच, बायकांना घरकाम सोपवून द्यायचं, म्हणजे गोष्टीतल्या भुतासारख्या त्या घरात काही ना काही आपल्या करतच राहतात, म्हणजे मग आम्हाला निश्चिंती!''

वंदना पुन्हा हसायला लागली.

'खरोखरच वंदना त्या 'जोक'ला हसत होती, का मग राजूच्या त्यावरच्या वक्तव्यानं कुठेतरी बसलेला घाव लपवायला हसत होती?'

''नाही वंदना! माझी इच्छा असंच जगण्याची आहे.''

''मी समजू शकते मम्मी, तरीसुद्धा मलाही वाटलं की कोणाची सोबत नाही, अशी एकटी कशी राहील मम्मी?''

तिनं वंदनाचे हात हातात घेऊन दाबले आणि म्हटलं, ''का बरं एकटी बेटा? मी आहे ना माझ्या सोबतीला!''

आता असं सांगू शकण्याचे दिवस आले होते. तिनं स्वत:च्या सोबतीनं राहण्याचे दिवस. गंगाभागीरथीसारखं, स्वत:ला हवं तसं वाहात राहण्याचे दिवस...!

■

शेवटचा शॉट

दुरून बघितलं तर अगदी असंच वाटत होतं, की मोठमोठ्या वृक्षांची अगदी दाट झाडी असलेला फार्म हाऊसचा तो विस्तार रात्रीच्या त्या वेळी अगदी शांत आहे. वनराईनं आपल्या कुशीत येऊन विसावलेल्या असंख्य पक्ष्यांना थोपटून-थोपटून झोपवून टाकलं आहे, पण फार्म हाऊसच्या आत काही व्यक्ती शांतपणे बसून चर्चा करत होत्या आणि त्यांच्या चर्चेचा सुगावाही आसपास कोणाला लागू नये म्हणून खिडक्या जाडजाड काळ्या पडद्यांनी बंद करून टाकण्यात आल्या होत्या.

"सूरसिंहनं सगळं नीट तपासलंय. कुठेही कोणी मायक्रोफोन लपवून ठेवलेला नाही. फोनही आपण सगळे 'डेड' करून टाकलेत.'' हरिभाईंनी सांगितलं.

"जय भगवान! कारण नाहीतर हल्ली हे टी.व्ही. चॅनेल्सचे पत्रकार कुठल्या थराला जातील, काही सांगता येत नाही!''

"फारच डोक्यावर चढवून ठेवलंय सगळ्यांना!"

मग थोडा वेळ कोणीच काही बोललं नाही.

"विरोधी पक्षाचा अविश्वासाचा ठराव आणण्याचा विचार आहे."

"तो तर नामंजूर होऊन उडून जाणारच आहे." टेबलावर ठेवलेल्या व्हिस्कीच्या ग्लासांमधला एक आपल्याकडे ओढत हरिराम म्हणाले.

थोरले साहेब थोडा वेळ गप्प राहिले, मग म्हणाले, "मला ह्या अविश्वासाच्या ठरावाची काळजी नाही, पण पुढच्या वर्षी निवडणुका येतायत त्यांची आहे."

हरिरामांनी त्यांच्या हातात व्हिस्कीचा एक ग्लास दिला. थोरल्या साहेबांनी तो बाजूला ठेवला.

आत्तापर्यंत गप्प असलेल्या विनूभाईंच्या चेहऱ्यावर काळजी उमटली. ते म्हणाले, "थोरले साहेब! आपण आहात म्हणजे आम्हाला काळजीच नाही!"

"पब्लिकच्या मूडचं काही सांगता येत नाही. येत्या निवडणुकीसाठी भक्कम पाया उभा केला पाहिजे."

"म्हणून तर मी साहेबांना सांगितलं, की माझ्या फार्म हाऊसवर जरा चर्चा करू या." हरिभाई म्हणाले.

मग ते दोघेही थोरल्या साहेबांकडे बघत गप्प राहिले. थोरल्या साहेबांनी एक पेग पुरा केला. त्यांची नजर समोरच्या भिंतीवर होती- जणू त्या भिंतीवर पुढच्या वर्षीच्या निवडणुकीचं चित्र त्यांना दिसत असावं! जराशानं ते हळूहळू बोलू लागले, "एक सबंध स्क्रिप्ट तयार करावं लागेल."

"स्क्रिप्ट?" विनूभाईंनी विचारलं, "आपण जरा गुजरातीत समजावून सांगितलंत तर कळेल!"

थोरल्या साहेबांनी हरिभाईकडे बघितलं.

हरिभाई म्हणाले, "म्हणजे असं विनूभाई, की नाटकात कसं आधी ठरलेलं असतं, तसं सगळं होतं, तसं थोरले साहेब येत्या निवडणुकीसाठी आपल्याला सगळं आधी ठरवून देतील."

"हां, हां, अगदी बरोबर! त्यांच्याशिवाय कोण ठरवू शकणार सगळं? गेल्या निवडणुकांमध्ये नाही का, राखीव जागांच्या मुद्द्यावरून सगळ्यांना एकमेकांच्या विरुद्ध उभं करून सगळ्यांचाच निकाल लावला!"

तिघंही हसले, मग थोरले साहेब पुन्हा हळूहळू बोलू लागले, "ह्यावेळी माझ्या स्क्रिप्टची सुरुवात होईल जगदंबेच्या मंदिरापासून."

"जगदंबा मंदिर? आता ते कुठं आहे बुवा?" विनूभाईंनी आश्चर्य वाटून विचारलं.

"इथून दहा-बारा किलोमीटर अंतरावर हारेली नावाचं एक गाव आहे. तिथं

गावाच्या बाहेर हे लहानसं मंदिर आहे. गावातले लोक तिथं दर्शन घ्यायला येतात.''

थोरले साहेब बोलायचे थांबले- जणू भविष्य बघत नव्हते, बनवत होते.

''ह्या मंदिराच्या मागच्या बाजूला थोडी पडीक जमीन आहे. तिथं खोदकाम होईल. खोदकाम करताकरता एखाद्या सुफी संताची कबर तिथं सापडेल.''

हरिभाई आणि विनूभाईंनी एकमेकांकडे बघितलं.

''पण थोरले साहेब, अशी काही सुफी संताची कबर असती, तर आत्तापर्यंत...''

''कबर सापडेल हरिभाई! पक्षाचे कार्यकर्ते कशासाठी आहेत? सापडेल! मग मंदिराला लागून असलेला हा दर्गा नष्ट करण्यात आल्याचं निदर्शनास येईल.''

''अच्छा! अच्छा!'' हरिरामभाईंनी उत्साहानं ग्लास रिकामा केला.

''आणि मग धर्मांध लोक- दोन्ही बाजूंचे पुढचं बघून घेतील. आपण बघत राहायचं. आपल्याला तर आपल्या धर्माचं रक्षण करायचं ना?''

''खूप मोठ्या प्रमाणात करायचंय? खूप माणसं हकनाक मारली जातील.'' विनूभाई जरा भयग्रस्त आशंकेच्या सुरात म्हणाले.

थोरले साहेब विनूभाईंकडे बघत राहिले. हळू आवाजात म्हणाले, ''पुढच्या वर्षी सत्ता हवीय का नकोय?''

''हो, हो! पण...''

''विनूभाई! ह्या अशा भोळसटपणानं देशाची फाळणी झाली! आता तरी समजा!'' हरिभाईंनी ज्या ठाम, भक्कम सुरात हे म्हटलं, त्यावरून विनूभाईंच्या लक्षात आलं की, काही झालं तरी ते सगळे शेवटी देशभक्तच होते.

''सुरुवात 'लकी हॉटेल'वर दगडफेक होण्यानं होईल मग 'ब्ल्यू स्टार शॉपिंग मॉल'ची लुटालूट होईल.''

थोरले साहेब पुढे काही सांगणार त्याच्या आधीच हरिभाईंनी विचारलं, ''यादी करून टाकायचीय?''

''करून झाली आहे. पोहोचतीही झाली आहे.''

''ओ होऽऽऽ''

''विनूभाई, तुमची वीस-बावीस माणसं लागतील.''

विनूभाईंच्या घशाला कोरड पडली होती. ह्यापूर्वीच्या दोन जातीय दंगलींच्या वेळी त्यांच्या मतविस्तारातून त्यांनी तरुण पोरं पाठवली होती; त्यात विशेष अवघड काही नव्हतं. धर्मासाठी बलिदान मागायचं होतं, पण ह्याच्या आधीच्या दंगलीमध्ये त्यांच्या गावातल्या वजेसिंह नावाच्या मुलाला जिवंत जाळलं गेलं होतं, तेव्हापासून ते खचून गेले होते. वजेसिंहच्या आईवडिलांचा आक्रोश कित्येक दिवस ते विसरू शकले नव्हते.

''आमची माणसंही येतील, पण साहेब पोलिसांना फायरिंग जरा जपून करायला

सांगा!'' हरिभाईंनी विनंती केली.

''हरकत नाही; नुकसानभरपाईचे दोन लाख नक्की केलेत.''

''हे सगळं झाल्यावर तरी नक्की निवडणूक जिंकली जाईल? लोकांच्या आता लक्षात यायला लागलंय. जीव जाणं आणि मालसामानाचं नुकसान कोणाला नको असतं.''

व्हिस्कीचा ग्लास विनूभाईंच्या हातात देत थोरले साहेब म्हणाले, ''ह्या देशाच्या प्रजेला चढलेली धर्माची नशा कधीही उतरणार नाही.''

'राजीव गांधी नगर' ही श्रमजीवी लोकांची वस्ती होती. गेल्या निवडणुकांच्या वेळी एका आमदारानं तिथं वीज आणि नळ आणले होते आणि वस्तीचं नाव ठेवलं होतं 'राजीव गांधी नगर.' पण हे छान, नवं नाव मोडक्यातोडक्या, कुठे सिमेंट तर कुठे छपरं असलेल्या खोल्या, सांडपाण्याची उघडी गटारं, नागडी, हडकुळी भटकणारी मुलं आणि तशीच हाडं निघालेली कुत्री हे सगळं झाकून टाकायला पुरेसं नव्हतं.

त्या दिवशी सकाळपासून शहरात दोन जातींमध्ये दंगा होणार, असं बोललं जात होतं... पण म्हणून काय? वस्तीतले तरुण आईबाप कामाला जायला बाहेर पडायचे, म्हातारे आईबापही जवळपास मिळेल ते काम करायचे, शाळेतून परत येणाऱ्या मुलांना सांभाळायचे. म्हाताऱ्या बायका भाजी मंडईत खाली पडलेल्या भाज्या गोळा करून आणायला जायच्या. कधीकधी लहान मुलांना बरोबर घेऊन जायच्या. हा रोजचा दिनक्रम होता.

कुठल्याही अफवा किंवा खऱ्या बातम्या उपाशी पोटाला तर गप्प बसवू शकत नाहीत. सलमा निर्मलाच्या खोलीवर गेली. दोघीजणी साड्यांच्या कारखान्यात भरतकाम करायचं काम करायच्या.

निर्मला मुन्नीला तयार करत होती. नाक्यावरचा बेकरीवाला पावाचे तुकडे स्वस्तात द्यायचा, त्यातले चार तुकडे तिनं मुन्नीच्या दप्तरात ठेवले.

''ह्यातलेच थोडे जुनेदला दे हां बेटी, आज मला काहीच शिजवायला झालं नाही.'' सलमा म्हणाली.

मुन्नीनं होकारार्थी मान हलवली. निर्मला पुढे काही बोलणार तेवढ्यात बाहेर शाळेत जायला निघालेल्या मुलांचे आवाज आले. मुन्नी बाहेर पळाली. जुनेद तिची वाट बघत उभा होता.

सलमा आणि निर्मला कारखान्याच्या दिशेनं निघाल्या. मोठ्या रस्त्याला लागल्यावर दोघींच्या छातीत धडधडायला लागलं.

''कुठल्याशा बादशहासाहेबचा दर्गा आहे म्हणे, तिथून मारामारी सुरू झालीय.'' सलमा म्हणाली.

दोघी भराभरा चालायला लागल्या.

"मरू देत मेले! आपण कारखान्यात पोहोचूया. कादरभाई दरवाजेच बंद करून टाकतील." म्हणत निर्मला आणखी झपाझपा चालायला लागली.

साड्यांवर जरीचं भरतकाम होणाऱ्या त्या छोट्या कारखान्यात दहा-बारा बायका काम करायच्या.

दुपार चढू लागली. गुलाबी आणि लाल रंगांच्या साड्यांवर जरीबुट्ट्यांच्या वेलांचं भरतकाम करणाऱ्या बायकांचे डोळे आता ओढल्यासारखे होऊ लागले होते. रोज तर ऑर्डरप्रमाणे काम होतंय की, नाही हे बघायला दुकानदार चक्कर मारून जात असायचे, पण आज कोणी फिरकलं नव्हतं.

"शहरात दंगे उसळलेत."

बाहेरून आलेल्या कादरभाईंच्या भावानं बातमी आणली. काम करणारे हात थांबले. बायकांनी एकमेकींकडे बघितलं. कोणाला खांद्यावर पोतं टाकून फेरीविक्याचं काम करायला गेलेल्या नवऱ्याची काळजी वाटत होती, तर कोणाला भावाची! पण बहुतेक सगळ्या बायकांना शाळेत गेलेल्या मुलांची काळजी वाटायला लागली.

सलमा आणि निर्मला हातातलं काम बाजूला ठेवून उभ्या राहिल्या. बाकीच्या बायकाही उठल्या.

'टण टण टण्ण...' म्युनिसिपल शाळा नं.४ ची घंटा वाजली. नेहमीपेक्षा वेगळी, जोरात. मुलं आधी दचकली आणि मग त्यांच्या लक्षात आलं. सुट्टी... "हेऽऽऽ!" करत पुस्तकं दप्तरात भरून सगळ्या वर्गांमधली मुलं बाहेर पळू लागली. शिक्षकही पळत होते.

दंगलमय वातावरणात सगळीकडे घुमतफिरत तोच शब्द पुन्हा पुन्हा कानांवर पडत होता, पण चार वर्षांच्या मुन्नीला आणि सहा वर्षांच्या जुनेदला अजून वाचता यायला लागलं नव्हतं. त्यामुळे त्यांना क-क कमळातला, ख-ख खजुरातला हेही येत नव्हतं, तर क कोत्या धर्मांधतेचा आणि ख खूनमारामारीचा कसा समजणार?

वर्तमानपत्रं तर गेले दोन दिवस शहरात पसरत चाललेल्या धार्मिक, जातीय ताणतणावांबद्दल लिहीत होती, पण ह्या मुलांच्या आईबापांना तरी कुठं वाचता येत होतं?

हां, मुन्नी आणि जुनेद दोघांना 'कोको'तला क कळला असता. शाळेतून घरी येण्याच्या वाटेवर 'ईश्वरभुवन' नावाची बिल्डिंग दिसायची, त्याच्या शेजारून एक अरुंद रस्ता जायचा, तो आतल्या बाजूला जरा रुंद होता, तिथे समोरासमोर असेच आणखी रस्तेही होते.

हे सगळे रस्ते चौकासारख्या एका लहान, मोकळ्या जागेत एकमेकांना मिळायचे. तिथे एक झाड होतं, झाडाला पार केलेला होता. तिथून थोड्याच

अंतरावर एक लहानसं अंधारं एकमजली घर होतं. तो पार आणि घर ह्यांच्या मधल्या जागेत लाली कुत्रीचं साम्राज्य होतं. लालीला नुकतीच पिल्लं झाली होती. जुनेद त्याच्या अब्बांबरोबर एकदा इकडे आला होता, तेव्हा त्यानं ती पिल्लं पाहिली होती आणि सगळ्या पिल्लांची कोको, पेप्सी, मिरण्डा अशी नावं ठेवून टाकली होती, त्यातला कोको जुनेद आणि मुन्नीला फार आवडायचा.

शाळेतून सोडून दिल्याबरोबर ती दप्तरं घेऊन घराकडे पळत असताना मध्ये ईश्वरभुवनच्या अरुंद गल्लीत वळली होती.

"कोको... कोको... यू यू यू..."

मुन्नीनं दप्तरातले ब्रेडचे तुकडे बाहेर काढले आणि कुठेतरी भटकत असणाऱ्या कोकोला हाका मारल्या.

अंधाऱ्या घरात अंधारातच तो लपून बसला होता. आज सकाळपासून शहरामध्ये नरक ओढून खाली आणणारे नरकासुर हिंडत होते. कोणाच्या हातात तलवार तर कोणाच्या हातात त्रिशूळ तर आणखी कोणाच्या हातात पेटलेले काकडे. ह्या गल्लीत अजून आले नाहीयेत, पण आले तर त्याला पळून जायला रस्ताही नव्हता. आज टॅक्सी चालवायची नाहीच.

सकाळी तो चहा करत होता तेव्हाच लाली कुत्री येऊन उभी राहिली होती. रात्रीचे राहिलेले पोळीचे तुकडे तिला घालून टाकले. तिच्या पाठोपाठ पिल्लं घरात घुसली, त्यांना बाहेर हाकलून त्यानं पटकन दरवाजा बंद करून टाकला.

टी.व्ही. असता तर काहीतरी कळलं असतं. सध्या तरी गुपचूप घर बंद करून बसून राहण्यातच शहाणपणा होता. दुपार व्हायला आली.

'बाहेर काय चाललं असेल?'

"कोको ऽ कोकोऽऽऽ"

दुपारी थोडंसं काहीतरी खाऊन तो पेंगत होता तेव्हा त्याला ऐकू आलं. तो हळूच खिडकीजवळ सरकला आणि खिडकी अगदी किलकिली करून त्यानं बघितलं. एक लहान मुलगा आणि मुलगी कुत्र्याच्या पिल्लाला खेळवत होते, ब्रेड खाऊ घालत होते.

भीतीनं गोळाच आला त्याच्या पोटात! मोठ्यानं ओरडून त्याला त्या मुलांना सांगायचं होतं, 'पळा लवकर, घरी जा आपापल्या!' पण घशातून आवाज उमटेचना. जीभ, दात, ओठ सगळे जणू एकमेकांना चिकटून बसले होते.

शेवटी चिकटून बसलेला गळा कसाबसा फाडून काढल्यासारखा त्यानं "पळा! पळा!" एवढी एक किंकाळी मारली.

मुलं तर कुत्र्याच्या पिल्लांबरोबर त्या पारावर लोळत खेळत होती, तेवढ्यात

तिथून एक आडदांड अकराळविकराळ माणूस जाताना दिसला, तशी घाबरून त्यानं खिडकी बंद करून टाकली आणि आवाज न करता तो कोपऱ्यात जाऊन बसला.

बसल्याबसल्या झोप लागली. केवढ्या मोठ्यानं 'खून का बदला खून', 'एक दो तीन मंदिरकी होगी जीत' अशा आरोळ्या ऐकू येत होत्या.

इतक्या जवळून? अरे बापरे? आले... पेटते काकडे फेकले. आता गादी पेटणार, गोधडी, घर, खाट... भीतीनं गळाठून त्याचं धोतर ओलं झालं.

"परफेक्ट! परफेक्ट!" अंशुमन आनंदानं उद्गारला, "जस्ट... खरंच वाटत नाहीये, पण ही तर एक परफेक्ट स्क्रिप्ट. संपूर्ण पटकथा आपल्याजवळ तयार आहे!"

हॉटेल हार्मनीच्या लाउन्जमध्ये बसून, डॉक्युमेंटरी फिल्म्स करणारा दिग्दर्शक-प्रोड्यूसर अंशुमन याज्ञिक, त्यांचा कॅमेरामन श्रीधर आणि पटकथा लेखिका आणि कॉमेण्ट्री देणारी सहकार्यकर्ती सुमेधा चौधरी ह्या दोघांबरोबर चर्चा करत होता.

शहरातले दंगे शांत झाल्याला दोन-तीन दिवस झाले होते, परंतु अजून टी.व्ही.चे कॅमेरामन किंवा डॉक्युमेंटरी बनवणाऱ्यांना शहरातल्या दंगे झालेल्या ठिकाणी जाण्याची किंवा लोकांच्या मुलाखती घेण्याची परवानगी पोलीस देत नव्हते.

अशी दृष्यं बघून जनता आणखी क्षुब्ध होऊन पुन्हा उसळेल, अशी पोलिसांना भीती होती, परंतु सुमेधाची गोष्ट वेगळी होती. थोरल्या साहेबांच्या खास मित्राची ती मुलगी होती. गेल्या वर्षीच मास एज्युकेशनमध्ये एम.ए. करून तिनं अंशुमनबरोबर काम करायला सुरुवात केली होती. ह्या मंडळींना शूटिंगसाठी परवानगी मिळाली होती. पोलीस कमिशनरनं फक्त एवढंच सांगितलं होतं, 'लोकांच्या डोळ्यांवर येत नाही, एवढं बघा.'

अंशुमन खूपच उत्साहात होता. केवढी अद्भुत संधी त्याला विनासायास मिळाली होती!

श्रीधर तर म्हणाला होता, "बॉस! कान्सच्या डॉक्युमेंटरी फिल्म फेस्टिवलमध्ये 'गोल्डन स्वान' ट्रॉफी तुम्हालाच मिळेल!"

"थँक्स! पण आपल्याला आता वेळ घालवून चालणार नाही. सकाळच्या उजेडात शूटिंगही चांगलं होईल. लवकर चहा पिऊन निघूचया. ड्रायव्हर आला का?"

"हो, केव्हाच. तुमचं म्हणणं खरं आहे. एअरपोर्टवरून इथं येताना मी बघितलं; झालेल्या दंग्यांच्या खुणा अजून जागोजागी आहेत. चला, त्यांचे फोटो घेऊन टाकूया."

दहा मिनिटांतच ते निघाले.

"हे असं दंगे, इतकी हिंसा अशा तऱ्हेनं सुरू झाली, की जणू कोणी एखादं नाटक लिहायसाठी लिहून काढलं असावं!" सुमेधा म्हणाली, "सुरुवात, मध्य आणि शेवट आपल्याला खूपच छान दाखवता येईल."

"प्रथम जगदंबेच्या मंदिराच्या बाजूला जाऊया."

"मंदिर तर दूर आहे. ह्या शहरातलं कुठलंही मंदिर आणि त्यावरचा ध्वज दाखवूया. काय वाटतं श्रीधर?" अंशुमननं मार्ग काढला.

"बस्स, ते मंदिर हा आपला पहिला शॉट असेल. आपण सुरुवात मंदिर आणि ध्वज ह्यांनी करूया."

तेवढ्यात श्रीधरनं ड्रायव्हरला जीप थांबवायला सांगितली. पटदिशी तो एका दुकानाच्या बाहेरच्या ओट्यावर चढला आणि ओट्यावर आडवा पडून त्यानं त्या रस्त्यावर असणाऱ्या एका मंदिराचे आणि त्याच्या वाऱ्यावर फडफडणाऱ्या ध्वजाचे शॉट्स घेतले.

"श्रीधर, लोकांचं फार लक्ष जाईल असं करू नको. पोलिसांनी मुश्किलीनं कशीबशी परवानगी दिली आहे."

"बरं, बरं. चला," म्हणत तो जीपमध्ये बसला.

जीपच्या मागच्या बाजूला पडदा टाकला. ते शहराकडे वळले. शहरातलं रोजच्यासारखं आयुष्य अजून हळूहळू सुरू होत होतं. रस्त्यावर अगदी आवश्यक तेवढीच वर्दळ दिसत होती. बंद जीप मुख्य रस्ते सोडून आजूबाजूच्या आडव्यातिडव्या गल्ल्यांमधून चालली होती.

हळूहळू जाणाऱ्या जीपमधून श्रीधर दंगली झाल्या होत्या त्या विस्तारातली छायाचित्रं टिपत होता. जागोजागी जाळल्या गेलेल्या बसेस, मोटारी, जळलेले टायर्स दिसत होते, मधूनच सुमेधाच्या तोंडून शब्द निघत होते -

"अरे देवा! खरंच हे सगळं असं झालं?"

"तुम्हाला मी 'राजीव गांधी नगर'मध्ये घेऊन जातो. तिथं खूप नुकसान झालंय." म्हणत ड्रायव्हर मानसिंहनं गाडी त्या वस्तीकडे वळवली.

जीप जरा दूर उभी करत तो म्हणाला, "इथून पुढे पायी जावं लागेल."

"पायी?"

सुमेधा नाकावर रुमाल दाबून धरत म्हणाली, "कोणाची वस्ती आहे?"

"दोन्ही जातींची, पण तुम्हाला घाबरायची जरूर नाही. बरेचसे लोक निर्वासितांच्या छावणीत राहायला गेले आहेत."

तिघं खाली उतरले. सकाळी दहा वाजण्याचा सुमार होता, पण वस्तीत उजाड शांतता होती. थोड्याशा घरांच्या बाहेर माणसांची ये-जा दिसत होती. लोकांना जणू

काहीतरी करावंसं वाटत होतं. बेचिराख झालेली आयुष्यं, जळून गेलेली घरं, भस्म होऊन गेलेले क्षण जर राखेतून परत उठवून बसते करता आले असते, तर ह्या लोकांना काहीतरी करता आलं असतं. आत्ता केवळ ती काहीच न करता, काहीतरी करत असावीत, तशी इकडून तिकडे हिंडत होती.

त्यांना कॅमेऱ्यासमोर बोलावणं, त्यांच्या मुलाखती घेणं जरूर होतं. त्यांच्या सत्यानाशाची हकिकत त्यांच्या तोंडून वदवून घेतली तर ती दृष्यं तर अंशुमन पुन्हा रचून, उभी करून दाखवू शकला असता. बघणारे थरथर कापतील अशी धारदार कॉमेण्ट्री- सुमेधाची भाषा, तिची कॉमेण्ट्री आणखी काय हवं?

तिघांचंही लक्ष एकाच वेळी एका खोलीच्या बाहेर बसलेल्या माणसाकडे गेलं. दोन्ही गुडघ्यांच्या मध्ये डोकं घालून तो बसला होता. किती दिवसांपासून आंघोळ न करता, कदाचित काहीच न खातापिता तो त्या खोलीच्या दाराशी बसून होता. खोलीतून कोणी बाहेर निघेल किंवा मग कोणी खोलीकडे परत येईल म्हणून वाट बघत.

सुमेधा त्याच्याजवळ गेली. कॅमेरा घेऊन श्रीधर घाईघाईनं तिच्या मागोमाग गेला.

सुमेधानं हळूच त्याला सांगितलं, "हे बघ, मी त्या माणसाला काहीतरी विचारीन म्हणजे तो हळूहळू डोकं वर करेल. कॅमेरा बरोबर त्याच्यावर लावून ठेव. मग तो माझ्याकडे बघेल, तेव्हा कॅमेरा त्याच्या डोळ्यांवर फोकस कर, डोळ्यांवर हं? विसरू नको. डोळे..."

पाठीमागे उभा असलेला अंशुमन जरा चिडून म्हणाला, "श्रीधरनं काय करायचं ते मी सांगेन. ही डॉक्युमेंटरी मला बनवायचीय तशी मी बनवेन, ओ.के.?"

एकदम झालेल्या ह्या अपमानानं सुमेधा दुखावली, शरमिंदी झाली. त्याचवेळी आपण जरा जास्तच कडकपणानं बोललो हे लक्षात आलं, तसा अंशुमन जरा हसून म्हणाला, "तू फर्स्टक्लास इंटरव्ह्यू घे. डॉक्युमेंटरीचा पहिला शॉट तुझ्या इंटरव्ह्यूनंच सुरू करूया."

सुमेधानं अपमान मनातून झटकून टाकण्याचा प्रयत्न केला. तिला मिळालेलं हे पहिलंच काम होतं. अजून तर कितीतरी शिकायचं बाकी होतं.

दबक्या पावलांनी ती त्या माणसाजवळ गेली.

माईक हातात ठेवून ती म्हणाली, "जरा ऐकता का भाईसाब?"

त्या माणसानं काही उत्तर दिलं नाही.

पुन्हा ती म्हणाली, "भाईसाब, जरा माझ्याकडे बघा."

पाठीशी श्रीधरनं कॅमेरा तयारच ठेवला. तो माणूस जरा हलला. हळूहळू त्यानं वर बघितलं. त्याचे खोल गेलेले डोळे कुठल्या तरी तीव्र आवेशानं चमकत होते.

श्रीधरनं त्या डोळ्यांवर कॅमेरा फोकस केला आणि सुमेधाच्या काही लक्षात येण्याआधीच...

तो माणूस जोरात थुंकला! सुमेधाचा चेहरा, कपडे, माईक, सगळं त्या थुंकीनं घाण झालं.

धक्का बसावा, अशा ह्या अनपेक्षित प्रतिक्रियेनं सुमेधा एकदम हतबद्धच झाली. हातातला माईक खाली पडला.

पण श्रीधरनं ते सगळं दृष्य कॅमेऱ्यानं टिपून घेतलं. अंशुमन जवळ आला. सुमेधा त्या माणसाकडे टक लावून बघत राहिली होती. आता हळूहळू तिनं माईक हातात घेतला. त्या माणसासमोर धरला.

"जा! चालते व्हा! जा!"

आता सुमेधा सावध झाली. शांत, समजावणीच्या सुरात ती म्हणाली, "भाईसाब! तुम्ही संतापू नका! तुमच्यावर जे ओढवलं, जे दुःख तुम्हाला भोगावं लागलं, त्याची कहाणी लोकांसमोर ठेवायचीय आम्हाला."

त्या माणसानं काही उत्तर दिलं नाही. त्याच्या डोळ्यांत अजूनही अंगार पेटलेले होते.

तिथंच थोडं दूर एका घराच्या- खरं म्हणजे आता तिथं घर म्हणता येईल असं कुठं काय होतं? ओट्यावर बसलेला एक माणूस तिथं आला. सुमेधानं माईक त्याच्या तोंडासमोर धरला.

"काय करायचंय आमची कहाणी ऐकून? काय झालं, का झालं, ते जाणून घ्यायचंय? तर विचारा तुमच्या मंत्र्यांना! त्यांच्या बायका-मुली का सुरक्षित आहेत आणि आमच्या का नाहीत, ते विचारा!"

सुमेधाचं लक्ष होतं, की श्रीधर कॅमेऱ्यानं मुलाखत चित्रित करत होता. तिनं माईक स्वतःच्या तोंडाशी धरत म्हटलं, "जरूर भाईसाब. आम्ही तर लोकांच्या बाजूनं काम करणारे आहोत. तुमचं म्हणणं नक्की रुजू करू."

"हां, हिन्दू आहात ना?"

"माणूस आहे.

बकवास सगळा! काय करणार आहात आमची कहाणी ऐकून? बघा ह्या वस्तीकडे, घ्या फोटो आणि जा!"

"तुमचं नाव काय?"

"मी पशू होण्याआधी निघून जा!"

गुडघ्यात डोकं खुपसून बसलेला माणूस म्हणाला, "माणूस असणं असं असत असेल तर जनावर होणं काय वाईट?"

"जाऊ दे कानजी, नको डोक्यात राख घालून घेऊ. ह्या कानजीची बायको न्

मुलगी किती दिवस झाले सापडत नाहीयेत. त्यामुळं हा असा झालाय. जा त्या मडक्यात पाणी आहे, त्यानं तोंड धू आणि जा इथून.''

सुमेधानं मडक्यातून पाणी घेऊन तोंड धुतलं. आता इतक्या वेळानं, जे झालं त्याचा उबग येऊन तिला कसंसंच वाटायला लागलं. घासूनघासून तोंड धुतलं तरी त्या थुंकीनं चेहरा जणू पोळत होता.

'राजीव गांधी नगर'मधल्या जळलेल्या, मोडल्या-तुटलेल्या घरांवरून कॅमेरा फिरत राहिला. वस्तीतली स्मशानशांतता हाऽहाऽऽहाऽऽऽ करून नाचणाऱ्या भुतावळीसारखी वाटत होती.

ते बाहेर पडले. मानसिंह जीपमध्ये बसूनच त्यांची वाट बघत होता. तिघंही जीपमध्ये बसले. त्यांच्या चेहऱ्यांवर खूप उत्साह आणि संतोष दिसत होता.

''अंशुमन, रिअली फर्स्टक्लास शूटिंग झालंय. अशी 'ॲक्शन' आणि असे डायलॉग्ज तर कोणी प्रोफेशनलही लिहू शकणार नाही! फॅण्टास्टिक!''

''सुमेधा, तुझं अभिनंदन केलं पाहिजे आम्ही. तू जशी शांत राहिलीस आणि लगेच इंटरव्ह्यू सुरू केलास, तो ग्रेट परफॉर्मन्स होता, खरोखर फॅण्टास्टिक!''

श्रीधर म्हणाला, ''काय झकास इंटरव्ह्यू झालाय!''

''काय झालं? झालं काम?'' मानसिंहनं विचारलं.

''म्हटलं तर झालं न् म्हटलं तर नाही. वस्ती जवळजवळ ओसाडच पडलीय, पण दोन माणसं डोकं फिरलं असावं, तशी झालेली होती तिथं.'' सुमेधा पुढे काही बोलली नाही. पुन्हा रुमालानं गाल पुसला.

''पण ते दोघेजण बोलले ते चांगलं होतं.'' श्रीधर म्हणाला.

''इब्राहिम आणि कानजी असतील.'' मानसिंह म्हणाला.

''तुम्ही ओळखता त्यांना?''

''ह्या वस्तीत आमचा आणखी एक ड्रायव्हर राहात होता, काल त्याची चौकशी करायला गेलो होतो. तो सांगत होता, की हे दोघेजण अजून तिथेच बसून आहेत. बाकी सगळे लोक तर छावणीवर राहायला निघून गेले.''

''आता कुठे नेऊ जीप?'' जीप सुरू करत मानसिंहनं विचारलं.

जीप रिव्हर्समधे मुख्य रस्त्यावर आणून तो निघाला.

''बस्स, शहरातून जरा घेऊन जा. ज्या मुख्यमुख्य रस्त्यांवर दंगेधोपे आणि मारामाऱ्या झाल्या, त्यांवर कॅमेरा फिरवूया.''

जीप हळूहळू जात राहिली. श्रीधरचा कॅमेरा हिंसा झाली होती, तिथली दृष्यं टिपत राहिला. ह्या शहरात जिथं माणसांनी माणसांना जाळलं, कापून काढलं, कत्तली केल्या, त्याचे खोल गेलेले घाव, जखमा, सगळ्यांच्या खुणा अजून ठिकठिकाणी विखरून पडल्या होत्या. भिंतींवर रक्ताचे डाग, तुटलेल्या काचा,

लुटल्या गेलेल्या दुकानांमधलं इकडेतिकडे पडलेलं सामान; ह्या सगळ्याकडे न बघण्याचा प्रयत्न करत आपल्याच विचारांमध्ये बुडलेली रस्त्यानं चालणारी माणसं...

श्रीधरनं रस्त्यात दिसलेल्या एका मशिदीचा फोटो घेतला.

लंच अवर झाला होता. ते हॉटेल हार्मनीकडे वळले.

हॉटेल हार्मनीच्या पाचशेपाच नंबरच्या खोलीत बसून तिघं सकाळी केलेल्या शूटिंगचे रशेस बघत होते.

मानसिंहपण कोपऱ्यात बसला होता. त्याला अर्थात ह्या लोकांची भाषा समजत नव्हती. रशेस म्हणजे काय? लाँग शॉट, क्लोज अप, मीडियम शॉट, कॅमेरा स्पॅन करणं ह्या सगळ्या शब्दांचे अर्थ त्याला मुळीच समजत नव्हते, पण सकाळपासून ही जी माणसं त्याच्या जीपमधून फिरत होती, त्यांनी घेतलेल्या फोटोंचा सिनेमा बघण्याची आतुरता त्याला होती.

मॉनिटरवर पहिला शॉट झळकला. वाऱ्यावर फडफडणारा ध्वज आणि मंदिर.

"श्री, ह्याच्याबरोबरच मशिदीचा शॉटही मिक्स कर."

"येस बॉस, मलाही तसंच वाटत होतं." श्रीधर म्हणाला.

मग एकामागून एक दृष्यं दिसायला लागली. मुख्य रस्त्यावर फिरणाऱ्या पोलिसांच्या गाड्या, दुकानं, ह्यांचेही फोटो श्रीधरनं चालू जीपमधून घेतले होते. दृष्यं दिसतील तसतसा मानसिंह त्या जागेचं नाव, रस्त्यांचं नाव, एखाद्या इमारतीचा इतिहास सांगत होता. सुमेधा भराभर ते सगळं लिहून घेत होती. हॉटेल चंद्रकला, लकी स्टार गेस्ट हाऊस...

मॉनिटरवर 'राजीव गांधी नगर'च्या खोल्यांवर, घाणेरडी गटारं आणि धापा टाकणाऱ्या कुत्र्यांवर कॅमेरा फिरत राहिला, मग कॅमेरा फोकस झाला त्या गुडघ्यांमध्ये डोकं घालून बसलेल्या दाढी वाढलेल्या, मळक्या कपड्यातल्या माणसावर! आणि तिथे कॅमेरा स्थिर झाला.

सुमेधाचा चेहरा दिसत नव्हता, पण तिनं विचारलेला प्रश्न अगदी नीट ऐकू येतोय. मग कानजी हळूहळू डोकं वर करतो आणि जोरानं थुंकतो ते दृष्य अगदी छान टिपलं गेलं होतं- आणि हो, तेव्हा ह्या अनपेक्षित धक्क्यानं वाकडातिकडा झालेला सुमेधाचा चेहराही अगदी चांगला दिसतोय. नंतरची प्रश्नोत्तरं, इब्राहिमचं येणं, कानजीशी बोलणं, सगळं लहान पडद्यावर अगदी व्यवस्थित दिसलं.

"अद्भुत!" अंशुमन उद्गारला.

त्यानंतर श्रीधरचे दुसरे शॉट्सही मॉनिटरवर दिसत राहिले, मग मॉनिटर बंद करून श्रीधरनं अंशुमनकडे बघितलं.

"बोला बॉस! कसं झालंय काम?"

अंशुमन विचारांत गढला होता, मग उभा झाला आणि खोलीत फेऱ्या मारू लागला.

सुमेधाच्या लक्षात आलं की, त्याला काहीतरी उणीव जाणवतीय.

ती लगेच म्हणाली, "अंशुमन, हे तर अजून रशेस आहेत. आपण सर्व शॉट्स रिमिक्स करू. बॅकग्राउंडमध्ये माझी जोरदार कॉमेण्ट्री असेल, बॅकग्राउंड म्युझिक असेल. नंतर तू बघच, आपली डॉक्युमेंटरी फर्स्टक्लास होईल."

"हो, ते तर खरंय; पण सुमेधा, श्रीधर, ह्यामधे जसा पहिला शॉट एकदम लक्ष वेधून घेणारा असला पाहिजे, तसा शेवटचा शॉटही बघणाऱ्याच्या एकदम काळजाला हात घालणारा असला पाहिजे. थिन्क, थिन्क, क्लायमॅक्स!"

"हो, खरंय. ह्यात एका गोष्टीची उणीव भासतेय- ह्यूमन एलिमेंट, माणसाच्या आयुष्याच्या कथेचे अंश..." सुमेधा लगेच म्हणाली.

"इतकी माणसं मारली गेली, इतकी घरं बरबाद झाली, तरी अजून तुला ह्या डॉक्युमेंटरीत ह्युमन एलिमेंटची उणीव जाणवतेय?" श्रीधर जरा नाराज होऊन म्हणाला.

"नाही रे, तसं नाही, पण ही इब्राहिम आणि कानजीची कहाणी जरा लांबवली, तर?"

"बरोबर आहे. कोणाची वाट बघत ते दोघं बसले आहेत तिथं? आपण पुन्हा भेटूया त्यांना, विचारूया." अंशुमन म्हणाला.

मानसिंह बसून होता. पाय मोडले असावेत, तसा. सारखं वाटत होतं की, उठावं, पळत जावं आणि इब्राहिम आणि कानजीला घेऊन जावं, घेऊन जावं त्या झाडाच्या पाराजवळ आणि...

"ते त्यांच्या बायकामुलांची वाट बघतायत साहेब." मानसिंह हळूहळू म्हणाला.

तिघांनीही वळून मानसिंहकडे बघितलं.

मानसिंह दोन्ही गुडघ्यांवर डोकं टेकून बसला होता- कानजीसारखा.

"तुला, तुम्हाला कसं ठाऊक?" अंशुमननं आश्चर्यानं विचारलं.

डोळे पुसत मानसिंह म्हणाला, "मी तिथं होतो त्या दिवशी."

अंशुमननं त्याच्याकडे बघितलं. त्याचा चेहरा, त्याचे अश्रू बघितले, श्रीधर आणि सुमेधाला खूण केली. श्रीधरनं कॅमेरा हातात घेतला. सुमेधानं माईक मानसिंहसमोर धरला. लाईट कमी पडत होता. अंशुमननं लगेच फ्लॅशगन 'ऑन' करून मानसिंहकडे वळवली. आसवांनी भिजलेला मानसिंहचा चेहरा लाईट पडल्यानं बावरलेला, व्याकूळ दिसू लागला.

"कुठे होता मानसिंह तुम्ही?" सुमेधानं हळू आवाजात, गोड बोलून, समजावून बोलतं करत विचारलं.

"तिथं. इश्वरभुवनच्या गल्लीतून आत रस्ता जातो तिथं. एक लहान चौक आहे तिथं, तिथंच वर-खाली दोन अंधाऱ्या खोल्यांचं घर आहे माझं. सकाळपासनं बोलणी ऐकत होतो, की खूप दंगेधोपे होणार आहेत, पण फार काही ठाऊक नव्हतं मला. कामाला मात्र नाही गेलो, खूप घाबरलो होतो मी. दुपारी उशिरानं शाळेतल्या मुलांनाही सोडून दिलं. दोन मुलं एक मुलगा न् एक मुलगी कुत्र्याच्या पिल्लांशी खेळायला तिथं आली."

"अशा दंगलीमध्ये?"

"लहान मुलांना काय समजतंय? मी सांगितलं ओरडून, की लवकर घरी पळा, पण त्यांना मी सांगितलेलं ऐकू आलं नाही."

"पण तुम्ही..."

"मला पळत जाऊन त्यांना वर घेऊन यायचं होतं, पण हिंमत कुठे होती? पाय मोडले होते जणू! उठून उभंच राहावत नव्हतं. तेवढ्यात होऽ होऽ करत ओरडत-ओरडत दोन्हीकडनं दोन टोळकी आली. मारामारी आणि कापाकापीत ती दोन्ही मुलं..."

उरलेलं वाक्य मानसिंहनं हुंदके देत पुरं केलं, "कापली गेली. मी खिडकीच्या फटीतून बघितलं, पण बसून राहिलो, नुसता बसून राहिलो."

"मग? पोलीस केव्हा आले? कुठे गेली ती लहान मुलं?" आवाज शांत ठेवण्याचा प्रयत्न करत सुमेधानं विचारलं.

"राक्षस तर पळाले. मेलेल्यांना पायाखाली तुडवत पळाले, आधीच मेलेल्या त्या कुत्र्यांच्या पिल्लांवरतीही तलवारीनं घाव करत गेले. तेवढ्यात दोन बायका तिथं आल्या. कशाबशा तिथपर्यंत पोहोचल्या होत्या बापड्या. त्या राक्षसांनी त्यांनाही सुरे भोसकले होते, तेवढ्यात तिथं लोक गोळा झाले. बायका तर वाचल्या नाहीत, पण पोलीस आले तोपर्यंत तर लोक केव्हाच तिथून पळाले होते. मी वरच्या खोलीच्या फटीतून बघत होतो. दोन पोरं आणि त्यांच्या दोन आया. जवळ कुत्र्याची पिल्लं. लाली कुत्री तिथं पिल्लांच्या भोवती घिरट्या घालत होती न् रडत होती."

मानसिंहचे अश्रू वाहात होते. तिघेहीजण स्तब्ध, मूढ होऊन ऐकत होते. तिघांपैकी श्रीधर प्रथम सावरला.

"मानसिंहभाई, तुमच्या घरासमोरची ती जागा दाखवा, मी त्या जागेचं शूटिंग करेन."

"मी... मी अगदी इतका भ्याड असेन असं मलासुद्धा वाटलं नव्हतं, पार कुचकामी, भित्रा-" अंगातल्या कुडत्याच्या खालच्या कडांनी डोळे पुसत मानसिंह म्हणाला.

सुमेधा हळूहळू बोलू लागली, "अंशुमन! तुला क्लायमॅक्स हवा होता ना?

हा तुझा क्लायमॅक्स. आपण हे दृष्य तिथं पुन्हा उभं करूया. खाली चौकात मरून पडलेली दोन लहान मुलं, दोन आया, कुत्र्याची पिल्लं, रडत घिरट्या घालणारी कुत्री आणि वरच्या खिडकीच्या फटीतून पाहणारा, थरथर कापणारा एक माणूस हे आपलं शेवटचं दृष्य. हा आपला शेवटचा शॉट!''

अंशुमन चीत्कारला, ''सुमेधा! हा तर तलवारीनं घाव मारला असावा, तसा शेवटचा शॉट होईल!''

''येस बॉस! बॅकग्राउंडमध्ये तेव्हा माझी कॉमेन्ट्री असेल. अंशुमन, आठवतेय ना पन्नालालची 'भवनी भवाई'?'' (आयुष्याचं नाटक- स्व. पन्नालाल पटेल, ज्ञानपीठ पुरस्कार विजेते, ह्यांची प्रसिद्ध कादंबरी.)

''हो तर! ती विसरणं कसं शक्य आहे?''

''त्यात काळू म्हणतो तसंच मी शेवटी म्हणेन, 'धर्म कोठे आहे ते शोधणाऱ्या परमेश्वरा, तुझा सत्यानाश होवो! माणसानंच जन्म दिलेल्या माणसांची ही दशा?' आणि श्रीधर, तू ह्या चार डेड बॉडीज आणि एक लिव्हिंग डेड मानसिंह ह्यांच्यावर तुझा कॅमेरा हळूहळू फिरव. हा आपला फायनल शॉट असेल!''

■

रमेश दवे :-

कथा व कादंबऱ्या दोन्ही लिहितात. ग्रामीण व शहरी दोन्ही जीवनांवर तितक्याच सहजतेनं लिहू शकतात. प्रस्तुत कथेत वर्णन केलेल्या, हृदयात खळबळ उडवून देणाऱ्या प्रसंगासारख्या घटना कुंभमेळ्यात होतात, असं आपण वाचतोच.

...आणि जाब विचारतंय माझंच मन!

स्वत:विषयीच्या सगळ्या समजुती खोट्या ठरल्या होत्या. कितीतरी वर्षं मी अशा भ्रमात होतो की, मी आता चांगला वस्ताद झालोय. वस्ताद म्हणजे असा, की कोणालाही पुरून उरेन असा. ऑफिसमधलं काही खटलं असो की घरातलं, कुटुंबातलं सगळ्यांना वाटायचं की, ह्याच्यासमोर आपलं काही चालणार नाही आणि तसंच होतंही.

प्रमोशन्सच्या वेळी मला बाजूला ठेवायचं राजकारण खेळलं जातच होतं. थोडे दिवस शांतपणे सगळा रागरंग बघितला होता, पण मग वाटलं, की आता गप्प राहणं परवडणार नाही. म्हणून मग एम्.डीं.ना सरळसरळच दोन प्रश्न विचारून अडचणीत टाकलं होतं, त्यानंतर युनियनवाल्यांचंही काही चाललं नव्हतं. मी अर्थात तेव्हाच मनाशी ठरवलं होतं की, ह्या युनियनवाल्यांसाठी कायमचाच

काहीतरी तोडगा काढावाच लागेल आणि मग फार उशीर न करता स्टोअरकीपर शांतिलालला आपल्या बाजूचा करून घेऊन, त्यालाच निवडणुकीत जिंकवून आणून समोरच्यांना दाखवून दिलं होतं.

थोडक्यात काय, मी मनात आणलं तर...

पण नाही! घरात तर दूर राहिलं, माझ्या मनासमोरच माझं काही चालत नाहीये, तिथेच हार मानावी लागतेय. तसं पाहिलं तर एवढी काही मोठी किंवा अवघड गोष्टही नाही, पण मन पार लिंपण करतो त्या ओल्या मातीसारखं होऊन गेलंय, खूप प्रयत्न करतोय आवरून घट्ट करायला, पण इकडनं आवरलं की, तिकडनं पाघळतंय न् तिकडनं आवरलं की इकडनं... मुळात झालंय् एवढंच, की कुंभमेळ्यात शेवटी बघितलेला बाचा विवश, दीन चेहरा किती विसरू म्हटलं तरी विसरता येत नाहीये!

तसं पाहिलं तर विसरून जाणं ही माझ्यासाठी काही फार अवघड गोष्ट नाही. कुशीला वळून झोपून जायचं गाढ, इतकं सोपं! विसरून गेलोच आहे ना कितीतरी गोष्टी! कसलेकसले न् कितीतरी दुखणारे टोमणे, ठपके, कडू शब्द! बापू मरायला टेकले होते, शेवटच्या घटका मोजत होते, तेव्हा मला भेटायला त्यांनी नकार दिला होता. नकार दिला होता म्हणजे दुसरं काय? माझं तोंडही त्यांना बघायचं नव्हतं. आणि माझा गुन्हा काय होता? तर हा, की धाकट्या दोन मुलांना वाऱ्यावर सोडून देऊन ते सगळं काही मोठ्या भावाला देत होते, ह्याबद्दल मी हरकत घेतली होती. तर ठीक, बापूंची तशी मर्जी, तर तशी! त्यांचा प्राण गेला तेव्हाचा आक्रोश बाहेर ऐकू आला, तोपर्यंत परगावहून आलेल्या माणसांबरोबर मी बाहेरच्या दाराजवळच्या पडवीत एकटा बसून होतो.

सगळ्या लोकांसमोर सख्खा बाप शेवटच्या घटका मोजत असताना त्यांचा मुलगा पडवीत बसतो, त्याला बसून राहावं लागतं, ह्याचं दुःख आणि अपमान वाटणारच ना? त्यानंतर आठ-दहा दिवस तर झोपही लागत नव्हती, पण मग एक दिवस मनाला शांत करून स्वस्थपणानं विचारलं, की हे जे काही झालं, त्यात माझी काही चूक, काही गुन्हा होता? तर मग आपलं रक्त कशाला आटवायचं? झक मारत जाऊ देत लोक.

बस्स! त्या दिवसापासून ही युक्ती सापडली आहे. लहानसहान गोष्टींनीही मन जर अस्वस्थ होत असेल, तर आपल्याच मनाशी आपणच बोलायचं. उभ्याआडव्या, उलट्या-सुलट्या, सगळ्या गुंतलेल्या धाग्यांना सोडवता येईल असे प्रश्न आपल्याच मनाला सरळसरळ विचारायचे आणि एकूण अंदाज घ्यायचा- त्यातही एखादी गाठ दिसली तर झाडून झटकून साफ सरळ करून धागे घट्ट ताणून घ्यायचे. आपली बाजू स्वच्छ आहे की नाही एवढं बघून नक्की केलं, की झालं.

हा सगळा हिशोब मनातल्या मनात करून पूर्ण झाल्यावर, त्याच दिवशी

जाऊन थोरल्या भावाला सांगून टाकलं होतं, ‘‘बापूंच्या मिळकतीतलं मला काहीही नको आहे आणि दुसरं, बा कायम माझ्या घरीच राहतील.’’ बस्स! तेव्हापासून आजपर्यंत केव्हाही रात्रीचा जागा पडून राहिलो नाही.

पण ह्या वेळी मात्र मला समजून चुकलं की, मी भित्राही आहेच! मनात एक अहंकार होता, की होऊन होऊन काय होईल? कोणी दोन दिल्या ठेवून तर आपणही दोन लगावू आणि कोर्टकचेरी मला काय नवीन थोडीच होती? फॅक्टरीच्या लेबर-प्रॉब्लेम्ससाठी महिन्यातले पंधरा दिवस तर कोर्टाचे हेलपाटे घालण्यातच जातात, पण छे, नाही! वाटलं होतं तितकं मन वस्ताद नाही निघालं.

आयुष्य नकोसं झालंय आणि तरीही मूठभर झोपेच्या गोळ्या पाण्याच्या ग्लासात विरघळून गटागटा पिऊन टाकाव्या म्हणून ग्लास उचलला, तर हात थरथर कापायला लागला; नाहीतर अगदी पक्का निश्चय केला होता, की जीव असा भडभड जळत असताना जगत राहण्यात काय अर्थ आहे? त्यापेक्षा हे एवढं ग्लासभर पाणी प्यायचं आणि जे झोपायचं... ते परत उठायचंच नाही, पण हात कापायला लागला आणि लगेचच उठून मी, कोणी बघत तर नाही ना, ह्याची खात्री करून घेऊन झटकन ग्लास वॉशबेसिनमध्ये उपडा केला होता.

बा अगदी साध्या स्वभावाच्या. सारा जन्म घरातलं काम सोडून त्यांनी काहीही केलं नव्हतं. नाहीतरी आम्हा शेतकऱ्यांच्या घरांमध्ये घरधनीण घराकडे बघेल तेव्हाच ते नीटपणी चालायचं, पण बापूंच्या एवढ्या मोठ्या कुटुंबात घरातल्या सुनांना मुळी कामातनं डोकं वर करायलाच फुरसत मिळत नसे आणि बा तर अगदी गरीब स्वभावाच्या. त्यांच्याहून मोठ्या जावा त्यांना प्रत्येक गोष्टीत वसवस करून दबडावायच्या, धमकावायच्या आणि बाजूला ढकलायच्या. ह्या सगळ्याचं बाला नसेल काही वाटत, पण लहान होतो तरी मला खूप राग यायचा. मी मधला मुलगा, त्यामुळं मांडव न घातलेल्या वेलासारखा आपलाआपलाच वाढलो. काही अडचण आली तर पंड्यामास्तर मात्र नेहमी मदत करायचे.

सुट्टीत घरी यायचो तेव्हा माझे स्वच्छ कपडे, मिशा न ठेवलेला, दाढी नीट केलेला स्वच्छ चेहरा ह्यांकडे सगळे बघत राहायचे. मीही फारफार तर आठवडाभर राहायचो. बानं फारच विचारलं तर सांगायचो, ‘‘नोकरी करतो ना, आणि ट्यूशनही बुडेल ना?’’

ट्यूशन म्हणजे काय ते तर बाला बापडीला काय कळणार म्हणा, पण नोकरी शब्द ऐकून तिच्या डोळ्यांत पाणी यायचं. शेतकऱ्याचा मुलगा न् नोकरीत राबतो? बाकी सगळ्याचा आता विसर पडलाय, पण भरून आलेले बाचे डोळे विसरू शकत नाही. म्हणून तर, मालकच नसलेल्या घराची पडझड होते तसं सगळं कुटुंब विखरून इकडेतिकडे गेलं, तेव्हा आपण होऊन जाऊन मी बाला माझ्याकडे राहायला घेऊन आलो होतो. स्वतःचं पण लहानसं घर, घरखर्चाची हातमिळवणी

काळजीपूर्वक करून महिन्याला पाच-सहाशे रुपये वाचवून बाजूला ठेवणारी पत्नी कांता आणि रात्री मोटी बा (आजी)च्या कुशीत झोपून तिच्या घराच्या, शेतांच्या गोष्टी ऐकणारे मनू आणि हंसा... माझ्या लेबर वेल्फेअर ऑफिसरच्या नोकरीत आणि अशा आयुष्यात मी सुखी होतो.

पण थोरल्या भावानं घर, शेतीवाडी सगळ्यांमधला बाचा हक्क लुबाडून बुडवला, तेव्हापासून बा जणू मनानं मोडून गेली. भावानं वाटण्या केल्या ते कागद तर त्याच्या ऑफिसमध्येच ठेवले होते, पण अशा गोष्टींचा माग काढणारे असतातच. मणिनगरमधे राहणाऱ्या संतोकामावशी भेटायला आल्या. त्यांनी माझ्या थोरल्या भावाच्या इतक्या कागाळ्या केल्या आणि इतक्या नाहीनाही त्या शिव्या दिल्या, की स्वत:चा पहिला मुलगा म्हणून अजूनही त्याच्यावर जीव असणारी बा, त्यानं कोर्टात जाऊन कागदपत्रं करून घेतली, हे ऐकून मनानं दुभंगली.

रोज देव-दर्शनाला, भाजी आणायला जाणारी बा आता गप्पगप्प अशी घरात बसून राहायची. जेवणखाणही कमी करून टाकलं होतं. मनातून भीती वाटायची, अशानं तर बा... पण नशिबात काय वाढून ठेवलंय हे कोणाला आधी समजतं?

शेवटी नको तेच झालं- एक दिवस बा मोठ्या भावाला, ऐकवणार नाहीत अशा शिव्या देत दरवाजापर्यंत धावल्या. कान्ता त्यांना थांबवायला गेली, तर तिलाही धक्का मारून बाजूला केली, पण बाहेर सोसायटीच्या रस्त्यावर पोहोचेपर्यंत तिला काय झालं, ती ओशाळून परत फिरली. मरणार असलेल्याला 'मरतोय' न म्हणणारी बा अशा अगदी वाईट, घाणेरड्या शिव्या स्वत:च्याच मुलाला- तेही माझ्या मोठ्या भावाला देईल, अशी कोणाला कल्पना तरी येईल का? मनू आणि हंसानं तर त्यांच्याजवळ जाणंच सोडून दिलं.

कान्ता मात्र बाला नीट सांभाळत होती, तरीपण मी फॅक्टरीत येणाऱ्या आमच्या मेडिकल ऑफिसरना विचारलं, तेव्हा ते म्हणाले, "कधीकधी माणसाचा दाबून ठेवलेला राग असा नकळत, मनावर ताबा न राहिल्यानं दूध उतू जातं तसा बाहेर येतो आणि तसा तो येणं एका दृष्टीनं चांगलंच. त्यानंतर ते माणूस पुन्हा नॉर्मल होतं"- आणि खरोखरीच तसं झालं. त्यानंतर बा एकदाही व्हायोलण्ट झाल्या नव्हत्या- पण तीन महिन्यांनी पुन्हा त्यांचं डोकं फिरलं. संध्याकाळी घरी जाऊन बघतो तर बाची अवस्था भयंकर.

शेजारचे दासकाका आणि त्यांचा पुतण्या केशव बाच्या हातातून काठी काढून घ्यायचा प्रयत्न करत होते, पण बा दाद देत नव्हती.

मला बघितल्याबरोबर लगेच बानं दासकाकांचा हात हासडून माझ्यावर काठी उगारली आणि म्हणाली, "घर, शेतं सगळं काय तुझं एकट्याचं होतं काय रे? साला नालायक! त्या सगळ्यासाठी कोर्टात जाऊन बापजाद्यांचं नाव बदनाम

केलंस! एवढ्यासाठी मी नऊ महिने भार वाहिला होता तुझा? त्यापेक्षा मी दगडाला जन्म दिला असता तर त्या धोंड्यावर कपडे तरी धुतले असते!''

बाचा असा अवतार बघूनही मी पुढे जातोय, हे बघून कान्ता मध्ये आडवी आली, ''बांना समजत नाहीये की तुम्ही आलायत. त्यांना वाटतंय की, थोरले भाऊजी आलेत. मेहरबानी करून आत्ता तुम्ही त्यांच्याजवळ जाऊ नका, हे पाहिलंत?'' म्हणत तिनं डोक्यावरचा पदर बाजूला करून दाखवलं तर लहान कांद्याएवढं टेंगूळ आलेलं.

जरा वेळ तर काय करावं हेच समजेना, पण मग एकदम बोलून गेलो, ''बा! मला नाही ओळखलंस? मी तुझा मधला गं, सुट्टी पडली म्हणून घरी आलोय.''

एवढं म्हणतोय तेवढ्यात मनू आणि हंसा धावत आले आणि माझ्या पायांना मिठी मारून रडायला लागले, ''बापू, माझ्या बाला मोटीबानं...''

आणि अचानक बाचं वागणं बदललं. घटकेपूर्वीची बा ती नव्हतीच. काठी कोपऱ्यात ठेवून ती आत निघून गेली.

जमलेले लोक विखुरले, पण दासकाकांनी मला एका बाजूला घेऊन सांगितलं, ''हे बघ, तुझ्या बाला एखाद्या मोठ्या डॉक्टरला दाखवलं पाहिजे. आज बरं तर बरं, सूनबाईला जास्त लागलं नाही, पण असं होताहोता कधी कोणाला तरी भलत्या ठिकाणी मार बसला तर जन्माचं नुकसान होईल. आज तुझ्या बायकोच्या जागी ही तुझी मुलं मनू नाहीतर हंसा असती तर?''

त्यांचं म्हणणं बरोबरही होतं आणि योग्य वेळेला सावध करणारं होतं. चौकशी, तपास करून मी बाला डॉ. कठपालियांकडे घेऊन गेलो. तास-दीड तास सर्व काही व्यवस्थित तपासणी करून, बाच्या एकूण सर्व आयुष्याबद्दलही विचारलं. मला ठाऊक होतं तेवढं मी सांगितलं.

सगळं झाल्यावर ते म्हणाले, ''अजून केस फर्स्ट स्टेजमध्येच आहे, तेव्हा फार काळजी नाही. आपण औषधं देऊन बघूया. त्यांनी आटोक्यात नाही आलं, तर मग शॉक्स द्यावे लागतील.''

मी मोठ्या भावाला त्याबद्दल सांगितलं तर त्यांनी पार अंग काढून घेतलं.

तो म्हणाला, ''तू आपण होऊनच तुझ्याजवळ ठेवून घेतलंयस, तेव्हा आता तुला योग्य वाटेल तसं कर आणि तुला माहीतच आहे ना, लिलीच्या लग्नाचा मला खूप खर्च झालाय.''

''पण खर्चाचं तुम्हाला कोण काय म्हणतंय? तुम्ही एकदा तिला भेटायला तरी या!''

''मला बघितल्यावर तर तिला नसलं काही आधी होत तरी पिसाळेल तिचं डोकं आणि शिवाय मी तर घाणेरड्या आई-माईवरून दिलेल्या शिव्याच ना खायच्या?''

मला वाटलं, 'कान्ताची काहीही चूक नसताना ती बाचा मार सहन करते आणि ह्यांना जन्मदात्या आईला भेटायला येणं जिवावर येतंय.'

नव्हतो बोलणार तरी तोंडातून गेलंच, "मोटा भाई, (वडील भावासाठी संबोधन) वेडं माणूस नाही पिसाळणार तर काय तुम्ही न् मी पिसाळू? आईवरून शिव्या... कोण, आईच देतेय ना? वेडी, वेडी म्हटलं तरी ती आपली आई आहे आणि तरीही नसलं तुम्हाला यायचं तर मर्जी तुमची! मलाही समजतंच आहे ना, की एका कुणब्याला बांधून ठेवला म्हणजे तिथं काही गाव वसत नाही! मला आपलं एवढंच वाटलं, की तुम्हाला प्रत्यक्ष समोर, भेटायला आलेले बघितलंन, तर आईचा जीव आहे काही झालं तरी, कदाचित... मला ती वेडी झालेली बघवत नाही, म्हणून सांगतोय. बाकी नातं तर तुमचं न् माझं एकच आहे ना तिच्याशी?"

कोण जाणे त्यांना देवानं सद्‌बुद्धी दिली म्हणून की काय? मोठा भाऊ आला तर खरा, पण मग मला वाटलं- कुठून या म्हटलं मी ह्यांना?

त्यांना बघताक्षणीच बा ओरडल्या, "तू? तू माझा मोठा मुलगा, पहिला मुलगा, मला भेटायला आलायस होय? मला वेड लागलंय म्हणून ना? आणि तू जाऊन सांगणार असशील ना गावभर की, तुझ्या आईला तर वेड लागलंय म्हणून? पण एकदा मला तुझ्या त्या कोर्टात घेऊन जा ना! मला त्या सगळ्यांच्या समोर सांगायचं आहे, की ह्या माझ्या शूरवीर मुलाला मी नऊ महिने इथं पोसलावता आणि इथून त्याला जन्म दिलावता..."

असं बोलतबोलत बानं कमरेखालचे सगळे कपडे वर गोळा करून घेतले. कान्तानं धावत जाऊन त्यांना समोरून पकडलं आणि आम्ही दोघा भावांनी तोंडं फिरवली.

बापू वारले तेव्हा केला होता तसा आक्रोश करत बानं कान्ताच्या कपाळावर डोकं आपटलं. डोकं आपटत आक्रोश करताकरता कान्ताच्या मिठीतच ती बेशुद्ध झाली.

मी काहीच बोललो नाही, मग काहीतरी निरर्थक बडबड करत मोठ्या भावाला रिक्षापर्यंत पोहोचवून आलो. त्या दिवसानंतर बानं कोणाला मारलं नाही, त्रास दिला नाही, पण तिला केव्हाही मोठ्या भावाची आठवण आली, की साडी वर करून तेच पुन्हा घोकायला सुरुवात, 'मला कोर्टात घेऊन जा, तिथं त्या सगळ्यांना मला दाखवायचं आहे की, माझ्या त्या शूरवीर मुलाला ह्या इथून मी किती सहन करून जन्म दिलाय...'

माणूस ठार वेडं असलं तर त्याला घरात बांधून किंवा कोंडून ठेवता येतं किंवा वेड्यांच्या हॉस्पिटलमध्ये ठेवता येतं, पण बाचं तर असं होतं की, बरं असेल तेव्हा अगदी चांगली बरी आणि मोठ्या भावाची आठवण झाली, की पुन्हा तीच बडबड सुरू! घरी तर ठीक, पण सबंध सोसायटीत हा एक तमाशा होऊन बसला होता. भाजीवाल्याच्या हातगाडीवर भाजी घेत असली आणि कोणाच्या तरी बोलण्यात सहज मोटा भाई किंवा मोटी बहेन शब्द आला, की बाचं डोकं सटकायचं. मोठ्यांचं

सोडा, पण लहान, समज नसलेल्या मुलांना काय करणार? ती तर त्यांच्या आईवडिलांनी हाका मारल्या तरी बाचा हा तमाशा बघायला तिथंच उभी राहायची! आणि सगळ्यात जास्त त्रास तर मनू आणि हंसा दोघांना होत होता. खेळायला म्हणून बाहेर गेले, की पहिली गोष्ट कोणीतरी हे म्हणायचंच, 'ह्यांच्या मोटी बा आहेत ना, त्या तर एकदम नागड्या होऊन...'

मुलांना बिचाऱ्यांना काय कळणार? मनू तर मारामारी करायला लागायचा, पण हंसा रडतरडत घरीच निघून यायची. त्यांच्या बाचा जीव तुटायचा, पण करणार काय? हिंडत्याफिरत्या माणसाला बेड्या थोड्याच घालता येतात? कान्ता तर असंही म्हणत होती की, ती बाला आणि मुलांना घेऊन आमच्या खेड्यात राहायला जाईल हवं तर. तिथं असं शहरातल्यासारखं तर नसेल ना! पण तसं पाहिलं तर आता शहरात आणि खेड्यात कुठे फारसा फरक राहिलाय? आणि मोठ्या भावाची आठवण येणार असेल तर ती खेड्यात नाही येणार, असं थोडंच आहे? आणि तिथं खेड्यात बानं कोणाला त्रास दिला, मारलं, तर एकटी कान्ता तिथं काय करेल?

एकदा धाकटा भाऊ मोहन येऊन बाला घेऊन गेला. त्याला वाटलं की, घर बदललं, तर कदाचित थोडा काही फरक पडेल, पण बाचं वागणं होतं तसंच राहिलं आणि शिवाय मोहनची बायको शिकलेली, नव्या विचारांची; ती मुळी बाचं डोकं पिसाळलं की, लगेच तिला बाथरूममध्ये कोंडून टाकायची आणि रात्ररात्र बंदच करून ठेवायची.

हाका मारून, ओरडून बाचा घसा बसला तरी दरवाजा उघडायचं नाव नाही. खीमजीभाईंची मेहरबानी की, त्यांनी मला कळवलं, तेव्हा ताबडतोब स्कूटर काढून मी गेलो आणि बाला घेऊन आलो.

घ्यायला गेलो तेव्हा मनात एकच विचार होता- गुरांनाही तळ्यावर पाणी पाजायला बाहेर घेऊन जातो आपण, तिथे हे तर माणूस! तिला असं रात्रंदिवस कोंडून ठेवायचं? पण घरी पोहोचेपर्यंत लगेच पुन्हा वाटलं, 'आता पुन्हा रोजचं तेच रामायण ना!'

बाला बघून दोन्ही मुलांचीही तोंडं उतरली. माझ्या चेहऱ्यावर दिसणारी चिंता कांताच्या लक्षात आली आणि ती म्हणाली, "काय करायचं? जन्मदाती, आई आहे; काही लुळं-लंगडं जनावर थोडंच आहे, की पांजरपोळात ठेवून येता येईल?"

बस्स! त्या दिवसापासून माझ्या डोक्यात हा किडा शिरला होता. कान्ता म्हणाली त्यात तिची काहीच चूक नव्हती, ती सरळ अर्थानंच म्हणाली होती. त्यातच पेपरात कुंभमेळ्याबद्दल वाचलं, तेव्हापासून तर मनातल्या मनात काही बेत करायचो आणि झटकून टाकायचो. बाचं डोकं पिसाळलं की, वाटायचं की बस्स, आता हद्द झाली. मात्र मन पुन्हा माघार घ्यायचं, पण शेवटी मी ठरवलं होतं तसंच केलं...

सोसायटीतल्या दोन-तीन घरांमधून खडीसाखरेचा पुडा आणि नारळ आले (कोणी मोठ्या यात्रेला निघालं की द्यायची पद्धत) तेव्हा मनात टोचलंही, की बा तर यात्रा करायला जातेय आणि मी? अर्थात अशा न आवडणाऱ्या दुबळ्या विचारांना झटकून टाकायला वेळ लागत नव्हता.

बानं बिचारीनं सगळी बारीकबारीक तयारी केली होती- दातावर घासायच्या तंबाकूची डबी, झोपताना डोक्याला बांधायचं फडकं, सुपारीच्या चुऱ्याचा बटवा, पायाच्या भेगांना लावायचा रतांब्याचा गोळा आणि तऱ्हेतऱ्हेचं पूजेचं सामान.

मी म्हटलं, ‘‘बा, पूजेचं सामान तर तिथं खूप मिळेल’’

तर ती म्हणाली, ‘‘बेटा, ते काय घरच्यासारखं थोडंच असणार?’’

कान्ताला काळजी वाटली. ती म्हणाली, ‘‘बा गाडीत वेड्यासारखं करायला लागल्या तर?’’

‘‘तेव्हाचं तेव्हा बघून घ्यायचं. जसं इथं, तसं तिथं. गाडीत बसलेलीही माणसंच असतील ना?’’

‘‘पण इथं तर सगळे ओळखीचे आणि आपलं घर आणि तिथं गाडीत तर...’’

‘‘असं तर आपल्याला उगीच वाटतं. बाकी माणसं काय, सगळीकडे सारखीच आणि आपण तर... बाच्या मनाला जरा बदल होईल, जागा बदलेल आणि असं केल्यानं जर काही...’’

माझ्या मनातली खळबळ मला जास्त बोलू देत नव्हती.

मलाही भीती तर होतीच मनातून की, बा गाडीत तमाशा करेल तर? पण एकदाच डोळे गरागरा फिरवले, थोडी बडबड केली एवढंच. यात्रेच्या पुण्याचा परिणाम म्हणून की काय कोण जाणे, जास्त काही तिनं केलं नाही.

धर्मशाळेत पोहोचलो तेव्हा वाटलं की हा कुंभमेळा आहे का नरक? मुंग्यांसारखी माणसं. वाटेल तिथं बसून खायची, वाटेल तिथे आंघोळ करायची, देहधर्मही उरकायची. कोणाला कोणाची लाज, अब्रू जणू काही नव्हतंच! पण खरं म्हणजे मला असंच हवं होतं.

दोन दिवस बानं जे सांगितलं ते, सांगितले तेवढे पैसे देऊन दान-दक्षिणा सगळं केलं. एकदा तर असंही वाटलं की, बस! एवढ्यासाठीच आलो असतो तर किती चांगलं झालं असतं?

पण तिसऱ्या दिवशी आम्हाला गोकुळ-मथुरा-वृंदावनच्या यात्रेला जायला निघायचं होतं. त्या दिवशी सकाळपासूनच माझं मन दगडासारखं झालं होतं. आज कुंभमेळ्यातून निघण्यापूर्वी काहीतरी निमित्त करून बाला एकटीला सोडून द्यायचं होतं आणि मग उरलेलं आयुष्य...

पण आज हे सगळं आठवतं तेव्हा वाटतं की, जीवन कसं असतं, कसं

असणार असतं हे आपल्याला कळतच नाही! आपण समजत असतो असं होईल आणि होतं काही वेगळंच! मनात वाटतं की, सगळं बरोबर जमवलंय, पण मनसुद्धा किती दगाबाज असतं! आणि त्यात त्याला तरी कसा दोष द्यायचा? मनानं सुरुवातीला लाख वेळा तरी मला थांबवायचा प्रयत्न केला होता, पण मलाच वाटत होतं की ह्या वेळेस ह्या प्रश्नाचा निकाल लावूनच टाकायचा. एकदा पाठ फिरवल्यावर मागे वळून बघायचंच कुठे आहे? आणि नंतरचं सगळं तर सोपंच होतं. घरी कान्ताला फोन करायचा की, इथं मेळ्यामध्ये बा हरवल्या आहेत, तिनं मोटाभाईंना आजच्या आज इकडं पाठवावं मग वर्तमानपत्रं, रेडिओ आणि टी.व्ही.वर हरवलेल्या व्यक्तींच्या जाहिरातीत नाव द्यायचं आणि असं होताहोता...

बाला इम्रती (जिलबीसारखा पदार्थ) खूप आवडायची.

मी म्हटलं, "तू इथंच उभी राहा. मी हा गेलो न् आलो. ह्या समोरच्या दुकानातली इम्रती खूप छान असते म्हणतात."

बाला काय ठाऊक? ती तर भोळ्या भावानं एका बाजूला उभी राहिली. मनात तर ठरवलं होतं, की मागे वळून बघणारच नाही, पण मनानं ऐकलं नाही. खूप प्रयत्न केला, पण पाय निघेचना. बा जरी मला बघू शकत नव्हती तरी मी त्यांचा वाट बघणारा आणि हळूहळू चिडलेला, कंटाळलेला चेहरा बघू शकत होतो.

एकदा तर वाटलं, जाऊन सांगावं, "बा, चल, इम्रती गारढोण झालेली आहे, पुढे दुसरीकडे चांगली मिळेल तर गरमगरम घेऊया."

पण मनाला निरगाठ बसली होती. बाचा चेहरा आता कावराबावरा झाला होता; तो बघवत नव्हता, तरी तो बघत मी उभा होतो. आता तर ती पार घाबरली होती. त्या वेळी मला समजत नव्हतं की, मला तिथून पळ काढायचा होता, का... एकीकडे बापासून सुटल्याचं बरं वाटत होतं आणि दुसरीकडे चांभाराच्या कुंडात मेलेल्या जनावराच्या कातड्याचा दुर्गंध येतो तसा मनातून येत होता, पण सरतेशेवटी मी मुठी वळून पळालोच. धर्मशाळेत पोहोचून पहिलं काम कान्ताला फोन करायचं केलं आणि मग तर मी कायकाय ढोंगं सोंगं केली!

बाच्या तेराव्या दिवसाचे विधी आटपले तोपर्यंत सगळं नाटक मी मनात योजलं होतं तसं केलं... पण त्या दिवसापासून आजपर्यंत... आता मी आहे... आणि जाब विचारत राहतंय माझंच मन...

■

हरीश नाग्रेचा :-
वेगवेगळ्या महत्त्वाच्या पदांवर काम करून श्री. नाग्रेचा निवृत्त झाले. समाजातील उपेक्षित, पीडित लोकांवर- विशेषत: स्त्रियांवर होणाऱ्या अन्यायांवर पोटतिडिकेनं लिहिणारे, बुद्धिवादी सहृदय लेखक म्हणून त्यांचा लौकिक आहे. त्यांच्या ह्या संग्रहात घेतलेल्या, अगदी वेगळ्या पद्धतीनं लिहिलेल्या 'ॲन अफेअर' आणि 'उद्‌ध्वस्त' या दोन कथा त्यांच्या अनुभव-विश्वातली विविधता दाखवतात. श्री. नाग्रेचा २००९मध्ये निधन पावले.

ॲन अफेअर

फोनची दुसऱ्या बाजूची रिंग वाजल्याबरोबर वीरानं धसकून एकदम फोन परत खाली ठेवून दिला, पण तिला राहवेना. जरा वेळ थांबून पुन्हा तिनं तोच नंबर फिरवला. तिसऱ्यांदा फोन वाजला तशी आस्मा वैतागली.

"हॅलो? कोण बोलतंय?"

"हर्षची बायको." वीराच्या आवाजात किंचित कंप होता.

"वीरा?"

"थँक गॉड, माझं नाव तरी ठाऊक आहे म्हणायचं तुला! आस्मा, आपण एकदा भेटूया? संध्याकाळी पाच वाजता, लीला कॉफी शॉपमध्ये? हर्ष तिथं येईल त्याच्याआधी?"

आस्मा गप्पच बसली होती, त्यामुळं वीरा पुन्हा अस्वस्थ झाली.

"आस्मा? तू...?"

"ओ.के."

फोन खाली ठेवल्याबरोबर आस्माला तिनं 'हो' म्हटलं ते चुकलंच असं वाटलं, 'म्हणजे वीराला माहीत होतं की काय? तिला कसं ठाऊक होतं की आज संध्याकाळी? आज ना उद्या हे होणारचं होतं म्हणा, पण वीराला का भेटायचं असेल मला?'

आस्माला स्वत: गुन्हेगार असल्यासारखं वाटलं न् ती चिडली, 'विचारायचं होतं ना मग?'

आस्माला ठाऊक होतं की, हर्ष विवाहित होता. हर्षनं तिच्यापासून लपवलंही नव्हतंच. ती एक सत्य परिस्थिती होती आणि हर्ष जवळ असताना एखाद्या इंद्रधनुष्यासारखं तिचं मन सुखानं उमलून यायचं, हीपण सत्य परिस्थितीच होती! And that mattered the most!

आस्मानं फोन उचलून हर्षचा नंबर फिरवला.

वीरानं गोळा केलेलं धैर्य, मनाचं संतुलन, फोन खाली ठेवल्याबरोबर ओसरायला लागलं. आतूनआतून असंही वाटत होतं, की आस्मा काहीतरी सबब सांगून तिला भेटायचं टाळेल, पण तो अंदाज चुकला होता.

हातापायातलं बळ गेल्यासारखी वीरा सोफ्यावर आडवी झाली.

काय बोलणार होती ती आस्माशी?

'Cancel it!'

पण दूर ढकललं गेल्यासारखं वाटणं, वीराला लाल मुंग्या चावल्यासारखं झोंबत होतं.

'कुठल्या बाबतीत उणी पडले मी?' पुन्हा वीरा स्वत:वरच वैतागली.

'नेहमीच्या सवयीनं मी स्वत:लाच का दोषी ठरवतेय? दोष हर्षचा नाही?'

रात्री घरी आल्यावर आतले कपडे काढून धुवायला टाकावेत, तसा अलीकडे थोडासा वेळ तुकडा फेकल्यासारखा तो तिच्याबरोबर घालवायचा. त्यानं तिचं मन खूप दुखावायचं. गेले कितीतरी दिवस, महिने अपमान गिळतगिळत त्याच्याशी जवळीक साधायचा प्रयत्न करताना त्यानं केलेली किती मानहानी तिनं सहन केली होती?

वीरानं तिच्या पोटाकडे बघितलं, हळूवारपणे हात फिरवला, पण आता?

आस्मानं हर्षला फोन केलाच नाही. तिला वाटलं की, तिच्यापुरतं, हर्षला तिच्याबद्दल वाटणाऱ्या आकर्षणापेक्षा, हर्षबद्दल तिला वाटणारं आकर्षण... हो, हर्षबद्दल तिला वाटणारं आकर्षण जास्त महत्वाचं होतं आणि ते दाबून ठेवणं तिला शक्य नव्हतं. हर्षच्या जवळ असण्यानं तिचं स्वातंत्र्य कमी होत नव्हतं किंवा तिला तिच्या आयुष्यात काही उणीव असल्याची जाणीव, त्याच्या असण्यानं जास्त जाणवत नव्हती.

हर्षचं मत काय होईल ह्या विचारानं स्वत:ची एक छबी उभी करण्याचा दाब तिच्या मनावर अजिबात नव्हता.

'And THAT was love! Why should I meet Veera? For what?' आस्मा उठून उभी राहिली.

'I have done nothing wrong!'

वीरानं घड्याळ बघितलं. निघायला हवं होतं. ती कपडे बदलायला म्हणून उठली.

'सध्या आस्माला तसेच वाटत असेल का, जसं तिला सात वर्षांपूर्वी वाटायचं? In love? Pure bliss?'

ज्या प्रेमाच्या उन्मादात अंगावरच्या कपड्यांनिशी स्वत:चं वैभवशाली घरदार सोडून ती हर्षबरोबर संसार थाटायला निघून आली होती, तसं? पेडर रोड सोडून उपनगरातल्या एका खोलीत येऊन ती राहिली होती, कॉलेजमध्ये लेक्चररची नोकरी मिळाली होती, हर्ष त्याला हवी तशी नोकरी मिळून स्थिरावला, त्यात त्याची भरभराट होऊ लागली. तो मार्केटिंग मॅनेजर झाला. कंपनीचा फ्लॅट, गाडी मिळाली.

हे सगळं बघितल्यावर जेव्हा सर्वजण कबूल करायला लागले, की 'वीराची निवड योग्य होती,' तेव्हाच सगळ्यांसमोर तू माझा असा उपमर्द का केलास हर्ष? काय कमी पडलं तुला की, तू एकनिष्ठ राहिला नाहीस? असो म्हणा! जे मनापासून नाही, खरं नाही, ते असलं काय अन् नसलं काय?...

ऑफिसमधून बाहेर पडून आस्मा पार्लरमधे गेली तेव्हा तिनं ठरवलं होतं की तिला बघितल्याबरोबर वीरा दिपून गेली पाहिजे!

ती चांगली सधन होती. तिची स्वत:ची इंटीरियर डेकोरेटरची कंपनी होती. And Veera was just a housewife! पण मग आस्मालाच हा तुलनेचा विचार रुचला नाही.

'Dam you Veera!' ती वैतागून मनाशीच म्हणाली.

'नकळत का होईना, तिनं हर्षच्या आयुष्यातली कुठली तरी उणीव भरून काढली होती का? what nonsense!'

आस्माला हा विचार अजिबातच आवडला नाही!

'मी, मी आहे! आस्मा! आस्मा कोणी आलतूफालतू बाई नाहीये! ती जरूर भेटेल वीराला, why not? '

पार्लरमधून बाहेर पडतापडता आस्मानं ठरवलं, की गप्प बसून तिला काय म्हणायचंय ते ऐकून घ्यायचं अन् ऐकवेनासं झालं तर उठून चालू लागायचं!

कारमधे बसताबसता उन्हाचा काळा चष्मा डोळ्यावर चढवत आस्मानं गाडी स्टार्ट केली.

"होटेल लीला लीजिये." वीरानं टॅक्सीड्रायव्हरला सांगितलं.

टॅक्सी वेगानं निघाली. टॅक्सीच्या रिअर मिररमध्ये मागे पडणाऱ्या रस्त्याकडे वीरा बघत राहिली. सुरुवातीच्या वर्षांमध्ये हर्षबरोबर ती बसमधून कुठेकुठे हिंडायची, हातगाड्यांवर वडापाव खायची, मजूर वस्तीतल्या मोडक्यातोडक्या थिएटर्समधे पिक्चर्स बघायची, हौसेनं, आनंदानं! पप्पांच्या प्रतिष्ठेची पर्वा न करता! हर्षची भरभराट होऊ लागली, तशी ती चांगल्या रेस्टॉरंट्समध्ये आणि मग तर ताज, ओबेरॉयमध्ये जाऊ लागली, पण पॉश कार चालवणाऱ्या हर्षपेक्षा, स्वत:चे खिसे रिकामे असण्याची बिलकूल लाज वाटून न घेता, हक्कानं तिची पर्स उघडून कंडक्टरला काय वाटेल ह्याचीही तमा न करता तिकीट घेणारा हर्ष तिला जास्त आवडायचा. हर्ष! हर्षला गमवायला लागण्याच्या विचारानं वीरा पुन्हा हादरली. तेवढ्यात टॅक्सी 'लीला'च्या पोर्चमध्ये येऊन उभी राहिली.

ती होऊन काही बोलणारच नाही, वीरा काय बोलतेय ते ऐकून घेईल असं मनाशी पक्कं ठरवत आस्मा इंटरनॅशनल एअरपोर्टकडे वळली. ती इंग्लंडला गेली तेव्हा मम्मीनं तिला दिलेला उपदेश आत्ता तिला एकाएकी आठवला.

'आसू, तू लंडनमध्ये एकटी असशील. तू काय करते आहेस, कशी वागते आहेस, ह्याचा जबाब तुला कोणालाही द्यावा लागणार नाही. मी विचारलं तरी तू मला खरं सांगणार नाहीस, हे मला ठाऊक आहे, म्हणूनच मी हे तुला सांगते आहे, आपण दोघी स्त्रिया आहोत, ह्या नात्यानं! स्त्रीसाठी, पुरुष हे एक अटळ, नैसर्गिक, अदम्य प्रलोभन आहे. 'आपला' पुरुष असण्यामध्येच तिला सुखाची परमसीमा आणि जीवनाचं सार्थक आहेसं वाटतं, पण केवळ एक शय्यासोबती म्हणून पुरुषाकडे बघू नको. तू एकटी, एका खोलीत, चोवीस तास, तुझं मानसिक स्वातंत्र्य नष्ट होऊ न देता राहू शकलीस, एकमेकांच्याबरोबर असतानाही तुम्ही सुखानं मौन राहू शकलात, तर मला विचारायचीही वाट बघू नको. Marry him! That is the man for you!'

आस्मा एकदम मनातून उमलून आली.

'Yes! Harsh is the man for me! No matter what. परत निघून जावं.' अशा विचारानं आस्मानं गाडीला ब्रेक लावला.

'वीराला भेटायला काय म्हणून जाऊ मी? why?'

कॉफी शॉपचं प्रवेशद्वार दिसेल अशा जागेवर बसून वीरा विचारात गढली होती.

'मनापासून इच्छा नसतानाही, आत्मसन्मान बाजूला ठेवून मी आस्माला भेटायला आलेय? कमीपणा वाटतोय, अपमान वाटतोय, म्हणून तर आलेय! आस्माच्या बाबतीत स्वत:बद्दल वाटणाऱ्या न्यूनगंडाला सामोरं जायला! शहामृगात फिनिक्सला शोधायला! हे सगळं एका पत्नीला अत्यंत अपमानकारक आहे. पण मी फक्त पत्नी

आहे? व्यक्ती नाही? स्त्रीचं हे दु:ख मला समजून घ्यायचंय आणि मी आस्माला भेटलेच नाही, तर ते कसं समजून घेता येईल?'

वीरानं घड्याळ बघितलं. पावणेसहा होऊन गेले होते.

'Asma is late. कदाचित येणारही नाही.'

ह्या शक्यतेचाही वीरानं विचार केला होता. तिनं ठरवलं, सहा वाजेपर्यंत वाट पाहायची. तिला अवघडल्यासारखं वाटू लागलं, तेवढ्यात वेटर तिसऱ्यांदा ऑर्डर घेण्यासाठी आला.

वीरा सस्मित चेहऱ्यानं म्हणाली, "one cold coffee please!"

आस्मा परत फिरू शकली नाही. काय करावं, काय नाही हे ठरवू शकण्याच्या आधीच ती लीला हॉटेलपर्यंत पोहोचली. लॉबीमध्ये शिरल्याबरोबर ती कॉफी शॉपकडे वळली. वीराला ती कशी ओळखणार होती? तेवढ्यात दुरून तिच्याकडे बघून हलणारा हात दिसताच ती क्षणभर थबकली आणि अवघडल्यासारखी पुढे गेली. तिला वाटलं की, काळा चष्मा तसाच राहू द्यावा, उगीच वीराच्या नजरेला नजर भिडायलाच नको. वीरा उठून पुढे आली.

"आस्मा?"

"You must be Veera."

वीरानं दुसरी कोल्ड कॉफी मागवली. सुरुवातीचे अवघड क्षण सुलभ करण्यासाठी दोघींनी खुर्चीत नीट सावरून बसण्यात काही क्षण घालवले, साडीचा पदर सारखा केला.

पण एकमेकींबद्दल काहीच मत त्यांच्या मनात तयार झालं नाही. पसरलेलं मौन झटकून टाकण्यासाठी की काय, त्या दोघीही मग सेलोफेनमधे गुंडाळलेल्या फुलांसारख्या हसल्या, आपलं खरं रूप, गंध सारं झाकून ठेवून!

"तू मला कसं ओळखलंस वीरा?"

"गेल्या शुक्रवारी तुम्ही इथे भेटला होतात. मी हर्षच्या मागेमागे आले होते, परवश होऊन! shameful, mean of me!"

मनातल्या मनात क्षोभानं आस्मा अस्वस्थ झाली. ते बघून, समजून, वीरा लगेच म्हणाली, "Please Asma! परिस्थितीपासून पलायन करणं तुझ्याही हिताचं नाही आणि माझ्याही. मी अपसेट झाले नाहीये, असं तर मी म्हणू शकणार नाही, पण the fact is..."

बोलताबोलता वीरा गप्प झाली. बोलणं ह्या दिशेला जाईल अशी तिनं कल्पना नव्हती केली.

"माफ कर आस्मा, माझी बोलण्याची पद्धत तुला offending वाटत असली तरी..."

"No, Please go ahead" आस्मा म्हणाली.

पण वीरा जे म्हणाली होती, त्यानं ती हतबुद्ध झाली होती.

तिला वाटलं, 'ह्या बाईबरोबर कॉफी पिऊन होईपर्यंत बसवलं आपल्याला तरी पुष्कळ म्हणायचं!'

"आस्मा, मालकी हक्क फक्त वस्तूंवर सांगता येतो. तसा मी हर्षवर सांगितला तर तो हर्षचा अपमान होईल. हे बघ, मी कधीही..."

"हे बघ वीरा..."

"You owe me nothing! खुलाशाची जरूर नाही. माफीची नाही, आश्वासनाचीही नाही! It is your affair! पण मी सात वर्षं हर्षबरोबर जगतेय, एकत्र राहतोय आम्ही. त्याची नस न् नस ओळखते मी. म्हणून वाटलं..."

आस्मा थक्क झाली. वीराच्या डोळ्याला डोळा भिडवून बोलण्यासाठी तिनं आता काळा चष्मा काढून ठेवला.

"वीरा, तू मला हे कसं सांगतेयस..."

"हर्षच्या संबंधात मला समजून घ्यायला. प्रेम करणाऱ्या स्त्रीला फक्त तिचा प्रेमीच दिसतो. तिच्या मनात असा विचार कधी येतच नाही, की प्रेम करणे ह्याशिवाय, तोच पुरुष, सवयी, जगण्याची पद्धत, अपेक्षा, इच्छा ह्या सगळ्यांचं एक गाठोडंही असतो आणि लग्नानंतर जेव्हा ते गाठोडं सोडलं जातं, तेव्हा It is too late! मीही थोडीसुद्धा पर्वा केली नव्हती! पण मग हे सगळं समोर आलं, तेव्हा घाबरून गेले. हर्ष मला वेगळाच, बदललेला वाटला, जणू काही अनोळखी होता! कधीकधी वाटायचं, ह्या हर्षवर मी प्रेम करत होते? हर्षला सहनशक्ती कमी आहे. खूप लवकर चिडतो, वैतागतो. मी तुला माझी हकिकत सांगितली, तर तू हर्षला जास्त लवकर समजून घेऊ शकशील, तेवढाच हर्षला कमी त्रास होईल. माझी अशी इच्छा आहे, की तू हर्षला फक्त प्रेमी अथवा पती म्हणून नाही, एक पुरुष म्हणूनही जाणून घे. हर्षच्या मनाला त्रास होईल हा विचारही मला सहन होत नाही."

आस्मा खळबळून गेली.

'ही मूर्ख बाई अजून हर्षच्या मनाला त्रास होईल ह्याची काळजी करतेय? स्त्री असो की पुरुष असो, दोघंही माणसंच, व्यक्तीच. एकमेकांशी नीट वागून, एकमेकांना सांभाळून घ्यावं. त्यात फक्त स्त्रीचीच एकतर्फी जबाबदारी कसली आलीय? Shit!'

"वीरा, तू ज्या तऱ्हेनं बोलतेयस त्यावरून तू समजतेयस की हर्ष आणि..."

"हर्षवर प्रेम करणं म्हणजे प्रत्येक पळ त्याला वश होऊन राहणं, त्याच्या इच्छेप्रमाणे जगणं, In tune! तर मग तो जीव ओवाळून टाकेल तुझ्यावरून, पण

त्यात जरा जरी खंड पडला, तरी तोंड फिरवेल, चेहऱ्याचा रंगच बदलेल. सुरुवातीला मी खूप अवघडल्यासारखी व्हायची, मग हळूहळू... पण तू धीरानं काम घे.''

'What nonsense!'

आस्मा मनोमन चिडली.

'ही वीरा मला समजते तरी कोण? dumb? हर्षच्या इच्छांची Proxy? मी हर्षचं आयुष्य कशी जगू? माझ्या आयुष्याचं काय? At his mercy? My foot!'

''माझी न् हर्षची ओळख झाली, तेव्हा हर्षजवळ काहीही नव्हतं आणि आता, तुमची दोघांची ओळख झालीय, तेव्हा काय नाहीये त्याच्याजवळ? तुझ्याबरोबर असताना स्वत:च्या स्टेटसचा अभिमान आणि आनंद तो नि:संकोचपणे दाखवू शकतो. माझ्याबरोबर असताना त्याला अजूनही न्यूनगंड वाटतो. त्यातून सुटण्यासाठी...! मला हे कळत नाही, की हर्षला तुझ्याबरोबर जास्त मोकळेपणा वाटतो म्हणून तुझं त्याला आकर्षण वाटतंय, का माझा कंटाळा आलाय म्हणून? हेही शक्य आहेच, की हर्षला वीराचा कंटाळा आलाय, स्त्रीचा नाही! ते काही असो, हर्षला तुझा करून, जपून ठेवायचा असला, तर त्याच्या मनात काय आहे ह्याचा आपल्या मनानं अंदाज घेऊन, ओळखून, त्यानं सांगण्याआधीच त्याला हवं असेल ते करायचं. तो परावलंबी आहे हा त्याला जो न्यूनगंड आहे, त्याच्यातून तू जर त्याला वाचवू शकलीस, तर तुझ्यावरून तो जीव ओवाळून टाकेल, पण जर का चुकूनसुद्धा हे तू त्याला बोलून दाखवलंस, तर स्वत:चा बचाव करण्यासाठी तुझा अपमान करून तो लगेच म्हणेल, 'कोणी सांगितलं होतं करायला? मी?' गप्प बसण्यातच शहाणपणा!''

आस्मा चक्रावून गेली.

'वीरा हर्षला किती खोलवर ओळखून होती! त्यानं वीराला असं समजून का नसेल घेतलं? तिचं किती खरंखरं प्रेम होतं हर्षवर! ते प्रेम त्याच्या अंतर्मनापर्यंत का पोहोचलं नसेल? Well! it is not my problem! पण... हर्ष आत्मकेंद्रित selfcentered आहे, का वीरा खोटं बोलतेय? वीराचं म्हणणं खोटं नव्हतं. हर्षला तिच्यावर अवलंबून राहणं फार आवडत होतं, हेच खरं आहे. Feeling of being wanted हाच त्याचा आनंद होता!'

वीराच्या बोलण्यातून स्पष्ट होत जाणाऱ्या हर्षच्या स्वभावाच्या बाजू ती बघत राहिली.

''हर्षची एक सवय आहे. आधी घरी काही न कळवता तो बाहेर जेवून उशिरा घरी येतो. त्याला आवडणारे पदार्थ मी मेहनत करून बनवून ठेवले असले, तर जेवायला बसतो तर खरा, पण स्वयंपाकाला नावं ठेवतो. आवडलं नाही आणि

त्यामुळं उपाशी राहायला लागलं, असं दाखवतो! म्हणजे मग काय होतं, की मी चुटपुट लागून, अपराधी वाटून घेत, गप्प बसून राहते! लहान मुलासारखा आहे अगदी! म्हणून तर त्यानं स्वत:शीच द्रोह केला.''

आस्माला नवल वाटलं.

'एक पत्नी ह्या नात्यानं हे सारं सांगताना वीराला संकोच कसा वाटत नाहीये? काय आहे तरी काय तिच्या मनात? का मग-संसार असाच असतो?'

''हर्षचा एक मित्र आहे, केतन. बॅचलर, साध्या स्वभावाचा, हसतमुख. अर्थात हर्षला खरं म्हणजे तो आवडत नाही, तरीही एकदा एकाएकीच हर्ष त्याला फार प्रेमानं, आग्रहानं, वरचेवर घरी बुद्धीबळ खेळायला बोलवू लागला. संध्याकाळी केतन येऊन पोहोचायचा, पण काम निघाल्यानं हर्षला यायला उशीर व्हायचा. कधीकधी खूपच उशीर. ज्या रविवारी हर्षनं केतनला दिवसभर राहायला बोलावलं होतं ना, त्या दिवशी तुम्ही दोघं फिरायला म्हणून पुण्याला गेला होतात! 'केतन आला तर बसवून घे, मी दोन तासात येतो.' असं सांगून तो गेला, तो संध्याकाळी उशिरापर्यंत आला नाही. केतन नाराज होऊन निघून गेला. हर्ष परत आल्यावर माझ्यावरच चिडला, की तू जाऊ का दिलास केतनला? जणू काही जे झालं त्याला मी जबाबदार होते, हर्ष नाही! त्या दिवशी मला शंका आली. केतन तर एकटा जीव सदाशिव, म्हणून मला एकटीला त्याच्याजवळ ठेवून, हा सबंध दिवस कुठे होता त्याची मी जास्त पंचाईत करू नये आणि जर माझ्या हातून काही चुकीचं वर्तन घडलंच, तर...? चला! तू न् मी दोघंही असेच! I felt humiliated. माझ्या मनात काहीही नसतानाही स्वत:च्या गुन्ह्यावर पांघरूण घालण्यासाठी हर्ष मला दोषी ठरवून टाकणार आणि मोकळा होणार! ह्यावेळी त्याचं हे कारस्थानी वागणं मला खटकलं. मनातून मी ते काढून टाकू शकले नाही, मग तपास केला, तेव्हा समजलं, You were involved. I have nothing against you Asma. हे तर होणारच होतं. तू नसतीस तर दुसरी कोणी...''

'दुसरी कोणी? म्हणजे?' आस्माला विचारावंसं वाटलं, पण ती गप्प राहिली.

वीराच्या बोलण्यात जो ठामपणा होता, त्यामुळं तिला एक तऱ्हेचा न्यूनगंड वाटला.

तिला वाटलं, 'वीरा फार चलाख आहे! दुखरी नस बरोबर पकडू शकते.'

'Don't listen to Veera!' तिनं स्वत:ला धोक्याचा इशारा दिला.

''माझं लग्न झालं तेव्हा मला स्वयंपाक आणि स्वयंपाकघराबद्दल जराही आवड नव्हती. मला काही येत नव्हतं. हर्ष उपाशी राहील, ह्या अपराधी भावनेची तलवार मानेवर सतत लटकत असायची. त्यात हर्ष खाण्याचा अत्यंत शौकीन; चिकित्सकही तितकाच. पदार्थांच्या वासात, रंगात, जराही फरक पडला की, ह्याचं नाक लगेच

मुरडलं जायचं! ताटात कुठला पदार्थ कुठे न् कसा वाढावा, ह्याबद्दलही त्याची ठाम मतं होती. तसं वाढलं नाही, तर चिडायचा. चहावर सायीचा तुकडा पडलेला दिसला, तर कप दूर ढकलून द्यायचा. रोज पापडाशिवाय जेवण जायचं नाही. ब्रेड बघायलाही आवडत नसे, फक्त गरमागरम फुलकेच हवेत. पालेभाजी आवडत नसे, कडधान्य आवडत नसे. मला पंचाईत पडायची- रोज बनवावं तरी काय? विचारावं तर म्हणायचा, 'डोकं खाऊ नको माझं, बस्स!' जेवायला बसला की काही ना काही तरी बिनसायचंच त्याचं. असं वाटायला लावायचा, की त्याच्या बाबतीत मी बेदरकार असते. गप्प बसून राहायचा; तुटक, तुसडा आणि जोपर्यंत आपलाच गुन्हा आहे असं वाटून मला त्रास होणार नाही तोपर्यंत तोंड फुगलेलंच राहायचं! माझ्यात एक कमजोरी आहे. हर्षनं अबोला धरला की, मी स्वत:ला दोषी मानायला लागते आणि ते मला सहन होत नाही. असं का? हे मलाच समजत नाही आणि म्हणून हर्ष... आस्मा, तू किती गोष्टींकडे दुर्लक्ष करू शकशील त्यावर सगळं अवलंबून...''

'माय गॉड! बस्स? हां जी, हां जी? total surrender? you have to buy your peace and space, every day? हर्ष अशी अपेक्षाच कशी करेल की, मी दिवसभर स्वयंपाकघरात अडकून राहीन? what nonsense? मग तर त्याला सांगावंच लागेल, की I can be your wife, not a caretaker! It is mutual. I will share everything to serve the purpose of life - but not you and your whims!'

आस्मा आठवायचा प्रयत्न करू लागली. ते दोघं खूपदा हॉटेलमध्ये बरोबर जेवायचे.

'पण स्वयंपाक आणि स्वयंपाकघर ह्यांविषयी कधीच कसं...'

''हर्षला त्याच्या घरच्या लोकांची प्रचंड ओढ आहे, पण प्रेमाची, आपलेपणाची ओढ असण्यापेक्षा, वेगळं होऊन त्यानं त्याच्या कुटुंबाशी द्रोह केला ह्याबद्दल तो स्वत:ला नेहमी दोष देत राहतो. कुटुंबातल्या लोकांना भेटून आल्यावर दोन-तीन दिवस अस्वस्थ राहतो. आपण काही विचारलं तर तटदिशी मग तोडून काहीतरी बोलतो. सगळ्यांशी तुटकपणानं वागतो, पण मी सगळ्यांशी नीट संबंध जोडून ठेवले आहेत, हे मात्र त्याला आवडतं. माझी काहीही चूक नसतानाही नातेवाइकांनी टोमणे मारले, म्हणजे दुखावलेलं मन हलकं करायला त्याला सांगायला जावं, तर लगेच थेट दुसऱ्या टोकाला जाऊन म्हणेल, 'सांगितलं होतं कोणी तुला तिकडे जायला?' पण माझे संस्कारच मला नडतात. मला वाटायचं, मी हर्षशी लग्न केलं, पण मी लग्न केलं त्याच्या जीवनपद्धतीशी! त्याची मर्जी तर सांभाळायचीच- त्याहूनही जास्त सांभाळायची त्याच्या नातेवाइकांची मर्जी! कधीकधी वाटतं, माझी मर्जी कोणी सांभाळायची?''

आस्मा विचारात पडली,

'हर्षसाठी इतकी वेडी झाली ती, पण एकदाही त्याच्या कुटुंबाचा विचार कसा आला नाही तिच्या मनात?'

'माय गॉड! वीरा ह्या सगळ्याच मनच्याच गोष्टी बनवून माझं मन हर्षबद्दल कलुषित करण्यासाठी तर नसेल सांगत? त्याच्या माझ्या संबंधाबद्दल मी पुन्हा विचार करावा, म्हणून? पण तिच्या हे कसं लक्षात येत नाही, की मी ह्या सगळ्याबद्दल हर्षलाच विचारेन?'

"आम्ही संसार थाटल्यावर मगच मला कळलं, की सकाळी जोपर्यंत हर्षचं पोट साफ होत नाही, तोपर्यंत तो बोलतही नाही. काही विचारलं तर सरळ उत्तरही देत नाही. वरचेवर गरम चहा मागतो, पोट चोळत बसतो आणि मग वाट बघत दात कचकचावत टॉयलेटमध्ये बसून राहतो. फार जड कोठा आहे त्याचा. त्यात आणि जर आदल्या रात्री इसबगोल द्यायचं राहून गेलं असलं म्हणजे मग तर...! रोजच हर्षची सकाळ म्हणजे टेन्शन! टेन्शन! त्याचं पोट सकाळी उठल्याबरोबर साफ होईल, तो दिवस लॉटरी लागल्यासारखा! तुम्ही दोघे जोपर्यंत बरोबर राहात नाही, तोपर्यंत हर्षची ही सकाळची तऱ्हा तुला कळणारच नाही! तुला आवडो की न आवडो, हे सगळंही समजून घ्यायला हवं, स्वीकारायला हवं. सहजीवनाच्या सुखासाठी प्रेमाइतकंच हे सर्व समजून घेऊन स्वीकारलंच पाहिजे. हेही शक्य आहे, की तुलाही ह्या अशा बाबतीत काही आवडणाऱ्या तर काही अप्रिय गोष्टी असू शकतील, असा विचार कदाचित हर्षला येणारही नाही. त्याचा अर्थ असा नाही, की..."

'....वीराला काय असं वाटतं, का की लग्नाच्या आधी पुरुषाला पुरतं ओळखण्यासाठी लिव्ह इन पार्टनर व्हायला हवं?'

आस्माला खरंच वाटेना. वीराच्या गट्सचं तिला फार आश्चर्य वाटलं. तिच्या स्पष्ट विचारशक्तीनं ती थक्क होऊन गेली. हर्षच्या आणि तिच्या एकमेकांबद्दलच्या प्रेमाशिवाय आणखी त्याच्याबद्दल नाहीतरी तिला काय ठाऊक होतं?

'हर्षनं जर तिच्याकडूनही, तिनं त्याच्या मर्जीप्रमाणे वागावं, अशीच अपेक्षा ठेवली, तर? तर मग आस्मा कुठं शिल्लक राहणार? राहील फक्त स्त्री? द केटरर?'

आस्माला एकदम वीराचा खूप राग आला. हर्षबद्दलचं तिचं आवडतं, इंद्रधनुष्यासारखं सुंदर स्वप्न वीरानं कुस्करून, विसकटून, मोडून टाकलं होतं.

'Bloody sadist!'

"सुरुवातीला हर्ष खूप प्रोत्साहन द्यायचा. Veera, why do you want to sit at home? Do something! हर्ष त्याच्या करियरमध्ये स्थिरावेपर्यंत मी

कॉलेजमध्ये शिकवत होते. शेवटी जेव्हा मी नोकरी सोडली, तेव्हा हर्षनं मला नको म्हटलं नाही. कदाचित त्याचा विचार काही वेगळा होता. मी नोकरी सोडलीय हे सगळ्यांना कळेल, मला नोकरी नसेल तेव्हा मला नमवायसाठी माझी पैशाच्या बाबतीतली लाचारी उपयोगी पडेल! मी नोकरी सोडली होती, मला मूल हवं होतं म्हणून. मी गोळ्या घ्यायचं बंद केलं होतं आणि मला केव्हा दिवस राहतील ह्याची मी वाट बघत होते. तेव्हाच मला तुम्हा दोघांबद्दल कळलं. मला दिवस राहिल्याचं मी हर्षला सांगितलं, तेव्हा त्याला आनंद तर झाला नाहीच, उलट म्हणाला, 'घाई काय होती? ॲबॉर्शन करून घे.' That was it! त्यानं फक्त मलाच नव्हतं सोडलं, स्वत:लाही सोडलं होतं, स्वत:लाच नाकारलं होतं! माझ्या रक्तात मिसळलेल्या त्याच्या वीर्याच्या विचारानं मग मी अस्वस्थ होऊ लागले. वाटायचं, ते बाहेर काढून फेकून देता येईल? Asma, there cannot be a greater humiliation for a woman than to realise that she is just a worthless dustbin!''

''Are you pregnant Veera? Please, tell me!''

''I was. पण काढून टाकलं. Felt free. And then...''

आस्माचं मन सुन्न झालं. वीरानं तिच्यासमोर उभं केलेलं हर्षचं चित्र तिला माहीत असलेल्या हर्षपेक्षा अगदीच वेगळं होतं. कदाचित ते चित्र एकांगी, अपुरं होतं, ते स्वीकारणं अवघड होतं, पण नाकारणंही अवघड होतं. खरं काय होतं? खोटं काय होतं? आस्मा वीराकडे बघत राहिली. तिला वाटलं, वीरा तिथं बसली होती, पण मनानं तिथं नव्हती. वीरा तिच्याशी बोलत होती म्हणण्यापेक्षा खरं म्हणजे तिच्या स्वत:च्याच आतल्या स्त्रीशी, स्त्रीच्या दु:खाशी बोलत होती, ती स्वत:शीच बोलत होती. वीराच्या डोळ्यात जी कमालीची एकाग्रता दिसली, ती बघून आस्माचा थरकाप झाला.

'का झाला थरकाप? वीराबद्दल आदर वाटला म्हणून, का ती स्वत: भानावर आल्यानं तिचं मन खळबळून गेलं होतं म्हणून?'

''हर्षला मी अपवाद मानत नाही. मी आस्मा किंवा वीराबद्दलही बोलत नाहीये. पुरुषाच्या बाबतीत स्त्रीच्या वागण्याच्या पद्धतीबद्दल, पुरुषाच्या तिच्या बाबतीतल्या दृष्टिकोनाबद्दल बोलतेय. तुला खरं वाटेल किंवा नाही वाटणार, पण लहान वयाच्या स्त्रीला तुमच्याबद्दल आकर्षण वाटतंय, हा विचारच त्यांच्या अहंगंडाला पोषक असतो. कदाचित तुझ्याबद्दलचं त्याचं आकर्षण हे त्याच्या पौरुषाचा परत शोध घेणं, प्रमाणपत्र मिळवणं हेही असू शकेल. काही असो, मी त्याची पत्नी आहे. त्याच्या नुसत्या श्वास घेण्याच्या पद्धतीवरून मला ओळखता येते त्याची अधीर झालेली इच्छा, आवेग. ती शमली नाही तर तो बेकाबू होतो. मग तुमच्या इच्छेचं, मर्जीचं, वेळअवेळ ह्यांचंही भान त्याला राहात नाही आणि एखाद्या अशोभनीय

इच्छेवर ताबाही राहात नाही. सुरुवातीला मन विरसून जायचं, बंड करून उठायचं. माझे संस्कार, माझा मान, अभिरुची, त्याच्या इच्छेच्या आड यायची आणि मग प्रेम करणं हे एक समेट, समाधान होऊन जायचं. ते क्षण इतके अभिरुचीहीन असायचे की... हर्ष ह्या बाबतीत जरा जास्त जिद्दी आणि touchy आहे. लगेच तेव्हाच्या तेव्हाच! आणि मग हवं असलेलं सुख मिळालं, की माझ्या तिथं असण्याकडेही लक्ष जायचं नाही त्याचं, तो कुशीला वळून झोपून जायचा! एखाद्या विवाहित जोडप्यामध्ये जे काही घडतं ते सर्व पवित्र आहे, कबूल! पण आता आज! माझ्या देहाची इच्छा नसताना त्याच्या सर्व लहरी, इच्छा सहन केल्याबद्दल आज माझ्या रोमारोमातून मला किळस वाटतेय. मी? मी हे सगळं केलं? कशासाठी? मला त्यानं सोडून देऊ नये म्हणून? आत्मसन्मान सांभाळायला अखंड त्याच्या इच्छेप्रमाणं वागणं काय जरूरच होतं? Do you understand what I..."

'Veera is crasy, sick!'

आस्मानं नजर दुसरीकडे वळवली आणि मान खाली घातली. हर्षच्या स्वभावाची ही बाजू तिला ठाऊकच कुठे होती, की वीराला 'तू खोटं बोलतेयस' म्हणून ती गप्प करेल?

'हर्ष खरोखरच जर असा असेल, तर सहन करता येईल मला? तो देऊ शकतो ते सुख मला हवं आहे, पण ते अनिवार्य आहे? तो नाही माझी गरज समजू शकला, तर? वीराच्या तुलनेत मी कदाचित फ्रिजिडही असू शकेन? मला आकर्षण आहे एक व्यक्ती म्हणून हर्षकडून मिळणाऱ्या सहानुभूतीचं. आत्ताच मी इतकी अस्वस्थ होतेय, मग सत्य सामोरं येईल तेव्हा? माझ्या व्यक्तिमत्त्वाचा बळी देऊन मी प्रत्येक बाबतीत हर्षची 'केटरर' बनणं स्वीकारू शकेन? मला तो गमावून बसेल ह्या भीतीनं हर्षनं त्याच्या स्वभावाची ही बाजू लपवून ठेवली असेल? प्रेमी आणि पती ह्या पुरुषाच्या split personalities असतात?'

एकाएकी आस्माचा मोबाईल फोन वाजला.

तिनं घड्याळाकडे बघितलं, 'हर्षच असणार!'

आस्मानं फोन बंद केला.

"हर्षचा होता ना? बोलायचं होतंस ना?" वीरानं कॉफी संपवली.

"हर्षवर माझं इतकं प्रेम होतं, की तो मला जशी घडवू इच्छित होता, तशी घडण्यात मला धन्यता वाटत होती. आज मी, ही 'मी' राहिलेली नाही. मी जशी आहे तशी हर्षनं मला घडवली आहे... पण आता मी निरुपयोगी, redundant झाले आहे; एवढंच नव्हे, तर स्वतःसाठी माझ्यासाठीही मी आता विसंगत-irrelevant झाले आहे! फक्त हर्षच्या संदर्भात मी स्वतःला बघू, ओळखू, समजू शकते. कदाचित आता त्याच्या शिवायही... पण असं का? हर्षमध्ये मी स्वतःला

हरवून बसले आहे. असं हरवून जाण्यालाच कदाचित 'प्रेम' म्हणत असतील, पण स्वत्व हरवून बसलेलं प्रेम? आस्मा, तू किती प्रमाणात 'तू' राहू शकशील, हर्षमध्ये किती हरवून जाशील, त्यावर सगळं अवलंबून आहे. मला हर्षला गमावण्याचं कदाचित इतकं दु:ख नाही, जितकं दु:ख आयुष्यात irrelevant, redundant होऊन स्वत:लाच हरवून बसण्याचं आहे!''

वीरानं वेटरला बिल आणण्यासाठी खुणावलं.

''असं म्हणतात, की जेव्हा तुम्हाला कोणी हिडीसफिडीस करतं, तोडून टाकायला बघतं, तेव्हा अपमानाच्या प्रत्येक भावनेला सामोरं झालं, की त्या अपमान वाटण्याचं कारण आपण समजू शकतो, त्याचा स्वीकार करू शकतो. आस्मा, तुझ्याशिवाय दुसऱ्या कोणाच्याही उपस्थितीत इतक्या तीव्रपणानं ह्या अपमानित झाल्याच्या भावनेचा अनुभव मला येणं शक्य नव्हतं, म्हणूनच... आणि खरोखरच, आता ती भावना कमी तीव्र होतेय! मला झिडकारून टाकण्यात आलंय, हे मी स्वीकारू शकत नाही. मन कबूल करायलाच तयार नाही, की पत्नी, ही वीरा ह्या व्यक्तीची फक्त एक बाजू आहे. हर्ष पत्नीला झिडकारून टाकू शकतो, वीराला नाही. मला हेही समजतंय की वीराला, वीराशिवाय दुसरं कोणीच झिडकारू शकतच नाही... पण ही श्रद्धा कुठून आणू? आता वाटतं, हर्षसाठी माझं व्यक्ती म्हणून अस्तित्व हरवून बसून जी परिस्थिती मी उभी केली आहे, त्या परिस्थितीवर काबू मिळवून, जीवनात माझा स्वत:चा रेलेव्हन्स नव्यानं शोधण्यासाठी मलासुद्धा फिनिक्ससारखे परत पंख फुटतील?''

हे सारं समजू न शकलेल्या आस्माला वाटलं, 'ही स्त्री काय शोधतेय? आणि मी? प्रेमापलीकडे जाऊन हर्षला इन-टोटो ओळखण्याचा मी कधी प्रयत्न केलाच आहे कुठे? वीरा बोलते आहे त्यात पुरुषापेक्षा स्त्रीची स्त्रीसाठी समानतेची भावना जास्त उचंबळून येतेय.'

वीराची निखालस, स्पष्ट वर्तणूक आस्माला आवडली.

'वीरासारखी व्यक्ती बरोबर असेल, तर आयुष्यातली केवढी मोठी उणीव दूर होऊ शकतेय, हे हर्षच्या कसं लक्षातच नाही आलं?'

आस्मानं घड्याळाकडे पाहिलं. घड्याळाच्या डायलला हजार हात फुटावेत तसे हर्षला विचारायचे हजारो प्रश्न जणू उगवले होते!

पावणेसात. वेटरचे पैसे चुकते करून वीरानं आस्माला आठवण करून दिली, ''हर्षला यायला अजून पंधरा मिनिटं लागतील, मी आता तुझा निरोप घेते. Thanks for helping me to seperate Veera from the wife!''

दोघी उभ्या राहिल्या.

''वीरा,'' आस्मानं हात पुढे करत म्हटलं, ''You are an enigma.''

"Every woman is! I am greatful to you, to set me free from my pain."

वीरा एकाएकी वळून निघून गेली.

'Set you free? What about my chaos?' वीराच्या शेवटच्या शब्दांनी आस्मा गोंधळून गेली.

एकदम आस्माचं लक्ष गेलं. पोहर्चमध्ये हर्षची गाडी उभी होती. हर्ष दिसला तशी जायला निघालेली वीरा रिसेप्शनच्या दिशेला जाऊन एका खांबाच्या आड उभी राहिली.

उत्साहाने, घाईघाईनं ऐटीत पावलं टाकत हर्ष तेथून पुढे गेला. वीरा त्याच्या पाठीकडे बघत राहिली.

तिला वाटलं, 'आत्तापर्यंत माझ्यातल्या स्त्रीला I had taken for granted! आता एक स्त्री म्हणून वीराला सामोरं जायची वेळ आली आहे. मला वाटतं हर्ष, की मला आता मी स्वत: आवडू लागले आहे. जो स्वत:वर प्रेम करू शकतो, तोच दुसऱ्यावरही प्रेम करू शकतो आणि जो प्रेम करू शकतो, तोच लढा देऊ शकतो. As a woman, I am in love with life! And also at war with it!'

एकाएकी वीरा आणि आस्माची दृष्टिभेट झाली आणि पुढच्याच क्षणी वीरा लॉबीच्या बाहेर पडली. टॅक्सी समोरच उभी होती. वीरानं दार उघडलं.

ड्रायव्हरनं 'कुठं जायचं?' असा प्रश्नार्थक चेहरा करून तिच्याकडे बघितलं.

वीराला वाटलं, 'ह्याला काय सांगू? कुठं जायचं?'

■

उद्ध्वस्त

सकाळी लवकरच, शबनम पिशवी खांद्याला लटकवून अलख शिवशंकर जोषी घरून ऑफिसला जायला निघाला, तेव्हा त्याच्या दृष्टीनं सगळंच अनिश्चित होतं. त्या दिवशीची संध्याकाळ कशी असेल आणि तो कुठे असेल, हे त्याला माहीत नव्हतं. फक्त एक गोष्ट मनात पक्की ठरवलेली होती, तो परत येणार नव्हता.

अलीकडे अलखला स्वत:लाही तो आवडत नसे. त्याला आता तो स्वत: एखाद्या पोतेऱ्यासारखा वाटत असे. त्याच्या आचारविचारांचा ते गुन्हेगारासारखे असतील तसा सगळ्यांना वीट आला होता आणि दुसऱ्या कोणत्या तऱ्हेनं जगावं ते अलखला सुचत नव्हतं. तो सगळ्यांना नकोसा झाला होता. कुटुंबात सगळ्यांना त्याची शरम वाटायची, समाजात सगळ्यांना तो 'आऊटडेटेड' वाटायचा.

तो चिडायचा तेव्हा बडबडायचा, 'पण का? मी ह्या सगळ्यांसारखा जगत नाही म्हणून? पण मी मेंढरू नाही. ह्यांना कळत कसं नाही?'

"चला ना पुढे राव झटकन. मध्ये उभे राहिलायत ते?"

लोकल ट्रेन चर्चगेटवर थांबली. घाईत असलेला कोणीतरी त्याला धक्का मारून पुढे निघून गेला. धक्के खात तोही उतरला. वातावरणात सगळीकडे असणाऱ्या घाईचा संसर्ग अलखलाही झाल्याप्रमाणे त्याची चालण्याची गतीही सगळ्यांबरोबर आपोआप वाढली, ते त्याला आवडलं नाही.

त्यानं स्वत:लाच दटावलं, 'सावकाश!'

अलखला फ्लोरा फाउण्टनला जायचं होतं. सी.टी.ओ.जवळ फुटपाथवर विकली जायची ती जुनी, स्वस्तात मिळणारी पुस्तकं बघायला... नुसता वेळ काढायला. साडेदहाला त्याला ऑफिसमध्ये पोहचायचं होतं. लाच घेण्याबद्दल त्याच्या विरुद्ध इन्क्वायरी चालली होती, तिथं हजर व्हायचं होतं.

सगळ्यांना ठाऊक होतं की, डिसोझा फार चलाख होता. विश्वासघात करून अलखचा काटा काढायला त्यानं त्याला अडकवला होता.

'माणसं असं का करत असतील?'

असं अलख विचारायचा तेव्हा अर्थपूर्ण वाकडं तोंड करून हसत लोक दुसरीकडे बघायचे, 'इडियट!' असा चेहरा करून.

मिस. मीरचंदानी जर त्याच्या बाजूनं बोलली नाही तर हा आरोप हा गुन्हा ठरेल आणि तो सस्पेण्ड होईल, हे अलख जाणून होता. ती खोटं बोलणार नाही अशा विश्वासानं तो निश्चिंत होता. लाचेबद्दलची अफवा जेव्हापासून कॉलनीत पोहोचली होती, तेव्हापासून घरातले सगळे चिडले होते. आरोप ठेवला गेला म्हणून नाही, पण मूर्खानं ते दहा हजार घरी आणले नाहीत म्हणून.

सगळ्यांच्या दृष्टीनं बाप शिवशंकर आणि धाकटा भाऊ चिंतन ह्यांच्या तुलनेत अलख भ्याड, नालायक होता.

भ्याड शब्दानं मनाचा होणारा दाह शांत करायला रात्री जेव्हा अलखनं स्वत:ला आश्वस्त करायला निमूला कुशीत ओढून तिच्या मांड्यांवरून हात फिरवायचा प्रयत्न केला, तेव्हा 'हट! जा जाऊन चिकट तुझ्या आदर्शांना.' असं फिसकारून तिनं त्याला दूर ढकललं होतं.

फुटपाथवरची पुस्तकं चाळताना त्याला दोस्तोव्हस्कीचं 'इडियट' दिसलं आणि इडियटचा अर्थ आठवला, 'समाजात राहात असूनही समाजाचे रीतिरिवाज, व्यवहार न समजणारा.'

"पन्नास रुपये, शेठ" दोस्तोव्हस्कीचा लिलाव करत असावा, तसा विक्रेता मोठ्यानं म्हणाला. इन्क्वायरीची वेळ झाली होती, अलख उठून चालायला लागला.

पोलीस जीपमधून उडी मारून उतरून इन्स्पेक्टर ओझा जिना चढले आणि त्यांनी २०८ नंबरच्या फ्लॅटची बेल वाजवली.

शिवशंकरनी दार उघडलं तसा इन्स्पेक्टर खेकसला, ''अलख शिवशंकर जोषी कुठे आहे?''

''साहेब... तो...''

शिवशंकरचं बोलणं तोडत रक्ताचे धब्बे पडलेली शबनम पिशवी त्यांच्या समोर धरत ओझा म्हणाला, ''कोणाची आहे ही? ओळखू येत नाही, का आतंकवाद्याशी ओळख दाखवायची नाहीये?''

''...अलख मेला काल रात्री, गोळीबारामध्ये.''

विश्वास न बसून घरात एकदम शांतता पसरली.

''बोला म्हातारबुवा, काय करत होता मुलगा? कोणाबरोबर हिंडत होता?'' इन्स्पेक्टरनं एक थप्पड मारली तसे शिवशंकर हेलपाटले.

घरातले सगळे ते बघून थरथर कापू लागले.

''चला म्हातारबुवा पोलीस ठाण्यावर.''

इन्स्पेक्टर बाहेर पडले तसं घरातल्या सगळ्यांना चिंतन सुखरूप आहे हे समजून इतकं हायसं झालं, की कोणालाच हे विचारायचं सुचलं नाही, की अलखचं प्रेत कुठे आहे?

मेल्यासारखा झालेला अलख इन्क्वायरी संपल्यावर शबनम पिशवी उचलून बाहेर आला.

'साला... प्रत्येक अनुभवानं एक भ्रम दूर होतो! मनावर झालेला प्रत्येक संस्कार एक भ्रमच असतो? मग हे असं जगणं अवघड व्हावं असे संस्कार केले कोणी? आजोबा उमियाशंकरनी? शाळेत पद्माबेननी? शास्त्रांनी? पुस्तकांनी? कोणी?' अलख स्वत:शीच पुटपुटला.

साखळीतला दुवा व्हायला नाकारतानाच तो सस्पेण्ड होईल ह्याचा अंदाज तर अलखला होताच, पण राजीनामा द्यायचं नाकारलं म्हणून बडतर्फच केला.

मिरचंदानी, भोसले, स्वामी, सगळेच उलटले होते आणि बडतर्फ होण्यापेक्षाही तो जास्त दुखावला होता, तो काहीही करू न शकणं, ह्यातल्या लाचारीनं.

'एक व्यक्ती दुसऱ्याला लाचार करते, हा माणुसकीचा द्रोह नाही? त्या लाचारीचा उपयोग केला जातो, हा अत्याचार नाही? का अत्याचार हाच जीवनव्यवहार? तीच शक्ती, सत्ता, सत्य, वीर्य?'

अलखचं डोकं दुखत होतं. भावहीन चेहऱ्यानं तो ऑफिसच्या बाहेर आला.

सकाळी बाहेर पडला तेव्हा घरी कोणी चहाही दिला नव्हता, नीमूनं डबाही दिला नव्हता. धाकट्या भावजयीसारखी शेखी न मिरवता उलट तिला नमतंच घ्यावं लागत होतं म्हणून तिला कमीपणा वाटत होता.

चिंतन घरी आला की, त्याच्या तैनातीला उभं राहणाऱ्यांमध्ये नीमूपण असायची. त्याला नमस्कार करायला मुलांना सांगायची. त्यांनी नाही केला, तर 'बापासारखेच आहात, मूर्ख, कुचकामी!' म्हणत धपाटे घालायची.

अलख काही सांगायला गेला, तर वसकन अंगावर यायची, 'त्यांच्याइतकी कर्तबगारी दाखवा, मग या सल्ला द्यायला!'

अलखला वाटलं, 'आपल्याला चिंतनचा मत्सर वाटतो? पण चार जणांनी बकऱ्याला कुत्रा म्हटलं, तर आपणही म्हणायचं?'

जुनं इराणी रेस्टॉरंट दिसलं. अलखला वाटलं, 'चहा तरी प्यावा!'

"घ्या, प्या सरकारी चहा म्हातारबुवा आणि ओकून टाका आता भडाभडा अलखबद्दल सगळं."

"मला खरंच ठाऊक नाही तो काय करत होता?" शिवशंकर अंग चोरत म्हणाला.

"माहीत नाही? का सांगायचं नाही?"

"लहानपणापासूनच पढतमूर्ख अन् तुसडा, कोणाशी पटत नसे."

"अबोल, आतल्या गाठीचा होता म्हणजे!"

स्वत:ला हवे होते तसे अर्थ ओझा काढू लागला.

"किती सांगितलं, पण आमचा धंदा करायला तयारच नव्हता."

"का? नास्तिक होता? मग कुठला शॉर्टकट घेतलावता पैसे मिळवायला?"

"नोकरी करत होता, सस्पेण्ड झाला होता."

ओझाचे डोळे बारीक झाले. "सस्पेण्ड?"

"लाच घेतली म्हणतात, पण ते खोटं आहे."

"म्हणजे लोभीपण होता... आय सी... आतंकवाद्यांच्या हातात..."

"व्यवहारशून्य होता साहेब... अगदी मूर्ख."

"म्हातारबुवा, जर का काही धागादोरा सापडला ना, तर खैर नाही तुमच्या कुटुंबाची!"

घाम पुसत शिवशंकरनं विचारलं, "जाऊ? सत्यनारायणाची कथा सांगायला जायचंय."

सत्यनारायणाच्या पूजेचे किती घेणार ह्याबद्दल सकाळी फोनवर शिवशंकर

यजमान व्यक्तीशी हुज्जत घालत होता, तेव्हाच अलख घरातून बाहेर पडत होता.

"चारशेच्या खाली तर नाहीच आणि उद्या करायची असली तर दुसरीकडे ठरलीय ती कॅन्सल करावी लागेल म्हणून शंभर जास्त."

"पूजेच्या सामानासकट ना?" ह्या तिकडून आलेल्या प्रश्नाचं स्पष्ट उत्तर दिलं नव्हतं, पण अलख जाणून होता की, पूजा संपल्यावर पाहुण्यांच्या समोर बापू पूजासामुग्रीचे आणखी शंभर मागून यजमानांना अवघड करतीलच...

'नाहीतर त्यांना रखेलीचा खर्च कसा परवडणार?'

अलखला शिवशंकरबद्दल आदर तर राहिलाच नव्हता; तशीच सत्यनारायणाच्या कथेवरही श्रद्धा राहिली नव्हती, पण वाईटपणा यायला नको म्हणून तो प्रसादाचा शिरा खायचा. यजमानांना असं लुटण्याबद्दल बापूंना तर काहीच वाटत नसे, पण अलखलाच अपराधी वाटायचं.

लहान असताना जेव्हा दोन-तीनदा त्यानं बापूना म्हटलं होतं, तेव्हा त्यांनी तिडकावलं होतं की 'धंदा असाच करायचा असतो. खरेपणानं वागावं वगैरे पुस्तकात वाचायला ठीक, आयुष्यात तसं जगता येत नाही मूर्खा!'

"मग तुम्ही मला लहानपणी तसं का शिकवलंत?" हे तो त्यांना कधी विचारू शकला नव्हता.

'पितृदेवो भव' ऐकलं की, मनाला त्रास व्हायचा त्याच्या. तो शिकला नसता तर तोही सत्यनारायणाच्या पूजेचे सौदे करत राहिला असता.

त्यांच्या घरात मॅट्रिक (आताची १२वी) पास होणारा तो पहिला होता, पण घरात त्याचं कोणाला कौतुक नव्हतं.

"बस झालं शिकून. धोतर नेसून होमहवन कथापूजा करायला शिका आता!"

कॉलेजची फी तर दिली नाही, पण नापास झालास तर कॉलेज सोडून देऊन माझ्या कामात यायला लावेन, अशी धमकी दिली होती. त्या दहशतीनं तो जीव तोडून अभ्यास करत कायम पहिला यायचा.

फी भरायला तो लोकांच्या गाड्या धुवत होता हे समजल्यावर "ते पैसे घरी का देत नाहीस?" म्हणून रागावले होते आणि मग एका उद्योगपती यजमानांच्या ट्रस्टमधून गयावया करून अलखसाठी शिष्यवृत्ती मिळवून ते पैसे स्वत: ठेवून घेतले. हे जेव्हा अलखला कळलं तेव्हा त्याचा जळफळाट झाला, त्याला मोठा धक्का बसला.

'बापू इतके खोटारडे?'

तिरस्कारानं त्यांना झिडकारत असावा, तसा खुर्ची ढकलून देत तो रेस्टॉरंटमधून उठला. 'कुठे जायचं? काय होईल?'

‘काय होणार आहे ह्या देशाचं कोणास ठाऊक?’ असा विचार करत इन्स्पेक्टर ओझा कल्याणच्या रोहीदास वाड्याजवळ कराव्या लागलेल्या गोळीबाराचा रिपोर्ट लिहीत होता आणि एकीकडे हाताखालच्या पाटीलला अलखच्या बगलथैलीतलं सामान बारकाईनं तपासायला सांगत होता. बरीचशी पुस्तकं होती- सार्त्र, नित्से, विवेकानंद, मार्क्स, खलिल जिब्रान. दोन लिहून ठेवलेली पत्रं, एक डायरी, एक सिनेमाच्या तिकिटाचा अर्धा भाग.

“जाळून टाक ती पुस्तकं! लोक पुस्तकं वाचतात, विचार करतात आणि मग त्यांची डोकी फिरतात. आतंकवादाचं मूळ, विचार करणं हेच आहे!”

दरवाजात काकुळतीला आलेल्या, घाबरलेल्या चोरासारखा दिसणारा शिवशंकरचा चेहरा दिसला, तसं ओझानं त्याला आत बोलावलं, “या म्हातारबुवा, आठवलं काही सांगण्यासारखं?”

“साहेब, मेलेल्यांच्या घरच्या लोकांना नुकसानभरपाई देणारेत दोन लाख?”

“नुकसानभरपाई? कशाबद्दल? दंगे करण्याबद्दल?” ओझा भडकला, “आधी हे बोल म्हाताऱ्या, की राहता तुम्ही कांदिवलीला आणि तुमचा अलख काल कल्याणला काय करत होता?”

“कल्याण?”

“हो! कल्याणमध्ये जमावाबरोबर ‘मारा’ ‘तोडा’ ‘जाळा’ ‘लुटा’ ‘पळा’ असं ओरडत पळत होता.”

“हाय रे माझा अलख!” मोठ्यानं गळा काढून रडत शिवशंकर म्हणाला, “साहेब! पोराचा जीव घेतलात. आता प्रेत तरी द्या आमच्या ताब्यात!”

ओझा आणखी भडकला, “पोलीस तपास, पोस्टमॉर्टेम सगळं होईपर्यंत बॉडी मिळणार नाही!”

शिवशंकर छाती पिटत रडायला लागला. नुकसानभरपाई न मिळण्याचा ‘बद्द’ आवाज छातीतून येत होता.

कॉन्स्टेबलनं धक्के मारत शिवशंकरला फुटपाथवर नेऊन सोडलं, “जा!”

फुटपाथ ओलांडून गन-बो स्ट्रीटवरून जाताजाता सार्वजनिक सत्यनारायण पूजेचे सूर अलखच्या कानांवर पडले, ‘एकदा नैमिषारण्ये...’ लहानपणी त्याला ती कथा खूप अद्‌भुत वाटायची, आता त्याला त्या प्रसादानं चमत्कार होईल असंही वाटत नव्हतं.

बापू नातवंडांना गोळा करून रामायणाची जी गोष्ट सांगायचे, त्यात सोन्याच्या लंकेचं, रावणाच्या सत्तेचं, पराक्रमांचं अशी विस्तारानं वर्णनं असायची आणि रामानं

बाण मारून रावणाला मारलं असा थोडक्यात गोष्टीचा शेवट असायचा. अलखला वाईट वाटायचं.

'माझ्या आजोबांनी उमियाशंकरनी मला गोष्टी सांगितल्या तेव्हा त्यांनी रावणाला केन्द्रबिंदू न करता भरत, वाली, जटायु, हनुमान ह्यांच्यात मला का गुंतवला? म्हणून मी आज खोटं बोलू शकत नाही, लबाडी करू शकत नाही, कोणाला फसवून लाचार करू शकत नाही. चांगुलपणाचा हा महारोग मला झालाय म्हणून सगळे मला झिडकारतात.'

'बासुद्धा माझ्यासाठी गार झालेल्या पोळीभाजीचं ताट झाकून ठेवते; चिंतन आला की, मात्र त्याचं ताट मांडून गरम पोळ्या करून तूप, साखर, केळं असं सगळं त्याला वाढते.'

पहिल्या प्रथम हे अलखनं बघितलं तेव्हा समुद्राकाठी अंधारात बसून तो खूप रडला होता. चिंतनच्या पैशांच्या दिमाखाचा परिणाम तिच्या आईपणावरही झाला होता! आई असून त्याला पोरकं वाटायला लागलं.

चालताचालता वाटेत न्यू एम्पायर थिएटर आलं. तो पोस्टर्स बघत एकीकडे सुलेमानशेटचा विचार करत राहिला.

'डोंबिवलीला जावं त्यांना भेटायला, का संध्याकाळी कल्याणला त्यांच्या घरीच जावं? पोस्टर्सवरून पिक्चर ब्लड, सेक्स आणि पॉवर ह्यांनी भरपूर असणार हे दिसत होतं. मनातली कुठली पोकळी भरून काढायला लोकांना आता असे चित्रपट बघायला आवडू लागले होते?'

वेळ घालवायला एक तिकीट घेऊन तो आत जाऊन बसला.

'आज सुलेमानशेठकडून घराची किल्ली तरी घ्यायची, नाहीतर पैसे तरी परत घ्यायचे. नीमूला यायचं असलं तर येईल, नाहीतर?'

शून्य नजरेनं पडद्याकडे बघत तो विचारात राहिला.

का इतका त्रास होतो माझ्या मनाला? माझीच आयुष्याकडे बघायची दृष्टी चुकीची असेल? बा-बापूंचंच बरोबर असेल? मीच त्यांच्यावर अन्याय करतोय? मी पुढील आयुष्यात दुःखी होऊ नये म्हणून ते 'पैसे मिळव, पैसे मिळव' असं माझ्या मागे लागत असतील? माझ्या हितासाठी? त्यांच्या स्वार्थासाठी नाही? तर मग त्यांची अशी काळजी त्यांच्या वागण्याबोलण्यातून जाणवत का नाही?...

चित्रपट संपला होता, असं त्याच्या लक्षात आलं. साडेतीन झाले होते. तो बोरीबंदरकडे वळला.

स्टेशनाच्या आतच फोन बूथ दिसला. त्यानं नंबर जोडून नाणं टाकलं- "हॅलो! सुलेमानशेठ हॅलो!"

कनेक्शन बंद झालं.

अलखनं पुन्हा फोन जोडला- "हॅलो! सुलेमानशेठ, अलख बोलतोय शेठ, हॅलो!"

अलखनं फोन ठेवून दिला. सुलेमानशेठ ऐकूच येत नसल्याचं ढोंग करत होता.

'कल्याणला त्याच्या घरीच गेलं पाहिजे. दगा द्यायला बघतोय साला!'

एक कल्याण रिटर्न तिकीट घेऊन प्लॅटफॉर्म शोधत अलख निघाला.

पुढं वाकून टेबलावरची अलखची डायरी ओझानं उचलली. त्याला वाटलं लिहितालिहिता अलख चुकून काहीतरी न लिहिण्याचं लिहून गेला असेल आणि त्यातून आतंकवाद्यांबरोबरच्या संबंधांचे काही धागेदोरे मिळाले तर मोठं काम होईल.'

त्यानं मधलंच पान उघडलं.

८-८-०१- रात्री बा, जया, आणि नीमूचं भांडण झालं. मी माझ्या कुटुंबाचे ह्या महिन्याचे खर्चाचे पैसे बाला आठ दिवस उशिरा दिले, म्हणून. 'फुकट खातायत' असा जयानं नीमूला टोमणा मारला. बानं जयाची बाजू घेतली. हल्ली घरात एकमेकांना टोचूनटोचून दुखवत राहणं, जाणवेल पण नेमकं बोट ठेवता येणार नाही असे अपमान करत राहणं हे नेहमीचंच झालं आहे. एकमेकांबद्दल समभाव, सद्भावना नाही- हेटाळणी, अपमान करण्याची स्पर्धा मात्र आहे.

बापूमध्ये पडत नाहीत. त्यांचं पैशांचं नुकसान होईल अशी भीती वाटते तेव्हाच फक्त ते मध्ये पडतात. बा जयाची बाजू घेतात. चिंतन घराचा 'दाता' असल्यामुळं बा जयाचीच बाजू घेणार, ज्यामुळं नीमू दुखावते आणि तिच्या दुःखाचं कारण मी आहे.

मला चिंतनसारखे पैसे मिळवता येत नाहीत. मला माझे आदर्श, मूल्यं गाडून टाकता येत नाहीत. गुणांचा एकमेव मापदंड पैसा आहे. सत्तेचा माज. सत्ता नसणं म्हणजे जणू नपुंसक असणं- म्हणून मग आपण नपुंसक नाही हे सिद्ध करायला एकमेकांचा अपमान करत राहणं हे होतच राहतं. ते तसं होत राहावं म्हणूनच जणू काही कुटुंबात सगळ्यांना सारखं न वागवता, भेदभाव करत, कमीपणा देत बा-बापू आगीत तेल ओतत असतात. हे ते दोघं अशासाठी करतात, की म्हणजे दोन भावांचं पटू नये आणि त्या दोघांचं वर्चस्व राहावं.'

थोरली सून म्हणून नीमूला सत्ता हवीय, ते ह्या घरातून वेगळं झाल्याशिवाय शक्य नाही. डोंबिवलीला एका खोलीसाठी कर्ज काढून ते पैसे सुलेमानाशेठला दिले आहेत. इन्क्वायरी संपल्याबरोबर अंगावरच्या कपड्यांनिशी तिकडे त्या

खोलीतच... पण वाटत नव्हतं नीमू ऐकेलसं. स्वतंत्र, मोकळ्या मनानं जगणं तिला येतही नाही आणि त्याची तिला किंमतही नाही. घरात स्वयंपाकिणीसारखं जगणं तिला चालेल, पण सोसायटीत चांगलं सजवलेलं मोठं घर, वर्षातून दोनदा माहेरी जायला मिळणारी चिंतनची होण्डा गाडी, त्यामुळं पडणारी तिची छाप, हे सगळं सोडून नीमू डोंबिवलीत येणार नाही. तिची मर्जी! मी एकटा जाईन रोजच्या रोज घरात तुडवल्या जाणाऱ्या भावनांनी जीवन उदासवाणं झालं आहे.

डायरी बंद करून ओझा विचारात पडला, 'किती विचित्र माणूस आहे हा! घरातल्याच माणसांमध्ये असं वातावरण? नॉन्सेन्स!'

इण्डिकेटरकडे बघत अलख स्टेशनवर उभा होता. बडतर्फ तर झाला, आता काय करायचं?

'यादव म्हणालाय की त्याच्या मालकीच्या डोंबिवलीत तीन-चार रिक्षा आहेत, त्यातली एक तो मला चालवायला देईल. मग फुरसतीच्या वेळात पुस्तकं वाचता येतील. फ्लोरा फाउण्टनजवळ जागा मिळाली तर पुस्तकांचा स्टॉल उघडीन. दिवसभर लेखकांबरोबर प्रसन्न मनानं घालवेन. पस्तीस वर्षांचा झालो, कोणालाही-स्वत:लाही सांगू शकलो नाही, की मला लेखक व्हायचंय. पुस्तकं विकायच्या स्वप्नालाच सगळे मूर्खात काढत होते. 'ह्यात काय प्रतिष्ठा आहे? मूर्खा! कोणी मुलगीसुद्धा देणार नाही. ह्या कामात 'सर्व्हाइव्ह' कसा होशील?' चेतन म्हणाला होता. फक्त 'सर्व्हाइव्ह'च व्हायचं असतं माणसानं? जगायचं नसतं आयुष्य? घरी कोणालाच पुस्तकं आवडत नाहीत... आणि मीही! पुस्तकांमुळे मी वेळेचा सदुपयोग करत नाही, असं त्यांना वाटतं. सदुपयोग म्हणजे खूप पैसे, खूप सत्ता मिळवून चैन करणं. मला हे पटत नाही. ज्याचं कोणाशी पटत नाही त्याला कोणी टॉलरेट करत नाही, एलिमिनेट करतात! मला बडतर्फ केलाच ना? माझ्या आदर्शांची त्यांना किंमत नाही आणि त्यांची... जगाचीच विचारसरणी मला पटत नाही. ह्या ट्रॅपेझवर एखादे दिवशी हात सुटेल आणि मी फेकला जाईन, अंतराळात.'

अलखचे विचार समजून घ्यायचा प्रयत्न करताना ओझा अस्वस्थ होत होता. त्यानं पुन्हा डायरी उघडली.

२५-११-०१- ऑफिसमधून निघालो, घरी जावंसं वाटलं नाही. चर्चगेटला लोकलमध्ये चढलो तो मध्येच सांताक्रूझला उतरून गेलो. उद्‌ध्वस्त होत असल्याच्या, मनातल्या पोकळीच्या भावना जेव्हा खूप त्रास देतात, तेव्हा सागराचं सान्निध्य हवंसं वाटतं. जुहूच्या बीचवर माणसं खूप

होती, पण ओळखीचं कोणी नव्हतं, बरं वाटलं, पण एका कोपऱ्यात बसल्याबरोबर, शिवशंकरचा लुच्चेपणा, जया-नीमूची भांडणं, आई असून पोरकं वाटणं, डिसूझा, सुलेमानचे विचार मनात उलटसुलट होत राहिले, माझं नाकर्तेपण मलाच बोचत राहिलं.

बसल्याबसल्या रेतीत खड्डा केला आणि मग अस्वस्थ मनानं सगळी पुस्तकं पिशवीतून काढून त्या खड्ड्यात घालून पुरून टाकली. मग उठून जवळजवळ पळत सुटलो, धाप लागली तसा थांबलो, मग एकाएकी परत फिरलो. पुस्तकं काढायला परत पुन्हा खड्डा उकरू लागलो, पण तिथं पुस्तकं नव्हतीच, नेमकी जागा मग सापडलीच नाही. पाणकोंबडी टिवटिवत होती. त्या अंधारात त्या आवाजानं अंगावर काटा आला.

परत येताना ओल्या रेतीत पडणाऱ्या माझ्या पावलांच्या खुणा मलाच दिसत नव्हत्या. अलीकडे मला स्पष्ट दिसतच नाही. कसं करायचं? जसं जगायचं आहे, तसं जगता येत नाही; जसं जगावं अशी सगळ्यांची इच्छा आहे तसं जगणं मी स्वीकारू शकत नाही. ज्या कुटुंबात स्वाभिमानानं, माणसासारखं जगता येत नाही, अशा कुटुंबात राहायचं कशाला? असंतुष्ट मनानं जगण्यात काय अर्थ आहे? ह्या दोन्हीतल्या एका कशाचा तरी अंत झालाच पाहिजे.

ओझा थक्क झाला.

'डेन्जरस मॅन! अ थ्रेट टू सोसायटी! त्याला केस तयार करायला आता मुद्दे सुचू लागले - आतल्या गाठीचा, नास्तिक, लोभी, असंतुष्ट, अलगतावादी...'

कल्याणची गाडी ६ नंबरला आली. झटकन आत चढून अलखनं खिडकीजवळची सीट पकडली, त्याला जरा डुलकी काढायची होती. गाडी सुटल्यासुटल्या त्याला आठवलं- लिहून ठेवलेलं पाकीट कुठे ठेवलं? पिशवीत शोधलं, सापडलं. मग अनिश्चित मनानं बराच वेळ तो ते हातात फिरवत राहिला; आणि एकाएकी त्याच्यावर लिहिलं- 'वाचू नये.' आणि ते पिशवीतल्या डायरीत मध्ये घालून ठेवलं.

ओझा त्या पाकिटाकडे टक लावून पाहात होता. 'वाचू नये' हे शब्द वाचून अलख त्याला कारस्थानी, कपटी वाटला. अधिकाराच्या विचारानं त्यानं पाकीट उघडलं-

'मी अलख जोषी. ३५. हे पत्र तुम्हाला माझ्या प्रेताबरोबरच मिळेल. जर प्रेत घराच्या बाहेर कुठे सापडलं तर ते तसंच पडून राहू द्यावं. मी जिवंत असताना कोणी मला समजू-ओळखू शकलं नाही, तर प्रेताला ओळखून काय करायचंय? घरच्यांकडे

प्रेत सोपवून त्यांना धर्मसंकटात टाकू नका. माझ्या असण्या-नसण्यानं काहीही फरक पडणार नाही. मी कसा आहे ह्यापेक्षा माझ्याजवळ काय आहे, ह्यावरून प्रेताचा मान राखला जाईल.

घरात मृत्यू आला तर कोणताही धर्मिक विधी करू नका. गुरख्याबरोबर त्वरित इलेक्ट्रिक क्रेमेटोरियममध्ये पाठवून द्या. माझी पुस्तकं रद्दीत विकलीत तरी तेवढा खर्च निघेल. अशा व्यवहारीपणातच जीवन सुरक्षित आहे, तो तसाच सांभाळा, उगीच एक दिवस वाया घालवू नका. माझा मृत्यू हा खून नसेल किंवा आत्महत्याही नसेल, म्हणून कोणाला जबाबदार धरू नका. -अलख.'

ओझाच्या मनात भावनांचा गुंता झाला. त्यानं पत्र परत पाकिटात ठेवलं. 'ह्याचा अर्थ त्याला त्याच्या मृत्यूची शक्यता वाटत होती. स्वत:च्या वाईट कर्मांपासून सर्वांना दूर ठेवायला बघत होता- ब्लडी...'

ट्रेनला धक्का बसला तसा अलख जागा झाला. नीमूनं रात्री मारलेला धक्का जणू पुन्हा एकदा बसला. गाडी सायनला येऊन थांबली होती. समोर नवीन लग्न झालेल्या जोडप्याच्या प्रेमलीला चालू होत्या.

त्याला आठवलं, त्यांच्या पहिल्या रात्री नीमू घाबरली असणार, काय करावं हे तिला सुचलंच नसेल. मैत्रिणींच्या बोलण्यासांगण्यावरून कुस्करलं, चिवडलं जाण्याची तिची अपेक्षा असेल, पण तिच्या निर्वस्त्र देहावर तुटून न पडता मी तिच्याशी तिच्या मर्जीबद्दल, इच्छास्वातंत्र्याबद्दल बोललो, नीमूला मी चक्रम वाटलो असणार.

"नीमू, आपल्या आयुष्यातल्या सुखाची पहिली पायरी हे शरीर आहे. शरीर संतुष्ट झालं की, दुसरी सुखंही सापडतील. शरीरांचा आवेग, उन्माद आपल्या काबूत नसतात. तू माझ्या तृप्तीचं साधन नाहीस, की मुलं देणारं यंत्र नाहीस. आपण दोघं दोन माणसं आहोत, इच्छा, आकांक्षा असणारी. एकमेकांच्या इच्छांचा आदर करणं, मन न मारता, संकोच न बाळगता, आपण एकमेकांच्या शरीरांना सुख देऊया. ह्या एकत्र येण्याच्या, सुखाच्या शोधात तुझ्या मर्जीविरुद्ध कधीही..."

'नीमूला मी आदर, इच्छास्वातंत्र्य देऊ केलं, पण तिचं तोंड वाकडं झालं होतं. तिला उपेक्षा, अपमान वाटला असेल? कुठे चुकलं होतं माझं? माझ्या प्रामाणिकपणात?'

'आताशा मी त्या पहिल्या रात्रीच्या अगदी उलट वागतो. रात्री तिला जागं करून कुत्र्यासारखा चिकटतो, तिचा आदर न ठेवता माझं पौरुष गाजवू बघतो. आदर्श हरवलेला मी आज विकृत झालो आहे. काल रात्री नीमूनं लाथ मारून दूर ढकललं मला- तीच लायकी आहे माझी!'

अलख थरथरला. नीमूनं त्याच्या कुत्र्यासारखं वागण्याबद्दल लाथ नव्हती

मारली. ती बडबडली होती- ‘सस्पेण्ड होऊन रखडणाऱ्या गुरासारखे भटकत राहता, शरम नाही वाटत? सगळ्यांचे टोमणे ऐकावे लागतात मला.’

अलखला वाटलं होतं, ‘मी सस्पेण्ड झालो नसतो, पैसे मिळवत असतो, तर काय नीमू माझ्या कुत्र्यासारखं वागण्याला तिचं सौभाग्य समजली असती?’ अलखला शरम वाटली...

एक पॅसेंजर आला आणि अलखला म्हणाला, “जरा सरका हो तिकडे.”

ओझा गोंधळून जाग्यावरच बसून होता. अलखची केस बुचकळ्यात टाकणारं आव्हान झालं होतं, आणखी माहिती गोळा करणं भाग होतं. त्यानं डायरी उघडली-

३-१-२००२- संध्याकाळी चिण्टूनं माझ्याकडे तक्रार केली, ‘पप्पा, दादा वाईट आहेत, मी बोलणार नाही त्यांच्याशी. तुझ्या नालायक बापासारखा तूही बुद्दू आहेस म्हणतात; मलाच फक्त कामं सांगतात. बण्टी काहीसुद्धा काम करत नाही तरी त्याला कुरवाळून ‘शहाणा बेटा’ म्हणतात. तो काकांचा मुलगा आहे म्हणून?’ मुलांचीही मनं दुखावतात हे बापूंना का कळत नसेल? अशानं नफ्फट नाही होणार तो? नातवंडांमध्येही असा भेदभाव, त्यांच्याही लक्षात येईल असा, का करतात ते?

मला माझे आजोबा उमियाशंकर आठवतात. त्यांना मोतीबिंदूमुळे दिसत नसे म्हणून त्यांना फिरायला न्यायचं काम माझ्यावर टाकलं होतं, मग मला खेळायला मिळायचं नाही. म्हणून मी चिडायचो, तुम्हीच का नाही नेत म्हणायचो, तेव्हा ‘पुस्तकं वाचून जादा शहाणा झालाय.’ म्हणून बापूंनी मला चार धपाटे घातले होते. वडील होते म्हणून दादागिरी करायची? पण नंतर मात्र मला ते काम आवडायला लागलं. आजोबा मला गोष्टी सांगायचे - प्रल्हादची श्रद्धा, रामाचं वचन, नचिकेताचा निश्चय, भीष्माची प्रतिज्ञा, हरिश्चंद्राचं सत्यवचन, हनुमानाची भक्ती आणि शौर्य; ह्या गोष्टी ऐकून मी चकित होत असे. दादा म्हणायचे, ‘हे सगळेजण त्यांच्या आदर्शांप्रमाणे जगायचे, संघर्ष करायचे, त्यातून मिळणाऱ्या सामर्थ्यानं संतोष मिळवायचे, त्यात त्यांना पौरुष वाटायचं. आपलं पौरुष सिद्ध करण्यासाठी पोकळ धडपड करावी लागायची नाही त्यांना तुझ्या बापासारखी. देश स्वतंत्र झाला आणि आदर्श नष्ट झाले. आता सगळे हिजडे सत्तेसाठी धडपडतायत आणि सत्ता टिकवून ठेवण्याच्या धास्तीपोटी पैशाचं वीर्य शोधतायत.’ मला वीर्य म्हणजे काय ते माहीत नव्हतं. दादांना विचारलं, ‘हिजडा म्हणजे काय?’ दादांनी सांगितलं नाही, पण हळूहळू आपोआपच कळलं. आदर्श-मूल्यं-नीती ह्यांशिवाय जगणं हे निरंकुश हिजड्यासारखं. मनातल्या मनात दादांच्या

गोष्टींमधल्या आदर्श पुरुषांना समजून घेऊन तसं जगण्याचा खूप प्रयत्न केला मी, पण ऑब्सोलीट टेक्नॉलॉजीसारखं आता हेही कोणाला पटत नाही- अलीकडे आध्यात्मिक हिजडेपणा- स्पिरिच्युअल इम्पोटन्सी मलाही दिसायला लागली आहे.

ओझा विचारात पडला, 'ह्यानं सैतानाचा मुखवटा घातलाय का संताचा? सेक्सवर फारच विचार करतोसं दिसतंय. मॅनियाक आहे की काय? पण 'आध्यात्मिक हिजडेपणा' हा काय प्रकार आहे? छे! नकोच ही डायरी वाचणं.' त्यानं डायरी बाजूला टाकून दिली.

लोकलमध्ये बसल्याबसल्या अलखचं डोकं विचार करूनकरून भणभणायला लागलं होतं. गेल्या वीस वर्षांमध्ये तो खूप बदलला होता. कमी बोलायचा, दोन अनोळखी डोळे आपल्याकडे बघत आहेत, असं वाटत राहायचं, तो दबून राहायचा. अलीकडे तो दबाव दूर होत चालला होता. त्याच्या खोलीत एकट्यानंच पेपर वाचतावाचता त्याची नजर फोटोंकडे गेली, तर एकदम कधीकधी तो शंकराचार्य, गांधी, टागोर, विवेकानंद, कोणाचाही फोटो फाडून टाकायचा आणि ओरडायचा, 'काय उपयोग आहे ह्या नीतिमूल्यांचा, ज्यांचा उपयोग साधी नोकरी टिकवून धरायलाही होत नाही? काय करू त्यांचं? काय करू मी? जीव देऊ? कुठे आहेत तुमच्या नीतिमूल्यांचे 'वंशज?' आज जे आहेत ते एकूणएक सगळे दंभी, कनिष्ठ दर्जाचे, भ्रष्ट, पैशांसाठी हवं ते करणारे.'

अशा सगळ्या विचारांनी अलख संतापायचा, तेव्हा त्याचे दोन्ही हात मांड्यांच्या मध्ये जायचे आणि तो स्वतःचं शरीर घुसळून टाकायचा.

'पिता मरो, गुरू मरो, शास्त्रं जळून भस्म होवोत. महारोगासारखा शाप आहात तुम्ही सगळे. उपयोगाचा आहे फक्त पैसा... पैसा... त्यानं विकत घेता येणारी सत्ता, वीर्य, व्हायाग्रा आणि तरी समाधान नाही झालं तर पुन्हा पुन्हा, तेच, तेच एड्स!'

विचारांची शृंखला तुटली तसं अलखचं इतर प्रवाशांकडे लक्ष गेलं. त्याच्या मनातले वेडेवाकडे विचार त्याच्या चेहऱ्यावर उमटून चेहरा विकृत व्हायचा. तो बघून लोक विचित्र वाटून, आश्चर्य, भीती वाटून लांब सरकायला बघायचे...

घाटकोपर आलं होतं.

ओझानं घाटकोपरला स्वतःच्या घरी फोन केला. रिंग वाजत होती. सुलभा बाहेर गेली असावी. ओझाला काळजी वाटली.

'संजय कुठे असेल? तोही विचार करत असेल? कसले? अलखसारखेच का आणखी काही?'

त्याचा मुलगा काय विचार करतो हे त्याला कुठं माहीत होतं? संजयही अबोल होता. त्याचं मन जाणून घ्यायची फुरसत ओझानं कधी काढली होती? ओझाला आपण मुलाचे अपराधी आहोतसं वाटलं.

सचिंत क्षुब्ध मनानं त्यानं पुन्हा डायरी उघडली.

> २२-१-२००२. अपरात्री मी जागा झालो तेव्हा नीमू रडत होती. तिची समजूत घालायचा धीर मला झाला नाही. एक शब्दही बोललो असतो तर वाघिणीसारखी गुरकावली असती माझ्यावर, 'तुमच्याचमुळं हे सगळं!' मी गप्प पडून राहिलो. पलीकडे झोपलेला चिंटूही जागा झाला. आईला रडताना बघून घाबरला, तिला मिठी मारून म्हणाला, "तू का रडतेयस मम्मा? बा आणि काकी संध्याकाळी बांगड्यांसाठी भांडल्या, तुला धक्का मारला, म्हणून? तू का नाही उलट धक्का मारलास?" नीमू रडतच होती. "पप्पांसारखीच तूही भ्याड, कुचकामी आहेस बघ. स्वयंपाकघरात सुरी आहे ना? उचल आणि उगार त्यांच्या अंगावर. बघ घाबरतायत की नाही? टी.व्ही.वर बघत नाहीस तू? सुरा, बंदूक ह्याच्यातच ताकद असते!" हबकून जाऊन असेल की अभिमानानं असेल, पण नीमूनं चिण्टूला छातीशी घट्ट धरला. माझ्या कानांवर पडलेले ते शब्द किड्यासारखे माझी झोप कुरतडत राहिले.

ओझाला वाटलं, की पोरगा खरोखरच असं म्हणाला असेल तर तो पुढे जाऊन मोठेपणी आतंकवादीच होईल. त्यानं त्याच्या नोंदवहीत लिहिलं- 'अलखच्या जीन्समध्येच आतंकवाद आहे.'

> ३१-१-२००२- 'तूही पप्पांसारखीच भ्याड-कुचकामी आहेस' चिण्टूचे हे शब्द किती दिवस झाले तरी डोक्यात घुमत राहतात. हे शब्द चिंटूचे नाहीत. माझ्या पाठीमागे चिंतनशी तुलना करत माझ्याबद्दल बोलणाऱ्या बा-बापूंचे आहेत, पण चिण्टू बोलला तेव्हा ते खरे बोचले. चिण्टूला खूश करायला मी स्पायडरमॅनचा स्टिकर असलेला टी-शर्ट त्याच्यासाठी घेतला आणि घरी जायला दादर स्टेशनवर पोहोचलो.
>
> तेवढ्यात धाडधाड करत बोरिवलीची ट्रेन आली आणि अजून थांबतेय न थांबतेय तेवढ्यात तर 'पकडा-पकडा'चा ओरडा करत वीस-पंचवीस जणांचं टोळकं प्लॅटफॉर्मवर उड्या मारून उतरलं आणि त्यांनी एका

माणसाला गाठलं. प्रत्येकजण आपापल्या मनातली कशाबद्दलची तरी सूडाची आग शांत करायला बघत होतं. मीही जवळ गेलो. पॉकेटमाराला बदडून काढायला पाच-सहा हात वर गेले. माझ्या जेव्हा लक्षात आलं की त्या हातांमध्ये एक हात माझाही होता, तेव्हा शरम वाटली, पण हे लक्षात आल्यावर हात मागे घेण्यापूर्वीच माझा हात हातोड्यासारखा त्या चोराच्या डोक्यावर आपटला, "××× यू डिसूझा!" हा आवाजही माझाच होता! मी ऐकलं न ऐकलंसं करत पुढे निघालेल्या ट्रेनमध्ये घुसलो आणि माझा हात पिशवीत लपवला. छातीत धडधडत होतं. पहिल्या प्रथम मी माझा संताप व्यक्त केला होता.

बांद्रा स्टेशनवर माणसं उतरल्यावर बसायला जागा झालेली दिसल्याबरोबर पुढे घुसून ती मिळवली. मी कांदिवलीला उतरणार होतो, वेळ होता अजून. दोन-चार डुलक्या घेऊन अंधेरी स्टेशनला जागा झालो, तेव्हा डब्यातली गर्दी बघून मनात येणाऱ्या भयंकर कल्पनांनी डोकं खदखदत होतं. मी डोक्याचं मुंडण केलंय, गडद रंगाच्या फुलांचा भडक रंगाचा बुशशर्ट घतलाय, त्याच्या आत छातीवर बांधलेल्या पट्ट्यावर लाल-हिरव्या रंगाचे टिकटिक करणारे चमकणारे चौकोनी तुकडे आहेत. मी सुइसाइड बॉम्बर आहे आणि माझ्याच हातात रिमोट आहे.

त्या ठासून भरलेल्या डब्यात एकाएकी सीटवर उभा राहून आव्हान देत, बुशशर्ट उघडून दाखवत मी हास्य करतो. माझा टिकटिकणारा पट्टा बघून लोक मुंग्या-ढेकूण-पोरकिड्यांसारखे धावपळ करायला लागतात. त्यांच्या डोळ्यांतली मरणाची भीती बघून माझ्या मनात संभोगाच्या अंतिम क्षणी येते तशी 'आत्ता', 'आत्ताच'ची भावना दाटून येते.

माझ्या निर्माल्यासारख्या आयुष्याच्या जागी सत्तेचा सन्मान मला जाणवतो. मला सतावणारे आता माझ्यापुढे वाकून 'वाचवा आम्हाला' म्हणून काकुळतीला येतात. हांऽऽ! असे थरथर कापले पाहिजेत लोक तुमच्यासमोर. ह्याला म्हणायचं आयुष्य! शक्ती हवी. मग ती पैशानं मिळो, बळ वापरून, छळून, बॉम्ब टाकून, कशीही मिळो. शक्ती, सत्ता हवी- तेच पौरुषाचं चिन्ह! व्यवहारातलं सत्य हेच आहे, हेच सत्य लोकांना समजतं, हेच स्वीकारलं जातं. मी बोलतो, लोक मेंढरांसारख्या माना हलवतात, घाबरून डब्यातून उतरून सैरावैरा पळतात. हळूहळू सगळी कल्पना विरून जाते. मी डब्यात एकटाच असतो. सगळ्यांनी झिडकारल्याच्या, एकटं पाडल्याच्या भावनेचा खूप त्रास होतो मनाला. कोणीतरी तरी समजून घ्या ना माझं विवश मन!

ओझाला वाटलं ह्या नालायकाला पौरुष सिद्ध करायचं वेड लागलंय! त्या पानावर त्यानं खूण ठेवली. 'धिस विल हेल्प मी टू प्रूव्ह अलख- अ टेररिस्ट- अ सुइसाइड बॉम्बर.'

'घाटकोपरला उतरून पद्माला भेटायला जाऊ?'

अलख मनाशी ठरवेपर्यंत गाडी हलली. पद्माच्या आठवणीनं भरून आलेल्या भावनांच्या आवंढ्यानं गळा दाटून आला.

पद्मा अलखची शाळेतली शिक्षिका होती. त्याला खूप आवडायची. शाळा सोडल्यावरही तो मधूनमधून तिला भेटायला जायचा, तीही त्याचं स्वागत करायची. तो निःसंकोचपणे सगळ्यांबद्दलच्या तक्रारी तिला सांगायचा- नीमू, बा, शिवशंकर सगळ्यांच्या. कोणी फसवलं, कोणी उपहास केला, कसं अपयश आलं, त्याच्या. पद्मा त्याच्याकडे कमीपणा न देता ऐकून घ्यायची. डोळे बंद करून मनातच पद्माशी बोलत अलख बालपण आठवू लागला, 'आठवतंय बेन, मी पाचवीत असताना वहीत खाडाखोड केलेली तुम्हाला चालत नसे आणि बापू मला रबर आणून देत नसत म्हणून मी शेजारच्या मुलाचं रबर चोरलं; पकडला गेलो. मी खरा तुमचा लाडका, पण लबाड आणि चोर ठरलो म्हणून तुम्ही माझ्याशी बोलणं बंद केलंत. मी जेव्हा चोरी केल्याचं वर्गासमोर कबूल करून माफी मागितली, तेव्हा तुम्ही मला जवळ घेऊन शाबासकी दिली होती, माझी हुर्यो उडवल्याबद्दल मुलांना रागावला होतात. मला नवं रबर आणून दिलं होतंत; तेव्हा आय हॅड फेल्ट सो सिक्युअर, ॲश्युअर्ड. तुम्ही शिकवलेला विवेक, संयम, प्रामाणिकपणा माझ्या कायम लक्षात राहिले होते.

नंतरही मी प्रामाणिकच राहिलो, पण असा अनुभव मात्र पुन्हा कधी आला नाही. मी खोटं बोललो नाही, प्रामाणिक राहिलो म्हणून बडतर्फ झालो. काय उपयोग झाला तुम्ही जे शिकवलंत त्याचा? फसवलंत तुम्ही मला? नव्या पिढीतल्या पाखंडी दुनियेतल्या कंसांशी सामना कसा करायचा, हे न शिकवणाऱ्या शाळा, कॉलेजं आणि शिक्षक काय कामाचे?'

अलखचा मनातल्या मनात जळफळाट झाला.

'पेपरमध्ये वाचलं अश्विनविषयी- अश्विन, तुमचा मुलगा! प्रिन्सिपॉल कसं व्हायचं, ॲडमिशनसाठी पैसे कसे खायचे, पैसे घेऊन मार्क कसे वाढवून द्यायचे, प्रश्नपत्रिका कशा विकायच्या, हे सगळं करूनही सुटायचं कसं, वर आणि समाजाकडून सत्कार कसा करून घ्यायचा- सगळं काही. आज काय नाही त्याच्याकडे? आणि माझ्याकडे? बडतर्फी! अश्विन तुमचा मुलगा म्हणून त्याला व्यवहारी ते सगळं शिकवलंत आणि मूल्यं, आदर्श, नीतीची निर्जीव खेळणी देऊन मला फसवलंत? का? 'मला शहाणा मुलगा' बनवायला कोणी सांगितलं होतं तुम्हाला?'

कोण जाणे का, पण मनस्ताप बेकाबू होत अलख एकाएकी ट्रेनमधून उतरला. बडतर्फीच्या दाहाची जीवघेणी पकड हळूहळू गळा आवळायला लागली होती.

डायरीतल्या विचारांच्या जीवघेण्या पकडीत ओझा घुसमटू लागला होता. त्यातून एकदाचं सुटण्यासाठी त्यानं शेवटशेवटची पानं बघायला सुरुवात केली.

३-३-०२- हल्ली मन कायम उदास असतं. आनंद, दु:ख काहीच जाणवत नाही. माणसांमध्ये संवेदनशीलताच नसली, तर प्रेम, माणुसकी कुठून असणार? पेपर उघडला की बलात्कार, जळणारी घरं, वाहनं, अपघात, विच्छिन्न देह, खून, लूटमार, चोऱ्यादरोडे. टी.व्ही.वर तेच. मी कोणी मंगळावरचा 'एलियन' असावा तसं मला कशाचंच काही वाटत नाही, 'हे असंच चालायचं' असं स्वीकारून मेंदू सुन्न होऊन गेलाय... जणू हे सगळं, घरोघरी आपापसात घडणाऱ्या प्रसंगांमध्ये अगदी लहान प्रमाणात होतंच आहे. विहिरीत असेल तेच पोहऱ्यात येणार. घरोघर मनामनातून जे असणार तेच बाहेर मोठ्या प्रमाणावर होणार; त्याबद्दल ओरडाआरडा करून काय होणार? करायचं तर कुटुंबांच्या ओसाड पडत चाललेल्या विहिरींचं प्रथम काहीतरी केलं पाहिजे.

अशा माझ्या विचारांना कोणाची साथ मिळत नाही. आणखी कोणालाच असं वाटत नसेल? सगळेच माझ्यासारखेच द्विधा मनस्थितीत असतील? कधी मनातून भीती वाटते, की माझंच लिंग कापून माझ्या आध्यात्मिक निर्वीर्यतेचा मी बळी देऊन टाकेन असं तर नाही होणार ना?- स्वाहा!

ओझा मनातून खळबळून गेला. माणसामाणसांच्या नीतिमूल्यांमधल्या फरकाची पाळंमुळं इतकी खोल जाऊन घरं उलथून टाकतील? तो नोंदवहीत लिहू लागला- अलख एक...,

ठाणे! अलख स्टेशनवर उतरला खरा, मग वाटलं, 'का उतरलो?' अलीकडे त्याच्या मनात धुमसणारा राग असा त्याला सतत त्रास द्यायचा. दुसऱ्या गाडीची तो वाट बघू लागला.

'कल्याणला पोहोचायला सात वाजतील.'

सस्पेन्शनचं कळल्यापासून शिवशंकर आणि चिंतन त्याच्यामागे लागले होते, की 'राजीनामा देऊन टाक.' म्हणजे गुन्हा कबूल करण्यासारखंच झालं, अलखला ते मंजूर नव्हतं. त्यानं लाच खाल्ली नव्हती हाच तर मुख्य मुद्दा होता त्याचा, पण नीमूसकट कोणीही त्याच्या बाजूनं नव्हतं. घरात हाच एक नालायक निघाला असे

टोमणे सगळे मारायचे.

चिंतन म्हणायचा, 'माझ्या कामात मदत कर.' पण तो काय करायचा हे सांगायचा नाही.

'पैसे मिळाल्याशी मतलब ना? जास्त विचार नाही करायचा.' एवढंच म्हणायचा. अलखला कळायचं नाही, की जो विचार करत नाही तो माणूस कसा म्हणायचा? आणि विचाराचं स्वातंत्र्य नको? मला वाटतं की मी म्हणतो तेच बरोबर आहे; पण मग जग जसं वागतंय ते सगळं चूक आहे? माझ्याकडे ह्याला उत्तर नाही.

गाडी स्टेशनात आली ती तुडुंब भरलेली. आत शिरायलाच जागा नव्हती, मग एकाएकी तो बाणासारखा आत घुसला. दारात उभ्या असलेल्या माणसांवर त्याचं डोकं आपटलं. तसाच फूटबोर्डवर पाय टेकवून खांद्यांनी धक्का देत तो आत शिरू लागला. एका माणसानं मध्ये आडवा हात धरला, त्याचा हात ओढून त्याला ढकलून देत अलख ओरडला, "गाडी तेरे बापकी है, साला मा×××!" हात सुटला तसा तो माणूस तोल जाऊन प्लॅटफॉर्मवर पडला, तेवढ्यात गाडी सुरू झाली. प्रत्येकजण आपली जागा धरून होता, त्या माणसाकडे कोणीही वळून पाहिलं नाही. एवढ्या वेळात कसा काय तो अलख डब्याच्या मध्ये पोहोचला होता. दुसऱ्याचा विचार न करता केलेल्या जबरदस्तीचा चमत्कार बघून त्याला अश्चर्य वाटलं, मनाला जरा धक्काही बसला. सगळ्यांसमोर त्यानं घाणेरडी शिवी दिली होती.

कोण बोललं होतं त्याच्या तोंडातून? मनात घर करून राहिलेल्या अपयशाचा आक्रोश होता तो? ह्या एवढ्या लोकांमध्ये कोण ओळखत होतं त्याला? तो तरी स्वत:ला कुठं ओळखत होता? बाहेर दिसतो तो चेहरा, आत विचार करतो तो माणूस.

'स्वत:खेरीज इतरांचा विचार करणं ही माणुसकी. असं? मग डब्यात घुसलो तेव्हा कोठे गेली होती माझी माणुसकी?...' ट्रेन जोरात जात होती.

'जातोय तर खरा, सुलेमानशेठनं दगा नाही दिला तर बरं.'

डायरीत सुलेमानचा उल्लेख वाचून ओझाला काही अंदाज आला. त्यानं पाटीलला बोलावून कल्याणमध्ये सुलेमानचा तपास करायला सांगितला. डायरीतलं आता एकच पान वाचायचं बाकी होतं - कल्याणच्या दंग्यांच्या चार दिवस आधीचं.

५-४-२००२- कुठवर असा आतून तुटत राहीन? द्विधा मनाचा, न घरका न घाटका, ना आदर्शांचा, ना व्यवहारी- बस्स्... उद्ध्वस्त! मी खोटं बोलणार नाही, जे माझ्या हक्काचं नाही ते घेणार नाही, लबाडी करणार नाही,

हे माझ्या आयुष्याचं ध्येय आहे. माझ्या संघर्षाचा हेतू, नैतिक बळ, माझ्या पौरुषाची प्रचिती मला त्यात होत असे, पण ह्या सगळ्यातून माझी श्रद्धा ओसरू लागल्यापासून एक आध्यात्मिक निर्वीर्यता जाणवते. नकळतच माझ्या आवडी, माझा स्वभाव, बदलायला लागला आहे. आता मारामारी, रक्तपात असलेली पुस्तकं, चित्रपट, पोरनॉग्राफी आवडायला लागलीय. मी डेस्परेट होत चाललोय.

एक अर्थहीन पोकळी, एक हीन वाटायला लावणारा न्यूनगंड. पूर्वी लाचारीची घृणा वाटायची, आता लाचारीनं वागण्याची घृणा वाटते. मी जणू एक द्वेषाचा गोळा आहे तोफेतून सुटलेला, जो एक्सप्लोड होणं अनिवार्यच आहे.

तसं नसतं तर त्या पॉकेटमारला मारून मी डिसूझाचा सूड घेतला नसता, प्रेम करण्याच्या ढोंगाखाली नीमूचा चुथडा केला नसता, मला सुइसाइड बॉम्बर व्हावंसं वाटलं नसतं. सुलेमानशेठ उलटला तर घेतलेलं कर्ज फेडणारच नाही. करू दे काय करतील ते, असा निर्लज्ज विचार केला नसता. अशा शक्तीचा अनुभव घेणंच जरूर आहे. मला वाटतं ही गरज माझ्यासारख्या प्रत्येक लाचार माणसाच्या मनात खदखदत असते, लाव्हासारखी. ती दंग्यांच्या रूपानं केव्हा एकदम उसळून निघेल ते कसं सांगणार?

आज घरी कोलाहल झाला असेल. घरी जायची इच्छा नाही, हिंमत नाही, काय करावं ते सुचत नाही. 'सत्यमेव जयते' इतकं असत्य दुसरं नसेल. गाढवाच्या शेपटीला बांधलेलं रिकामं डबडं रस्त्यानं खडखडत जातं. जसा मी जातो, तसं हे हास्यास्पद असत्य खडखडत जात असतं.

ओझानं चिडून 'डेस्परेट' 'एक्स्प्लोड' 'निर्वीर्यता', 'बॉम्बर' हे शब्द नोंदवहीत लिहिले. त्या पोलीस ऑफिसरचा अहम् 'सत्यमेव जयते'बद्दलच्या तिरस्कारानं दुखावला. साला... ॲण्टिनॅशनल, ॲण्टिह्यूमन आणि ॲण्टिसेल्फही आहे! त्यानं फोन उचलला, "हॅलो..."

अलखला फोन पुन्हा एन्गेज्ड लागला. साडेनऊ तर झाले होते, सरळ घरीच जावं सुलेमानशेठच्या. वाटेत सिग्नल फेल्युअरमुळं गाडी दोन तास लेट झाली होती. 'आज इस पार या उस पार... घराची चावी घ्यायचीच.'

स्टेशनबाहेर एकच रिक्षा होती. ह्यापूर्वी एकदाच, सुलेमानला पैसे द्यायला तो कल्याणला आला होता. रात्रीच्या अंधारात रस्ता, दिशा समजत नव्हतं, पण अंधार का होता? रिक्षा थांबली. बुटाखाली काचा लागल्या. रस्त्यातले दिवे फोडलेले

होते, खांब वाकला होता, तुटलेल्या वायर्समधून ठिणग्या पडत होत्या. 'घर तर हेच आहे...' कापऱ्या आवाजात त्यानं हाक मारली, ''सुलेमानशेट?'' दार बंद होतं. त्यानं धक्का मारल्याक्षणी दार उघडलं आणि गॅस सिलिंडर फुटल्यासारखं सबंध घर हादरलं, छप्पर उडालं, आग लागली. अलख घाबरला. तेवढ्यात तीन-चार चेहरे बांधलेले पुरुष पळत बाहेर पडले आणि अलखला 'भागो' म्हणत दिसेनासे झाले. अलखच्या डोळ्यांसमोर अंधेरी आली, 'डोंबिवलीचं माझं घर?'

तो घाबरून वळला एवढ्यात शेजारच्या गल्लीतून हातात पेटत्या मशाली, सळ्या, दगड, पेट्रोल बॉम्ब, तलवारी घेतलेला मोठा जमाव धावत आला आणि ओळीनं घरं पेटवायला सुरुवात केली. टोळक्याचे धक्के अलखला बसत होते, ती लय आता त्याच्या रक्तात भिनू लागली. 'मारो' 'लूटो' त्याच्याही श्वासोच्छ्वासाबरोबर निघायला लागलं. जमाव आता त्याच्या पुढेही होता, मागेही होता. अलख त्यांच्यामध्ये हेलपाटत होता. कोणीतरी धक्का मारला, ''बघतोयस काय? हीच संधी आहे वसूल करण्याची. मार! लूट! पकड! भोसक!'' कोणीतरी त्याच्या हातात खंजीर दिला आणि पळत पुढे गेला. आणखी कोणी वात असलेला एक डबा त्याच्या पिशवीत टाकला, ''उडा दे दुनिया और देख!'' अश्रूवायूचा धूर येऊ लागला, डोळे चुरचुरू लागले. फायर ब्रिगेडच्या घंटा वाजायला लागल्या, पोलिसांच्या गाड्यांचे सायरन्स. घाबरलेला अलख म्हणू लागला, 'राम-राम-राम-मरा-मरा-मरा-मरो-मरो-मारो-मारो-'

हळूहळू टोळक्याची शक्ती, आवाज, उन्माद अलखवर स्वार झाले, तोही टोळक्यातला झाला, आपटू लागला, फेकू लागला. मरून पडलेल्या बाळांची शरीरं, अब्रूचा चुथडा करून मारून टाकलेल्या मुली, दुकानाच्या दाराशी पडलेला म्हातारा, भोसकलेल्या गर्भवती स्त्रीचा अर्धा बाहेर लटकणारा गर्भ... अलख थिजून गेला, लाचार, नालायक. तो अजूनही तसाच होता, कधीच काहीच करू शकला नव्हता.

त्याच्या डोळ्यांसमोर बा, नीमू, डिसूझा, चिंतन, सुलेमान, शिवशंकर येत गेले, दिसतादिसता नाहीसे होत गेले. तो हाका मारत राहिला, कोणीही मागे वळून बघितलं नाही. त्याला थांबायचं होतं, पण तो पाय थांबवू शकत नव्हता, ते टोळक्यामध्ये अडकले होते... परवश होऊन तो पळत होता... अनेकांचं बळ त्याच्यात एकट्यात शिरलं होतं. पराधीन अवस्थेतच अलखचा हात पिशवीत गेला, हातात वातीचा डबा आला, त्यानं तो हात उंच केला. कोणीतरी कानात सांगितलं, 'इधर नही, रोहिदासवाडा चलते हैं, उधर भम्म...'

जंगली जनावरांचा कळप जसा आवाजानं घाबरून उलटीकडे पळायला लागतो

तसं टोळकं एकाएकी गोळीबार झाल्याबरोबर उलटं फिरलं आणि खाली पडलेल्या अलखला तुडवत, चेंगरत गल्ल्यांमध्ये घुसून दिसेनासं झालं. उभा राहून अलख कोणाला तरी मारायला धावला. 'कोणाला? लाचारीला? अत्याचारांना? हिजड्यांना?'

पुन्हा गोळीबार झाला. सारं शांत झालं. आचके देणारं अलखचं शरीर निर्जन रस्त्यावर पडलं होतं. ओळखू न येण्याइतका चेहऱ्याचा चेंदामेंदा झाला होता. त्याच्या हातातला डबा सरकत जमिनीवर पडला. बॉम्ब विस्फोटाच्या भीतीनं पाटीलनं लगेच गोळी मारली. पाटीलनं घाई केली होती. जीप जवळ आली, ओझा जपून उतरला, श्वास रोखून धरून अलखची शबनम पिशवी उचलून त्यांनी पाटीलला दिली.

"रस्ता साफ करा. प्रेत घेऊन जा. तपास करा कोण आहे?" हुकूम देऊन ओझा जीपमध्यें बसला. जीप नाक्यापर्यंत पोहोचतेय तेवढ्यात डब्याचा स्फोट झाला. अलखच्या शरीराचे तुकडे हवेत फेकले गेले. बॉम्बमधल्या दारुगोळ्याच्या वासानं हवा कोंदली होती.

■

जनक त्रिवेदी :-

लहानशा आडगावातलं रेल्वे स्टेशन — एक वेगळंच जग. न थांबता पुढे जाणाऱ्या गाड्या जास्त, थांबणाऱ्या कमी. काम जबाबदारीचं, पण आयुष्य गैरसोयीचं असं. अशा स्टेशनावरच्या स्टेशनमास्तरचं आयुष्य. अशा आयुष्यात आलेल्या अनेक अनुभवांवर श्री. जनक त्रिवेदींनी लिहिलेल्या कथांपैकी ही एक. एका जगावेगळ्या, विक्षिप्त, संशयास्पद वाटावा अशा माणसाची ही कथा शेवटी धडा शिकवूनच संपते.

लफंगा

वडिया देवळी हे गुजरातच्या अंतर्भागातलं लहानसं रेल्वे स्टेशन. बऱ्याचशा गाड्या तिथे न थांबता सरळ पुढे जायच्या, फार थोड्या थांबायच्या, पण अशा स्टेशनांवरही स्टेशनमास्तर असतातच; थांबणाऱ्या, न थांबणाऱ्या गाड्यांबद्दलच्या त्यांच्या जबाबदाऱ्याही असतातच. अनंत मेहता अशा ह्या छोट्याशा वडिया देवळीचा स्टेशनमास्तर.

सहा-अठराला 'पास थ्रू' होणाऱ्या गाडीच्या वेळी अनंतनं त्या दिवशीच्या ड्यूटीचा चार्ज घेतला- मग एक ट्रेन आली, थांबली, पुढे गेली, 'तिकीट ट्यूब' उघडून अनंतनं कालचा हिशोब तपासून पैसे मोजले.

ऑफिसच्या दरवाजाबाहेर एक माणूस त्याच्या नावाची पाटी बघत उभा होता.

'बरेचदा प्रवासी लवकर येऊन पोहोचतात, तसा हा कुठला तरी पॅसेंजर

लवकर येऊन पोहोचलेला दिसतोय', अनंतला वाटलं.

तो त्याचं काम करत राहिला. अजून हिवाळ्यातला पहाटेचा अंधार होता.

पाच एक मिनिटांनी तो माणूस आत आला, टेबलाजवळ उभा राहिला न् म्हणाला, "घ्या साहेब, वेटिंग रूमची किल्ली."

किल्ली घेताघेता अनंतनं स्टेशनमास्तरच्या पद्धतीनं ती देणाऱ्याकडे डोक्यापासून पायापर्यंत पाहून घेतलं.

बिस्किट कलरचा बुशशर्ट आणि पँट, गोरा रंग, गोल चेहरा, टोकं वळवलेल्या मिशा, टकलावर इकडे तिकडे थोडे केस, डावीकडे नजर फिरवायचा तेव्हा जरा चकणा असल्यासारखे वाटणारे पण स्वच्छ, तपकिरी रंगाचे डोळे. एक स्वस्तातली चादर खांद्यांवर लपेटून घेऊन तो उभा होता. घडी घातलेल्या हातांवरचे केस थंडीनं उभे राहिले होते.

त्यानं अनंतशी हस्तांदोलन करायला हात पुढे केला आणि हसून म्हणाला, "आपणच अनंत मेहता ना?"

इतक्या सहजपणे 'स्टेशनमास्तरपणा' सोडायला अनंत तयार नव्हता. त्यानं हात पुढे केला नाही, तशी वरमून त्या माणसानं हात मागे घेतला, पण चेहऱ्यावर मात्र तसं काही दर्शवलं नाही.

कोणतीही प्रस्तावना न करता त्यानं सांगायला सुरुवात केली. बोलण्याची ढब उत्तर गुजरातकडची.

"रात्रीच्या गाडीनं आलोवतो... तेव्हाच्या ड्यूटीवरच्या मास्तरसाहेबांनी वेटिंगरूमची किल्ली दिलीवती... तुमचं नाव पण सांगितलं... तिथंच झोपलोवतो मी... कोणाच्या तरी गोधड्या तिथं पडल्यावत्या, त्या पांघरून...! वाटलं, रात्रीचं कुठे तुम्हाला डिस्टर्ब करायचं? सकाळी भेटावं! कुंकावावच्या पांडेसाहेबांनी पण सांगितलंवतं, की वडिया देवळीमें अनंतभाईको मिलो, वो साहित्यप्रेमी आदमी है।"

खाली बघत तो धडाधडा बोलत होता.

स्टेशनमास्तर पुटपुटला, "हलवायाच्या घरावर तुळशीपत्र!"

"काय म्हणालात आपण साहेब?"

"नाव काय तुमचं?"

"महेशकुमार आर. व्यास. महेशकुमार रतिलाल व्यास."

मग तो पुढं बरंच काहीतरी बडबडला, धड काही समजलंही नाही, तेव्हा अनंतनं पुन्हा विचारलं, त्यानं पुन्हा सांगितलं, "आजीवन शिक्षक आणि क्रांतिकारी, विचारक, कवि, विवेचक, चिंतक, आजीवन ब्रम्हचारी, सामाजिक कार्यकर्ता. माझे आईवडील, बहिणी सगळं कुटुंबच क्रांतिकारी."

स्टेशनमास्तरांच्या वागणुकीत अजून बदल झाला नव्हता.

त्यांनी विचारलं, "नोकरी करता?"

"आजीवन शिक्षक, क्रांतिकारी, सामाजिक कार्यकर्ता."

"पण तुमचा व्यवसाय काय?"

"सांगितलं ना! आजीवन शिक्षक..."

"तुमचा उदरनिर्वाह?"

"शिक्षणात भ्रष्टाचार, नोकरपेशाचं शिक्षण देणारी शिक्षणपद्धती, खरंखुरं शिक्षण ज्याला म्हणता येईल असं कुठे मिळतच नाही. शिक्षकही भ्रष्टाचारी... ट्यूशन्स करतात साले. नवी शिक्षणपद्धतीच आली पाहिजे. शिक्षणपद्धतीत आमूलाग्र परिवर्तन आणि खोल मुळांपर्यंत पोहोचलेल्या भ्रष्टाचाराला नेस्तनाबूत करण्यासाठी बंड... राजकारणातले सर्व सडलेले, दुर्गंधी पसरवणारे बाजारबुणगे हटवा... अहो, एक हजार दहा, पुरी एक हजार न् दहा भाषणं दिली मी! रक्तदान... हे बघा..."

सूटकेस उघडून त्यानं एक गाठोडं काढलं. त्यात पॉलिथीनच्या पिशव्या, पिशव्यांमध्ये वह्या, डायऱ्या, कागद, फोटोग्राफ्स आणि सर्टिफिकिटांचे गठ्ठे.

सारं त्यानं टेबलावर पसरलं.

"बघा ना, बघा! चाळीस वेळा रक्तदान केलंय मी, तेव्हा नानूभाई अमीनच्या स्वत:च्या हातांनी त्यांनी हे सर्टिफिकेट दिलं होतं... हे फोटो... हे डॉक्टर दसा... व्हिक्टर अल्बर्ट दसा. हे डॉक्टर घोळकिया, रोटरी क्लबात माझा सत्कार केला होता... तुम्हाला सांगतो, चाळीसदा दिलेलं रक्त जणू परत आलं माझ्या शरीरात, असं वाटलं!"

मग एक भली थोरली डायरी उघडली. प्रत्येक पानावर काही ना काही लिहिलेलं दाखवत राहिला. शिक्के, सह्या दाखवत गेला, "ही उमाशंकर जोशींची सही, ठाऊक आहेत ना? फार महान गुजराती कवी, त्यांनी न मागता स्वत:च सही केली आणि माझ्या खांद्यावर हात ठेवून म्हणाले, 'महेशभाई, थोड्याच दिवसात तुम्हाला आघाडीचे कवी झालेले बघू आम्ही!' हे माधवसिंह सोलंकी, हे शेखआदम, मोठे गझलकार. ही इंदिराबेन गांधींची स्वाक्षरी- माय सेकंड मदर! फार फार वाईट वाटलं होतं हो मला... माय सेकंड मदर लॉस्ट! मर्द बाई! अमरसिंह चौधरी- मुख्यमंत्री. माझे मित्र, बरं का! जेव्हा भेटतात तेव्हा विचारतात, 'महेशभाई, काय चाललंय?' आणि मी सरळ सांगतो, 'भ्रष्टाचार! भ्रष्टाचाराविरूद्ध लढाई चाललीय आपली तर!' हो! सरळ तोंडावरच बोलतो! आपल्याला कशाची भीतीबीती नाही! हे लूनावडाचं हायस्कूल, हे वापीचं, हे वलसाडचं, हे अमलसाडचं. आणंदच्या चार शाळा, तुमच्या अमरेलीचं फॉरवर्ड हायस्कूल आणि नूतन हायस्कूल. जसदान, जामजोधपूर, पानेली, ओखा, काठेवाड्यातल्या कोपऱ्याकोपऱ्यातल्या शाळांमधून भावी क्रांतिकारी पिढीला अज्ञानात ठेवण्याचं कारस्थान रचलं जातंय...."

लाह्या फुटाव्या तशी बडबड करत तो कोणाकोणाच्या स्वाक्षऱ्या दाखवत सुटला होता, अनंत बघतोय का नाही त्याचीही पर्वा न करता. लोकसभेच्या प्रेक्षक गॅलरीचे पासही होते. रजनीशांचं एक पुस्तकही दिसलं, पण ते त्यानं दाखवलं नाही.

अनंतला वाटलं, हा कदाचित रजनीशांचा शिष्य असावा!

त्याला कंटाळा आला. म्हणाला, "चला! महेशभाई, तुमचे विचार आणि क्रांतिकारी कार्याची माहिती बघून बरं वाटलं! खूपच छान! एक दिवस भ्रष्टाचारी शिक्षणपद्धती, भ्रष्ट सत्ताधारी, भ्रष्ट शिक्षक, भ्रष्ट समाज, सारं काही तुमच्या क्रांतीच्या ज्वाळांमध्ये जळून भस्म होऊन जाईल! महेशभाई, हे तर सगळं झालं, पण तुम्ही नोकरीधंदा तर करत असाल ना?"

"नाही... छे! आजीवन शिक्षक... ह्या भ्रष्ट व्यवस्थेचा नोकर मी बनू? छट्!"

"पण तुमच्या उदरनिर्वाहाचं काय? पोट कसं भरायचं? प्रवासखर्चाचं वगैरे कसं काय?"

"संस्था माझी भाषणं ठेवतात, बोलावतात, पुरस्कार देतात. तेवढं पुरे होतं. कुठल्याही व्यक्तीसमोर हात नाही पसरत मी! विद्वान सर्वत्र पूज्यते. एव्हरीबडी लव्हज् मी, आय लव्ह एव्हरीबडी. जागोजागी माझे विद्यार्थी आहेत. कालच अमरेलीला त्या गावातला एक विद्यार्थी भेटलावता, मग राहण्याची व्यवस्था त्याच्या घरीच. खूप आग्रह केलान... विद्यार्थीच माझा..."

"जेवणखाण?"

"अहो, सांगितलं ना? विद्वान सर्वत्र पूज्यते! माणूस काय खाण्यासाठी जन्माला येतो? कोणी प्रेमानं जेवू घातलं, तर जेवतो. मनातून इच्छा दिसली नाही, तर पुढे निघायचं. कालचं असं झालं बघा..."

त्यानं स्टेशनमास्तरांकडे बघितलं तेव्हा त्याचे डोळे व्याकूळ दिसले, असं जाणवलं, की इच्छा नाहीये ह्या लोकांची आणि आपण तर निघालो तिथून. नाही जेवायचं मला अशा ठिकाणी, जिथं कोरडी मनं असतात... तो अनंतकडे बघत राहिला.

शिक्षणासाठी आयुष्य वेचणाऱ्या एका सच्चा माणसाची अशी उपेक्षा! सरतेशेवटी त्याच्या उपाशी असण्याच्या विचारानं अनंत मेहतांचं अंत:करण द्रवलं. त्यांना स्वत:लाच भूक सहन होत नसे!

"अरे! तुम्ही कालपासून उपाशी आहात?"

"हो साहेब, काय करणार दुसरं? अवहेलना सहन होत नाही मला. सोन्याच्या लाख मोहोरांचा ढीग घातला समोर कोणी, तरी स्वमान राखायसाठी ठोकर मारेन मी त्या ढिगाला!"

अनंत म्हणाला, ''तुम्ही तरी कमाल आहात! मन शांत ठेवलं पाहिजे की नाही? जोगी को क्या? तू नहीं, तेरा भाई!''

''नाही साहेब, आत्मसन्मान जास्त महत्त्वाचा. मी काही आलतूफालतू थोडाच आहे? बडोद्यातल्या दिनेश मिलचे मॅनेजर होते वडील. व्यारामध्ये पाचशे एकर जमीन होती आमची. कूळकायद्यात जमीन गेली. गेली तर गेली, त्यात काय? माझी आई बिचारी १९७४मध्ये वारली. तीसुद्धा क्रांतिकारी विचारांची, आमचं सारं कुटुंबच क्रांतिकारी... तुमचा स्वभाव आवडला म्हणून हे सगळं बोलावंसं वाटलं.''

''होय, होय! बरोबर!''

तो बोलायचा जरा थांबला तेवढी संधी साधून अनंतनं सांधावाल्या रामजीला बोलावलं आणि सांगितलं, की घरी जाऊन बाईंना उठव आणि चार-पाच फुलक्या आणि कसलं तरी लोणचं-मुरांबा घेऊन ये.

''आपल्याला चहाचं व्यसन नाही, कॉफी-दूध काही असलं तर चालेल.'' असं काहीतरी महेशकुमार म्हणत होते. तिकडे अनंतनं लक्ष दिलं नाही. ह्या आडबाजूच्या एवढ्याशा स्टेशनावर दूध मिळेलच ह्याचा नेम नाही.

महेशकुमार सूटकेस बंद करून त्यांचं बाकीचं सामान आणायला बाहेर गेले, तेव्हा पँटच्या मागच्या भागावर दोन्ही बाजूंना ठिगळं लावलेली दिसली. ते इकडे तिकडे हिंडत होते तेव्हा मळक्या कपड्यांचा एक विचित्र वास ऑफिसात येत राहिला. शिक्षणाकडे बघण्याची आपली ही अशी उदार दृष्टी? अनंतचं मन कडवट झालं, महेशबद्दल सहानुभूती वाटली.

खाण्याचे पदार्थ आले. एक पॅसेंजर ट्रेन यायची होती, त्या कामात स्टेशनमास्तर व्यग्र होते.

महेशकुमारनी गरमगरम खाऊन घेतलं, मग ढेकर देत म्हणाले, ''कोरडंकोरडं झालं. कॉफी, दूध काही असतं तर मजा आली असती.''

महेशकुमारनी अनंतच्या धाकट्या मुलाला गरम पाणी आणायला पाठवलं, मग ते घेऊन ते वेटिंगरूममध्ये दाढी करायला गेले. दाढी करून परत आले तेव्हा चेहरा जरा स्वच्छ दिसू लागला.

पण तोच अस्वच्छ वास पुन्हा ऑफिसमध्ये भरून राहिला, तेच लाह्या फुटल्यासारखं सतत बोलणं सुरू राहिलं. पार्लमेंट, शिक्षण आणि पुन्हा पुन्हा इंदिरा गांधी. ''बघा ना साहेब, जुलमी असतो त्याचं मरणही जुलुमानंच होतं. भुट्टोनं मुजीबचा खून करवला, भुट्टोला झियानं मारला, मग झियाची पाळी. इंदिराजी गेल्या, स्वर्गात? कोणाला ठाऊक? फार फार वाईट वाटलं. एक आई ७४मध्ये गेली, दुसरी ८४मध्ये. शास्त्री फार चांगला माणूस, मिश्रा - दीनदयाळ उपाध्याय, पंजाबमध्ये पाच हजार आणि आसाममधे दहा हजार, सांगा ना, कोणी मारले?''

परंतु स्टेशनमास्तरांजवळ ह्या प्रश्नांची उत्तरं नव्हती. महेशकुमारकडे होती.

"साहेब, खून खून मांगता है. इतिहास वाचून बघा. तीन गोळ्या असोत की सोळा, कुठलाही गांधी वाचत नाही! बाकी बाई एखाद्या मर्दाला लाजवेल अशी, हे तर कबूल केलंच पाहिजे. रीगननं आपल्या संरक्षणमंत्र्यांना धमकावायला पाठवलं, जमलं नाही!"

महेशकुमारची बडबड अखंड चालू होती. इंदिरा गांधींचं शेवटचं भाषण त्यांच्यासारखा आवाज काढून त्यांच्या शैलीत म्हणून दाखवलं.

अनंत आता थकला. महेशची बस केव्हा असेल ह्याचा विचार करू लागला. मध्ये बोलण्यात खंड पडला तेव्हा त्यानं बसची आठवण करून दिली.

महेशकुमार म्हणाले, "जाऊ देत हो साहेब! तुम्ही केव्हा भेटणार पुन्हा पुन्हा? विद्यार्थ्यांना आपल्या भाषणाचा लाभ उद्या देऊ. तुम्हाला फार त्रास पडणार नसेल तर...?"

त्यानं प्रश्नार्थक चेहरा करून अनंतकडे बघितलं.

स्टेशनमास्तर प्रथम सावध झाले, पण मग त्यांना वाटलं, 'ह्याचा विचार फक्त आजचा एक दिवस इथे काढायचा आहे. हा असला नमुना बघायला मिळण्याचा खर्च काही फार नाही म्हणायचा!' आणि तो म्हणाला, "अगदी आनंदानं!"

महेशकुमार सामान घेऊन अनंतबरोबर त्यांच्या क्वार्टर्सकडे निघाले. अनंतची पत्नी स्वयंपाक करत होती. अनंतनं ओळख करून देण्याआधीच महेशकुमारनी त्यांना पायाला हात लावून नमस्कार केला, मग स्वत:च स्वत:ची ओळख करून दिली. "तुमचा धाकटा भाऊ, महेश- महेश रतिलाल व्यास, आजीवन शिक्षक, ब्रम्हचारी, क्रांतिकारी, समाजवादी विचारांचा माणूस, ताई."

अनंतच्या पत्नीनं आदरपूर्वक हात जोडून नमस्कार केला.

अनंतनं तिला सांगितलं, "आयुष्यात अगदी एकटे आहेत."

अनंतच्या पत्नीलाही भरून आलं...

"अरेरे बिचारा! कोणी म्हणता कोणी नाही आपलं असं?"

महेशकुमार हात जोडून सद्‌गदित स्वरात म्हणाले, "होते सगळे- सहा भाऊ, दोन बहिणी आहेत, पण ती नुसती नावाचीच, अगदी कुचकामी, वाया गेलेली. बाकी सगळी माणसं देवाघरी गेली. व्यारामध्ये घर आहे ते भावाला राहायला दिलं, म्हटलं- अपने तो एकला राम, चल मानवा दूसरे धाम!"

'ताईं'ना खूपच सहानुभूती वाटली.

महेशनी धाकट्या सोमूला जवळ घेऊन कुरवाळलं. एकेक गाल दोन-दोन बोटात पकडत म्हणाले, "हे कोकाकोला, हे गोल्डस्पॉट आणि हे रिमझिम! मला

लहान मुलं खूप आवडतात.''

काही असो, घरात वातावरण खूप छान झालं. थोड्या गप्पाटप्पा झाल्या. अनंतनं विडी पेटवली की लगेच महेशकुमार म्हणाले, ''ताई, तुम्ही ह्यांचं हे व्यसन सोडवा. अशा व्यसनातून सर्वनाशाला आमंत्रण देत असतो आपण, होय की नाही?''

श्रीमतींना त्यांचं बोलणं आवडलं, म्हणाल्या, ''भाई, इतकी सगळी सतरा वर्षं विडीशी झगडतेय, पण शेवटी विजय विडीचाच झाला!''

अनंतच्या लक्षात आलं, की ह्या माणसाला, दुसऱ्या माणसाच्या मनात काय आहे ते लक्षात येतं आणि त्याचं मन जिंकता येतं. अनंत मनातल्या मनात एक व्यक्तिविशेष म्हणून त्याच्याकडे बघत होता, अशी व्यक्ती जी वेगवेगळ्या प्रसंगांना अनुरूप असं वागेल.

आपल्या वागण्याचा परिणाम काय होतोय, ह्याची त्याला पर्वा नव्हती. एका गोष्टीबद्दल बोलताबोलता दुसऱ्या विषयावर सहज बोलू लागायचा. शेजाऱ्यांची छोटी मुलगी चुरमुरे खातखात नव्या पाहुण्यांकडे कुतूहलानं बघत होती.

तिच्या वाटीतले थोडे चुरमुरे आपल्या तोंडात टाकत महेशकुमार म्हणाले, ''ही छोटी पोरगी आवडली बुवा आपल्याला!''

आणि मग अस्सल गावठी सुरती गुजरातीत ते त्या छोट्या मुलीचं नाव गोवून लग्नगीत गाऊ लागले! पुढच्या गाण्यात त्यांनी अनंतच्या कुटुंबातल्या माणसांची नावं ओवली!

''वा: महेशभाई! तुम्हाला लग्नगीतंही येतात गायला?'' श्रीमतींनी आश्चर्यानं विचारलं.

''त्यात काय? लग्नगीतंही गातो आणि मरणगीतंही. ऐकलीत तर रडूच येईल, तुम्हाला!''

''अगंऽ बाई! मरणगीतं?''

''का? हसवायला येतं तर रडवायलाही आलं पाहिजे ना?''

मग अनंतकडे बघून म्हणाला, ''काय साहेब? रडवतापण यायलाच हवं की नाही?''

''अर्थात! तीही एक कलाच आहे.''

गप्पा कलेवरून पाककलेवर पोहोचल्या.

''आपल्याला सगळा स्वयंपाक येतो. आमटी आणि उंधियू तर खावं सुरतकडचंच, बोटं चाटत बसतात लोक!''

स्वयंपाकाबद्दल बोलतबोलत महेशकुमारनी श्रीमतींकडून टोमॅटोची आमटी, कांदा टोमॅटोची कोशिंबीर आणि पापड बनवायची कबुली करून घेतली. एकीकडे

पक्वान्नं, फरसाणच्या गप्पा तर चालू होत्याच.

एक सुस्कारा टाकून म्हणाले, "ते दिवस तर गेले बेन, आईबरोबरच. आता तर कोरडी पोळी पाण्याच्या घोटाबरोबरही गिळतो. माझ्या फुटक्या नशिबाच्या बहिणी चांगल्या खाऊनपिऊन सुखी आहेत, पण..."

त्यांनी घसा साफ केला. कुठल्याकुठल्या कडू गोड आठवणी येत असाव्यात, तसे त्यांचे उदास डोळे आभाळाकडे बघत राहिले.

थोड्याच वेळात महेशकुमार त्या उदासीनतेमधून बाहेर आले, मग एक लहान मुलांचं गाणं साभिनय गाऊन दाखवलं. मुलांना मजा वाटली. पुन्हा वातावरण प्रफुल्लित झालं.

सगळे जेवायला बसले. महेशकुमार दोन्ही मुलांच्या मध्ये बसले.

"हे माझे भाचे! वसुधैव कुटुम्बकम्! हे माझे मोठे भाऊ, ही माझी मोठी बहीण. साऱ्या जगातल्या आया न् बहिणी ह्या माझ्या आया न् बहिणी."

जेवताजेवताही आमटी, भात, पापड, कोशिंबीर, लोणची ह्यांबद्दल त्यांची बडबड चालूच होती. आपापल्या दृष्टिकोनातून पतिपत्नी महेशबद्दल विचार करत होते- भावना एकच होती, करुणेची.

बिचारा घरदार, माणसं नसलेला निराधार जीव. मानापमान बाजूला ठेवून घरघरचे उंबरे झिजवीत सुखाच्या शोधात भटकतोय. आपण काय करतोय ह्याचंही त्याला भान नाहीये!

मग अनंत स्टेशनवर गेला. महेश आणि थोरला मुलगा दिकू गावात गेले, त्या विद्यार्थ्याला भेटायला, पण अर्ध्या तासातच खोट्या नाण्यासारखे परत आले.

अनंतनं विचारलं तर एखादा किडा चुकून तोंडात चावला गेला असावा, इतकं वाईट तोंड करून महेशकुमार म्हणाले, "तो मुलगा तर वाटेल तसं बोलला. 'असे आपले येऊन उभे राहता म्हणजे काय?' म्हणाला. मला नाही इथं लेक्चर द्यायचं. उद्या पुढे जाईन."

ते हताश दिसत होते.

मुलं बोरं खायला गेली, त्यांच्याबरोबर महेशकुमारही उड्या मारत लहान मुलासारखे गेले. 'गंमतीदार माणूस आहे,' अनंतला वाटलं.

सुमारे तासाभरानं महेशकुमार उतरलेला दुःखी चेहरा, ढेपाळलेलं शरीर असे मुलांबरोबर परत आले. पुन्हा त्याच कहाण्या भोगलेल्या दुःखांच्या, सहन केलेल्या अन्यायांच्या. भरलेले डोळे, तुटक शब्द, विद्यार्थ्याचं उद्धट, कठोर वागणं हे कदाचित सारं दुःख पुन्हा उन्मळून यायला कारण झालं असावं. अनंतनं समजूत घातली, तरी ते म्हणाले, "मला रडून घेऊ दे साहेब. माझ्या घरातच रडतोय, असंच वाटतंय. अरेरे! कुठे गेलं ते घर, ती माणसं?..."

अनंतच्या पत्नीलाही रडू येत होतं. अनंत गोंधळला होता. होताहोता संध्याकाळ झाली. 'मोठ्या बहिणी'नं उपदेश केला, "माणुसकी नसलेल्या माणसांपासून दूरच राहावं, काही अपेक्षा ठेवूच नयेत."

संध्याकाळच्या गाडीनं अनंतची पत्नी धाकट्या मुलाला घेऊन घरी परत जायला निघाली. अनंतला रेल्वे स्टेशनचं वातावरण आवडत नसे, म्हणून जवळच्या शहरात त्यानं घर बांधलं होतं, तिथं त्याचं कुटुंब राहात असे. ह्या वर्षी मुलाच्या अभ्यासावर लक्ष ठेवायला म्हणून अनंतनं त्याला स्वत:जवळ ठेवला होता. एक शबनम बॅग महेशकुमारना आवडली ती 'ताईं'नी त्याला भेट दिली.

गाडी आली. अनंतची पत्नी आणि छोटा सोमू डब्याच्या दारात उभे होते. थोरल्या दिकूच्या डोक्यावर हात फिरवून आईनं त्याला कुरवाळलं.

महेशकुमारनं डोकं लववून म्हटलं, "ताई, ह्या गरीब धाकट्या भावाला आशीर्वाद नाही देणार?"

अनंतचं मन ते बघून कळवळलं. म्हणाला, "महेशभाईंना भाड्याचे पैसे दे."

अनंतच्या पत्नीनं महेशकुमारला आशीर्वाद देत चुरगळलेली एक दहा रुपयांची नोट दिली, ती महेशनं कपाळाला लावली. गाडी सुटली आणि दिसेनाशी झाली तोपर्यंत हात हलत राहिले.

रात्री तिघं जेवले. महेशकुमार म्हणाले, "दुपारसारखी मजा नाही आली, नाही साहेब?"

अनंत काही बोलला नाही. तिघं मुकाट्यानं वाचत राहिले. थोड्या वेळानं सांधावाला बोलवायला आला.

"कुंकावाव गावाहून फोन आहे, बोलावलंय."

बुकिंग क्लार्क मित्राचा फोन होता. महेशबद्दल विचारत होता. अनंतनं सांगितलं, "इथंच आहे माझ्या घरी. अं? हं हं, होय, बरोबर आहे. मी लक्षात ठेवीन." तो परत आला.

दिकू आणि महेश अजून वाचत होते. अनंत जांभई देत म्हणाला, "झोपूया आता. परत सकाळी सातची बस पकडायला तुम्हाला लवकर उठावं लागेल."

अंथरुणावर अंग टाकल्याटाकल्या दिकू आणि महेश गाढ झोपी गेले. अनंतनं दरवाजाला आतून कुलूप लावलं, उशीखाली किल्ली ठेवली, त्याला लवकर झोप लागली नाही.

रात्री मध्येच तो जागा झाला. नाईटलँपच्या उजेडात बघितलं तर भिंतीवरच्या घड्याळात दोन वाजून गेले होते. दिकू आणि महेश गाढ झोपले होते. त्यानं विडी पेटवली. विडी ओढताओढता तो विचार करू लागला. त्याला भावनावश झालेली त्याची पत्नी आठवली आणि क्षणभर त्याच्या चेहऱ्यावर स्मित उमटलं. मधूनच

रडणारा, मधूनच हसणारा महेशचा चेहरा डोळ्यांसमोर आला. त्याचं आगापीछा नसलेलं बोलणं आणि काहीच्याकाही वागणं आठवलं आणि त्याचा तो विद्यार्थी-पोरगा वस्ताद असणार, त्याला वाटून गेलं. त्यानं खोलीत नजर टाकली. एका कोपऱ्यात महेशची पिशवी आणि सूटकेस पडली होती. विडी विझवून तो उभा राहिला. त्यानं पुन्हा नजर टाकली, महेश घोरत होता. अनंतचे डोळे त्या अंधूक प्रकाशात चमकले. तीनच्या ठोक्याला तो पुन्हा अंथरुणात आडवा झाला. झोप लागण्यापूर्वी त्याला भास झाला की, नाईटलँपच्या अंधूक उजेडावर खोलीच्या चारही कोपऱ्यांमधून अंधकार चालून येत होता.

पहाटे साडेपाचला तिघंही उठले, ब्रश करून तिघं चहा प्यायले.

अनंत म्हणाला, ‘‘बराय तर महेशभाई, माझी कामावर जायची वेळ झाली. तुमची बस स्टेशनसमोरच्या जकात ऑफिसजवळ येईल. जाल तेव्हा भेटून जा.’’

मग दिकूला त्यानं घराला कुलूप लावून त्याला किल्ली देऊन जायला सांगितलं. महेशकुमारनं मुकाट्यानंच अनंतला नमस्कार केला. सहाच्या ठोक्याला स्टेशनमास्तर अनंत मेहता स्टेशनावर पोहोचले.

सात वाजता महेश आणि दिकू स्टेशनावर आले. किल्ल्या अनंतला देऊन दिकू शाळेत गेला. महेशकुमार वाकून नमस्कार करायला खाली वाकले.

अनंत दोन पावलं मागे सरकत म्हणाला, ‘‘हं, हं... हे काय? वाकून कसला नमस्कार करताय?’’

तरीही महेशकुमारनी त्याच्या पायाला हात लावून नमस्कार केला न् म्हणाले, ‘‘तुम्ही मोठे भाऊ नाही का?’’

काल वाटलेल्या विषादाची छटा अजून त्यांच्या डोळ्यांत होती, डोळे भरूनही आले होते. जड पावलांनी अनंतचा निरोप घेऊन महेशकुमार गेले.

साडेनऊची गाडी येऊन गेल्यावर अनंतला जरा निवांत वेळ मिळाला. तो बोलघेवडा माणूस त्याला अस्वस्थ करून गेला होता. एक तऱ्हेचा थकवा आला असावा, तसं त्याला वाटू लागलं होतं, आता जरा सुटल्यासारखं वाटू लागलं. दूधवाला स्टेशनावर येऊन दूध देऊन गेला होता. त्याला चहा प्यायची तल्लफ आली. तो घराकडे निघाला.

कुलूप उघडलं. मोठं घर एकदम रिकामंरिकामं वाटलं. काल संध्याकाळपर्यंत इथं किती गप्पागोष्टी चालल्या होत्या! जाताना महेशकुमार काही विसरून तर गेला नाही ना असं बघायला त्यानं घरात सगळीकडे नजर टाकली. सगळं जागच्या जागी होतं. कोट काढून खुंटीला लटकवताना शेजारच्या खुंटीवर लटकणाऱ्या पिशवीकडे लक्ष गेलं- ही तर पत्नीनं महेशकुमारला दिलेली शबनम पिशवी! पण ही पिशवी तर त्यानं त्याच्या सूटकेसमध्ये ठेवली होती, मग ती इथं कशी?

त्यानं खुंटीवरून पिशवी काढली आणि नीट पाहिली. 'हो, हीच ती!'

पिशवीच्या आत सहज डोकावून बघितलं. कागदाच्या एका लहान तुकड्याखेरीज काहीच नव्हतं. तो तुकडा फेकून द्यायला त्यानं बाहेर काढला, पण तो व्यवस्थित घडी केलेला कागद होता आणि आत दहा रुपयांची एक नवी नोट होती.

वीज चमकल्यासारखा त्याला रात्रीचा तो गाढ अंधकार आठवला. महाप्रयासानं त्यानं त्या कागदाकडे बघितलं.

कागदावर गिचमिड अक्षरात एक ओळ लिहिली होती. अनंतनं चष्म्याच्या बायफोकल भिंगानं ती ओळ वाचायचा प्रयत्न केला, पण अक्षर इतकं वाईट होतं, की त्याची दृष्टी एकदम अंधूक झाली होती, ते समजेना. कसेबसे शब्द वाचले.

दारं-खिडक्या उघड्या होत्या, हवेत गारवाही होता, तरी कपाळावरून चेहऱ्यावर घामाचे थेंब ओघळले.

त्यानं पुन्हा एकदा चिठ्ठी वाचली. ॲसिडमध्ये बुडवून मारलेल्या चाबकाच्या फटकाऱ्यांसारखे ते शब्द त्याच्या डोळ्यांवर आपटले.

'तुम्हीही? भाऊ, तुम्हीही मला लफंगा समजलात?'

■

उत्पल भायाणी :-
व्यवसायानं चार्टर्ड अकाउंटंट. अत्यंत साध्या-सोप्या शब्दांत, अगदी थोडक्यात, समाजातील आजच्या परिस्थितीचं, अर्थगर्भ वक्रोक्ती असलेलं भेदक, विनोदी चित्रण त्यांच्या 'बदल' आणि 'नारायण! नारायण!' या दोन्ही कथांमध्ये वाचायला मिळेल.

बदल

"कुठे निघालात?"

"लाच घ्यायला."

पत्नीचा प्रश्न कोणालाही ऐकू जाईल अशा आवाजात विचारलेला होता, पण रतिलालनं उत्तर मात्र त्याला स्वत:लाही ऐकू जाणं अवघड अशा तऱ्हेनं मनातल्या मनातच दिलं.

चपला शोधून घराबाहेर पाय टाके-पर्यंत पत्नीला काहीच उत्तर मिळालं नाही, तेव्हा तिनं प्रश्न बदलला.

"किती वेळात परत याल?"

"तासाभरात."

तेवढा शब्दही बोलून पुरा होण्यापूर्वीच रतिलाल व्हरांड्यात येऊन पोहोचले होते. प्रश्न विचारले जाण्याच्या विस्तारातून बाहेर पोहोचल्यामुळं त्यांच्या मनावरचा ताण कमी झाला होता.

रतिलाल स्वत: होऊन फार कमी सांगायचे किंवा विचारायचे, त्यामुळे लोक

त्यांना खूप काही सांगत असत आणि विचारत असत आणि रतिलाल अगदी शांतपणे शक्य तितकी खरी उत्तरं द्यायचा प्रयत्नही करायचे. प्रश्न सहन करायची त्यांना सवय झाली होती, त्यामुळे दुसरा कुठला प्रसंग असता, तर त्यांनी नक्कीच पत्नीसुलभ जिज्ञासेचं शांतपणे उत्तर दिलं असतं... पण आज ते जरा अवघड होतं.

अगदी पहिल्यांदाच लाच घ्यायला जात असले, तरी रतिलाल एवढं समजून होते, की 'भाजी घ्यायला जातोय' इतक्या सहजपणानं हे सांगण्याचे दिवस अजून आले नव्हते आणि अगदी उघडउघड चालू असलेलं हे काम अजून खासगी कामच समजलं जात होतं आणि म्हणूनच त्यांनी उत्तर देण्याचं टाळलं होतं.

बाहेर पडून रतिलाल दोन क्षण उभे राहिले. मंदिरात जाऊन मग पुढे जावं की नाही, ह्याबद्दल त्यांचं मन द्विधा होतं. रिवाज असा होता, की कुठल्याही विशेष कामाची सुरुवात देवाचा आशीर्वाद घेऊन करावी. हे काम अलबत विशेष तर होतंच, पहिल्यांदाच करण्यात येत होतं आणि सर्वच दृष्टींनी थोडंफार धोक्याचंही म्हणता येईल असं होतं, परंतु अशा कामासाठी मंदिरात जातात की नाही, ह्याबद्दल त्यांना काही माहिती नव्हती.

मंदिराच्या पायऱ्यांशी पोहोचेपर्यंत त्यांच्या मनाची ही द्विधा अवस्था कायम राहिली. पायऱ्यांशी बसलेल्या दोन-तीन ओळखीच्या भिकाऱ्यांना रतिलाल त्यांच्या जवळच्या सुट्या पैशांपैकी नेहमी काहीतरी देत असत. आजही देण्यासाठी त्यांनी खिशात हात घातला, पण मग वाटलं, की आज तर जास्त द्यायला हवं. चांगल्या दिवशी जास्त देण्याचा रिवाज आहे, पण ह्या दिवसाला चांगला दिवस म्हणायचं? तसं पाहिलं तर चांगल्यापैकी आर्थिक लाभ तर होणारच होता, तरीपण त्या संध्याकाळी ते ओळखीचे भिकारी खूश झाले होते, कारण प्रत्येकाला लहान नाण्यांच्या ऐवजी लहान नोट मिळाली होती.

हळूच घंटा वाजवून रतिलालनी हात जोडले आणि डोळे बंद केले.

आता पुढे? आता काय बोलायचं?

प्रार्थनेचे जेवढे श्लोक येत होते, ते जितका वेळ असेल त्या प्रमाणात थोडे, नाहीतर सगळे म्हणत असत किंवा कधी त्यांच्या स्वत:च्या आर्थिक अडचणी आणि बरोबर काम करणाऱ्या इतरांना होणारे आर्थिक लाभ ह्याविषयी विचार करायचे, तर कधी कौटुंबिक प्रश्नांबद्दल चिंतन करायचे.

'हे परमेश्वरा, मला लाच दिली जाऊ दे आणि सुरक्षित घरी पोहोचू दे' अशा स्पष्ट शब्दांत याचना तर रतिलाल मनातल्या मनातही करू शकले नाहीत. काही म्हटलं तरी अत्यंत खासगी असं हे पहिलंच कृत्य होतं, परंतु त्यांनी तुटकतुटक असं जे काही थोडंफार मनातल्या मनात स्वत:ला किंवा परमेश्वराला सांगितलं, त्यात भावना अशीच होती. तिथंही ते जास्त वेळ उभे राहू शकले नाहीत आणि

चटकन पुन्हा रस्त्यावर आले.

त्या घराच्या गेटपर्यंत रतिलाल कसे काय पोहोचले, ह्याचं रतिलालना स्वत:लाही आश्चर्य वाटलं. तो सगळा वेळ ते कुठल्या तरी कोर्टात आरोपीच्या पिंजऱ्यात उभे होते. त्यांची तर टाप नव्हती, पण त्यांच्या वतीनं कोणीतरी रतिलालचं हे कृत्यं न्याय्य आहे, अशा स्वरूपाचा बचाव जोरजोरात करत होतं. न्यायाधीशांचा निकाल जाहीर व्हायचा अजून बाकी होता, पण त्यांच्या बाजूनं केला गेलेला बचाव ऐकून रतिलालना भरवसा वाटत होता, की निकाल त्यांच्या बाजूनंच लागणार. रतिलालना वाटत होतं, की न्यायाधीश खूपसा त्यांच्यासारखाच होता.

दरवाजावरची घंटा वाजल्यावर काही वेळ दरवाजा उघडण्याचं काही चिन्हं दिसेना, तेव्हा रतिलालना वाटत असलेला भरवसा येऊ शकणाऱ्या अज्ञात संकटांच्या वादळाच्या भीतीनं थरथरायला लागला. हातसुद्धा टाळ्या वाजवण्यासाठी हलतात तसे हलायला लागले. खूप मुश्किलीनं त्यांनी स्वत:ला सांभाळून धीर दिला आणि परत वळून जाण्यासाठी पाऊल उचललं, तेवढ्यात दार उघडलं.

अर्थात समोर उभा होता तो नोकरच होता, पण रतिलालना मात्र असं वाटलं जसं काही ते त्यांच्या साहेबांसमोर उभे होते... म्हणून त्यांनी कोरड पडलेल्या तोंडातून काकुळतीचे शब्द शोधायला सुरुवात केली.

नोकरानंही रतिलालच्या साहेबांच्याच रुबाबात विचारलं, "कोणाचं काम आहे?"

"मी... मी रतिलाल."

जो प्रश्न विचारला गेला असेल, त्याचं उत्तर द्यायला हवं ह्याची रतिलालना आठवण राहिली नाही.

पण तेवढ्यात आतून आवाज आला, "कोण आहे?"

नोकरानं रतिलालकडे एक नजर टाकून आत बघत सांगितलं, "रतिलाल."

"रतिलाल? हां, हां, येऊ दे आत."

स्वत:सकट तीन तोंडांमधून वेगवेगळ्या स्वरात आणि संदर्भात ज्या तऱ्हांनी रतिलाल ह्या नावाचे उल्लेख केले गेले, त्यांचा रतिलालवर एवढा प्रचंड परिणाम झाला, की सुशोभित दिवाणखान्याच्या कोपऱ्यातल्या सोफ्यावर ते जेमतेम कडेवर टेकून बसले, तोपर्यंत रतिलालना वातावरणातून "रतिलाल, रतिलाल, काय करताय रतिलाल? कुठे गेलेत रतिलाल?" असं काहीतरी समूहगीत गायलं जात असावं, असा भास व्हायला लागला.

त्यामुळे अस्वस्थ होऊन रतिलालची दृष्टी समोर असलेल्या टेबलाच्या पारदर्शक चकचकीत काचेवर पडली आणि अतिशय परिश्रम झाल्यानं असाहाय होऊन कोणीतरी पडून राहावं, तशी त्यांची दृष्टी तिथंच पडून राहिली, पण तेवढ्यात तिथं त्या काचेवरच एक पांढरं पाकीट टपदिशी मध्ये पडलं आणि रतिलालची खिळून

राहिलेली नजर त्याच्या खाली दबली गेली. रतिलाल जणू दृष्टिहीन झाले.

"मी जरा घाईत आहे, तेव्हा काही शिष्टाचार वगैरे करायला वेळ नाही. चला, या."

तेवढे ते शब्द रतिलालना उभं करून, त्यांच्या खिशात पाकीट ठेवून, त्यांना उचलून, थेट बाहेरपर्यंत आणून सोडून परत आत निघून गेले.

रतिलालना अजूनही खरं वाटत नव्हतं, की ज्याच्यासाठी ते दोन दिवसांपासून सतत तयारी करत होते, ते काम असं डोळ्याचं पातं लवतं ना लवतं, एवढ्या वेळात, त्यांना गोंधळलेलं, अडाणीच ठेवून होऊनही जाईल. गुन्हा तर सोडाच, काहीच आपण केलं असं त्यांना वाटलं नाही. मंदिरातल्या त्या ओळखीच्या भिकाऱ्यांना रोज ते अशाच निर्लेप भावनेनं, सहजपणे, सवय होऊन गेली असावी, तसे सुट्या पैशांतून काहीतरी देत असत. जवळजवळ त्याच पद्धतीनं त्यांना पाकीट- आयुष्यातली पहिली लाच- आता वरचेवर मिळत राहणार असणाऱ्या लाचांपैकी पहिली लाच मिळाली होती.

रतिलाल रिक्षानंच घरी परत गेले. त्यांना आठवलं, की त्यांनी विनाकारण घाबरून त्या भिकाऱ्यांना बरेच पैसे दिले. जरासा पश्चात्तापही झाला. एवढं दान करण्याएवढं संकट नव्हतं. आणखी थोडा विचार केल्यावर असं वाटलं की, इथून पुढे अशा तऱ्हेच्या 'विशेष' कामासाठी मंदिरात जाण्याचीही खास जरूर नाही आणि रिक्षातून बाहेरची दृष्यं बघण्यात त्यांनी मन गुंतवलं.

■

नारायण! नारायण!

बऱ्याचजणांचं असं होतं, की तसं चांगल्या ओळखीचं माणूस बऱ्याच दिवसांनी एकाएकी समोर भेटलं, तर चेहरा ओळखीचा असतो, ती व्यक्तीही आपल्याला ओळखते, आनंदाश्चर्यानं "अरे! तुम्ही इकडे कुठे?" म्हणून गप्पा मारू लागते, मधल्या काळातली माहिती विचारत, पुरवत राहते, पण आपली गोची अशी झालेली असते की, तिचं नावच आपल्याला आठवत नाही! त्याच्या बोलण्याच्या संदर्भात मग एकदम लक्षात येतं, की अरे खरंच की! हा तर बापू दामले-नलूताईच्या नणंदेचा दीर इ. इ. पण बऱ्याचजणांचं ह्याच्या अगदी उलटही होतं- म्हणजे ह्यांना नावं सगळ्या नातेवाइकांची, मित्रांची, आठवत असतात; पण त्यातल्या अनेकांचे चेहरे नेमके कसे आहेत, ते डोळ्यांसमोर येत नाहीत! म्हणजे नलूताईच्या नणंदेचा दीर बापू दामले हे आठवत असतं, पण बापूचा

चेहरा नेमका कसा होता हे काही केल्या आठवत नाही!

रसिकभाई ह्या दुसऱ्या तऱ्हेच्या माणसांमध्ये मोडणारे, चेहरे त्यांना कसे ते आठवतच नसत! त्यामुळे ज्या दिव्य क्षणी त्यांना साक्षात्कार झाला, तेव्हासुद्धा ते ओळखू शकले नाहीत, की ज्यांनी त्यांना दर्शन दिलं होतं, ते कोणत्या रूपात आलेले परमेश्वर आहेत, भोवताली जे दिव्य तेज पसरलं होतं त्यानं रसिकभाईंचे डोळे दिपून जवळजवळ बंदच झाले होते; तेव्हा असं तेजोवलय असणारी समोरची आकृती मनुष्य तर नक्कीच नव्हती!

रसिकभाईंचा तसा तर कमीजास्त प्रमाणात का होईना, सगळ्याच देवांवर विश्वास होता, पण हे इतकं अचानक झालं होतं, की साहजिकच हा नेमका कोणता देव आहे, हे त्यांच्या लक्षात आलं नाही.

रसिकभाईंनी वंदन करून साष्टांग नमस्कार वगैरे काही करण्यापूर्वीच परमेश्वर समुद्रात उठणाऱ्या लाटांसारख्या धीरगंभीर आवाजात म्हणाले, ''वत्सा! मी तुझ्यावर प्रसन्न आहे. तुझ्या भक्तीनं आणि निष्ठेनं माझ्याकडे काही मागण्याचा अधिकार तू मिळवला आहेस आणि मी हेही जाणून आहे, की तू अलीकडे अतिशय व्याकूळ, अतिशय अस्वस्थ मनस्थितीत असतोस. आज तुझ्या ह्या स्थितीचं निराकरण करायला मी आलो आहे. अगदी नि:संकोचपणे सर्व काही सांग आणि तुला जे मागायचं असेल ते तू माग.''

नम्रपणानं रसिकभाई म्हणाले, ''प्रभू! आपण तर अंतर्यामी आहात, आपल्याला तर सगळंच माहीत...''

''तुला सांगायला मला वाईट वाटतं वत्सा, पण परिस्थिती आज अशी काही झाली आहे, की अलीकडे मला सगळंच माहीत नसतं. अर्थात मी केव्हाही काहीही माहीत करून घेऊ शकतो, परंतु तुझ्या कदाचित लक्षात आलं नसेल, की हल्लीहल्ली माझ्या भक्तांच्या संख्येत प्रचंड वाढ झाली आहे; इतकी की, प्रत्येक व्यक्तीच्या बारीकसारीक प्रश्नांमध्ये लक्ष घालणं फार अवघड होत चाललं आहे. ज्यांची अवस्था पराकोटीला पोहोचली असेल, त्यांना दर्शन देऊन, त्यांच्या अडचणी समजून घेऊन, त्या अडचणी तत्काळ दूर करण्याचं आम्ही ठरवलं आहे. तेव्हा वत्सा, तुझ्या अशा काय समस्या आहेत ज्या तुला इतका व्याकूळ आणि दु:खी करत आहेत, त्या सर्व मला सांग.''

रसिकभाईंना मनातून जरा अवघडल्यासारखं वाटलं, पण मग स्वत:च्या मृत्यूच्या शोकसभेत स्वत:च बोलत असावं, तसं वाटत त्यांनी सांगायला सुरुवात केली-

''हे त्रिकालज्ञानी, आज अडतीस वर्षांचा असलेल्या ह्या आपल्या रसिक नावाच्या अज्ञ बालकाचा मी आपल्याला परिचय करून देण्याची तर जरूरच नाही! बंद करून घेतलेल्या व्हरांड्यालाही एक खोली म्हटलं, तर तीन खोल्या आणि एक स्वयंपाकघर

असा हा आमचा फ्लॅट कर्ज काढून घेतलाय, वीस वर्षांनी त्याचे हप्ते देऊन संपतील. त्या वीस वर्षांतली आत्ता आठ वर्षं झालीयत. थोडक्यात, मी मुंबईतल्या कुठल्याही मध्यमवर्गीय माणसासारखा आहे, नाही... कुठल्याही मध्यमवर्गीय माणसासारखा म्हणणं तितकंसं खरं नाही. मी ज्याला सुखी आणि नशीबवान म्हणता येईल अशा मध्यमवर्गातला आहे, असं म्हणणं जास्त बरोबर होईल! कारण कर्ज काढून घेतलेला का होईना, मला राहायला माझा स्वत:चा फ्लॅट आहे आणि त्या फ्लॅटमधून ऑफिसला जाण्यासाठी मी पश्चिम रेल्वेच्या लोकल ट्रेनच्या फर्स्ट क्लासच्या डब्यातून तासाभरातच पोहोचू शकतो. हे मी कसं करू शकतो असा विचार माझ्या मनात खूप कमी वेळा येतो, कारण माझ्यासारखे असंख्य लोक हेच करत असतात आणि मध्य रेल्वेवर सेकंड क्लासनं दोन-अडीच तास प्रवास करायचा, त्यातच मध्ये काही भाग बसनंसुद्धा, असा प्रवास करणारे त्याहूनही जास्त आहेत.''

''तर मग? मग तुझं दु:ख...?''

''नाही तारणहार, ह्याला दु:ख म्हणता येणार नाही! हे तर मुंबईचं मध्यमवर्गीय सुख आहे. संसारातही मी सुखी आहे. हे कृपाळा, आपल्याला कदाचित माहीत नसेल, पण आपल्याच दयेनं चांगली बायको आणि दोन छान मुलं- एक मुलगा आणि एक मुलगी असं आमचं चौकोनी कुटुंब आहे.''

''कसलं कुटुंब म्हणालास?''

''चौकोनी कुटुंब दयानिधी. नवरा, बायको, एक मुलगा आणि एक मुलगी. आमचं सरकारही अशा कुटुंबाला आदर्श मानतं- अर्थात आपल्या कृपेचंच हे फळ! आणि दयासागर, माझ्या नोकरीबद्दल तर काय सांगू? जेव्हापासून एका विदेशी कंपनीबरोबर आमच्या कंपनीनं संयुक्त काम सुरू केलं आहे, तेव्हापासून आमच्या कंपनीचा विकास खूप झपाट्यानं होतो आहे. 'जितकं जास्त काम कराल, तितका जास्त दाम घ्याल.' ह्या नीतीचं आमच्याकडे ज्या तऱ्हेनं पालन होतं आहे, ते बघून देवा खरोखरीच वाटतं की, हे असंच सध्या करतो आहे तसं दिवसरात्र न बघता मी काम करत राहिलो तर कर्ज काढून घेतलेला फ्लॅट आणि लोकल गाड्यांच्या पलीकडे जाऊन, मी घरबसल्या समुद्र बघू शकेन.''

परमेश्वराच्याही लक्षात येईना की, मग दु:ख काय आहे?

जरा वैतागून ते म्हणाले, ''अरे, तुझ्या संसारात आणि कामात तुला इतका संतोष जर आहे, तर मग वत्सा, तुझ्या प्रार्थनेत इतकी व्याकूळता का?''

एवढ्यात आणखी एक विचार येऊन ते जरा चमकले आणि त्यांनी विचारलं, ''तुला काय केवळ माझं दर्शन व्हावं, एवढीच इच्छा होती?''

रसिकभाई घाबरले. देवासमोर खोटं बोलण्याची त्यांना हिंमत नव्हती.

''नाही. अगदीच तेवढंच तर नाही, पण...''

परमेश्वराला हे खरं वाटलं. कसलीच अपेक्षा न ठेवता केवळ धन्य वाटावं म्हणून कोणी इतकी भक्ती करून केवळ दर्शनाची इच्छा ठेवेल, असं सामान्यपणे होत नाही, असा त्यांचा अनुभव होता.

"तर मग काय?"

जरा वेळ थांबून थोडं अडखळत रसिकभाई सांगू लागले, "देवाधिदेवा, आपल्याला कदाचित जरा विचित्र वाटेल, पण खरं म्हणजे... खरं म्हणजे असं झालंय की, अलीकडे नोकरीवर आणि घरी, दोन्हीकडे मला चैन पडत नाही."

इतक्या वेळात प्रथमच परमेश्वराच्या भुवया वक्र झाल्या.

'बापरे! परमेश्वर रागावले आणि अदृष्य होऊन गेले तर?'

रसिकभाई घाबरले आणि मग जास्त विचार न करत बसता त्यांनी भडाभडा सांगून मन मोकळं करायला सुरुवात केली.

"हे जगन्नियंत्या, मला खूप खूप प्रगती करायचीय आणि म्हणून त्यासाठी मी जीव तोडून काम करतो. सकाळची ८-१७ची फास्ट मी क्वचितच कधी चुकलो असेन आणि संध्याकाळी साडेआठ-नऊच्या आधी घरात पाय टाकल्याचंही मला आठवत नाही! लोकलमधला वेळ सोडून हा सगळा वेळ मी कामातच अडकलेला असतो. लोकलमध्ये बसल्याबसल्याही कामाचेच विचार चालू असतात! पण हे दीनानाथ, मी घरात पाऊल टाकतो तेव्हा माझी शारीरिक आणि मानसिक दशा ऑफिसच्या कचऱ्याच्या टोपलीत टाकलेल्या कागदाच्या बोळ्यासारखी झालेली असते! मुलं, बायको आणि आमचे नातेवाईक, मित्रमंडळ ह्यांच्यासाठी मी काही उपयोगाचाच राहिलेलो नसतो. रविवारी किंवा सुट्टीच्या दिवशी घरातली खोळंबलेली कामं उरकेपर्यंत संध्याकाळ होते की, दुसऱ्या दिवशीच्या कामाचे वेध मनाला लागतात. गळून गेलेल्या मला मुलांशी खेळायला त्राण नसतं आणि देवाधिदेवा, आपल्यापासून काय लपवायचं? पत्नीच्या रजईइतकाही माझा तिला उपयोग नसतो हो! इच्छा असूनही मी पत्नीला आणि मुलांना ना वेळ देऊ शकत, ना सुख! मी तरी काय करू? जेवढी शक्ती असते ती ऑफिसला जाणं-येणं आणि ऑफिस ह्यांच्यात सगळी खर्च होऊन जाते. मीच करत असलेला हा मूक अन्याय सहन न होऊन मी ऑफिसात कामचुकारपणा करून थोडी स्फूर्ती शिल्लक ठेवायचा प्रयत्नही केला, पण देवा, तेही मला जमत नाही हो! मनातल्या मनात अपराधी वाटत राहतं आणि डोक्याला इतका त्रास होतो, की जीव खूप अस्वस्थ होतो. नाही जगन्नाथ, मला आता हे सहनच होत नाही. मला मनापासून नोकरीवरचं कामही करायचं आहे आणि माझ्या कुटुंबाबरोबर हसतखेळत मजेत जगायचंही आहे, पण मला हे जमत नाहीये. बस्स, आता ह्या अडचणीतून तुम्हीच मला बाहेर काढू शकाल!"

असं म्हणताम्हणता रसिकभाईंना रडू फुटलं आणि त्यांनी परमेश्वराच्या पायाशी

लोळण घेतली.

हे नैसर्गिक संकट तर नाही, परंतु आधुनिक आयुष्यातलं असं, शहरांमधलं संकट होतं. परमेश्वरही विचारात पडले.

"शांत हो, वत्सा," रसिकभाईंना प्रेमानं उठवून उभं करत ते म्हणाले.

रसिकभाईंनी आत्यंतिक व्यथेनं मान हलवत म्हटलं, "देवा, सोडवा आता मला ह्याच्यातून."

"अवश्य." परंतु परमेश्वराच्या आवाजातही पूर्ण आश्वासन जाणवत नव्हतं.

"परंतु वत्सा, मार्ग तर तुलाच दाखवावा लागेल, कारण ही नैसर्गिक समस्या नाही, पण तू म्हणशील, सुचवशील तशी व्यवस्था मी करून द्यायला तयार आहे."

परमेश्वरांना वाटलं होतं, की ह्या समस्येतून मार्ग त्याचा त्यालाच काढायचा आहे, हे समजल्यावर रसिकभाई निराश होतील, परंतु रसिकभाईंना परमेश्वराच्या अशा समस्येविषयीच्या अज्ञानाविषयी अंदाज असावा, कारण उपाय काय ह्याबद्दल आधीच त्यांनी विचार करून ठेवला होता. तसा उपाय करणं मात्र फक्त परमेश्वरालाच शक्य होतं, तेव्हा रसिकभाई लगेच बोलू लागले.

"हे करुणाघना, संध्याकाळपर्यंत सर्व उत्साह आणि शक्ती जर पूर्णपणे खलासच होत असतील, तर अशा परिस्थितीत मग कोणत्याही शक्तिवर्धक औषधाचा काही उपयोग होत नाही, हे मी बघितलं आहे. हे तर मला स्वीकारायलाच लागलं, की मला हे असंच जगावं लागणार आहे, म्हणजे मला एका वेळी दोन आयुष्यं जगावीच लागणार आहेत, म्हणून मला असं सुचलं की, माझ्या एकट्याच्या जागी जर दोन माणसं दोन आयुष्यं जगली, तर?"

"म्हणजे?" देवाधिदेवांना परमावधीचं आश्चर्य वाटलं.

"म्हणजे नाव, नोकरी, घर सगळं एकच, आहे तेच राहील, पण ऑफिसात काम करणारे रसिकभाई आणि घरी असतानाचे रसिकभाई असे दोन वेगळे करून द्या."

"वत्सा, हे तू काय म्हणतोयस काय? असं कसं करता येईल?" आता खुद्द परमेश्वरही जवळजवळ माणसं गोंधळतात तसे गोंधळले होते.

"हे जगन्नियंत्या, आपल्याला काय अशक्य आहे? आपण मनात आणलं तर हे सहज होऊ शकेल असंही आहे. रोज संध्याकाळी मी घरी पोहोचलो, की आंघोळ करून ताजातवाना होण्याचा व्यर्थ प्रयत्न करतो. आपण असं काहीतरी करा, की आंघोळीला जाणारा रसिकभाई एक असेल आणि आंघोळ करून बाहेर निघणारा रसिकभाई दुसरा असेल. ताजातवाना! दुसऱ्या दिवशी सकाळी दुसरा रसिकभाई आंघोळीला जाईल आणि तो पहिला ऑफिसला जाणारा रसिकभाई बाहेर निघेल; तोही ताजातवाना!"

रसिकभाई त्यांची ही त्यांना शक्य वाटणारी अफलातून कल्पना अगदी

मनापासून सांगत होते, पण परमेश्वराना तर खळखळून हसू आलं.

रसिकभाई वरमले, त्यांचं तोंड उतरलं.

"अरे वेड्या, तू आम्हाला समजतोस काय?" शेवटी हसू आवरत देवानं विचारलं.

"तर मग परमशक्ती परमेश्वरा," एकदम उतरलेल्या आवाजात रसिकभाईंनी विचारलं, "आपल्याला, खुद्द आपल्याला हे करता नाही येणार?"

"अरे बालका, माझ्या तर हे हातात नाहीच, पण मी आत्ता आलो आहे त्या रूपाऐवजी ब्रह्मदेवाच्या रूपात इथे आलो असतो, तरीही हे असं करता आलं असतं का नाही, त्याबद्दल मला शंकाच आहे. एकच मनुष्य अनेक आयुष्यं एकाच वेळी जगण्याची धडपड करू लागेल, असं आम्हाला कधी वाटलंच नव्हतं, पण मनुष्य अलीकडे तसं करू लागला आहे आणि आता वेळ आणि शक्ती पुरत नाही म्हणून अस्वस्थ होऊन एकाच आयुष्यात त्याला जितकी आयुष्यं जगायची असतात तितकी शरीरं तो मागू लागला, तर आम्ही तरी ती कशी देणार?"

काही क्षण कोणीच काहीच बोललं नाही. कारणं वेगवेगळी होती खरी, पण देव आणि भक्त, दोघांनाही तितकीच असाहाय्यता वाटत होती.

शेवटी रसिकभाई हळूच म्हणाले, "हे स्वर्गाधीशा, आपण माझ्या बोलण्याला धृष्टता समजणार नसाल, तर एक प्रश्न विचारू?"

परमेश्वरानी मूक संमती दिली.

रसिकभाईंनी भाबड्यासारखं विचारलं, "आपण तर किती सहजतेनं, अगदी लीलया, जिथं जशी जरूर असेल तसे, एकाच वेळी अनेक ठिकाणी, अनेक स्वरूपांत जाऊ शकता, राहू शकता, मग आम्हीही..."

"आता तुला करावं तरी काय? अरे मूर्खा, मी परमेश्वर आहे, मी मनुष्य थोडाच आहे?"

खरंतर परमेश्वरांना आता वैताग आला होता, जरासा रागही- पण मग रसिकभाईंची कर्तव्यनिष्ठा, कुटुंबप्रेम, बोलण्यातला भाबडेपणा आणि मुख्य म्हणजे त्यांची भक्ती आणि निष्ठा ह्या साऱ्याचा विचार करून त्यांनी रसिकभाईंना भगवान आणि मनुष्य ह्यांमधला फरक विस्तारानं समजावून सांगायला सुरुवात केली.

परंतु ते सांगत असतानाच इकडे रसिकभाईंना तर झोप लागली. दुसऱ्या दिवशी काही रविवार नव्हता, आठ-सतराची फास्ट रसिकभाईंना पकडायची असणार, तेव्हा त्यांना जास्त जागरण न होणं हेच बरं होतं, असा विचार करून रसिकभाईंचं घोरणं ऐकू आल्याबरोबर परमेश्वर बोलायचे थांबले, त्यांनी रसिकभाईंना उठवलं नाही. समजूतदार दयानिधींना अंतर्धान पावणंच योग्य वाटलं.

■

भगवतीकुमार शर्मा :-
अनेक कादंबऱ्या, कथा, काव्यरचना, ललित लेख लिहिणारे लोकप्रिय लेखक. सुखवस्तू, उच्च मध्यमवर्गीय घरातील मुलगी प्रियकराबरोबर पळून जाऊन लग्न करते, त्यानंतर होणाऱ्या वेगवेगळ्या संबंधित माणसांच्या वेगवेगळ्या प्रतिक्रिया त्यांच्या वागण्यातून, बोलण्यातून व्यक्त होतात. पतिपत्नींमध्ये खरा 'संवाद'नाही, मानसिक जवळीक नाही, हे मुद्दाम वर्णन न करताही समजतं. शेवटी भेटायला येणाऱ्या सुनंदाचं एकच वाक्य इतकं अर्थपूर्ण आहे, की कथेच्या शीर्षकाचा अर्थ काय, इथपासून सगळं काही लक्षात येतं!

घटनेनंतरची घटना

कितीतरी तास झाले असतील, घरात कमालीचं स्तब्ध वातावरण होतं. दगडातून कोरून काढलेल्या मूर्तीसारखे केतनभाई आणि चारूबहेन केव्हाचे सोफ्यावर बसून होते. मधूनच केव्हातरी एखादा शब्द सोडला तर दोघांमध्ये काहीही संभाषण नव्हतं. मधूनच चारूबहेनचा एखादा हुंदका घरातली शांतता खळबळून टाकून विरून जायचा. मधूनच केव्हातरी केतनभाई जड झालेल्या डोळ्यांनी बायकोकडे बघायचे, पण पत्नीचं सांत्वन करण्याची हिंमत त्यांना होत नव्हती. ह्या क्षणी सांत्वनाची गरज केतनभाईंना स्वत:लाच होती आणि पत्नीकडून ते मिळणार नाही, ह्याची त्यांना खात्री होती. चारूबहेनचं निदान एवढं बरं होतं की, दबलेल्या हुंदक्यांनी का होईना, त्या रडून घेत होत्या. पण केतनभाईंना तर... ते फक्त थोड्याथोड्या वेळानं ओठ घट्ट दाबून धरायचे.

घरात पसरलेल्या त्या शून्यतेनं केतनभाई आता पुरते गुदमरून गेले होते. त्यांना वाटत होतं, काहीतरी होऊन आता ही स्तब्धता मोडली तर बरं होईल.

कितीतरी तास झाले होते फोन वाजला नव्हता. रोज तर आत्तापर्यंत कितींदा तरी तो वाजायचा. दारावरची घंटाही वाजली नव्हती.

'येणारच कोण? टी.व्ही. तरी आपोआप थोडाच चालू होतो?'

अगदीच काही नाही, तर चारूबहेन बरेचदा करायच्या तसं त्यांच्याशी भांडण जरी सुरू केलं असतं तरी त्यांना बरं वाटलं असतं- 'तुम्हीच लिपीला डोक्यावर चढवून ठेवलीत, भोगा आता आपल्या कर्माची फळं! आपल्याच मुलीनं काळं फासलं आपल्या तोंडाला! कुटुंबाच्या अब्रूच्या चिंध्या केल्यान् तिनं! धाकट्या शिल्पाचं कसं लग्न होणार आता? तुमचीच करणी ही सगळी!'

चारूबहेन असंही काही म्हणतही नव्हत्या. अश्रू आणि हुंदके ह्यांमध्येच बुडून गेल्या होत्या त्या.

'घरकामाला येणारी बाईपण दिसली नव्हती का येऊन गेली होती आणि त्यांच्या लक्षातही आलं नव्हतं? कोण आलं होतं शेवटी घरात? ते विसरणं कसं शक्य होतं? रजिस्टर्ड पत्र घेऊन आलेला पोस्टमन, त्यानं सही करायला दिलेला तो कागद, सगळंसगळं आठवत होतं आणि मग जणू भूकंप झाला होता!'

पत्र लिपीचं होतं आणि तेही रजिस्टर्ड!

''प्रिय पप्पा, लाडकी मम्मी, छोटुली लाडकी शिल्पा,

तुम्हाला हे पत्र मिळेल तेव्हा मी आणि जुगल तुमच्यापासून दूर निघून गेलेले असू. आमचा शोध करू नका. आम्ही सिव्हिल मॅरेज करून टाकलं आहे, त्याच्या सर्टिफिकेटची झेरॉक्स सोबत पाठवत आहे.''

पत्र वाचताच केतनभाईंना प्रचंड मानसिक धक्का बसला होता, काहीही न बोलता त्यांनी पत्र चारूबहेनच्या हातात दिलं होतं. ते वाचल्याबरोबर हुंदके देत त्या हेलपाटत सोफ्यावर आडव्या पडल्या होत्या. ज्या गोष्टीची कित्येक दिवसांपासून जराजरा शंका होती, ते प्रत्यक्ष घडून समोर उभं ठाकलं होतं. सोसायटीत कुजबुज चालायची. चारूबहेन आणि केतनभाईंच्या कानांवरही ती आली होती.

लिपीचं वागणं अलीकडे बदललं होतं. तिच्या घरी येण्याजाण्याचीही काही निश्चित वेळ राहिली नव्हती. चारूबहेननी शेवटी एकदा तिची चांगलीच कानउघडणी केली होती, तर केतनभाईंनी समजावायचा प्रयत्न केला होता.

''बेटा, तुझा कोणावर जीव जडला असेल, तर आम्हाला मोकळेपणानं सांग. आम्हीच पुढाकार घेऊन तुझ्या मनाप्रमाणे करू.''

पण लिपीनं जुगलचं नाव घेताक्षणी चारूबहेननी तिच्या कानफटात ठेवून दिली आणि केतनभाईंनी नकारार्थी मान हलवली. त्यानंतरचे महिने समजावून

बघणं, धाकधमक्या देणं, त्रागा करणं इत्यादी गोष्टींमध्ये गेले आणि शेवटी गेल्या काही दिवसांपासून लिपीचं वागणं खूप सुधारलं होतं, म्हणून तर काल तिला कॉलेजच्या टूरला जाण्याची त्यांनी परवानगी दिली होती, पण त्यांना कुठे ठाऊक होतं, की...

रजिस्टर्ड पत्रानं त्यांचा भ्रमनिरास झाला होता आणि मग नि:स्तब्धतेशिवाय काहीच राहिलं नव्हतं.

एकदाचा फोन वाजला खरा.

'लिपीचा असेल?'

केतनभाई आणि चारूबहेन दोघांच्याही मनात एकदमच आलं.

'तिचा असला तर 'घरी परत ये.' असं कळवळून तिला सांगेन,' केतनभाईंना वाटलं.

'लिपीचा असला, तर बोलायचंच नाही.' चारूबहेननी ठरवलं.

फोन महेन्द्रभाईंचा होता. केतनभाईंना बरं वाटलं.

'किती तास झाले होते, घशाला जणू कोरड पडली होती आणि हातात गार पाण्याचा पेला मिळाला होता!'

फोनवर महेन्द्रभाईंचा शांत, गंभीर, कापरा आवाज ऐकू आला, "केतन, लिपीबद्दल ऐकलं ते खरं आहे?"

'म्हणजे बातमी पसरत चालली म्हणायची?'

केतनभाईंच्या घशाला पुन्हा शोष पडायला लागला.

"माझी तुम्हाला दोघांना कोणत्याही रीतीनं मदत होण्यासारखी असेल... तू म्हणत असलास तर मी आणि शैला दोघंही प्रत्यक्ष भेटायलाच येतो."

महेन्द्रभाई आणि शैलाबहेन प्रत्यक्ष भेटायलाच आले. शैलाबहेन चारूबहेनना आतल्या खोलीत घेऊन गेल्या. महेन्द्रभाई आणि केतनभाई ड्रॉइंगरूममध्ये एकाच सोफ्यावर जवळजवळ बसले. बरंच बोलणं झालं, अगदी हळू आवाजात.

शैलाबहेननी स्वत:च चहा करून सर्वांना दिला; चारूबहेननी दोन घोट पिऊन कप टीपॉयवर ठेवून दिला.

ते बघून महेन्द्रभाई म्हणाले, "हे बघ चारू, हे असं तर आता घरोघर होतंय. वातावरणच बदललंय सगळं. होईल सगळं ठीक."

चारूबहेन उलट आणखीच रडायला लागल्या. खोलीत पुन्हा नि:शब्द शांतता पसरली, त्यामुळे केतनभाई आणखी अस्वस्थ झाले.

वातावरण जरा निवळावं म्हणून थोड्या वेळानं, ते म्हणाले, "आमचं तिला वाढवण्यात, संस्कार करण्यात काय चुकलं, आमचं प्रेम कुठे, कसं कमी पडलं म्हणून लिपीनं हा मार्ग स्वीकारला...! तिच्यासारखी सुशिक्षित मुलगी जुगलसारख्या

मुलाबरोबर... आय जस्ट काण्ट इमॅजिन...''

कोणी काही बोललं नाही. महेन्द्रभाई आणि शैलाबहेन गेल्यावर घरात पुन्हा पहिल्यासारखी शांतता पसरली.

शांतिकाकांनी तर फोनवरच केतनभाईंना फैलावर घेतलं, ''ही तुम्ही सुधारक माणसं! पोरगी घरातून बाहेर जाण्याची हिंमतच कशी करते? मी असतो तर तंगड्याच तोडल्या असत्या! आता झाकणात पाणी घेऊन तू न् चारू जीव द्या त्यात! बऽरं, पोलिसात कळवलं, का मर्तिक असल्यासारखे दोघं घरातच बसून राहिलायत? गुंड लावायचे असले मागे, तर कळव बरं का! हा तुझा शांतिकाका आहे अजून वाघासारखा...''

केतनभाई जास्त ऐकत राहू शकले नाहीत. नकळतच त्यांनी रिसीव्हर परत ठेवून दिला.

''कोण होतं?'' चारूबहेननी विचारलं.

''शांतिकाका,'' केतनभाईंनी एका शब्दात उत्तर दिलं.

चारूबहेनना जास्त प्रश्न विचारायची जरूरही वाटली नाही.

केतनभाई स्वगत बोलत असावेत, तसे म्हणाले, ''लोकांना तरी कोण जाणे कुठून कळतं ते!''

आपल्या प्रश्नाचं उत्तर आपणच विचार करून पुरतं मिळवायच्या आतच दारावरची घंटा वाजली. चारूबहेननी दार उघडलं तर समोर रेवाकाकी उभ्या होत्या. त्यांना आत घेतलं आणि दार बंद केलं तसं लगेच रेवाकाकींनी शिव्याशाप द्यायला सुरुवात केली.

''माझ्या कुसुमच्या रूपाचं असंच लफडं होतं. त्यातल्यात्यात एवढं बरं झालं की, रूपाचा पाय वाकडा पडला नव्हता, नाहीतर सगळ्यांना विष खायचीच वेळ आली असती! तुमच्या लिपीचं तर काय झालं असेल ते देवाला ठाऊक, नाहीतर अशी रात्री पळून नसती गेली! आजकालच्या मुलींचा तर काय नेम! बाहेर दाखवतात त्याच्यापेक्षा कितीतरी कायकाय मनात असतं त्यांच्या! देवाची इच्छा असेल तसं होणार, दुसरं काय? आता तिचं नावच टाका तुम्ही! नाहीतरी उष्ट्या अन्नाला हात लावणारा कोण मिळेल?''

कायकाय बोलून एकावर एक पेटत्या निखाऱ्यानं द्यावेत तसे डाग देत होत्या रेवाकाकी! केतनभाईंना तर त्यांच्या दोन मुस्काडात माराव्यातसं वाटत होतं, पण कसाबसा मनावर ताबा ठेवला.

रेवाकाकी गेल्यानंतर चारूबहेननी केतनभाईंकडे ज्या नजरेनं बघितलं ती नजर आरपार छिद्र पाडणाऱ्या टोकदार शस्त्रासारखी होती.

आशिष आला, त्याचं केतनभाईंना बरं वाटलं आणि चारूबहेन तो आला, हे

आवडलं नसल्याचं उघड दाखवत तोंड वाकडं करून आतल्या खोलीत निघून गेल्या.

आशिष केतनभाईंच्या जवळ न जाता भिंतीकडे वळला, तिथं लिपीचा मोठा फोटो होता. फोटोवर नजर खिळवून बघत तो खूप वेळ उभा राहिला..., मग हळूच येऊन केतनभाईंच्या जवळ सोफ्यावर बसला. एकमेकांच्या डोळ्यांनीच एकमेकांना काय सांगायचं होतं ते बोलून घेतलं.

मग खूप आपलेपणानं आशिष कसंबसं म्हणाला, ''अंकल...! आय ॲम सॉरी...''

केतनभाईंनी प्रेमानं त्याचा हात हातात घेतला. आशिषची नजर खाली वळली. कितीतरी वेळ केतनभाई त्याच्याकडे पाहात राहिले. देखणा, वेलबिहेव्ड, वेलएज्युकेटेड, डोळ्यांत आणि मनात भरावा असा...

केतनभाईंनी ओझरती नजर लिपीच्या फोटोकडे टाकली आणि आशिषच्या हातांवरची त्यांची पकड आणखी घट्ट झाली. त्यांनी टाकलेला सुस्कारा सहन झाला नसावा, तसा आशिष उठला आणि पुन्हा लिपीच्या फोटोजवळ गेला. थोडे क्षण थांबला आणि ''अंकल, येतो मी'' म्हणून झटकन बाहेर पडला.

केतनभाई त्याच्या मागेमागे व्हरांड्यात गेले आणि त्यानं स्कूटर चालू केली तोपर्यंत तिथंच उभे राहिले.

करिष्मा, दीपल आणि तन्वी बरोबरच आल्या. आधुनिक फॅशनचे कपडे, हेअरस्टाईल्स आणि परफ्यूम्सचे दरवळणारे वास.

केतनभाईंना एकदम वाटलं- 'ह्या तिघींबरोबर माझी लिपीपण नाही ना आलेली?' नव्हती. जुनी भिंत खचावी तसं त्यांचं मन खचलं, पण तरीही कुठून तरी मूठभर हिंमत गोळा करून त्या तिघींमध्ये ते लिपीला शोधू लागले. ड्रेसच्या कापडाचं तसंच डिझाईन, लिपस्टिकची तशीच शेड, पर्सचा आकार, तशाच तऱ्हेचा हेअरकट, चंचल नजर, सगळ्यांमध्ये लिपी कुठे ना कुठे होती आणि तरी लिपी कुठेच नव्हती.

पावसाळ्यातल्या संध्याकाळच्या आभाळासारखं केतनभाईंचं दुःख आणखी दाटून आलं, पण चारूबहेन तर लिपीच्या त्या मैत्रिणींवर मुसळधार पावसासारख्या कोसळल्या, ''सांगा! कुठे आहे माझी भलत्या रस्त्याला गेलेली पोरगी? तुम्हाला तिघींना तर माहीतच असणार! तुमचा चौघींचा तर कंपू होता! आता काय उत्तरक्रियेला आलायत सगळ्या? थूः तुमच्या मैत्रीवर! तुम्हीच माझ्या पोरीचा बळी जाऊ दिलात! तुम्ही तिघी बाजूला राहिलात आणि माझ्या पिल्लाला...''

बोलताबोलता चारूबहेनचा गळा दाटून आला आणि त्यांनी धडाधडा कपाळावर हात मारले.

त्यांच्या चारी बाजूंनी ''नाही आँटी!'', ''मी खरंच सांगतेय आँटी!'', ''तुमची

शप्पथ आँटी'' असे कायकाय शब्द बुडबुड्यांसारखे आले न् खाली बसले.

खोलीत पुन्हा गाढ शांतता पसरली. पाच माणसं खोलीत असूनही असलेली ती नि:शब्दता भयंकर होती. तिघी मुली तिथून केव्हा निघून गेल्या, ते ना चारूबहेनच्या लक्षात आलं ना केतनभाईंच्या.

प्रो. अध्वर्यु आले, लिपी त्यांची आवडती विद्यार्थिनी होती.

प्रोफेसर म्हणाले, ''माझ्या कधी स्वप्नातही आलं नसतं की, लिपी असं करेल. करिश्मानं केलं असतं तर नवल नसतं वाटलं. इट्स जस्ट अनबिलिव्हेबल. मला तर हा सायकॉलॉजिकल प्रॉब्लेम वाटतोय. होतं काय, की पेरण्ट्स चिल्ड्रेनना सफिशिअण्ट लव्ह, अ‍ॅफेक्शन, केअर आणि वॉर्म्थ देऊ शकत नाहीत. परिणाम असा होतो की, टीनएजर्स आणि यूथ- पर्टिक्युलरली गर्ल्स हे सगळं दुसरीकडे...''

फोनवर बोलून समाधान झालं नसावं, तसे शांतिकाका मार्केटमधून भरधाव मोटर चालवत येऊन पोहोचले; पण आले तेव्हा खूप बदललेले वाटत होते.

''आपल्या कुटुंबात असं घडलं आणि तेही तुझ्यासारख्या भल्या माणसाच्या घरात! देवाच्या दरबारात न्याय नाही राहिला! आता युक्तीनं काम केलं पाहिजे. हे बघ, मी दोन लाख कॅश घेऊन आलोय. त्या पोराच्या बापाचा हात ओला करायला काही तरी. काहीही करून आपली मुलगी त्यांच्या तावडीतून सुटली म्हणजे झालं.'' असं म्हणतच काकांनी त्यांच्या ब्रीफकेसमधून नोटांच्या थप्प्या काढायला सुरुवात केली.

केतनभाई अतिशय गोंधळून, अवघडून गेले, 'कुठले काका खरे होते? हे? का फोनवरचे? का दोन्ही?'

नमत्या दुपारी गावाकडून जगू आणि सलीम शेतावरून सरळच आले असावेत, तसे खूप मळलेले, घाम पुसत, मोटरसायकल हाणत येऊन पोहोचले. म्हणजे बातमी गावापर्यंतही पोहोचली होती?

चारूबहेन आणि केतनभाईंच्या मनात एकाच वेळी हा विचार आला. जगू आणि सलीमनी उसंतही न घेता बोलायला सुरुवात केली, ''केतू, आमच्या कानावर गोस्ट आली ती खरी हाये? ह्ये काय हून बसलं? तुमी दोगं काय झोपा काडत व्हता? त्या वीतभर पोरीनं तुमचं नाक कापलं!''

''लेकिन केतू, तुम अब फिकर मत करो. सब जिम्मा हमारे पर. तुम एक बार उस सूवरके बच्चेका नाम-पता और हो सके तो फोटू हमे दे दो. हम उसकी बोटी-बोटी...''

केतनभाईंचा थरकाप झाला.

''आणि पोरीची तू चिंत्या करू नको. आमी तिला अमेरिका, कॅनडा, कुटंबी पाठवून देऊ.''

आता चारूबहेनचा थरकाप झाला.

"केतू, तूने अभी तक पुलीसको तो..."

"अरं केतिया, पोलिसात तर माझा साडू तुमच्या ह्या शहरातच सबइन्स्पेक्टर हाये. चल आत्ताच..."

केतनभाईंनी दोघांना कसंबसं शांत केलं.

सलीम भरून आलेल्या डोळ्यांनी म्हणाला, "तुम्हारी बेटी मेरी भी बेटी है दोस्त!"

जगू म्हणाला, "सकाळीसकाळी ह्ये ऐकलं आणि जीव असा तडफडला की एकबी विडी ओढावीशी पन न्हाई वाटली!"

चारूबहेन चहा घेऊन आल्या. थोड्या वेळानं दोघंही जशी आली होती, तशी वावटळीसारखी मोटरसायकलचा धाडधाड आवाज करत मागे वळून बघतबघत परत गेले आणि घरात पुन्हा सामसूम झाली.

"आता कोणी नाही आलं तर बरं." असं पुटपुटत केतनभाई सोफ्यावर जरा आडवे झाले, तेवढ्यात दारावरची घंटा वाजली.

डोकं भणभणायला लागलं, 'नाही उघडायचं आता दार.' असा मनाशी जवळजवळ निश्चय करत होते. घंटा मग दुसऱ्यांदा, तिसऱ्यांदा वाजली, पाठोपाठ एक गोड आवाजातली हाक, "मम्मी, पप्पा, दार उघडा ना!"

केतनभाई ताडदिशी उठून दाराकडे धावले, चारूबहेन स्वयंपाकघरातून लगबगीनं बाहेरच्या खोलीत आल्या. "लिपी परत आली," असं म्हणत केतनभाई दार उघडायला गेले.

"नाही, शिल्पा आलेली दिसतेय." चारूबहेन म्हणाल्या.

दरवाजा उघडला. पर्स आणि पुस्तकं हातात घेऊन शिल्पा समोर उभी होती. चारूबहेननंही मुकाट्यानं तिला आत घेतली, पण केतनभाई एकदम भडकून म्हणाले, "शिल्पुडे, का एवढा उशीर केलास? उद्यापासून तुझं कॉलेज बंद! घराच्या बाहेर पडलीस तर तंगड्या तोडून टाकेन!"

शिल्पा स्तंभित झाली. मम्मीला चिकटत रडक्या आवाजात म्हणाली, "बघ ना मम्मी! लिपीताईवरचा राग माझ्यावर काढतायत! मी तर माझ्या रोजच्या वेळेलाच आलेय!"

पुस्तकं आणि पर्स तिथंच फेकून देऊन ती तिच्या खोलीकडे पळत गेली. धापा टाकत केतनभाई सोफ्यावर मटदिशी बसले.

शिल्पाच्या खोलीकडे जाताजाता चारूबहेन म्हणाल्या, "आता ही एक आहे तिच्याशी तरी सांभाळून वागावं."

केतनभाई गप्पच राहिले.

फोन येत राहिले. बोलणं भागच होतं तेवढं बोलणं होत राहिलं. लोक भेटायला येत राहिले. शेजारचे पराशरभाई आले. दहा मिनिटं बसले. एक शब्दही बोलले नाहीत. मुकाट्यानंच केतनभाई, चारूबहेन आणि भिंतीवरचा लिपीचा फोटो ह्यांच्याकडे आळीपाळीनं बघत राहिले. मग हात जोडून नमस्कार करून परत गेले.

केतनभाईंना वाटलं, 'लिपीचा फोटो भिंतीवरून काढून बेडरूममधे ठेवून दिला पाहिजे किंवा इथं टीपॉयवर ठेवून शेजारी उदबत्ती...' केतनभाई डोकं हलवत डोक्यातले विचार झटकून टाकायचा प्रयत्न करत राहिले.

संध्याकाळच्या धूसर सावल्या लांब झाल्या. वातावरणातला उदासीनतेचा भार वाढला. बैठकीच्या खोलीत अंधार पडायला लागला होता, पण केतनभाईंना लाइट लावायचं सुचलं नव्हतं.

बाहेरच्या आणि मनातल्या अंधकाराच्या मध्ये जणू ते चेंगरले जात होते. एकाएकी स्विच ऑन झाला. बघितलं तर चारूबहेन, त्यांच्या मागे शिल्पा.

'दोघी कुठं बाहेर चालल्या होत्या की काय?' केतनभाईंच्या चेहऱ्यावर प्रश्नचिन्ह उमटलं.

चारूबहेननी एका शब्दात उत्तर दिलं, "मंदिर."

केतनभाई मुकाट्यानं मायलेकींच्या मागेमागे व्हरांड्यात आले, तिथेच उभे राहिले.

पत्नीच्या हळूहळू अंधूक होत जाणाऱ्या आकृतीकडे ते शून्य नजरेनं बघत राहिले. अकाळी येणाऱ्या पावसासारखा त्यांच्या मनात विचार आला, 'ही स्त्री- तिनं त्यांना आणि त्यांनी तिला काय दिलं होतं' दोन मुलींशिवाय?

मुसळधार पाऊस पडणार असावा, तसे विचार दाटून आले. त्यांना थांबवणं भागच होतं, नाहीतर जितकं टिकून राहता आलं होतं तितकंही टिकून राहणं अवघड झालं असतं. हळूहळू व्हरांड्याच्या पायऱ्या उतरून ते कम्पाउण्डमधल्या छोट्या बागेत आले आणि झोपाळ्याकडे जाऊ लागले. पायवाटेच्या दोन्ही बाजूंना फुलझाडं आणि अगदी मागे वृक्ष होते.

गुलाब, मोगरा, चाफा, जास्वंद. केतनभाई हलकेच हात लावत पुढे जात होते. ह्याच्यातली कितीतरी फुलझाडं तर लिपीनं स्वत: लक्ष घालून वाढवली होती.

केतनभाईंच्या ओठांवर ओझरतं स्मित आलं आणि लगेच ओसरलं. ते झोपाळ्यावर बसले. वारा पार पडला होता. मोठ्या झाडांवर एकही पान उरलं नव्हतं की काय? सारं जणू स्थगित, सुनसान.

थोड्या वेळानं बाहेर रस्त्यावर रिक्षा थांबली. मग गेटचा आवाज आला.

केतनभाईंची तंद्री मोडली, "मला ओळखलं नाहीत? मी सुनंदा."

एक स्त्री त्यांच्यासमोर उभी होती. केतनभाई झोपाळ्यावरून एकदम उभे

राहिले. जवळ पडलेल्या गार्डन चेअर्सपैकी एक ओढून घेऊन त्यावर बसताबसता सुनंदा म्हणाली, "तुमच्या मुलीबद्दल समजलं म्हणून मी इथं..."

"तुला... तुम्हालाही समजलं?" केतनभाईंच्या आवाजात कंप होता.

"नाही समजणार? राहतोय तर एकाच शहरात ना?"

"चल... चला, घरात बसूया."

"इथं ठीक आहे."

"व्हरांड्यातला लाईट लावतो."

"काय जरूर आहे? मी निघतेच आहे. रिक्षा थांबवून ठेवलीय!"

"किती काळ लोटल्यानंतर तुमचं असं येणं न् जाणं स्वप्नातल्यासारखं..."

"हीच वास्तव परिस्थिती आहे केतन! शांत रहा, राहिला आहात तसे. मुलींचं हे असंच. एखादी हिंमत करते, एखादीला नाही करता येत."

"हं..."

गेटचा परत आवाज आला. रिक्षाचा आवाज दूर गेला. फुलझाडावरची एक सुकलेली कळी गळून पडली.

■

धीरेन्द्र मेहता :-
सौराष्ट्रस्थित, पेशानं प्राध्यापक व कथालेखक. 'निवडण' ह्या कथेत अजूनही कित्येक घरांतून होणाऱ्या सुशिक्षित, तरुण विवाहित तरुणींच्या होणाऱ्या मानसिक कुचंबणेचं सुरेख, संयमित चित्रण आहे.

निवडण

गुजरातमध्ये सीझनला येणाऱ्या नव्या धान्याचा वर्षभराचा साठा निवडून, भरून ठेवण्याची प्रथा आहे. बऱ्याच ठिकाणी शेजारपाजारच्या बायका एकमेकींकडे जमून ही कामे उरकतात. या पार्श्वभूमीवर आजही सुशिक्षित विवाहित स्त्रियांची होणारी कुचंबणा, कोंडमारा या सामाजिक परिस्थितीचे व समाजमानसाचे प्रतीकात्मक म्हणता येईल असे चित्रण या कथेत आहे.

सीझनचे नवे गहू आले होते आणि बायका आता त्या कामात गढल्या होत्या. वेगवेगळ्या जाती, वेगवेगळे भाव, फरक खूप होते, पण तरी स्वत:ला आणि इतर बायकांनाही एकूण चांगलेच गहू मिळाले होते, याबद्दल सगळ्यांचं एकमत होतं.

गहू निवडायचं काम एकटीनं करणं कंटाळवाणं आणि दमवून टाकणारं, म्हणून

तिघी शेजारणींनी मिळून एकमेकींचे गहू निवडून टाकायचे ठरवलं होतं. खिडक्या-गॅलऱ्यातनं एकमेकींशी चर्चा करून आज पहिल्यांदा लीलाबहेनच्या घरी काम सुरू करायचं ठरलं होतं.

गावातल्या जुन्या भागातल्या गल्लीबोळांमधल्या जुन्या घरांमधून, गावाबाहेरच्या सोसायटीत आधुनिक फ्लॅट्समध्ये राहायला येऊनही त्यांच्या वागणुकीत, आचार-विचारात काहीच फरक पडला नव्हता. आज आता लीलाबहेनच्या व्हरांड्यात तिघीजणी गव्हाचं पोतं, गहू भरायचे डबे आणि निवडायला थाळ्या घेऊन बसल्या होत्या. बाहेर ऊन रणरणत होतं.

एक थाळी निवडून झाली, तशी जयश्रीबेननी ती डब्यात ओतली आणि पोत्यातून पुन्हा थाळी भरून घेताघेता त्या म्हणाल्या, "तुमच्या गव्हात जव कमी आहे ते बरंय. गेल्या वर्षी आमच्या गव्हात फार मिसळ होती जवाची."

"जवाचे दाणे राहिले गव्हात तर गहू खराब व्हायची भीती, नाही का?" नाकावर उतरलेला चष्मा पालथ्या पंजानं वर सरकवत लीलाबहेन म्हणाल्या. नंतर तोंड वाकडं करत दीर्घ श्वास घेत त्या म्हणाल्या, "जवाचं न् गव्हाचं एकमेकांशी जमणारच नाही ना!"

जयश्रीबेननी मांडीवरची सरकलेली थाळी सरळ केली.

एक मंदा तेवढी शांत होती. थाळीतल्या गव्हाच्या प्रत्येक दाण्यावरून फिरणारी तिची बोटं हे ऐकल्यावर क्षणभर थबकली होती. मग गव्हाच्या दोन दाण्यांमधनं तिनं जवाचा एक दाणा उचलून काढला आणि पुन्हा तिची बोटं अन् दृष्टी टपोऱ्या भरलेल्या गव्हाच्या दाण्यांवरून फिरू लागली. तिच्या बोटांनी एकमेकांवर आपटणारे गव्हाचे दाणे गोलगोल फिरत थाळीतल्या एका बाजूच्या ढिगातून दुसऱ्या बाजूच्या ढिगात जाऊन पडायचे. दोन ढिगांमध्ये थाळीत पडलेले दाणे इकडे जायचे नाहीतर तिकडे. मंदा टक लावून त्या दाण्यांकडे बघत होती.

दाण्याचा रंग, त्याच्यावरची उभी रेघ, त्याचं टोक, त्याची चमक जणू हे बघायलाच तिथं बसली असावी, इतक्या तन्मयतेनं ती त्या दाण्यांकडे बघत होती. शेजारी बसलेल्या लीलाबेन आणि जयश्रीबेन कोणाबद्दल तरी चर्चा करण्यात गर्क होत्या.

"खरंच वाटणार नाही, अशीच गोष्ट आहे, नाही?"

"होय ना आत्ता आत्ता कुठे नव्या फ्लॅटमध्ये राहायला आले होते..."

"मला हे नाही कळत की, तिला कुठल्या बाबतीत काय कमी होतं, ते हे असं..."

"तर काय! छान घर, सगळ्या तऱ्हेचं सामानसुमान घरात, पैशाला कमी नाही, मग..."

"आणि तिच्या नवऱ्याचा स्वभावसुद्धा..."

"अहो, त्याच्याइतका सरळ माणूस विरळा! कश्शाची कटकट म्हणून नाही. आपण बरं न् आपलं काम बरं!"

"मी तर त्यांना...."

थाळीतले गहू निवडून झाले म्हणून लीलाबेनचं वाक्यही अर्धंच राहिलं. थाळी जरा हलवून त्यांनी सगळे गहू थाळीभर सारखे पसरले.

"जव जरा जास्त आहे हे खरं, पण गव्हाची जात चांगली आहे."

जयश्रीबेननी मांडीवरची थाळी उचलून मांडी बदलली, खांद्यावरचा पदर सारखा केला, थाळी जरा हलवून गहू खालचे वर केले. सबंध थाळीवर एक नजर परत टाकल्यावर दिसलेला एक जवाचा दाणा काढला आणि मग थाळी जवळच्या डब्यात रिकामी केली. लीलाबेहेनने हात लांब करून दिलेली त्यांची थाळीही त्यांनी डब्यात रिकामी केली.

"मंदाबेन, सकाळी कोणीसं आलं तुमच्या घरी, ना?"

पोत्यातून गहू काढून लीलाबेनना थाळी देतादेता जयश्रीबेननी विचारलं. मग त्यांनी स्वत:ची थाळीही भरून घेतली आणि पुन्हा मांडी ठोकून थाळी मांडीवर घेऊन बसल्या. मग हलक्या हातांनी गव्हाचा ढीग खाली दाबून एका बाजूला ढकलला आणि त्यांची बोटं एकेक दाणा दुसऱ्या बाजूला सरकवू लागली.

एवढ्या वेळात त्यांच्या प्रश्नाला मंदानं काहीच उत्तर दिलं नव्हतं.

त्यांनी परत विचारलं, "पाहुणे होते?"

गव्हात सापडलेला एक खडा मंदानं चिमटीत घट्ट पकडून ठेवला होता. इतका वेळ जणू ती त्यालाच शोधत होती! अगदी काळजीपूर्वक मग तिनं तो खाली टाकला. खाली पडताना झालेला त्याचा आवाजही तिच्या तीक्ष्ण कानांनी टिपला आणि खाली पडल्यावर उडून तो दुसरीकडे जाऊन पडलेलाही बघितला. गव्हामध्ये फिरणाऱ्या तिच्या बोटांमध्ये जरा जास्त स्फूर्ती आली.

उत्तरच मिळालं नाही म्हणून जयश्रीबेननी वर बघितलं. मंदाची नाही, पण लीलाबेनची न् त्यांची नजरानजर झाली. दोघींचे ओठ किंचित वाकडे होऊन मुडपले अन् डोळ्यांतून अर्थपूर्ण भाव व्यक्त झाला!

मंदाच्या थाळीतले गहू निवडून झाले होते. तिचा चेहरा स्वस्थ होता.

लीलाबेननी तिच्याकडे बघितलं. त्यांच्या चेहऱ्यावर सहानुभूती होती. त्यांच्या हेही लक्षात आलं की, मंदाचा चेहरा उदास दिसत होता.

"आमच्याकडे पाहुणे असणं नवलाईचं थोडंच आहे?" मंदानं शेवटी उत्तर दिलं, पण जयश्रीबेननी तिच्याकडे बघितलं नाही.

लीलाबेन मात्र म्हणाल्या, "हो ना! कुटुंब मोठं, त्यामुळे नातेवाईक पुष्कळ

आणि जबाबदारीने करणारे तुम्हीच दोघं!''

मंदाचं मन गव्हाच्या दाण्यांशी खेळण्यात रमलं होतं, त्यात लीलाबेनचे शब्द साकृत झाल्यासारखे तिला भासले, 'दोघं!' पण मग गव्हाच्या ढिगात तो आकृतींचा झालेला भास हरवून गेला होता. तिची बोटं दाणा न् दाणा फिरवून बघत होती.

तेवढ्यात लीलाबेनचं पुढचं वाक्य तिलाच उद्देशून होतं असं तिच्या लक्षात आलं, ''सासूनं सुनेची एवढी तोंडभरून वाखाणणी केलेली नव्हती ऐकली हो कधी! म्हणत होत्या की, इतकी नम्र आहे, कोणाला वाटणारच नाही इतकी शिकलेली आहे असं! पाच हजार पगाराची नोकरी सोडून सासरी आलीय, पण एक काम असं नाही घरातलं जे ती नाही करणार!''

आता जयश्रीबेननीही सूर मिळवला, ''होय तर! बघा ना, बसलीच आहे आपल्याबरोबर गहू निवडायला!''

मंदानं त्यांच्याकडे बघून नुसतं समजूतदार स्मित केलं.

''कीर्तीभाई अन् तुम्ही सारखेच शिकलेले?''

चिमटीत गहू उचलून ते परत थाळीत टाकायचा चाळा करत सहजपणे लीलाबेननी म्हटलं, ''ते तर बघतोच आहोत ना, सबंध पेढीचं काम बघतायत ते काय हुशारीशिवाय?''

लीलाबेननी असं परस्परच उत्तर दिल्यामुळे मंदाला सुटल्यासारखं वाटलं आणि आश्चर्य याचं वाटलं की, कित्येक वर्षांपूर्वी तिनं बरोबर हेच शब्द ऐकले होते!

कीर्तीशी तिच्या लग्नाच्या गोष्टी चालल्या होत्या. सर्व बाजूंनी सगळं ठीक दिसत होतं, मग तिच्या मनातून आतून उत्स्फूर्तपणे 'हो'कार का उठत नव्हता?

शेवटी तिनं दुसरं काही स्पष्ट तिचं तिच्याच लक्षात न आल्यामुळे शिक्षणाचं कारण पुढे केलं होतं आणि तेव्हा तिच्या पप्पांनी बरोब्बर असंच म्हटलं होतं, 'तुझ्यापेक्षा थोडं कमी शिकलेला असेल, पण सबंध पेढीची जबाबदारी...'

त्यावर काय म्हणावं हे मंदाला सुचलं नव्हतं, ती नुसतीच विचारात पडली होती! आणि कदाचित आजपर्यंतही तिला तिच्या मनातलं कारण सापडलंच नव्हतं!

गव्हाच्या दाण्यांमध्ये तिचा हरवलेला जीव मंदा शोधत राहिली. नवं आयुष्य सुरू करण्यासाठी मंदा सासरी आली तेव्हा तिनं बघितलं की, निवृत्त होऊ इच्छिणाऱ्या सासऱ्यांनी पेढीचा सगळा भार मोठ्या मुलावर टाकायला सुरुवात केली होती आणि आजारी असणारी सासू तर सून येण्याची वाटच बघत होती.

शिक्षणात लक्ष नसलेल्या धाकट्या दिराला रागावणाऱ्या सासूला सासरे समजावत असत, 'फार शिकला, तर नोकरी करायची इच्छा होईल त्याला!'

त्यावर सासू म्हणाली होती, 'शिकला नाही, तर शिकलेली बायको कशी मिळेल?'

जवाचा दाणा काही अजून सापडला नव्हता, तो शोधताशोधता मंदाला एक खडा सापडला.

आतल्या खोलीतून हाक आली ती ऐकताक्षणी लीलाबेन उठल्या. त्या हाकेची त्या वाटच बघत असाव्यात असं वाटलं. त्या क्षणीच मांडीवरची थाळी जमिनीवर ठेवून एका हातानं गुडघा धरून आणि दुसरा हात जमिनीवर आधाराला टेकून स्वत:चं वजन उचलत उठल्या न् आतल्या खोलीकडे गेल्या.

त्या गेल्या तशी जयश्रीबेननी मंदाकडे सूचक कटाक्ष टाकला, पण तिचं लक्ष समोरच्या लीलाबेनच्या थाळीकडे होतं. थाळीत एका बाजूला गव्हाचा लहानसा ढीग होता न् दुसऱ्या बाजूला मोठा न दोन ढिगांच्या मध्ये थोडे दाणे विखुरलेले पडले होते.

लीलाबेनला यायला वेळ लागला. मंदाला वाटलं, 'त्या सांगून गेल्या असत्या तर?'

लीलाबेनच्या नवऱ्याचा आवाज इथवर ऐकू येत होता. लीलाबेन नरमाईने, विनवणी केल्यासारखं काहीतरी म्हणत होत्या.

जयश्रीबेननी पुन्हा एकदा मंदाकडे बघितलं, थोडा वेळ त्या बघतच राहिल्या. तिनं त्यांच्याकडे बघावं, असं त्यांना वाटत होतं हे त्यांच्या डोळ्यांत दिसत होतं!

मंदा कुठून बघायला? तो हरवलेला जवाचा दाणा अजून तिच्या मनातून गेला नव्हता.

तिच्या लक्षात आलं होतं की, निवडून झालेल्या गव्हाच्या डब्यात तो चुकून गव्हाबरोबर गेला होता, पण तिच्या मनातनं तो जात नव्हता!

सासूबाईंनीच तिला सांगितलं होतं, लीलाबेनकडे गहू निवडायला जा म्हणून! आणि वर म्हणाल्या होत्या, 'म्हणजे त्याही तुला मदत करायला येतील. झाझा हाथ रळियामणा! (जेवढे जास्त हात मदतीला, तेवढं चांगलं!) सीझनमधली कामं अशीच करायची असतात!'

मंदाचं या बाबतीत काहीच म्हणणं नव्हतं. असे तर बरेच प्रसंग यायचे, जेव्हा सर्वांच्या लक्षात आलं होतं की, तिचं शिक्षण तिने कुठल्याच कामाच्या आड येऊ दिलं नव्हतं.

डिप्लोमा मिळाल्यावर तिला जाहिरात कंपनीत नोकरी मिळाली होती. तिच्या सृजनशील वृत्तीचा विकास होण्याची तिथे छान संधी होती, तिचे वरिष्ठ तिच्या कामावर खूश होते. तिला खूप वाव मिळेल असं स्टाफमधले सगळीजणंही म्हणाले. असं चालू असताना एकाएकी तिच्या लग्नाबद्दल समजलं तेव्हा सर्वांना नवलच वाटलं.

आणि तेसुद्धा अशा लहान शहरात?

“व्हॉट अबाऊट युअर करियर?”

...लीलाबेन अजून परत आल्या नव्हत्या. मंदा तर नजर उचलून वर बघतही नव्हती.

जयश्रीबेन अस्वस्थ झाल्या. त्यांनी व्हरांड्याच्या जाळीतून बाहेर बघितलं. समोरच्या बंगल्याची या बाजूला पडलेली सावली रणरणत्या उन्हात उकळत असलेली दिसत होती.

मंदानं थाळीतले गहू डब्यात ओतले, त्या आवाजानं जयश्रीबेनची नजर परत आत वळली. त्यांच्या मांडीवरची थाळी अजून तशीच होती. त्यांनी मंदाकडे बघितलं.

ती पोत्यातनं थाळीत गहू काढत होती.

“तुमचे तांदूळ घेऊन झाले?”

“आं?”

मंदा दचकली. मग तिला वाटलं की लीलाबेन नाहीयेत तोवर तरी आपण बोललं पाहिजे, म्हणून तिनं जयश्रीबेनकडे बघितलं, पण त्यांचं लक्ष तेव्हा मांडीवरच्या थाळीकडे होतं. अर्थात, फार वेळ त्या तसं बसू तर शकल्याच नाहीत!

मग त्यांनी एकदम विचारलं, “काय हो मंदाबेन, ही होम सायन्सची लाइन कशी आहे हो? दीपासाठी विचारतेय!”

आता मंदानं मान वर करून जयश्रीबेनकडे बघितलं, पण त्यांनी विशेष उत्सुकतेनं प्रश्न विचारला होता, असं वाटलं नाही.

मंदा त्यांच्या प्रश्नावर विचार करू लागली आणि मग तिनं उलट विचारलं, “नंतर काय करणार आहे?”

जयश्रीबेनच्या चेहऱ्यावर जरा गंमत वाटल्यासारखा भाव आला.

त्यांनी अगदीच अनपेक्षित उत्तर दिलं, “प्रश्न नंतर काय करणार आहे हा नाहीये, आता काय करावं, हा आहे!”

त्यांनी ज्या तऱ्हेनं हे उत्तर दिलं, त्यामुळे मंदा पुन्हा विचारात गढली.

‘नाहीतरी ‘नंतर’ काही नक्की दिशा असतेच कुठे मुळी? फारफार तर एक स्वप्न असतं, जे नंतर विसरून जायचं असतं आणि तेव्हा मग वर्तमानकाळही स्वप्नवतच झालेला असतो!’

जयश्रीबेन पुढे म्हणाल्या, “मुलगा शोधतोच आहोत, पण योग्य घर काय असं लगेच मिळतंय असं थोडंच आहे?” जरा थांबून मग पुढे, “नाही, म्हणजे मिळणार नाही असंही नाही, पण असं काही सांगता येतं थोडंच? मिळाला तर चटदिशी मिळेलही, नाहीतर वेळही लागेल. आता तोपर्यंत नुसतीच बसून राहायची,

त्यापेक्षा वर्ष-दोन वर्षांचा एखादा कोर्स असला, तर...''

मंदाच्या लक्षात येण्याइतका आवाज खाली आणत मग त्या म्हणाल्या, ''हे वय असं आहे ना मंदाबेन की, एकीकडे मुली मनातल्या मनात कायकाय स्वप्नं बघत असतात अन् दुसरीकडे मनात भीती असते, शंका असतात, मनोरथही असतात. मुलगी शिकलेली असली तर जास्तच म्हणून मन अगदीच रिकामं असण्यापेक्षा कशात तरी गुंतलेलं असलेलं चांगलं की नाही?''

हे सगळं कोणाला सांगितलं जात होतं? गहू निवडणाऱ्या त्या दोघीजणी एकमेकींना जणू ओळखतही नसाव्यात, अशा, पण जवळजवळ बसल्या होत्या. गव्हाच्या थाळ्यांमध्ये बोटं फिरत होती..., पण जयश्रीबेन जणू आपल्याशीच बोलत असाव्यात तसं बोलत होत्या आणि मंदा ऐकत असेल असंही वाटत नव्हतं.

दोघी जणू आपापल्याच भूतकाळाशी न् वर्तमानकाळाशी सामना करत होत्या!

''तिच्या पप्पांची फारशी इच्छा नाही. ते म्हणतात की, जिथं नोकरी करावी लागेल असं घर शोधायचंच नाही, मग उगीच डोक्याला ताण कशाला? म्हणतात की, बघ ना, तूही शिकलीयस, एक सर्टिफिकेट फ्रेम करून टांगलंय भिंतीवर, एवढाच उपयोग झालाय ना? दुसरा काही उपयोग?'' असं म्हणत जयश्रीबेन हसल्या.

मंदाही त्यांच्याकडे बघून जरासं हसली न् म्हणाली, ''तसं एक सर्टिफिकेट आमच्या घरातल्या भिंतीवरही टांगलंय! फ्रेम केलेलं आहे, तरी इतकी धूळ आत बसलीय, की आता धड वाचताही येत नाही!''

जयश्रीबेन पुढे सांगत राहिल्या, ''हे तर नेहमी चिडवत असतात की, फ्रिज, टी.व्ही., वॉशिंग मशीन काय नाहीये घरात? या महिन्यात गाडीही येईल. हे सगळं काय तुझ्या त्या सर्टिफिकेटनं आणलंय का?''

'जयश्रीबेनच्या बोलण्यातून त्यांचं सुख ओसंडून वाहात होतं का उपहास?' हा मंदाला प्रश्न पडला!

लीलाबेन परत आल्या, घाईघाईनं. चेहऱ्यावर दिलगिरी.

''सुभाषभाई गेले?'' जयश्रीबेननी विचारलं.

''हं. त्यांचा तर संध्याकाळी दिवस उजाडतो तो पहाटे मावळतो. कामच असं आहे, काय करणार? तऱ्हेतऱ्हेच्या कटकटी. आपल्याला तर त्यातलं काही कळत नाही आणि विचारायला लागलं तर उगीच चिडतात. काय करणार? अलीकडे ही एक नवी कटकट उभी राहिलीय ना आणखी!''

जयश्रीबेननी नुसताच प्रश्नार्थक चेहरा केला, तशा त्या म्हणाल्या, ''त्या भद्राची हो! तिचा नवरा आमच्या पेढीवर काम करतो ना! चांगली पाहा शिकली सवरलेली मुलगी न् तिला हे काय सुचलं असेल? कोण नाही ते एका प्लंबरबरोबर...''

जयश्रीबेननाही या प्रकरणाची माहिती होतीच.

“प्रथम तर एकत्र कुटुंबात राहात होते, पण मुलीत समजूतदारपणा कमी, सगळ्यांच्यात जमेना. मग नवऱ्याने वेगळा फ्लॅट घेतला, पण नोकरी अशी की, बराचसा वेळ बाहेर असायचा. आता तर कुठे लग्न झालं होतं आणि ही तर अगदीच एकटी पडली. त्यात हा प्लंबर घरी काम करायला यायचा.”

“म्हणायचा प्लंबर, पण चांगला शिकलेला आहे, बोलण्याचालण्यातही हुशार, सगळं चांगलं डोकं वापरूनच केलंय...”

लीनाबेननी थाळीत गहू भरून ती नीट मांडीवर ठेवली.

“भद्रा स्वत: काय म्हणाली?”

मंदाने एवढ्या वेळात प्रथमच या प्रसंगाबद्दल कुतूहल दाखवलं.

“तिला तर काही लाज, संकोचही नाही! तिनं तर तिच्या नवऱ्याला स्पष्टच सुनावलं की, घरात एवढं सगळं सामान आहे, त्यातली एक वस्तू कमी झाली, याशिवाय काय फरक पडला?”

“इतकं स्पष्ट बोलू शकली ती?” मंदा हळूच म्हणाली.

मग तिनं मांडीवरच्या थाळीकडे बघितलं न् विचारात पडली, ‘कुठल्या बाजूचे गहू निवडलेले?’

■

डॉ. मणिलाल पटेल :-

वल्लभ विद्यानगर येथे गुजरातीचे प्राध्यापक. त्यांच्याच जातीत खेडोपाडी सुशिक्षित म्हणवणारे लोकही, अजूनही जुनाट विचारांचे, तसेच रीतिरिवाज व रूढी पाळणारे आहेत, ह्या अनिष्टावर डॉ. पटेल त्यांच्या कथांमधून कोरडे ओढत पोटतिडिकेनं लिहितात; तशीच ही एक कथा. इतर कथांपेक्षा भाषेचं, शैलीचं वेगळेपण वाचताना जाणवतं, कारण कदाचित कथेच्या विषयाला, कथा नायिकेच्या मन:स्थितीला अशी भाषा त्यांना जास्त साजेशी वाटली असेल. संग्रहातील बऱ्याच कथांसारखाच ह्या कथेचा शेवटही सुंदर वळण देऊन केला आहे.

विच्छेद

दातांनी ओठ घट्ट दाबून धरून नयनानं बाहेर पडू बघणारी किंचाळी दाबून धरली, पण एकदम आग आग होऊन थरथर कापणारं शरीर आणि प्रचंड दु:खानं फाटून जाईल अशी वाटणारी छाती, धडधडणारं, आत्ता बंद पडेलसं वाटणारं हृदय ह्यांच्यापुढे ती असाहाय्य झाली आणि पलंगाचा आधार घेताघेता फरशीवर पडलीच. पंख्याच्या वाऱ्यानं फडफडणाऱ्या त्या वर्तमानपत्राचा बोळा करून फेकून द्यावासा वाटला, पण दुसऱ्याच क्षणी वाटलं की, बातमी पुन्हा वाचून खात्री करून घ्यावी, की गावाचं नाव तर माधोपोरच आहे, पण अपघातात मृत्यू पावलेल्यांच्या यादीत पहिलंच असलेलं नाव पप्पांचंच...

घामानं चिंब भिजलेलं शरीर अजून थरथरत होतं. वर्तमानपत्रातली काळ्या रंगाची ती अक्षरं- 'जीपचा भयंकर

अपघात...' आणि 'कान्तिभाई वीराभाई पटेल...' एखाद्या माजलेल्या बैलासारखी अंगावर येत होती आणि तिच्याभोवती गिरक्या घेत होती. भिंतीवरच्या 'अमित एण्टरप्राइझ'च्या कॅलेण्डरवरच्या चित्रातल्या डोक्यावरच्या टोपलीत बाळ कन्हैय्याला ठेवून यमुना नदी ओलांडणारा वसुदेव पाण्याच्या प्रचंड लाटांबरोबर वाहून जात होता, लाटांचा घूं घूं आवाज येत होता, पाण्याचे लोंढे फणा काढून फुत्कारणाऱ्या नागासारखे आवाज करत होते...

आग आग होणाऱ्या डोळ्यांमधून अश्रूंचे पूर वाहू लागले, दहा-दहा वर्षं गोळा होऊन राहिलेले मेघ गळ्यातून दाटून आलेल्या हुंदक्यांनी नयनाला गदगदून हलवू लागले. महीसागरच्या (नदीचं नाव) काठावर नवसासायासानं झालेल्या मुलाला आईनं कडेवर घेतलं असावं तसं दिसणारं, नदीकाठी गावाच्या वेशीवर खूप मंदिरांनी सजलेलं माधोपोर गाव तिला सारखं डोळ्यांसमोर दिसत होतं. महीसागर नदीचा आईच्या हातासारखा प्रेमळ स्पर्श अंगाला अजूनही जाणवत असे... अश्रू वाहणाऱ्या डोळ्यांमध्ये एकात एक अशा अनेक आठवणी गोळा झाल्या- महीसागरला पूर आला होता, दोन्ही किनारे ओलांडून ओसंडणारं पाणी बेफाम वेगानं वाहतंय, झाडंच्या झाडं वाहून जातायत, गावाची वेस आणि रस्ते ओलांडून थेट घरात घुसलंय पाणी... (तेच पाणी दाटलंय आज गळ्यात?) पप्पांच्या खांद्यावर बसून काहीच न समजणाऱ्या नजरेनं ती सगळं बघत होती. पूर यायचा तेव्हा गावाच्या हद्दीच्या पलीकडच्या टेकड्यांपर्यंत सारं गाव हद्दपार केल्यासारखं एकटं पडायचं. पाणी ओसरलं की, लगेच सगळेजण धावत नदीपर्यंत जायची- जणू काही झालंच नसावं, तशी नदी शहाण्यासारखी, शांत वाहात असायची. लोकांच्या बोलण्यात ऐकलेलं दुःख, मेलेली गुरं, पडून गेलेली घरं आणि वाहून गेलेली एक लहान मुलगी... हे सगळं कितीतरी दिवस नयनाच्या डोक्यात घोळत राहायचं. वरचेवर आठवायची, कधी न बघितलेली पण लोकांच्या बोलण्यात ऐकलेली, घरापासून दूर नदीकाठी राहून गेलेली आणि बुडून गेलेली ती मुलगी... कोण म्हणायचं तिला घरात ठेवून आई-वडील शेतात काम करायला गेले होते, तर कोणी म्हणायचं घराचं छप्पर पडलं म्हणून ती एका झाडाला पकडून उभी राहिली, तर ते झाडही मुळासकट उखडलं गेलं न् त्याच्याबरोबर तीही वाहून गेली. निवडुंगात तिचा झोपाळा तेवढा अडकून राहिला होता, बस्स!

नयनाला वाटलं, 'आणि माझा झोपाळा? तो कुठे गेला? आणि डोळ्यातले अश्रूंचे पूर तर ओसरतच नाहीयेत...'

बराच जमीनजुमला असलेले, मोठ्या गावचे (गुजरातच्या पटेल लोकांमध्ये सहा गावं 'मोठी-उच्च दर्जा'ची समजली जातात, त्यापैकी एक) शिवाय आसपासच्या वस्तीत ज्यांना मोठा मान दिला जात असे, अशा कुटुंबातले कर्ते पुरुष तिचे दादा

(आजोबा) ही बडी, श्रीमंत आसामी. त्यांना तीन मुलगे- कान्तिभाई मोठे, त्यांच्या पाठचे धीरूभाई आणि हीरूभाई. दोघंही इंजिनियर झाले आणि शहरात जाऊन त्यांनी मोठे उद्योगधंदे सुरू केले. सगळ्या बाजूंनी संपन्नता होती. माधोपोरमध्ये नयनाच्या पप्पांची तर मोठ्या शेठ लोकांच्यात गणना व्हायची. कशाचंही काही कमी नव्हतं. दोघंही काका गाड्या घेऊन यायचे-जायचे तेव्हा सगळ्या परगण्यात त्यांचा रुबाब असायचा.

कुटुंबाचा हा वेल तिच्यासाठी तोडून टाकला गेला होता, तरी नयनाच्या रक्तात तो अजून पहिल्यासारखाच होता. पाच बहिणींमध्ये ती लहान, जुळ्यातली, तिच्याबरोबर महामोलाचा भाऊ घेऊन आलेली. म्हणून तर कान्तिभाईंचा तिच्यावर अतिशय जीव. ते म्हणायचे की, मुलगा तर नयनाच्या मागेमागे आला.

पप्पांचे हे कौतुक आणि लाड कधी कमी झाले नव्हते. काकांबरोबर ती शिक्षणासाठी म्हणून शहरात आली, तरी पप्पा तिला भेटायला धाव घ्यायचे आणि आज ते पप्पा राहिले नाहीत. मग? 'गेली दहा वर्षं त्यांनी तुझ्यापासून संबंध तोडूनच तर टाकले होते ना?'

नयनाचं दुसरं मन आतून म्हणत होतं.

डोळ्यांतून वाहणाऱ्या अश्रुधारांमधून नयनाला सगळं दिसत, आठवत राहिलं. 'तुला जितकं शिकायचं असेल तितकं शीक, शिक्षणात गती आहे तुझी, तुला शिकून जे करायचं असेल, ते करायची मुभा आहे तुला.' पप्पा सांगायचे.

नयनाचा गळा पुन्हा दाटून येत होता. हीरूकाका तर म्हणायचे, 'तुला थेट पी.एच्.डी.पर्यंत शिकवायची आहे, बड्या लोकांत मजेत वावरताना बघायची आहे.'

नयनाला हुंदक्यांवर हुंदके येत होते. आठवणीतले पप्पा घटकेत खूप जवळ यायचे, तर घटकेत दूर दूर निघून जायचे.

हे सगळं झालं त्याला पुरी दहा वर्षं उलटून गेली, तिच्या लग्नालाही. शिरीष भट्ट तिच्याबरोबर शिकत होता. कॉलेजमधल्या मैत्रीचं प्रेमात रूपांतर झालं. नयनानं काकांना आणि काकींना सांगितलं. त्यांनी संमती तर दिली नाहीच, उलट तिला माधोपोरला खेड्यात परत घेऊन जाऊन त्यांच्या ज्ञातीतल्या, त्यांच्या समाजातल्या प्रतिष्ठेला शोभेल अशा घरात तिचं लग्न करून देण्याचा प्रयत्न करू लागले. नयना सावध झाली आणि शिरीष भट्टशी रजिस्टर लग्न करून त्याच्या घरी राहायला निघून गेली.

असायला हवा होता किती आनंदाचा, छोटासा समारंभ! पण काकांवर आणि साऱ्या कुटुंबावर जणू आभाळ कोसळलं. गावात आणि त्यांच्या समाजातल्या लोकांच्याही डोक्यावर जणू वीज पडली, महीमाताला पूर आला, सगळे नात्यागोत्यातले

आणि समाजातले लोक काठावर उभे राहिले होते, नयना वाहून गेली, सगळे रस्ते बंद झाले होते!

हीरूकाकांची गाडी शहरातल्या रस्त्यांवर गेल्या दहा वर्षांमध्ये कितींदा तरी समोर दिसली होती. नयनाला समोरून येणारी गाडी लगेच ओळखू यायची आणि हसऱ्या चेहऱ्यानं त्यांना कायकाय सांगायला तिचा जीव अर्धाअर्धा व्हायचा, पण काका तर बघितली न बघितलीसं करून नजर दुसरीकडे फिरवायचे. नयनाच्या मनावर ओरखडे उठायचे.

रस्ता म्हणजे काट्याकुट्यांनी भरलेली पायवाट वाटायला लागला, त्याआधी ती स्वतःची समजूत घालायची, 'ज्यांच्या मनात आपल्यासाठी जागाच नाही असे नातेवाईक भेटले तरी काय उपयोग?'

नयनाला वाटलं, जणू अजून ती माधोपोरच्या गावाबाहेरच्या ओसाड मंदिरांच्या आवाराच्या भिंतीवर उभी आहे. वावर नसलेली मंदिरं, भिंतींवर गवत न् पिंपळाची रोपं आणि शिखरावर साठलेलं हिरवं-काळं शेवाळ, काठावरची मोकळी जागा, ओलांडून घोंघावत जवळ येणारं महीमाताचं पाणी, कितींदा तरी ती त्या पाण्याकडे बघत उभी राहायची. सूरजकाकींची पुष्पा तिची मैत्रीण. पुष्पाचे वडील हयात नव्हते. दोघी पूर बघत उभ्या असायच्या. पुरात वाहून जाणारी मोठी लाकडं काढायला पोती न् काठ्या घेऊन माणसं पुरात उड्या मारायची आणि मोठाली झाडंच्या झाडं काठावर घेऊन यायची, नयना न् पुष्पाला हायसं व्हायचं! जणू एखादं वाहून जाणारं कुटुंब वाचलं असावं!

आत्ता ह्या क्षणीही तिला वाळलेल्या लाकडांचे ढीग भोवताली पडले आहेतसं वाटलं. नदीकाठी अजूनही ती त्या लाकडांच्या आणि पलीकडच्या त्या उजाड, उघड्याबोडक्या टेकड्यांच्या मध्ये जणू उभी होती.

शिरीषला सकाळचं कॉलेज असायचं. पीरियड फ्री असला तरी शिरीष साडेबारालाच घरी यायचा. नयनाला दुपारी शाळा, पण आज तिला सुट्टी होती. स्वयंपाक आटपून ती शिरीषची वाट पाहात उभी होती. वर्तमानपत्रातल्या त्या भयंकर बातमीवर नजर पडल्यापासून ती आपलं मन कसंबसं आवरत होती आणि विचार पुन्हा पुन्हा थेट माधोपोरला पोहोचत होते.

'इतक्या वर्षांमध्ये पप्पांना काय माझी कधी आठवणच झाली नसेल? मम्मीला, भाईला, बहिणींना सणावाराला माझी आठवण आली नसेल? मला न भेटता पप्पा राहूच कसे शकले? इथं शहरात काकांच्या घरी तर वर्षातून कितींदा तरी येतच असत की! तर मग गुपचूप येऊन मला भेटून जावंसं कधी वाटलंच नसेल? का मग काकांच्या भीतीनं? छे छे, पप्पांना आठवण होत असती तर ते आल्याशिवाय राहिले असते? का पप्पाही इतर सगळ्यांसारखेच...' पुढचा विचार तिला सहनच होत नसे.

ती तर डोळे लावून बसली होती, की वर्षं जातील आणि हळूहळू सगळी भेटायला येतील. लग्नानंतर शिरीषबरोबर जेव्हा जेव्हा म्हणून कुठं बाहेरगावी सुट्टीला गेली, तेव्हा तेव्हा तिनं तर सगळ्यांसाठी काही ना काही विकत घेतलं होतं. तिला तर मनातून अगदी खात्री होती की पप्पा तिला एक ना एक दिवस नक्की बोलावून घेतील. ते आणि भाई एकदम येऊन उभे राहतील, मम्मी आणि बहिणींकडून बोलावणं येईल, की 'शिरीष आणि तू, दोघं लवकर भेटायला या.'

पण नयनाचा बंटी जन्मला तोही आता सात वर्षांचा होऊन गेला होता! आणि नयनानं भाईसाठी घेतलेले टीशर्ट्स आणि जर्सीज, पप्पांसाठीचा रेशमी झब्बा, सिगार केस आणि लाईटर, मम्मीसाठी साड्या, बहिणींसाठी ब्रेसलेट्स, इयरिंग्ज आणि कायकाय तरी, सगळंच कपाटावरच्या सूटकेसमध्ये अजूनही तसंच पडून होतं!

पुन्हापुन्हा डोळे गळत होते. 'दोघंही काका आणि काकी बातमी समजल्याबरोबर लगेचच गावी जायला निघाले असतील. इथून फारफार तर एक किलोमीटर तर दूर राहतात. इतक्या वाईट घटनेबद्दल मला सांगण्याइतकी माणुसकीही दाखवू नाही शकले? इंजिनिअर झाली की, माणसं इतकी पाषाणहृदयी होऊन जात असतील? जणू सख्खे काका नाहीतच? हेच धीरूकाका म्हणत होते ना, की समाजसुधारणा स्वत:च्या घरापासूनच सुरू केली पाहिजे? आणि काहीतरी नवं करण्याची हौस असलेले एच.व्ही. काका... दोघांपैकी एकालाही प्रेमलग्न केलेल्या नयनाला भेटण्याची हिंमत गेल्या दहा वर्षांत एकदाही झाली नाही... त्या सगळ्या गत दिवसांचं दु:ख आज ह्या भयंकर आघातानं पुन्हा उफाळून आलं होतं.

'धीरूकाका आणि एच.व्ही.काका दोघं सारखेच निघाले. इथं शहरातसुद्धा 'पंचमहाल पाटीदार सेवा समाजा'ची स्थापना करून वर्षातून मधूनमधून ते मीलनसमारंभ घडवून आणायचे, त्यासाठी गावाकडे आणि इतरही कुठेकुठे धावपळ करायचे, पण विचार परिवर्तनाच्या नावानं शून्य!

स्वत:च्या मुलांना समजावून, पटवून देऊन किंवा त्यांची मनं वळवून त्यांची लग्नं जातीतल्या, ज्ञातीतल्याच घरी करून देऊन पुन्हा जिथं तिथं मोठेपणा मिरवणाऱ्यांच्यात ह्यांचा पहिला नंबर! तसं नसतं तर आपल्या सुशिक्षित मुलांची लग्नं खेड्यांत करून, तिथल्या लोकांना कमी खर्चात जेवणावळी घालायच्या, ह्याला दुसरं काय म्हणायचं?

दोघांनाही गावातल्या लोकांमध्ये मान आणि मोठेपणा मिळवायचा असतो, सुधारणांविषयी बोलणं आपलं तोंडापुरतं, नाटकी! आपल्या मुलांनाच फसवून जातीच्या वेदीवर बळी देणाऱ्या ह्या लोकांना फक्त ज्ञातीच्या समाजात मोठेपणा हवा होता.' नयनाला सगळं समजून चुकलं होतं.

'शिरीषला आज उशीर का झाला असेल?' ही काळजी करत आणि आपलं दु:ख एकटीनं आणखी सहन होईना तेव्हा नयना गॅलरीतल्या झोपाळ्यावर बसून सोसायटीतल्या दुपारच्या सामसूम वातावरणाकडे शून्यमनस्क बघत राहिली.

चार नंबरमधले मिस्टर गर्ग, 'साला कचरा कूडा बहोत होता है. बहोत फैलती है ये,' असं बडबडत बोगनवेल कापत होते. एक-दोन झटके कळ्या आलेल्या शेजारच्या प्राजक्तालाही लागले. नयनाला वाईट वाटलं, 'वेल फार वाढतो ते आवडत नसलं, तर लावून वाढवताच कशाला?'

दूर कॉमन प्लॉटमध्येही मोठाली झाडं कापणं आणि कम्पाउण्ड वॉल करण्याबाबत काल संध्याकाळी झालेलं भांडण पुढे सुरू झालं होतं. इकडे नयनाचा धीर आता संपत आला होता, पुन्हा पुन्हा डोळे भरून येत होते...

नवंनवं लग्न झालं होतं तेव्हाही खूपदा मनाला खूप लागायचं, साध्यासुध्या बोलण्यातही टोमणे मारले जातायत असं वाटायचं आणि तिच्या मनाला लागायचं. शिरीषनं मात्र तिला खूपच चांगलं सांभाळून घेतलं होतं, नाहीतर ती टिकावच धरू शकली नसती. तिची कल्पना होती, की शहरात तर काकांच्या घरची सगळी आणि इतर नातेवाईक, मित्रमंडळी, सुरुवातीला गुपचूप आणि मग नि:संकोच, निडरपणानं एखाद्या वर्षात यायला जायला लागतील, पण तसं व्हायच्याऐवजी तिला लेखी आणि फोनवर धमक्याच मिळाल्या होत्या, 'दुसऱ्या लांबच्या शहरात निघून जा,' इत्यादी.

फोन करून शिव्या घालणारे नातेवाईकही निघाले आणि खोट्या गोष्टी अन् निराधार अफवा तर बेसुमार!

शिरीष कंटाळून गेला होता, 'किती कोत्या मनाचे लोक हे! शहरात राहिलेले, शिकलेले असूनही इतक्या नीच मनाचे. खेड्यातल्या लोकांमध्येही इतक्या हलक्या मनाचे लोक!'

कोळपलेल्या निखाऱ्यांवरची राख उडून गेल्यावर ते पुन्हा धगधगायला लागले होते. नयना काकांकडे राहून शिकत होती, तेव्हाच तिच्या लक्षात आलं होतं की, तिच्या गावाकडच्या मुलखातले लोक, अडाणी असोत की शिकलेले, खेड्यातले असोत की शहरातले, सगळ्यांना त्यांच्या जातीत मान, मोठेपणा हवा होता. स्वत:चा अहंगंड पोसण्यासाठीच ते मंडळ आणि संस्था स्थापन करायचे. तो मुलूखच हिडिम्बा वनाचा.

खायचं आणि खायला घालायचं हेच आयुष्य. भावनाहीन प्रजेला कधी स्वत:च्या मुलांबद्दल प्रेम वाटायचं नाही. परक्या लोकांमध्ये मान मिळवायला आणि स्वत:चा अहंगंड पोसायला ही प्रजा स्वत:च्या मुलांचाही होमात बळी देतील, आजही!

काही दिवसांपूर्वीच शिरीष म्हणत होता, 'हे उसनं गर्भाशय घेऊन संतानप्राप्ती

करून घेण्याबद्दल आज शास्त्रज्ञ बोलतायत, पण हे तर महाभारत काळापासून चालत आलं आहे, कौरव पांडवांच्या पूर्वजांचे जन्म कसे झाले होते? तेच तर! उसना पुरुष किंवा दुसऱ्या स्त्रीचं गर्भाशय ही गोष्ट तर प्राचीन आहे!'

नयनाला आज ह्या बोलण्याचा उलगडा होत होता. तिच्या मुलखातल्या कुठल्याही मुलीला कधीही तिच्या इच्छेप्रमाणे नवरा मिळालेला नाही. तो मुलूखच अनिच्छेनं पैदा झालेल्या माणसांचा.

मनाविरुद्ध होणारं शरीरांचं मीलन-पशुकर्म, परक्या स्त्रीचं गर्भाशय आणि उसने घेतलेले पुरुष अशा स्थितीत आईबापांच्या मनात पोटच्या पोरांवर जीव कुठून असणार? त्यांचा जीव फक्त त्यांच्या घृणास्पद आणि हिडिम्बेसारख्या वेड्या, खादाड समाजावरच. शिकलेल्या, तथाकथित सुधारलेल्या लोकांचीही आकलनशक्ती अंगठाबहाद्दरांएवढीच! एका दृष्टीनं ह्या सगळ्यांतून सुटल्याचा आनंद होता, तरीही आतून एक अगम्य ओढ नयनाला लागून राहिलेली असायची.

तिचं लग्न होऊन दोन-तीन वर्षं झाली होती. सगळी नाती गोठल्यासारखीच होती, अशात एक दिवस धीरूकाकांचा दीपेन एकाएकी तिला भेटायला आला. भाऊ थोरल्या बहिणीला न भेटता किती दिवस राहील?

नयनाला खूप बरं वाटलं, प्रसन्न वाटलं. त्याला आवडणारी तूप गूळ घालून केलेली छान सुखडी तिनं लगेच केली, पण मग आठ-दहा दिवसांनंतर तिला समजलं होतं की, धीरूकाकांनी दीपेनला ह्याबद्दल, तो शेवटी रडायला लागला इतका धमकावला होता. त्यानंतर तिच्या अंगणात कोण पाऊल टाकणार होतं? नयनाला अशा सगळ्या गोष्टी आठवल्या तशी तिला पुन्हा खूप निराश वाटायला लागलं.

हीरूकाकांनी तर रंजन-नमिताला घरातल्या देवघराशी उभं करून शपथ घ्यायला लावली होती की, त्या नयनादीदीला कधीही भेटणार नाहीत. नयनानं हे सगळं ऐकलं तेव्हा तिला खरं वाटलं नव्हतं, पण त्यानतंरच्या वर्षांमध्येही बरंच काहीकाही झालं होतं. काळ करवतीच्या धारेसारखा दुखावत पुढे चालला होता. एकदा गावाकडनं बा (आजी) धीरूकाकांकडे राहायला आल्या होत्या. नयनाला शिरीषनं भेटायला जाण्यापासून परावृत्त करण्याचा प्रयत्न केला होता.

'तू भेटायला जाण्याचा विचार मनातून काढून टाकलास तर बरं. तुझा अपमान झालेला मला सहन होत नाही. प्लीज, नयना!' पण तिनं ऐकलं नव्हतं. किती मनापासून प्रेमाचा उमाळा, किती उत्साह होता तिला, वाटत होतं, बांच्या मांडीवर डोकं ठेवून रडून घेईल, बा पाठीवरून हात फिरवतील, डोक्यावर हात ठेवतील. बस्स! तिला छान, हलकं हलकं वाटेल, बा म्हणजे तर साक्षात महीसागर नदी!'

पण अंगणात पोहोचण्याआधीच धीरूकाकांनी तिला बघितलं, ते बाहेर आले

आणि तिला लांबच थांबवून सांगायला लागले, ''आता काय बाकी राहिलंय ते तू इथं आलीयस? जा माघारी! जा! कुळाला लाज आणलीस तू, आम्हाला समाजात मान खाली घालायला लावलीस. शिक्षण दिलं, त्यालाही लाज आणलीस तू! बांनाही तुझं तोंड बघायचं नाही. मागे फीर आणि जा. मोठी आलीय शिकलेली, सुधारलेली...!'' ते संतापानं थरथरत होते.

''काका! हे तुम्ही- एक सुशिक्षित, इंजिनियर असं बोलताय? हे तुमच्या तोंडून ऐकतेय मी?'' दुःखावेगानं असं बोलत नयना परत फिरली.

त्या दिवशीही आजच्यासारखंच छाती फुटेलसं वाटेल एवढं रडू आलं होतं. दोन दिवस अपमानानं अंगाची आग आग होत होती, मनाला सावरायला वेळ लागला होता.

शिरीषही खूप संपातला होता, धीरूकाकांना सुनवायला जायचा विचार करत होता.

पण मग मनानं इतक्या असंस्कृत, तथाकथित सुशिक्षितांना काही सांगण्यात त्याला अर्थ वाटला नव्हता. नयनाला परत त्यानं कधी तिकडे जाऊ दिलं नव्हतं.

पण ह्यावेळी नयनाला थांबवणं अवघड होतं.

शिरीष आल्याबरोबर त्याला मिठी मारून ती रडू लागली, ''पप्पा आपल्याला न भेटताच... मला आता मम्मीला आणि भाईला भेटल्याशिवाय राहवायचं नाही. हे आता शेवटचं, प्लीज, मला नाही म्हणू नका. मम्मीचं दुःख, पप्पांशिवायचं ते घर, गावाची ती वेस एकदाच जाऊ दे. तूही बरोबर...''

रडूनरडून घामानं चिंब झालेल्या नयनाला शांत करायला खूप वेळ लागला होता, शिरीषनं तिला समजवायचा प्रयत्न केला होता.

'हे बघ नयना, तू तिथं गेलीस, मीही आलो, तर मला आवडेल, पण त्या लोकांनी तुझा अपमान केला, तर ते मला सहन नाही होणार. शांतपणे विचार कर, विनाकारण पुन्हा पुन्हा मनाला त्रास...'

''मला सगळं समजतंय शिरीष! सख्ख्या भावाच्या लग्नाला बोलवायचं तर दूर राहिलं, मला कळणारही नाही, अशी खबरदारी घेतली होती. जो भाऊ आणि मी आईच्या पोटात एकत्र वाढलो होतो, त्या भावालाही काही वाटलं नाही? आता कसलं नातं? मला कळून चुकलंय, की त्या घरात माझ्यासाठी आता जागा नाही. दादा (आजोबा) वारले, त्यांच्या नावची आंघोळ करण्याचंही मला काका काकूंनी किंवा कोणी फोनवरही सांगितलं नाही, म्हणजे आता सुतकाचं नातंही राहिलं नाही ना?''

बोलताबोलता तिला पुन्हा रडू आलं. शिरीषनं तिला जवळ घेऊन शांत करत म्हटलं, ''कशाला डोक्याला त्रास करून घेतेस? इतर माणसं आहेत ना 'आपली' अशी? आपले दोघांचे स्नेहीसोबती आहेत, तोच आपला समाज... आणि मी आहे,

मग तू निराधार कशी?''

बराच वेळ गप्प राहून मग नयना म्हणाली, ''पण आत्ता एकदा तरी मला जायचंच आहे. जे होईल ते मुकाट्यानं सहन करेन, पण मम्मीला आणि भाईला एकदा डोळे भरून बघून तरी येईन! लहानपणी बघितलेली एवढीशी मुलगी आता 'भाभी' होऊन घरी आली आहे. गाव, अंगण, महीसागरचा काठ, नदी, सगळं बघितल्याशिवाय चैन पडत नाही. मनात खोलखोल तेवढी एक इच्छा राहिली आहे.''

सर्व दृष्टींनी सुख, संतोष असतानाही काहीतरी उणीव जाणवणारा नयनाचा चेहरा बघून शिरीषला समजलं, की ह्या वेळची ही नाजूक भावना सांभाळून घेतली पाहिजे.

तर मग ठीक. बाराव्या तेराव्याचे दिवस संपले, की पंधराव्या दिवशी घरातल्या सर्व बायका शोक सोडायला एकत्र जमतात, त्या दिवशी नयनानं जावं, म्हणजे कुटुंब, गाव, समाज, कोणाचा रीतिरिवाज मोडणार नाही. ते बारा-तेरा दिवस काढणं नयनाला फार अवघड गेलं, पण तेवढ्या त्या दिवसांमध्ये ती मनानं सावरली, स्वस्थ झाली.

तिचा तीच विचार करत गेली, तसंतसं दुःख आणि वेदना शांत होत गेल्या. भावना ही काही मोठ्यानं ओरडून दाखवण्याची वस्तू नाही आणि डोकं फोडलं तरी त्या लोकांवर काही परिणाम होत नाही, आणि आता कशाला हे सगळं?

शिरीषनं व्यवस्थित, पक्की तयारी केली. अध्यापकमित्र डॉ. मेहता, त्यांची मारुती गाडी, बरोबर मजबूत अंगापेराचा सौराष्ट्राकडचा ड्रायव्हर, नयनाच्या बरोबर जायला तर खूप जणी तयार होत्या, पण शिरीषनं शेजारच्या जयाप्रदा मेनन आणि नयनाच्या शाळेत तिच्याबरोबर नोकरी करणाऱ्या मिसेस शोभा दलाल ह्या दोघींच्या मध्ये नयनाला बसवली. सकाळी लवकर हे सगळे निघाले. जाऊनयेऊन सुमारे सात तासांचा रस्ता म्हणजे काही फार लांब नाही. गाडीत पाणी, नाश्ता, थेपला, भाजी आणि चहा-कॉफीचे थर्मास सगळं ठेवलं.

''शोभाबहेन, माझी काहीही अपेक्षा नाही, पण पप्पांच्या अशा अपघाती मृत्यूनंतर भाई मला गुपचूप का होईना, एक पत्र लिहील असं वाटत होतं, पण घरच्या मोठ्यांसमोर तो बिचारा काय करणार?'' नयना म्हणत होती.

जुन्या वळणाच्या समाजाच्या चालीरीती माहीत असलेल्या शोभा दलाल एवढंच म्हणाल्या होत्या, ''सख्खा बाप गेल्याची 'काळोतरी' (मृत्यूसंबंधी कळवणारे पत्र) पाठवायची एवढंही काका करत नाहीत; ह्याला भावनाशून्यता नाही, पण अहंगंड कारण असतो नयनाबहेन. तुम्ही आता इतर अनेक गोष्टींसारखं हेही विसरून जायचं.''

मिसेस मेननला हेच समजत नव्हतं, की मुलगी जर प्रेमलग्न करून सुखी असेल, तर त्यात इतरांनी राग धरून आरडाओरडा कशाला करायचा?

नयनाच्या ओळखीचा टेकड्यावाला रस्ता सुरू झाला. क्षणभर कित्येक वर्षांनी माहेरी जात असलेल्या मुलीचा उल्हास वाटला. ती खिडकीतून बाहेर बघण्यात हरवून गेली. डॉ.मेहता आणि मिसेस मेनन शिक्षण आणि राजकारण इ.वर बोलत होत्या. वाटेतल्या बेकरी नदीचा पूल तुटला होता, तिथं डायव्हर्शन आलं, मग नर्मदेचा मुख्य कालवा जात होता तिथं ओव्हरब्रिज होत होता, म्हणून आणखी डायव्हर्शन आलं, मग शेवटी एकदाची गाडी पुन्हा मुख्य मार्गाला लागली. नयना पुन्हा विचारात हरवली.

नयनाला तर ह्याचंही खूप नवल वाटलं होतं, की 'रेवा' मधून 'रीटाकाकी' झालेल्या रंजन, नमिताच्या मम्मी, 'वहाली'ची वैशाली झालेली धीरूकाकांची पत्नी, दोन दोन नावं, खेड्यात जुनं, शहरात नवं! काकी गावी जायच्या तेव्हा घुंगट घेऊन उतरायच्या, घरात आणि बाहेर खेड्यातल्या लोकात 'होव्वे बुन!' (होय ना बहेन) अशा खेडवळ भाषेत बोलायच्या. पुन्हा शहरात पोहोचल्या, की काकी सलवार-कुडता घालायच्या आणि स्टायलिश बोलायच्या.

दोन्ही काकी खऱ्या 'कलाकार' आहेत, असं तिला नेहमी वाटायचं. एका खोलीतून दुसऱ्या खोलीत जावं इतक्या सहजतेनं त्या खेड्यात वेगळं न् शहरात वेगळं वावरायच्या, पण रीटाकाकी आणि धीरूकाकांच्या रंजनच्या मनात लग्न करायचं होतं कोणाशी न् त्यांनी करून दिलं कोणाशी?

खेड्यात गरब्यांचा कार्यक्रम ठेवला आणि मांडवात खुर्च्या ठेवल्या, एवढ्यानं त्यांच्या मते त्यांनी खेड्यातसुद्धा खूप सुधारणा घडवून आणल्या होत्या. रंजनची इच्छा होती त्या घरी तिचं लग्नं झालं असतं तर ती नयनादीदीला भेटायला नक्की आली असती, पण ह्या सगळ्याचा विचार करण्यात काय अर्थ होता? काकी तर दोघीही आज माधोपोरला पोहोचल्या असतील. सगळ्यांशी काय बोलायचं ह्याचा नयना मनातल्या मनात विचार करत होती. राग किंवा दुःख असताना भलतंच काही तोंडातून गेलं नाही पाहिजे ना?

गावाची वेस आली तसा नयनाचा चेहरा नकळतच उजळला. गावाबाहेरची हिरवीगार झाडी बघूनच झालेला आनंद तिच्या चेहऱ्यावर उमटत होता. कित्येक वर्षांचा पडदा जणू बाजूला झाला, डोळे मोहून गेले. टेकड्यांचे हिरवेगार चढउतार, तरारलेली मक्याची शेतं, आत्ताच आलेल्या डांगराच्या कणसातल्या तांदळांचा सुगंध, तिला खिडकीतून बाहेर डोकवावंसं वाटलं. ओल्या-हिरव्या गावाबाहेरच्या त्या भागातले कोवळ्या कणसांसारखे आवाज ऐकायला कान आतुर झाले.

'ती काय आपली चिंचेची झाडं असलेली शेतं... अंहं... आता ती भाईची शेतं

आहेत ना?'

गाडी थांबली तशी ती भानावर आली. माधोपोर आलं होतं.

घराकडे जाणाऱ्या रस्त्याच्या नाक्यावर महालक्ष्मीजीच्या मंदिराजवळ धीरूकाका, हीरूकाका, भाई आणि दुसरे दोघं-चौघं अशा तऱ्हेनं उभे होते, जणू वाटच बघत असावेत! ओहो! म्हणजे नयना येत असल्याची बातमी ती येण्याआधीच गावात पोहोचली होती की काय? ती तर गाडीतूनच भाईकडे बघत राहिली. पोक्तपणा आलेला चेहरा... कदाचित दुःखामुळे असेल... भावहीन वाटत होता.

'अरे वा! भाई तर धीरूकाकांएवढा उंच आणि हीरूकाकांसारखा मजबूत बांध्याचाही झालेला दिसतोय! एकदम मोठा माणूस!'

एक काका पुढे आले. बाकी सगळ्यांना गाडीतच बसून राहायला सांगून ते डॉ. मेहतांना बाहेर बोलावून घेऊन गेले.

नयना गावाची बाहेरची बाजू बघत होती.

तेव्हा तर दर वर्षी चार-चार मेळे व्हायचे, भरपूर मोकळी जागा होती. आता तर लोकांनी आपापली पहिली कुंपणं काढून जरा बाहेर घेतलीयत. सगळ्यांनीच असं केल्यावर मोकळी जागा अरुंद होऊन गेली होती आणि लोक कुंपणांच्या आडून डोकावून नयनाला बघायचा प्रयत्न करत होते.

तिला वाटलं, 'दोन शाळांच्या मधली अरुंद गल्ली खोलात गेलीय. हायस्कूलची भाड्याची इमारतही अगदी पडायला आलीय. त्या इमारतीच्या मालक- विधवा सूरजकाकी गोराणी (गोर-गावचा पुरोहित, गोराणी म्हणजे त्याची पत्नी) म्हणजे पुष्पाची मम्मी अजूनही मागच्या माडीच्या खाली एकांतवासात राहात असतील? पुष्पानंही कमाल केली. ब्राह्मण असून वाणिया जातीच्या बँकरशी लग्न केलं अन् जातीबाहेर लग्न केल्याबरोबर सूरजकाकींवर आणि त्यांच्या मुलावर ब्राह्मण मंडळींनी बहिष्कार टाकला. काकींचा मुलगा शहरात काम करून कमावतोय आणि इथं हा एकटा जीव... समोर हॉटेल होतं तिथं आता लाकडाची वखार, धर्मशाळेतही लाकडांचे ढीग. त्या दगडी चौथऱ्याच्या जवळ आसपासच्या सगळ्या भागाचं स्मशान आहे. चिता जळताना बघायला शाळेतनं पोरं यायची. पप्पांची चितापण तिथंच...

नयना थरथरली. नदीकडे बघताबघता डोळे भरून आले, हे वल्लीचं झाड तर अजून छान उभं आहे, पण ज्याला पकडून लपंडाव खेळत होतो, तो लाकडाचा चबुतरा दिसत नाही. नदी अजूनही घळी ओलांडून गावापर्यंत येते म्हणे, पण घळींना आता मजबूत बांध बांधून पाणी तिथंच थांबवलं आहे. नदीला आत्ता खूप पाणी आहे.

ते छान वळण बघायला नयनानं मान फिरवून दूरवर बघितलं. समोरच्या

काठावरची रेतीची बेटं अजून जशीच्या तशीच कोरडीठाक उभी आहेत. नदी जास्त वळण घेत जणू गावाजवळ आली, समोर पलीकडची दूर दिसणारी डोंगरांची रांग किती छान दिसत होती.

ह्या बाजूची काठाजवळची एकच टेकडी तिला दिसली.

आज ती वेगळी का दिसतेय? तिला त्या सगळ्या टेकड्यांनी त्यांच्यापासून अगदी वेगळी, अलग करून टाकलीय जणू! तेव्हा ह्या नदीचं पाणी त्या टेकडीच्या अगदी पायापर्यंत आलेलं असायचं, तेसुद्धा आज तर तिच्यापासून दूर वाहताना दिसतंय.

अगदी निराधार झालेली ती टेकडी नयनाला बघवत नव्हती. त्या ओसाड पडलेल्या देवळांकडे मग ती बघत राहिली.

अजून कुठल्या देवाच्या, कुठल्या 'सत्'च्या आधारानं ती टिकून राहिली असतील?

नको नको ते विचार यायला लागले तसं तिनं स्वत:च मन आवरलं.

डॉ. मेहतांनी परत येऊन गाडीत बसताबसता सांगितलं, "नयनाबहेन, ती मंडळी आपल्याला भेटू द्यायला नकार देतायत. मम्मी आणि भाईंनीही भेटायचं नाही, असं कळवलं आहे..."

सगळे गप्प होते. नयनानं खालचा ओठ दातांखाली दाबून धरला आणि डोकं दोन्ही हातांनी घट्ट दाबून धरून ती स्वत:वर काबू ठेवण्याचा आटोकाट प्रयत्न करत राहिली. शोभाबहेननी तिला जवळ घेऊन थोपटलं. गाडी परत वळली. समोरच्या कोपऱ्यावर दोघं जण पहारा करायला राहिले असावेत, बाकी सगळे निघून गेले होते.

नयनानं गाडी थांबवली आणि ड्रायव्हरला तिची वॉटरबॅग देत सांगितलं, "हे पाणी महीमातेत ओतून तिचं नवं पाणी तुम्ही भरून आणा जा."

गाडीचं दार उघडून मग ती स्वत: खाली उतरली. जमिनीला हात लावून प्रणाम केला आणि गावाबाहेरचं ते माळरान मनात भरून घ्यावं तशी बघत राहिली. अंबामातेच्या मंदिराचा ध्वज फाटून जाईल इतका जीर्ण झाला होता. रणछोडजीच्या नव्या मंदिराच्या प्रवेशद्वारावर तिच्या आजोबांच्या- वीरादादांच्या नावाची संगमरवरी पाटी बसवली होती. ते मातकट पाणी ती घटाघटा पीत राहिली. मग डोळ्यांना आणि डोक्याला ते पाणी लावून गाडीत बसताबसता माळरानावरची चिमूटभर धूळ तिनं डोक्याला लावली. गाडी थोडी पुढे सरकली, वळणाशी गाडी वळणार, तिथं एका म्हाताऱ्या बाईंनी हात लांब करून गाडी थांबवायला सांगितली. नयनानं त्यांना ओळखलं- सूरजकाकी! ती पटदिशी बाहेर निघाली. कुंपणामागून लपूनलपून बघणारे बघत राहिले. पाया पडायला वाकलेल्या नयनाला मिठीत घेऊन सूरजकाकींनी

तिच्या कपाळाचं चुंबन घेतलं. नयनाचे भरून आलेले डोळे वाहात होते. काकींनी किटलीतून आणलेला चहा सर्वांना दिला.

मग पिशवीतून एक साडी काढून ती नयनाच्या खांद्यावर पांघरत त्या म्हणाल्या, "बेटा, माहेरची, पप्पा गेले त्याची ही साडी (आधार दाखवण्यासाठी अशी साडी द्यायची पद्धत असते) गोराणीकडून समज, नाहीतर तुझ्या मैत्रिणीकडून- पुष्पाकडून समज. माहेरून रिकाम्या हातांनी जायचं नसतं बेटा!"

नयनाला आता छाती फाटेल असं रडू आलं. सूरजकाकींना तिची तडफड बघवत नव्हती. कुंपणाआडून बघणाऱ्या बायकाही डोळे पुसत होत्या. गाडीचं दार बंद झाल्याचा आवाज त्या मोकळ्या माळरानावर कितीतरी वेळ ऐकू येत राहिला आणि मग गाडी रस्त्याला लागली.

■

हेमांगिनी रानडे :-

जन्मानं गुजराती असलेल्या रानडे गुजरातीतून सुंदर कथा लिहितात. खेड्यात जन्म सुखात गेल्यावर नाइलाजानं मुंबईला मुलाच्या लहान घरात येऊन राहावं लागलेल्या एकाकी, विधुर, वृद्ध माणसाच्या शारीरिक व मानसिक कुचंबणेचं सुंदर चित्रण ह्या कथेत आहे.

सुरुवात

मुंबईतल्या एका उंच इमारतीच्या एका फ्लॅटच्या गॅलरीत बसून हरिशंकर दवे अमेरिकेहून आलेलं मुलीचं पत्र वाचत होते. समोर बांधलेल्या दोरीवर त्यांचा टॉवेल लटकत होता. टॉवेल उन्हात वाळतही होता आणि दवेजींना त्याची सावलीही मिळत होती.

आंघोळ, पूजा वगैरे आटोपून दवेजी रोज असे गॅलरीत येऊन बसायचे, ते थेट संध्याकाळपर्यंत. ही गॅलरी जणू दवेजींची स्वतंत्र खोली झाली होती.

भाई- त्यांचा मुलगा खूपदा सांगायचा, "बापूजी, सबंध दिवस उन्हात कशाला बसून राहता? आम्ही ऑफिसात गेलो की, तुम्ही पंखा लावून आरामात आत का झोपत नाही?"

मुलाच्या न् सुनेच्या खोलीत जाऊन त्यांच्या पलंगावर झोपायचं? छे छे! दवेजींना ते कधीच पटलं नसतं. दवेजी

तसे जुन्या विचारांचे होते. त्यांना वाटायचं ही गॅलरीच आपली बरी. भाईनं इथं बसायला एक बाक टाकून दिलंय त्यांना, त्याच्यावरच दवेजी सबंध दिवस बसून असायचे. दुपारी तिथंच आडवे व्हायचे आणि रात्री तिथंच झोपायचे. मधूनमधून गॅलरीत उभे राहायचे आणि खालच्या रस्त्यावरच्या रहदारीकडे बघत राहण्याचा प्रयत्न करायचे, पण ती इतकी धावपळ त्यांच्या म्हाताऱ्या डोळ्यांना थकवून टाकायची.

कोण आहेत हे एवढे सगळे लोक? ह्या शहरात इतकी धावाधाव, पळापळ का असते? दवेजी असे विचार करायचे, मग कंटाळून पुन्हा बाकावर बसायचे. चष्मा चढवायचे आणि सकाळी मुलानं न् सुनेनं वाचून बाजूला टाकलेल्या वर्तमानपत्राची नीट घडी करून वाचायचे. कधी गीता उचलून मन एकाग्र करून दोन-चार श्लोक वाचण्याचा प्रयत्न करायचे, पण मन लागत नसे.

कदाचित हे असं होण्यालाच म्हातारपण म्हणत असतील!

मग पुन्हा दवेजी अमेरिकेहून आलेलं मीराचं- त्यांच्या लेकीचं पत्र वाचण्यात गुंग झाले. त्यांना वाटलं की, काय करणी तरी म्हणायची देवाची! खेड्यात लहानाची मोठी झाली पोरगी, कर्ज काढून तिचं लग्न करून दिलं; आज अमेरिकेहून पत्र लिहितेय, 'बापूजी मी तुमचं तिकीट पाठवते, तुम्ही इथं या ना थोडे दिवस!'

दवेजींना जरा हसूच आलं. 'आयुष्यात कोण जाणे किती पापं केली असतील, ते गावातलं घर सोडून शहरातल्या ह्या धकाधकीच्या वातावरणात राहायला यावं लागतंय. आता आणि त्या श्रीमंत देशात- अमेरिकेत कशाला जायचं? मरायला?'

ह्या घरात त्यांचा जीव घुसमटायचा. इथं मोकळा श्वासही घेता येत नसे त्यांना, म्हणूनच तर ह्या उन्हात बसून राहायचे. किती उकडायचं, किती घाम यायचा ह्या शहरात! थंड वारा यावा असं दवेजींना खूप खूप वाटायचं.

आहाहा! त्यांच्या छोट्याशा खेड्यात किती छान वारा असायचा. मन कसं छान, प्रसन्न व्हायचं. संध्याकाळी पोस्ट ऑफिसातनं दवेजी त्यांच्या क्वार्टरवर परत यायचे आणि नरबदा (नर्मदा) लोटाभर पाणी पाय धुवायला त्यांच्या पायांवर घालायची, तेव्हा थेट काळजापर्यंत थंड वाटायचं दवेजींना.

'अहाहा! नरबदा... किती केलंस माझ्यासाठी तू आणि करत असतानाच तू मला सोडून निघून गेलीस.'

धोतराच्या सोग्यानं दवेजींनी डोळे पुसले. अलीकडे कोण जाणे का ते, असंच व्हायचं- नरबदेची आठवण येत राहायची आणि दवेजींचं मन तिच्याकडे जायला व्याकूळ व्हायचं. नरबदेला जाऊन तब्बल बारा वर्षं झाली, पण अजूनही नरबदेची आठवण येत राहायची आणि इथं आल्यापासून तर जास्तच.

तिच्या मृत्यूनंतर दवेजी त्याच खेड्यात, त्याच क्वार्टरमध्ये, पोस्ट ऑफिसच्या

मागच्या बाजूला राहात होते, पण तेव्हा त्यांना इतकं एकटं वाटत नसे. तेव्हा नंदू होता, नंदू...

नरबदा मावशी गेल्यानंतर, पोटचा पोरगा नाही करू शकणार इतकं नंदूनं त्यांच्यासाठी केलं, पण आता तोही त्या गावातच राहिला...

आणि दुसरे होते व्यासजी. पोस्ट ऑफिसातले कारकून. त्यांची बायको चंपाबहेन. अधूनमधून बशीत झाकून कधी ढोकळा, कधी भजी, तर कधी शिरा घेऊन यायच्या, स्वयंपाकघरात ठेवायच्या आणि सांगून जायच्या, ''ए नंदू! दवेजी जेवतील तेव्हा आठवणीनं हे वाढ हां त्यांना. बघ, विसरू नको बरं का!''

आणि भेटायला येणारे! पत्र आलंय का बघायला येणारे सुलेमानभाई, मनीऑर्डर आलीय का बघायला येणारी म्हातारी जीवीबाई, जिचा मुलगा बडोद्याला नोकरी करायचा आणि दर महिन्याला तिला पैसे पाठवायचा. शिवाय जयंतभाई होते, खुषालभाई होते, कितीतरी माणसं होती रोज भेटणारी.

त्या सगळ्यांना सोडून दवेजी इथं आले. का? कशाला?

हा प्रश्न दिवसातून पन्नासदा दवेजी स्वतःला विचारायचे, 'कशाला इथं आलात दवेजी? रिटायर झाल्यावरही तिथेच राहिला असतात तर? तिथे? त्या सगळ्यांच्या सोबतीनं? तर? तेव्हा तर प्रकृतीही चांगली होती. मोकळी हवा, साधं जेवण. इथं आल्यापासून कोण जाणे का, पण तब्येत काही बरोबर राहात नव्हती. हां, अजून अंथरूण धरलं नव्हतं म्हणा!'

दवेजींनी सुस्कारा टाकला. 'ही तरी देवाची कृपाच म्हणायची!' पण ही सून आणि मुलगा काय खातात? फ्रिजमध्ये ठेवलेला रात्रीचा भात, दोन दिवसांपूर्वीची आमटी, भाजी तर बघूनच उबके येतात आणि ते डब्यातलं तूप, पण तशी सूनबाई चांगली आहे हं! असं सगळं शिळं ती सासऱ्याच्या ताटात वाढत नाही, पण स्वयंपाक सकाळी सात वाजताच होऊन जातो. दोन डबे भरून मुलगा न् सून आपापलं जेवण ऑफिसात बरोबर घेऊन जातात.

दवेजींचं ताट वाढून झाकून ठेवलेलं असतं.

जेवण जरा गरम असलं ना, तर माणसाला दोन घास जास्त जातात, पण दवेजींचा धीर होत नाही. गरम करायला गेले न् कुठे भांडं करपलं, खाली लागलं, तर? उगीच आणि सूनबाईला राग आला, की म्हाताऱ्याच्या जिभेचे चोचले अजूनही संपले नाहीत म्हणून, तर? त्यापेक्षा ठेवलं असेल थाळीत झाकून तेच जेवून घ्यावं.

दवेजींना टेबलावर बसून जेवणंही जमत नाही. जणू खाल्लं की, ते पोटात जायच्याऐवजी सरळ पायातच उतरतं असं काहीतरी वाटतं, म्हणून दवेजी त्यांचं ताट बाहेर घेऊन यायचे आणि तिथं गॅलरीतल्या बाकावर बसून जेवायचे. बरं आहे ना, मोकळी हवाही असते इथं.

हरिशंकर दवे विचारांमध्ये गढून गेले होते. जरा वेळानं तंद्री मोडली न् लक्षात आलं, की हातात मुलीचं पत्र होतं. कपाळावर चढवलेला चष्मा परत नाकावर बसवून ते पुन्हा वाचू लागले.

तेच नेहमीचं सगळं, 'जावई मजेत आहेत, मुलंही ठीक आहेत. धाकटी चालायला शिकलीय. थोरल्याची शाळा चांगली आहे. भावालाही तिकडे बोलावून घ्यायचा विचार आहे, पण तिचा स्वत:चाच अजून चांगला जम बसलेला नाही. घर घेण्यासाठी कर्ज घ्यावं लागेल.'

कर्ज! ह्या मीराच्या लग्नासाठी जर कर्ज घ्यावं नसतं लागलं, तर आज दवेजी त्यांच्या गावीच राहू शकले असते, पण जावयांना पुढे शिकायचं होतं आणि मुलीचं लग्न करून देऊन पाठवणी करायची म्हणजे पैसे तर लागतातच ना! म्हणून मग दवेजींनी प्रॉव्हिडंट फंडातून कर्ज काढलं होतं.

पोटच्या पोरांसाठी सगळीच करतात, आपण केलं तर त्यात काय धाड मारली?

अर्धा प्रॉव्हिडंट फंड राहिला होता तो भाईच्या ह्या घरासाठी खर्च झाला. भाईनं प्रेमविवाह केला, त्यामुळं सुनेच्या माहेरून काही मिळालं नाही. नाही, सूनबाई चांगली आहे हं! खूप चांगली आहे.

दवेजींनी स्वत: शोधली असती तरी इतकी सुशील, सुस्वभावी मुलगी मिळाली नसती. अगदी नरबदानं शोधली असती ना, तरीही नसती मिळाली.

दवेजींनी सुस्कारा टाकला. बरं झालं नरबदा तेव्हा गेली तेच, भाई मुंबईला आला त्यानंतर थोड्याच दिवसात मग लग्न केलंन, तेव्हा भाई बायकोला घेऊन गावी आला होता.

परत जाताना सांगून गेला, ''बापूजी, तुमच्या प्रॉव्हिडंट फंडातले बाकीचे पैसे माझे, बरं का! मला मुंबईत घर घ्यायचंय. एका खोलीत आता राहता येणार नाही.''

तेव्हा काय म्हणणार होते दवेजी? बस्स! जेव्हा रिटायर झाले, तेव्हा राहायला घर उरलं नाही.

नंदूनं खूप सांगून बघितलं होतं, 'साहेब! माझ्याबरोबर रहा ना! मी नाही का तुम्हाला मुलासारखाच? मी नाही केली तुमची सेवाचाकरी?'

पण दवेजी एका पोस्टमनच्या घरी कसे राहणार? म्हणजे त्यांना काही हरकत नव्हती, पण भाईची बदनामी झाली असती ना? लोकांनी नावं ठेवली असती, की वडिलांना सांभाळलं नाही म्हणून! दवेजींना ते सहन नसतं झालं आणि तिकडे वरती नरबदेचा जीव नाही का तडफडणार? मग दवेजींना शांत झोप आली असती?

आणि म्हणून दवेजी मुंबईला, सगळ्यांना सोडून...

दवेजींनी उठून टॉवेल सरकवला. उन्हं फिरली होती. मुलीचं पत्र घडी करून

आत रेडिओखाली ठेवलं. कदाचित भाईला पुन्हा वाचायचं असेल बहिणीचं पत्र.

मग स्वयंपाकघरात जाऊन दवेजी त्यांचं ताट बाहेर घेऊन आले, चला, हे कामही उरकून टाकावं म्हणून. झाकलेलं ताट उचलून बाजूला ठेवलं आणि बघितलं तर घाईघाईत सूनबाई पोळीला तूप लावायला विसरली होती.

'काही हरकत नाही. कोरडी पोळीच खाऊन घ्यावी.'

गॅलरीतल्या बाकावर समोर ताट ठेवून दवेजी बसून राहिले. गार झालेलं जेवण आणि कोरडी पोळी. घास घ्यावासा वाटेना, पण मग कसाबसा त्यांनी पोळीचा तुकडा मोडला, तेवढ्यात गॅलरीच्या कठड्यावर कावळा येऊन बसला, आणि 'काव', 'काव' करू लागला. दवेजींनी हातातला तुकडा त्याच्यासमोर टाकला. कावळा भिऊन उडून गेला, पण मग जेव्हा बघितलं की पोळीचा तुकडा तिथेच आहे, तसा पटदिशी आला आणि तुकडा घेऊन उडून गेला.

दवेजींना हसू आलं, 'अरे, घाबरतोयस कशाला? मी काही मारणार नाही तुला. घे, हा आणखी एक तुकडाही घेऊन जा. ये, अरे ये! आपण दोघं बरोबर जेवूया.'

दवेजी हातात घास घेऊन कितीतरी वेळ त्याची वाट बघत राहिले, पण तो हरामखोर परत आलाच नाही. दवेजींनी मग जेवायला सुरुवात केली. जेवून ते भांडी आत ठेवून आले.

थोड्या वेळानं कामवाली बाई येईल.

तिच्यासाठी दार उघडायचं, तिला स्वयंपाकघरात काम करू द्यायचं, हे दवेजींचं काम होतं.

दहा मिनिटांत तिचं काम संपलं की, ती सांगायची, 'दार बंद करून घ्या आजोबा.'

ह्या लहानशा घटनेनं दवेजींच्या दिवसाचे दोन भाग होत असत.

दवेजी चहा पीत नसत. कामवाली बाई गेली की, दवेजी गॅलरीत येऊन बसायचे, डोळे मिटून घ्यायचा प्रयत्न करायचे. जरा डोळा लागायचा, पुन्हा जाग यायची. मग ते उभे राहून गॅलरीतून खाली बघत राहायचे. कधीकधी त्यांना वाटायचं की, खाली उतरून जरा पाय मोकळे करून यावं... पण दवेजी जाणार कुठे? एवढ्या माणसांमध्ये कुठेतरी हरवले तर? आणि परत येताना लिफ्ट चालली नाही तर? इतके जिने चढता येतील त्यांना?

दवेजी बाकावर बसून राहायचे. उन्हाच्या दिशेवरून कळायचं की, तीन वाजले असतील, आता चार वाजले असतील, आता पाच वाजले असतील. तासा दीड तासानं सूनबाई येईल, मग भाई येईल.

तिकडे गावी दुपार चढली, की नरबदा नंदूबरोबर ग्लासभर सरबत पाठवायची. तिला ठाऊक होतं, की खूप उन्हाळा असेल, तेव्हा जर काही गार प्यायले नाहीत,

तर दवेजींचं पित्त वाढतं. स्वच्छ, चकचकीत ग्लास, वर बशी झाकलेली. नंदू दुपारचं टपाल वाटायला जाण्यापूर्वी सांभाळून घेऊन यायचा आणि त्यांना द्यायचा.

"घ्या साहेब. मावशींनी पाठवलंय, पिऊन घ्या लवकर म्हणजे मी ग्लास परत देऊन येतो." दवेजी मग जरासं हसून, जरासं चिडून सरबत पिऊन टाकायचे.

कधी लिंबाचं सरबत, कधी कैरीचं पन्हं, तर कधी पातळ ताक. आलटून पालटून नरबदा नवंनवं पाठवायची.

'आहाहा! ते प्यायल्यावर कसं छान गार गार वाटायचं- अमृत जणू!'

नंदूनं सगळं शिकून घेतलं होतं. नरबदा गेली त्यानंतर तो स्वतःच लिंबाचं सरबत करून आणायचा आणि इथं ह्या शहरात थंड पाण्यासाठी आसुसतो जीव दवेजींचा. ह्या घरात तर माठही नाही. हे दोघं तर नळाचंच पाणी पितात, न गाळताच. दवेजीही पितात, पण दुपारी नळ तापतो आणि गरमगरम पाण्यानं तहान भागत नाही.

तसं पाहिलं तर दवेजीही जाणून होते, की त्यांचं दुःख कोरड्या पोळीचं किंवा गरम पाण्याचं नव्हतं. माणूस फक्त खाण्यापिण्यावर जगत नाही. त्यांचं दुःख होतं एकटेपणाचं. चार शब्द बोलणारं, त्यांच्या सुखदुःखात सहभागी होणारं इथं कोणी नव्हतं.

संध्याकाळी सून न् मुलगा परत यायचे तेव्हा दोघंही थकलेले असायचे. सुनेचा ओढलेला चेहरा बघून दवेजींचा जीव कळवळायचा. पार फिकं पडलेलं तोंड. आल्याआल्या ती चहा करायची, रात्रीचा स्वयंपाक करायची, दुसऱ्या दिवशीची तयारी करायची.

दवेजींना समजायचं की, त्यांच्या इथं येण्यानं सुनेचं काम वाढलं होतं, मोकळा वेळ कमी झाला होता. सून जरा पाय लांब करून आरामात बसू शकत नसे. दवेजींना तिला सांगावंसं खूप वाटायचं, 'सूनबाई, माझ्यासमोर डोक्यावरून पदर घ्यायची जरूर नाही बेटा! तू तर मुलीसारखीच आहेस मला.' पण त्यांना तसं सांगणं जमत नसे, अवघडल्यासारखं वाटायचं.

भाईशी बोलायला वेळच मिळत नसे. जेवणं झाली, की त्याचे डोळे झोपेनं जडावायचे.

दवेजी संकोच सोडून सांगायचे, "जा बेटा, झोपा जाऊन. सकाळी परत तुम्हाला लवकर उठायचं असतं."

पडत्या फळाची आज्ञा घेऊन मुलगा न् सून त्यांच्या खोलीत निघून जायचे. आतून हळूहळू हसण्याचा आवाज तर कधी रुसणं, फुगणं आणि मनधरणीचे आवाज कानावर पडायचे. हेही एक कारण होतं, ज्याच्यामुळे दवेजी रात्री गॅलरीतल्या बाकावरच झोपायचे. त्यांना मनोमन संकोच वाटायचा. पतिपत्नी आहेत, कितीतरी

गोष्टी बोलायच्या असणार त्यांना.

चुकूनसुद्धा ते बोलणं म्हाताऱ्या सासऱ्याच्या कानांवर पडलं तर? रामराम! देवा, ह्या म्हाताऱ्याची लाज राख बाबा!

एकटेपण दूर करण्याचे प्रयत्न तर दवेजींनी खूप करून बघितले, पण काही फायदा झाला नव्हता.

'शेजारी पाजारी कोण राहतं?' विचारलं, तर पहिल्याच दिवशी भाई म्हणाला, 'हे काही खेडेगाव नाही हं बापूजी, जरा सांभाळून रहा. शेजारच्या फ्लॅटमध्ये कोण राहतं, आम्हाला माहीत नाही. कोण जाणे कसली माणसं असतील! मुंबई आहे ही, इथं अठरापगड जातींचे लोक राहतात आणि हो, दरवाजा उघडून बाहेर जाऊ नका. चुकून दरवाजा बंद झाला तर काय कराल? आम्ही येईपर्यंत बाहेर बसून राहावं लागेल तुम्हाला! हो! म्हणून जरा जपून...''

'राम राम! असं कसं हे शहर? इथं कोणाचा कोणावर विश्वास नाही!'

पहिल्या दिवशी कामवाली बाई म्हणताना त्यांनी ऐकलं होतं, ''नाही हं, नाही. तुमचे सासरे घरात एकटे असतील तेव्हा काही मी कामाला नाही येणार. आम्हालाही आमची अब्रू सांभाळायची असते बरं!''

दवेजी खूप दुखावले होते. ही बाई त्यांना इतका नीच माणूस समजते? नंतर बाई आली, की दवेजी चुकूनसुद्धा खोलीत येत नसत, बाहेर गॅलरीत बसून राहायचे. बाई काम करून गेली, की दवेजी आत येऊन दार लावून घ्यायचे.

एक दिवस पोस्टमननं बेल वाजवली. पोस्टमनचा युनिफॉर्म बघून दवेजी खूश झाले. जणू कित्येक वर्षं दुरावलेला कोणी साथी भेटला होता. खूप आपलेपणानं त्यांनी त्या पोस्टमनशी बोलायचा प्रयत्न केला, पण त्यानं मुळीच दाद दिली नाही. टपाल देऊन तो निघून गेला. दवेजी ओशाळवाणं हसले. त्यानंतर कधी त्यांनी पोस्टमनशी बोलायला जायचं धाडस केलं नाही.

पण अलीकडे जेवताना दवेजींना एक साथी मिळाला होता, एक कावळा. दवेजी दोन घास खायचे, मग पोळीचा एखादा तुकडा गॅलरीच्या कठड्यावर ठेवायचे. कावळा 'काव-काव' करून तो तुकडा चोचीनं उचलून शेजारच्या कडुलिंबाच्या झाडावर बसून खायचा.

दवेजी त्याला म्हणायचे, ''काय कावळेदादा! तुमचं हे शहर म्हणजे कमालीचं आहे बाबा!'' आणि मग आपणच आपल्याशीच हसायचे, पण रोज दुपारी दवेजी वाट बघायचे- साथी कावळेदादांची.

एक दिवस बघितलं तर कावळेदादा काड्याकुड्या गोळा करत होते. दवेजी समजून गेले- कडुलिंबाच्या झाडावर घरटं बांधणं चाललं होतं. आता त्यात अंडी घातली जातील आणि कावळेदादा आणि कावळीणबाई अंडी उबवतील. मग

छोटीछोटी कावळ्याची पिल्लं दिसतील, भुकेजली की 'काऽ' 'का'ऽ 'काऽ' करणारी.

दवेजी खूश झाले. आता रोज दुपारी एकाच्याऐवजी पोळीचे तीन-चार तुकडे गॅलरीच्या कठड्यावर ठेवू लागले.

रविवारी दुपारी दवेजी बसल्याबसल्या कावळेदादांचं चाललेलं काम बघत होते, तेवढ्यात भाई आला. कावळ्याच्या 'काऽव' 'काऽव'ला कंटाळून त्यानं हात हलवून कावळ्याला उडवून लावलं. मग आत जाऊन एक लहान काठी आणून दवेजींना दिली आणि सांगितलं, "ह्या कावळ्याला इथं बसायची सवय लागू देऊ नका हं बापूजी, ह्या गॅलरीत उकिरडा करून ठेवेल नाहीतर. ह्या बेट्या कावळ्यांना इथं बसूच देत जाऊ नका. किती कचरा केलाय बघा!"

भाई दवेजींना जरा रागानं म्हणाला. जणू कावळा येत होता ही दवेजींचीच चूक होती.

दवेजी काही बोलले नाहीत.

दिवस जात राहिले. कावळेदादांच्या घरट्यात पिल्लं झाली. त्या दिवसांमध्ये दवेजींचा वेळ छान जायचा. कावळेदादांना खायला काय मिळालं, लहान पिल्लं उडायला लागली का नाही, सगळ्या गोष्टींकडे दवेजी लक्ष ठेवायचे. पिल्लांना भरवायला कावळा काहीबाही अभक्ष्यही आणायचा, कठड्यावर ठेवून त्याचे लचके तोडायचा, तेव्हा त्यांना पोटात ढवळायचं, पण भुकेल्या पिल्लांच्या वासलेल्या चोची बघून त्यांचं मन कळवळायचं मग. दवेजी लक्षपूर्वक बघायचे, की, कुठल्या पिल्लाला आधी भरवलं, कावळीणबाई कुठल्या पिल्लाकडे जास्त लक्ष देतात.

निसर्गाचा हा खेळही संपला. पिल्लं मोठी झाली, उडायला शिकली आणि एक दिवस उडूनही गेली. कावळेदादापण उडून गेले, कावळीणबाईही दिसेनाशा झाल्या.

दवेजी पुन्हा त्यांच्या एकाकी बाकावर बसून खालच्या रस्त्यावरची रहदारी बघू लागले. गीता वाचू लागले, डोक्याला हात लावून बसून राहू लागले.

अशातच एक दिवस त्यांच्या नावाचं नंदूचं पत्र आलं.

पोस्टमननं दार वाजवलं. दवेजींनी कोण आहे ते लहान काचेतून बघितलं.

भाईनं शिकवलं होतं, "आधी बघायचं, मगच दार उघडायचं. नाहीतर अडचणीत याल एखादे दिवशी, समजलं ना?"

दवेजींनी पोस्टमनचा युनिफॉर्म बघून दार उघडलं.

"भाईश्री हरिशंकर दवे?"

"हो भाई, मीच. माझं नाव हरिशंकर दवे."

"जय-जय दवेजी!"(जय-जय ही गुजरातेतील अभिवादनाची एक पद्धत.) दवेजींनी आता मान वर केली आणि बघतच राहिले. हे तर आपल्या तिकडचे

कोणीतरी दिसतायत! "जय-जय भाई!" दवेजी म्हणाले.

"हे घ्या साहेब, आपल्याला पोस्टकार्ड आलंय." मग कार्डाच्या मागच्या बाजूला बघून म्हणाला, "कोणा नंदूचं पत्र आहे."

"असं?" दवेजींची अधीरता वाढली.

"नंदूचं आहे? वा, वा!" दवेजी आनंदले.

"तुमचा मुलगा आहे साहेब?" पोस्टमननं विचारलं.

"मुलगा? हो! मुलगाच समजा भाई! आमच्या गावचा पोस्टमन आहे."

"असं?" पोस्टमनला ह्या त्याच्या व्यवसाय-बंधूबद्दल कुतूहल वाटलं.

"हो, हो!" दवेजींना उत्साह आला, "मी तिथे पोस्टमास्तर होतो ना!"

"ओहो! आशीर्वाद द्या साहेब!" पोस्टमननं डोकं झुकवून नमस्कार केला.

दवेजींना भरून आलं.

"अरे भाई! आयुष्यमान भव!" मग दोन-तीन मिनिटं पोस्टमन मानसिंह आणि दवेजी ह्यांच्या दारातच गप्पा झाल्या.

दवेजींना वाटत होतं, की मानसिंहला आत बोलवावं, बसायला सांगावं, पाणी विचारावं, अजून जरा गप्पा माराव्यात, पण त्यांना संकोच वाटला, ते जास्त बोलू शकले नाहीत.

भाईनं बजावलं होतं ना, की अनोळखी माणसाला कधीही घरात घ्यायचं नाही, म्हणून मग मानसिंह जायला निघाला, तेव्हा दरवाजा बंद करून ते गॅलरीत आले आणि जेव्हा मानसिंहनं खालून वर बघितलं, तेव्हा दवेजींनी हात हलवून त्याला निरोप दिला.

दवेजी कितीतरी वेळ तसेच उभे राहिले, मग नंदूच्या पोस्टकार्डकडे बघितलं, चष्मा घातला, बाकावर बसले आणि पोस्टकार्ड वाचू लागले.

नंदूनं लिहिलं होतं, "आमच्या साहेबांना त्यांच्या लेकराचा नंदकुमार पोस्टमनचा प्रणाम. आम्ही सगळे इथं खुशाल आहोत. तुम्हीही ठीक असालच. सुलेमानभाई आणि खुशालभाई रोज तुमची आठवण काढतात. तुमच्याकडून खुशालीचं पत्र आलं नाही म्हणून काळजी वाटते. तुम्ही इथं केव्हा याल? आम्हाला तुमच्याशिवाय करमत नाही, खूप एकटं वाटतं."

दवेजींच्या गळ्यात आवंढा अडकला. त्यांना आठवलं- नंदू जेव्हा लहान होता, तेव्हा त्याच्या आईबरोबर नरबदाकडे यायचा. नाकातून शेंबूड वाहात असायचा, अंगात फाटका सदरा लोंबत असायचा, मळक्या हातापायांवर माशा घोंघावत असायच्या. उन्हाळ्याच्या दिवसात नंदूची आई नरबदाला पापड, सांडगे मसाला करायला मदत करायची. नंदू बाहेर बसलेला असायचा.

एक दिवस दवेजींनी हात पकडून नंदूला नळाखाली बसवला.

"आंघोळ कर गाढवा. हे आपलं अंग म्हणजे देवाचं देऊळ, ते इतकं घाणेरडं नसतं ठेवायचं."

मग भाईच्या जुन्या कपड्यांमधून एक सदरा आणि चड्डी काढून नरबदाला दिली आणि म्हणाले, "घाल त्याच्या अंगात."

आंघोळ करून कपडे घालून नंदू जेव्हा त्यांच्याकडे आला, तेव्हा दवेजींनी त्याला शिकवायला सुरुवात केली.

'आज त्याच नंदूनं किती छान पत्र लिहिलंय!' धोतराच्या सोग्यानं दवेजींनी डोळे पुसले.

दवेजींनी निश्चय केला, की नंदूला नक्की उत्तर लिहायचं आणि केवळ त्यालाच नाही, तर खुशालभाई, सुलेमानभाई, म्हाताऱ्या जीवीबाईंना, सगळ्यांना... पण सगळ्यांना पत्रं लिहायची कशी? त्यांच्याजवळ कार्ड, पाकीटं काहीच नव्हतं. भाईला त्यांनी सांगितलं असतं, तर त्यानं नक्की सगळं आणून दिलं असतं, पण त्यांना तोंड उघडून सांगणं जमलंच नाही. संकोच वाटून ते गप्प राहिले. तोंड उघडून भाईकडे काही मागणं त्यांच्याच्यानं होत नसे.

पण मागायची जरूर तरी काय होती? त्यांचं पेन्शन येत होतं ना दर महिन्याला.

'आता मानसिंह परत येईल तेव्हा त्याला आणून द्यायला सांगता येईल. मानसिंह तर आपला माणूस आहे. अगदी आपला!' त्यांना बरं वाटलं.

दुसऱ्या खेपेला मानसिंह आला तेव्हा देवजींनी हक्कानं त्याला सांगितलं. टपालाचा थैला तिथंच ठेवून तो धावत खाली गेला आणि पोस्टकार्डं आणून दिली. दवेजींनी त्याला बसायला सांगितलं, पाणी दिलं आणि भराभर नंदूला पत्र लिहून टाकलं.

"नक्की पोहोचेल हां साहेब, काळजी करू नका." असं आश्वासन देऊन मानसिंह गेला.

आता दवेजींचं मन इतकं उदास राहात नव्हतं. त्यांना मानसिंहची वाट बघायची असायची. भाईसाठी पत्र नसलं आणि मानसिंह बिल्डिंगमध्ये कोणाकडेही टपाल द्यायला आला तरी त्यांना भेटल्याशिवाय जात नसे. त्यालाही मोकळेपणानं बोलायला कोणीतरी भेटलं होतं.

"मी तर साहेब, लहानपणी इकडे शहरात पळून आलो. मला ड्रायव्हर व्हायचं होतं. सुरुवातीला मोटारी पुसायचं, टॅक्सी साफ करायचं काम केलं. पोटापुरते पैसे मिळायचे. मग रात्रीच्या शाळेत जाऊ लागलो. रेल्वेच्या पुलाखाली राहायचा." मानसिंह सांगत असायचा, दवेजी ऐकत राहायचे.

"किती म्हणून कामं केली साहेब, चांगली, वाईट सगळी..., पण शिक्षण सोडलं नाही. कसाबसा मॅट्रिक झालो. एका भल्या माणसानं ही नोकरी लावून दिली.

बोली केली होती की, पहिल्या तीन महिन्यांचा पगार त्याला द्यायचा. मी म्हटलं, घे ना बाबा, तीन महिन्यांचा कशाला, चार महिन्यांचा पगार देईन. हे ढीगभर पैसे दिले त्याला, नोकरी तर मिळाली ना! पण साहेब, घर सुटलं ते सुटलंच. इथं आल्यास परत कधी गेलोच नाही ना! आता तर सगळं विसरायलाच झालंय. असं आहे ना साहेब, थोडंथोडं विष जो रोज खातो ना, त्याचं रक्तच विषारी होऊन जातं म्हणतात. आता कुठे गाव अन् कोणाचं घर?''

मानसिंह बोलायला लागला की, बोलतच सुटायचा, दवेजी ऐकत राहायचे. मानसिंह गेला तरी ते त्याच्याबद्दल विचार करत राहायचे!

हंऽ! मानसिंहसाठी वाईट वाटत राहायचं त्यांना.

एका रात्री दवेजी बाकड्यावर ह्या कुशीवरून त्या कुशीवर करत होते. खूप उकडत होतं. कडुलिंबाचं एकही पान हलत नव्हतं. दवेजी उठून बसले. कठड्यावर हात टेकून आभाळाकडे बघत राहिले. आषाढ सुरू झाला होता, पण पावसाचं नाव नव्हतं. खालचा डांबराचा रस्ता दिवसभर तापायचा आणि त्यामुळं रात्री सगळं वातावरण तापलेलं जाणवायचं.

दवेजींना आठवलं की, गावी तर आषाढ लागला की रिमझिम पावसाला सुरुवात व्हायची. आतल्या अंगणात दवेजी झोपलेले असायचे. नरबदा येऊन उठवायची, 'उठा, भिजाल ह्या पावसात.'

ते हसून म्हणायचे, 'म्हणून तर इथं झोपलोय, खूप छान वाटतं हं! ये ना, तूही झोप इथं माझ्याजवळ!'

अंधारातही समजायचं की नरबदाचा चेहरा लाजेनं लाल झालाय आणि मग संकोचून लाजत नरबदा त्यांच्या कुशीत झोपायची आणि मग तर...

एक सुस्कारा टाकत त्यांनी खालच्या सामसूम रस्त्याकडे बघितलं. दुरून कुठूनसे ढोल-मंजिऱ्यांचे सूर हवेतून वाहात येऊन त्यांच्या कानांवर पडले.

'कुठेतरी भजन चाललंय.'

तेवढ्यात थंड वाऱ्याची झुळूक यावी तसे दोह्याचे शब्द ऐकू आले. आवाज जवळून येत असावा तसा वाटला. खालून कुठूनसा - आहाहा!

ते बाकावर बसले, दोहे ऐकताऐकताच डोळे मिटायला लागले.

सकाळी उठल्याबरोबर त्यांनी खाली बघितलं. कोणी दिसलं नाही.

दोहे कोण गात असेल रात्री?

दवेजींना वाटलं की जणू कोणीतरी खास त्यांच्यासाठी गात असेल!

भाईला विचारावं? पण नको, राहू दे रे माझ्या मना, भाईला असले विषय आवडत नाहीत. आपणच खाली उतरून बघून यावं? पण नको. दवेजींना लिफ्टची खूप भीती वाटायची. मध्येच कुठेतरी ते यंत्र बंद पडलं तर?

सूनबाई आणि मुलगा गेल्यावर दवेजी आंघोळीला गेले, तेवढ्यात दारावरची घंटा वाजली. जरा वैतागून टॉवेल गुंडाळून ते बाहेर आले, काचेतून बघितलं. धोतर आणि खाकी शर्ट घालून कोणी अनोळखी माणूस उभा होता. दवेजी जरा चमकले.

ह्या वेळी तर कोणी येत नाही, कोण असेल?

घंटा पुन्हा वाजली. त्यांनी हळूच दरवाजा उघडला. एक स्थूल माणूस बाहेर उभा होता.

दवेजींना बघितल्यावर तो म्हणाला, "मी नवा चौकीदार आहे साहेब. लिफ्टपण आता मीच चालवेन. माझं नाव वजेसिंग वॉचमन."

आता दवेजींनी दरवाजा पुरता उघडला, "रात्री दोहे तुम्ही म्हणत होता?"

त्याच्या चेहऱ्यावर आश्चर्य पसरलं, "हां साहेब, मीच म्हणत होतो. त्याचं काय आहे, की एकट्यानं बसूनबसून..."

"छान गाता हं तुम्ही" दवेजींनी कौतुक केलं.

वजेसिंगनं हात जोडले, "आपले आशीर्वाद आहेत साहेब."

"वजेसिंग, थांबा जरा. मी आंघोळ करून कपडे घालून आत्ता येतो."

"आपण सावकाश आंघोळ उरका साहेब, मी बाकीच्या घरांमध्ये माझी ओळख करून देऊन येतो."

आणि अशा तऱ्हेनं दवेजींना दुसरा मित्र मिळाला.

वजेसिंग समजूतदार माणूस. भाई न् सूनबाई कामाला गेले, की मग तो यायचा, पण घरात यायचा नाही. बाहेरचं दार उघडून, उंबऱ्याच्या आत दवेजी आणि बाहेर तो असे गप्पा मारत उभे राहायचे.

वजेसिंग विचारायचा, "साहेब, खाली उतरावंसं नाही वाटत?"

"वाटतं ना भाई," दवेजी हळू आवाजात म्हणाले, "खूप वाटतं, पण काय आहे, एक तर माझ्याजवळ घराची किल्ली नाही आणि एवढ्या गर्दीत जायला मला भीती वाटते. ह्या वयात वजेसिंग, कुठेतरी धक्का लागला न् पडलो, तर? आणि शिवाय हरवायचीही भीती वाटते..."

वजेसिंगला हसू आलं.

"छे हो साहेब. मी तुम्हाला एकट्यानं जाऊ तरी देईन का? मी येईन ना तुमच्याबरोबर. काही होणार नाही तुम्हाला. बस्स, तुम्ही एवढं करा; छोट्या साहेबांना सांगून एक किल्ली करून घ्या. जेव्हा तुम्हाला जावंसं वाटेल, तेव्हा घेऊन जाईन मी. रात्री भजन ऐकू येतं ना तुम्हाला? इथं जवळच एक मंदिर आहे, तिथं जाऊन बसलात, तर छान वाटेल तुम्हाला."

दवेजींच्या मनात खळबळ झाली, इथं? जवळ? वा! ह्या नरकासारख्या शहरात देवाधर्मावर विश्वास आहे तर लोकांचा?

लिफ्टची बेल वाजली म्हणून वजेसिंग निघून गेला. दवेजी मंदिराचा विचार करत राहिले, त्यांच्या गावचं मंदिर...

दवेजी नक्की जातीलच मंदिर बघायला, पण चावी? हरकत नाही. ते सांगतील भाईला, 'भाई, मला वजेसिंगबरोबर मंदिरात जायचंय!' भाई काय नाही थोडाच म्हणेल?

पण कितीतरी दिवस गेले. दवेजींना तोंड उघडून बोलायचं काही जमलं नाही. कोण जाणे का, पण दवेजी पोटच्या पोराशी बोलू शकत नव्हते. त्यांना नंदू 'आपला' वाटायचा. हल्ली आता हा वजेसिंगही त्यांना 'घरच्यासारखा' वाटायचा. दवेजी मनातनं दुखावले. पोटच्या पोरापेक्षाही ही माणसं जास्त 'आपली' झाली? हो! त्यांना दवेजी मनातले विचार, इच्छा, सांगू शकत होते; त्यांचं सांगणं समजू शकत होते; पण भाईला दवेजींचं मन समजू शकत नव्हतं. समजू शकत नव्हतं, की त्याला समजून घ्यायचं नव्हतं? देव जाणे!

दवेजी भाईसमोर जितके दबून राहायचे, तितके तर नोकरी करत होते तेव्हा त्यांच्या साहेबांसमोरही दबलेले नसायचे.

पण दवेजी जाणून होते की, भाई त्यांचं म्हणणं समजू शकला नसता. बाप-लेक जणू वेगवेगळ्या भाषा बोलत होते. बोलण्यातला मुख्य मुद्दा काय आहे ते एक जण समजू शकत नव्हता आणि दुसरा तो मुद्दा समजावून सांगू शकत नव्हता. क्वचित कधीतरी भाई वेळ काढून दवेजींबरोबर काही गोष्टींवर बोलण्याचा प्रयत्न करतो, पण एक-दोन वाक्यं बोलल्यावर त्याचा आवाज खालीखाली जायला लागतो आणि बोलणं अर्धवट टाकून तो उठून जातो. तो असा उठून गेला म्हणजे मग दवेजीही सुटकेचा सुस्कारा टाकतात.

पण असं कसं चालणार? कसं चालेल? दोघं बाप-लेक एका घरात राहतात आणि आता तर नाइलाजानं राहावंच लागेल, तर काय, दोघं असंच मोकळेपणानं न बोलता राहू शकतील? आणि सूनबाई? पण बाईमाणसाशी काय बोलायचं? हे असलंच ना, की 'वाढू आणखी?', 'झोप लागली रात्री?', 'दूध पिणार आहात तुम्ही?' दवेजी अशा वेळी खाली बघून किंवा सूनबाईच्या डोक्याच्या वर हवेत कुठेतरी बघत, शक्य तितकं कमी बोलायचे, मात्र त्यांना वाटायचं खरं, की पोरगी बिचारी चांगली आहे हं, त्यांचा मान राखून, मर्यादा सांभाळून वागते पण मनातल्या गोष्टी तिला थोड्याच सांगायच्या?

दवेजींची मन:स्थिती अवघड झाली. किल्ली मिळाली तर सगळं पुढे सरकेल ना गाडं? खाली उतरण्याची संधी मिळणं शक्य आहे म्हणून दवेजी आणखी अस्वस्थ होत होते. त्यांचे पाय रस्त्यावर चालण्यासाठी, मंदिरापर्यंत जाण्यासाठी व्याकूळ होत होते.

शेवटी एका रविवारी दुपारी वजेसिंग आला आणि भाईला सलाम करून त्यानं विचारलं, "साहेब! आज पौर्णिमा आहे. थोरल्या साहेबांना मी ते जवळचं मंदिर दाखवून आणतो. दर्शन घेता येईल त्यांना. माझी ड्युटी संपलीय आत्ता."

दवेजींना खूप ओशाळल्यासारखं वाटलं. जणू लहान बाळाला फिरायला घेऊन जाण्याची परवानगी मागितली जात होती!

भाई काही उत्तर देणार त्याच्याआधीच झटकन गॅलरीतून उठून आत येत प्रयत्नपूर्वक हसरा चेहरा करून दवेजी म्हणाले, "वजेसिंग, चला, आम्हीपण बघतो तुमचं शहरातलं मंदिर कसं आहे ते, काय?" मग भाईकडे न बघता, "मी जरा जाऊन येतो." म्हणत दवेजींनी धोतर सारखं केलं, पैरण चढवली, पाय चपलांमध्ये सरकवले आणि वजेसिंगबरोबर घराबाहेर पडले.

शहरात आल्यावर पहिल्याप्रथम दवेजी जेव्हा लिफ्टमधून वर आले होते, तेव्हा त्यांचा श्वास भीतीनं अडकल्यासारखा झाला होता.

आत्ता ह्यावेळी दवेजी इतके काही खुशीत होते, की ते लिफ्टमध्ये आहेत हे लक्षात येण्यापूर्वीच ते खाली पोहोचलेही होते आणि वजेसिंग त्यांना गेटपर्यंत घेऊनही गेला होता.

रस्त्यावर फार गर्दी नव्हती. सुट्टीच्या दिवशी, ऐन दुपारी, भर उन्हात कोण बाहेर पडणार? हळूहळू चालत दोघं मंदिरापर्यंत पोहोचले.

लहानसंच मंदिर. चारही बाजूंना मोठमोठाल्या इमारती जणू पहारा करत उभ्या होत्या. त्यांच्या सावलीत एवढंसं लहानसं देऊळ, दुरून तर दिसणारही नाही असं..., पण आत गेल्यावर फुलं-अगरबत्तीच्या परिचित सुगंधानं दवेजींना जणू कवटाळून घेतलं. नरबदाचा हळदीचा, तिखटाचा वास येणारा पदर जणू झोपलेल्या दवेजींवरून हळुवारपणे फिरला.

त्यांनी श्रद्धेनं हात जोडले, साष्टांग दंडवत घातला, मग वजेसिंग आणि दवेजी बाहेरच्या झाडाखाली थोडा वेळ बसले.

परत येताना वजेसिंगनं विचारलं, "चहा घेणार साहेब?"

"नाही रे बाबा. मी तर कधीच चहा प्यायलेलो नाही."

"मग पान खाल?"

दवेजींना हसू आलं, "पान खाल्लं होतं बरं का एकदा, जेव्हा मॅट्रिकची परीक्षा पास झालो होतो तेव्हा."

आणि दवेजींना आठवलं, आणखी एकदा खाल्लं होतं पान. भाई व्हायचा होता तेव्हा, एकदा रात्री नरबदाला इच्छा झाली होती.

"आम्हाला पान आणून द्या ना, खूप इच्छा होतेय पान खायची."

तेव्हा दवेजी पान घेऊन आले होते. एक स्वत:साठी, एक बायकोसाठी! आणि

मग तर जे झालं होतं, त्या आठवणीनं आजही त्यांचं शरीर रोमांचित झालं.

एकदम दचकून त्यांनी बघितलं, तर ते आणि वजेसिंग दोघंही पानाच्या दुकानासमोर उभे होते.

"घ्या साहेब, आज माझ्याकडून. मीठा कलकत्ती आहे हं!"

दवेजींनी पान घेऊन तोंडात घातलं. खूप छान होतं. वजेसिंगनंही पान खाल्लं. थोड्या वेळानं वजेसिंगनं ओठांच्या दोन बाजूंना दोन बोटं ठेवून एक लांब पिचकारी टाकली. दवेजींना हसू आलं. त्यांनी तोंड दुसऱ्या बाजूला करून पान दातांमध्ये दाबून धरून एक लहानशी पिंक टाकली आणि पुन्हा हसले.

"का साहेब? हसलात?"

"हां भाई. आज थुंकून घेतलं. त्रास देणाऱ्या ह्या शहराच्या तोंडावर! ह्या मुंबईनं फार छळलंय हो मला. आज मीही मुंबईला सडेतोड जबाब दिला!"

दोघं मित्र हसत बोलत परत फिरले.

रात्री सूनबाईनं गॅलरीत येऊन विचारलं, "काय, कसं काय वाटलं आमचं मुंबईचं मंदिर बापूजी?"

आज पहिल्यांदाच सूनबाई एवढं लांब वाक्य बोलली होती.

दवेजी जरासे अवघडल्यासारखे झाले, मग हसून म्हणाले, "आमच्या तिकडे गावी रामजीचं मंदिर तर आहे बेटा, पण असं ऐकलं की इथं ह्या शहरात काळ्या रामाचं मंदिर आहे आणि गोऱ्या रामाचंही मंदिर आहे. ह्या लोकांनी तर रामाच्याही वाटण्या केल्या, वेगवेगळ्या रंगात!"

अरेच्चा! आज सुनेशी बोलताना दवेजी थोडेही अवघडले नाहीत. किती सहजपणे बोलले. मनातल्या मनात दवेजी आनंदले, 'आपल्या मुलीसारखीच ना सूनबाई. भगवान तिच्या सर्व इच्छा पूर्ण करो!'

दुसऱ्या दिवशी संध्याकाळी भाई घरी आल्यावर त्यानं दवेजींच्या हातात एक किल्ली देत म्हटलं, "बापूजी, तुम्ही जात जा हं जेव्हा तुम्हाला जावंसं वाटेल तेव्हा. घरातल्या घरात कोंडल्यासारखे किती दिवस राहणार?"

दवेजींनी जरा चमकून मुलाकडे बघितलं.

संध्याकाळच्या सोनेरी प्रकाशात नरबदाचा भास होणारा भाईचा चेहरा बघून त्यांचे डोळे लुकलुकले.

घ्या! आता झालं ना? बाप-लेक एकच भाषा तर बोलत होते. दोघांना समजेल अशी भाषा...

■

श्री. दिनकर जोषी :-
गुजरातीमधील एक श्रेष्ठ लेखक- ज्यांनी विपुल व दर्जेदार लेखन केले आहे. अलीकडेच त्यांनी 'गुजराती साहित्य प्रदान प्रतिष्ठान' नावाची संस्था स्थापन केली आहे- ज्यातर्फे उत्तम गुजराती साहित्याचे वेगवेगळ्या भाषांमध्ये अनुवाद करवून घेऊन ते प्रकाशित करून घेण्याचे महत्त्वाचे काम ते करतात. प्रस्तुत कथा एका विलक्षण स्त्रीचं दर्शन घडवते; जिच्या मानसिकतेबद्दल लेखकाच्या मताखेरीज वाचक वेगवेगळ्या दृष्टीनंही बघू शकतात.

काजळकाळी पोकळी

जेव्हापासून मिसेस बंसी ठाकोर बदली होऊन माझ्या खात्यात आल्या होत्या, तेव्हापासून माझ्या डोक्यावरचा कामाचा अर्धा भार जणू कमी झाला होता. तसं पाहिलं तर माझ्या खात्यातल्या स्टाफची माणसं चांगली शिकलेली, कार्यक्षम होती आणि ह्या खात्याचं वैशिष्ट्य हे होतं, की सरकारी तंत्रात क्वचितच बघायला मिळेल असा स्टाफचा वयोगट होता. एखाद्याचंच वय तीस-बत्तीसच्या वर असेल. ह्याचा परिणाम असा झाला होता, की ह्या तरुण मंडळींना अनुभव कमी आणि उत्साह जास्त होता. पुस्तकी ज्ञान जास्त पण अनुभव कमी असल्यामुळं कुठल्याही कामात नियमांचा, पोटनियमांचा अर्थ नेमका काय ह्याबद्दल पुष्कळ वादविवाद, चर्चा होत असत. ह्यात काही वाईट होतं असं नाही, पण सरकारी नोकरीत तीस वर्षं काम केल्यानंतर मी

असे नियम, पोटनियम आणि त्यांचे नेमके अर्थ ह्यांचा प्रत्यक्षात किती उपयोग होतो, हे चांगलं जाणून होतो आणि हे व्यवहारज्ञान तर्कबद्ध पद्धतीनं ह्या सुशिक्षित, तरुण मंडळींना समजावून सांगण्यातच माझा बराच वेळ जायचा. अशी परिस्थिती असल्यामुळं मिसेस बंसी ठाकोर जेव्हा माझ्या मदतनीस म्हणून ह्या खात्यात आल्या, तेव्हा मला मनातून खूप बरं वाटलं होतं.

बंसी ठाकोर काही अलीकडे नवी आलेली नव्हती. सरकारी नोकरीत तिनं जवळजवळ वीस-पंचवीस वर्षं काम केलं होतं. ती सुशिक्षित तर होतीच, पण एक सक्षम अधिकारी म्हणून तिचं नाव झालं होतं. सर्वांबरोबर मिळून मिसळून काम करून घेण्याचं तिचं कौशल्य कौतुकास्पद होतं. सर्वांत मोठी जमेची बाजू तर तिचं व्यक्तिमत्त्व होतं.

सरकारी कागदोपत्री असलेल्या नोंदीप्रमाणे तिला सेहेचाळीस वर्षं पूर्ण झाली होती, पण परमेश्वरानं सौष्ठव असं दिलं होतं, की ती होती त्यापेक्षा दहा वर्षांनी लहान दिसायची. तिच्या कुटुंबाविषयी तर मला काही माहिती नव्हती, पण पहिल्याच दिवशी सर्वांशी तिची ओळख करून दिल्यानंतर माझ्या केबिनमध्ये बसून आम्ही चहा पीत होतो, तेव्हा बोलण्याच्या ओघात ती म्हणाली, ''माझ्या मिस्टरांना अशी सवय आहे, की सकाळी लवकर, सहा वाजता मसाला घातलेल्या गरमगरम चहाचा पहिला 'डोस' मिळालाच पाहिजे. त्यांच्या ह्या सवयीमुळं मला मग साडेपाचला उठणं भागच असतं!''

बंसीनं दिलेल्या ह्या माहितीचा मला तसा काहीच उपयोग नव्हता, पण इतक्या सहज तिनं जेव्हा व्यक्तिगत गोष्टीचा उल्लेख केला तेव्हा त्याबद्दल काहीच न बोलता फक्त ऑफिसच्या कामाबद्दल बोलणं शिष्टाचाराला धरून वाटलं नाही, म्हणून मी विचारलं, ''तुमची मुलं तर मोठी झाली असतील, त्यामुळे ती बाजू तुम्हाला फारशी सांभाळावी लागत नसेल?''

''एका दृष्टीनं तुमचं म्हणणं बरोबर आहे सर,'' मार्मिक, अर्थपूर्ण हसून ती म्हणाली, ''मला मुलांना सांभाळावं लागत नाही, कारण मला एकही मूलच नाहीये.''

हे ऐकून पुढे काय बोलावं हे मला सुचलं नाही. तिला मुलं नाहीत आणि तेही मुलं होण्याचं वय जवळजवळ उलटल्यावरही, हे समजल्यावर दुःख व्यक्त करणं कितपत बरं दिसेल, ह्याबद्दल माझ्या मनात जरा चलबिचल झाली.

पण खुद्द बंसीनं माझी चलबिचल दूर करायला म्हटलं, ''माझ्या मिस्टरांना मुलं खूपच आवडतात, म्हणून मग जवळजवळ प्रत्येकच रविवारी आम्ही सोसायटीतल्या मुलांना गोळा करून काही ना काही मजेचा कार्यक्रम, खेळ असं करतो.''

''तुमचे मिस्टर काय करतात?'' मी विचारलं.

"अहो काय सांगू साहेब? त्यांच्या कामांना तर अंतच नसतो! चोवीस तासात अठ्ठेचाळीस तासात होईल एवढं काम हाती घेतात आणि काम तर संपतच नाही!" असं म्हणत बंसी खळखळून हसली.

तेवढ्यापुरतं बोलणं तिथेच संपलं. आता जास्त चौकशा करणं योग्यही नव्हतं आणि मला त्यात रुचीही नव्हती.

दोन-तीन दिवसांनंतर बंसी ऑफिसला जरा उशिरा आली. उशीर का झाला असं मी विचारलं नाही, पण आल्याआल्याच जरा अस्वस्थ ओशाळलेपणानं ती मला म्हणाली, "आय ॲम सॉरी सर! रोजची फास्ट लोकल चुकली आणि त्यानंतरच्या स्लो गाडीनं आले म्हणून उशीर झाला. आज पौर्णिमा आहे आणि दर पौर्णिमेला सकाळी आम्ही जोडप्यानं एक खास पूजा करतो. माझ्या मिस्टरांना ह्या पूजेत खूप श्रद्धा आहे."

"काही हरकत नाही." मी साहजिकच म्हटलं, पण त्यानंतर थोड्याच दिवसांमध्ये बंसी ठाकोरचं एक वैशिष्ट्य माझ्या लक्षात आलं. केव्हाही तिच्याशी पाच-दहा मिनिटांपेक्षा जास्त बोलायची वेळ येईल, तेव्हा काही ना काही निमित्त काढून ती तिच्या पतीचा उल्लेख केल्याशिवाय राहात नसे. पतीचा उल्लेख बहुतेक वेळी 'माझे मिस्टर' असा करत असे, पण थोडी जास्त ओळख झाल्यावर 'माझे मिस्टर,' हे 'आमचे ठाकोरसाहेब' झाले होते. पतीविषयीची तिची ह्या वयातही एवढी ओढ सुरुवातीला मला जरा विचित्र वाटली, पण मग वाटलं की, वीस-पंचवीस वर्षांच्या दांपत्यजीवनानंतर मूलबाळ नसेल तर तिच्या संसाराचं केंद्र पती हेच होणार, ह्यात आश्चर्यकारक काही नाही.

काही दिवसांनंतर माझ्या लक्षात आलं की, तिच्या ह्या ओढीची नोंद स्टाफच्या इतर लोकांनीही घेतली होती. ती तरुण मंडळी त्यांच्या ह्या प्रौढ वरिष्ठ अधिकारी स्त्रीच्या ह्या मानसिकतेची आपापसात थट्टाही करत असत आणि मला अशी शंका होती की, अशी थट्टा होते हे बंसीलाही ठाऊक झालं असावं.

पण ते थोडंही मनावर न घेता बंसी मोकळेपणानं सांगायची, "संध्याकाळी मी घरी पोहोचण्यापूर्वी जर आमचे ठाकोरसाहेब पोहोचले असतील, तर मी घरी नाही हे बघून खूप अस्वस्थ होतात. कायकाय, कसल्याकसल्या चिंता करायला लागतात, म्हणून मग मी संध्याकाळी स्टेशनवर उतरले, की सरळ घरीच जाते. भाजी, फळं किंवा आणखी काही घ्यायलाही थांबत नाही. एकदा का त्यांचा मूड गेला, की पुन्हा मन थाऱ्यावर यायला फार वेळ लागतो, असा स्वभाव आहे त्यांचा."

बंसीच्या ह्या ठाकोरसाहेबांना कधीही बघितलेलं नसतानाही माझ्या डोळ्यांसमोर त्यांचं एक काल्पनिक चित्र आपोआपच उभं रहायला लागलं होतं.

अशातच एक दिवस बंसीनं स्वतःच मला म्हटलं, "साहेब, तुम्ही ठाकोरसाहेबांना

एकदा भेटलात तर त्यांनाही आवडेल. तुमच्याबद्दल मी सांगितलंय त्यांना. त्यांचा स्वभावच असा आहे, की तुमच्यासारख्या माणसांशी तर त्यांची लगेच मैत्री होईल.''

हे बोलणं होऊन अजून फार दिवस झाले नव्हते, तेवढ्यात एका कौटुंबिक कार्यक्रमासाठी माझं डोंबिवलीला जायचं ठरलं. बंसी डोंबिवलीलाच राहते, हे मला ठाऊक होतं. योगायोगानं तो रविवारचाच दिवस होता.

बोलताबोलता मी बंसीला म्हटलं, ''बंसीबहन, तुमच्या ठाकोरसाहेबांना भेटायचं सद्भाग्य येत्या रविवारी मला मिळू शकेल, असं वाटतंय.''

बंसी चेहऱ्याचं प्रश्नचिन्ह करून माझ्याकडे बघत राहिली, काही बोलली नाही.

''लक्षात आलं नाही?'' मी हसून स्पष्टीकरण दिलं, ''येत्या रविवारी एका कौटुंबिक कार्यक्रमासाठी आम्ही डोंबिवलीला जाणार आहोत. तुमच्या घरी चहा प्यायला यायचा विचार आहे. तुमचा पूर्ण पत्ता देऊन ठेवा.''

बंसी क्षणभर अवाक झाली असावी, तशी माझ्याकडे बघत राहिली.

अर्थात दुसऱ्याच क्षणी तिनं जे उत्तर दिलं, त्यावरून मग मला वाटलं की, मला उगीचच तसं वाटलं होतं.

''काय म्हणता काय साहेब? तुमचे पाय माझ्या घराला लागावेत ह्याहून जास्त शुभ ते काय असणार?'' आणि मग एकदम पडलेल्या चेहऱ्यानं पुढे म्हणाली, ''माझ्या मिस्टरांनाही तुम्हाला भेटायला खूपच आवडलं असतं, पण...''

''पण काय मिसेस ठाकोर?'' मी बंसीच्या आवाजतला संकोच लक्षात येऊन शांतपणानं विचारलं, ''तुमचं कुठे दुसरीकडे जायचं ठरलं असलं, तर...''

''तसंच झालंय ना साहेब!'' क्षमायाचक सुरात बंसी म्हणाली, ''शनिवारी संध्याकाळीच आम्ही माझ्या नणंदेकडे ठाण्याला जाणार आहोत. रात्री तिथंच राहणार आहोत आणि दुसऱ्या दिवशी रविवारी त्यांच्याकडे हवन होणार आहे. सख्ख्या नणंदेच्या घरी धार्मिक कार्यक्रम आहे, तेव्हा न जाऊन कसं चालेल? त्यात आणि हे हवन करायला माझ्या नणंदेला आणि तिच्या मिस्टरांना आमच्या ठाकोरसाहेबांनीच सुचवलं होतं. आता तुम्हीच सांगा साहेब...''

''त्यात सांगायचं काय बहन?'' मी अगदी मऊपणानं, त्यांच्या मनावरचं दडपण दूर होईल अशा स्वरात म्हटलं, ''ह्या वेळी ठाकोरसाहेबांना भेटण्याचा योग नसेल! देवाची मर्जी असेल तर पुन्हा केव्हातरी येऊ!''

''ते तर झालंच, पण तुमचं स्वागत करण्याचं सौभाग्य मला ह्या वेळी मिळालं नाही, ह्याचं मला वाईट वाटतंय!''

ते बोलणं मग तिथेच संपलं. त्या नंतरच्या दोन-तीन दिवसात बंसीनं दोन-तीनदा स्वत:चं हे दु:ख मला बोलून दाखवलं.

"सर, तुम्ही येणार होतात हे मी माझ्या मिस्टरांना सांगितलं, तेव्हा त्यांनी तर असंही म्हटलं की, आपण हवन झालं की दर्शन घेऊन लगेच परत येऊया, जेवायला नाही थांबायचं. तुम्हाला भेटायला तर हेही खूप उत्सुक होते, पण तुम्हीच सांगा साहेब, पुरुषांना असल्या व्यवहाराच्या बाबतीत काय कळतं? सख्ख्या नणंदेच्या घरून पाहुण्यांसारखं हवनचं दर्शन करून आम्ही परत आलो तर त्यांना किती वाईट वाटेल? मीच आग्रह करून त्यांना असं नको करायला म्हणून सांगितलं."

"अगदी बरोबर आहे बंसीबहन. व्यवहार तर सांभाळलाच पाहिजे." उगीचच काहीतरी बोलायचं म्हणून मी बोललो.

त्या नंतर बरेच दिवस गेले. आता तर काहीही बोलत असताना पतीचा उल्लेख करण्याच्या बंसीच्या ह्या सवयीनं माझी उत्सुकताही एवढी वाढली होती, की पाच-दहा मिनिटं बोलणं झाल्यावरही जर तिनं असा उल्लेख करायचा राहिला, तर आता ही केव्हा तसा उल्लेख करतेय ह्याची मी वाट बघायला लागलो होतो. खरं सांगायचं तर मला मनातून ठाकोरसाहेबांचा हेवाही वाटायचा. बंसीसारखी सुशिक्षित, सुसंस्कृत, सुंदर आणि शिवाय सगळ्यांबरोबर मिळून-मिसळून वागणारी स्त्री इतक्या वर्षांनंतरही अजून पतीसाठी इतका जीव टाकतेय, हे बघितल्यावर कोणालाही तसंच वाटेल ना? त्यामुळे ठाकोरसाहेबांना बघण्याची उत्सुकता मलाही वाटत होती.

पुन्हा एकदा तशी संधी आलीही.

ह्या वेळी डोंबिवलीला जाणं इतकं अचानक ठरलं की, आदल्या दिवशी बंसीला मी माझा कार्यक्रम सांगू शकलो नव्हतो. कार्यक्रम असा होता की, ज्यांच्या घरी संध्याकाळी जेवायला जायचं होतं तिथं बराच उशीर होईल असं वाटत होतं, म्हणून तिकडे जायच्या आधीच बंसीच्या घरी जाऊन तिला सरप्राइज द्यायचं मी मनात ठरवलं आणि त्याप्रमाणे संध्याकाळी पाचच्या सुमाराला डायरीत लिहून ठेवलेला पत्ता शोधतशोधत मी बंसीच्या घराच्या इमारतीपाशी येऊन उभा राहिलो. इमारत खूप मोठी नव्हती, पण बांधकाम आणि देखभाल लक्षवेधी होतं. पॅसेजमध्ये लिफ्टजवळ तिथं राहणाऱ्या लोकांच्या नावांचा बोर्ड भिंतीवर लावलेला होता, तो मी नीट बघितला. फ्लॅटधारक म्हणूनही मिसेस बंसी ठाकोरचं नावच लिहिलेलं होतं. मोठ्या शहरांमध्ये अलीकडे बरेचसे फ्लॅटधारक वेगवेगळ्या कारणांसाठी पत्नीच्या नावानं फ्लॅट विकत घेतात, तेव्हा त्यात आता काही नवल राहिलं नव्हतं.

बंसीच्या फ्लॅटच्या दरवाजाजवळ येऊन मी थांबलो. कलापूर्ण कोरीव काम केलेल्या त्या दरवाजावर तशाच कलापूर्ण पद्धतीनं नावाची पाटी लटकत होती- मिसेस बंसी ठाकोर.

त्या अक्षरांकडे मी क्षणभर पाहात राहिलो. ठाकोरसाहेबांबद्दल माझ्या मनात खोल कुठेतरी वाटणाऱ्या हेव्याला जरासं हसू आलं, 'ठाकोरसाहेबांनी तर पत्नीच्या आड स्वत:चं नावसुद्धा लपवून टाकलंय. असं तर कदाचित माझ्यानं नसतंच झालं! बंसीला जितकं पतीबद्दल प्रेम आहे, तितकंच ठाकोरसाहेबांनाही पत्नीबद्दल दिसतंय!'

मी कॉलबेलचं बटण दाबलं. आतून बेल वाजल्याचा जो आवाज बाहेर ऐकू आला तोसुद्धा संगीताच्या एखाद्या छोट्याशा सुरावलीसारखा कर्णमधुर होता. असं वाटलं की, ठाकोरसाहेब कलाप्रियही असावेत.

दुसऱ्याच क्षणी दरवाजा हळूच उघडला गेला. उंबरठ्याशी बंसीच उभी होती. आत्ता कुठलाही मेकअप केलेला नसताना साध्या घरच्या कपड्यांमध्ये ती शांत, सौम्य गुजराती गृहिणीसारखी दिसत होती. ऑफिसमधले औपचारिक भाव नसलेला तिचा चेहरा आत्ता शुद्ध, स्वच्छ दिसत होता.

मला बघितल्याबरोबर तो चेहरा क्षणभर आमूलाग्र बदलला. मला वाटलं की, माझ्या अशा येण्यानं काही अडचण उभी झाली की काय! पण दुसऱ्याच क्षणी तिनं उत्साहानं माझं स्वागत केलं.

''ओहो! साहेब, तुम्ही असे अचानक? फोन केला असतात...'' ती गोड आवाजात म्हणाली.

''मी तुम्हाला सरप्राइज देणार होतो, एवढंच नाही, पण इथं येण्याचं इतक्या तडकाफडकी ठरलं की, कळवायला वेळही राहिला नव्हता. ह्याच भागात एका स्नेह्यांच्या घरी डिनर आहे, तेव्हा वाटलं जरा लवकर येऊन ठाकोरसाहेबांना भेटायची संधी घ्यावी.''

''या, आत या साहेब!''

बंसीनं मला बैठकीच्या खोलीत नेलं. खोली खूप अभिरुचीपूर्ण सजवली होती. थोडंसंच फर्निचर असतानाही ते कसं उठून दिसेल ह्याची जाण बंसीच्या त्या खोलीच्या सजावटीत दिसत होती.

''आता काय सांगू तुम्हाला साहेब? ठाकोरसाहेबांच्या नशिबात ह्या वेळीही तुम्हाला भेटायचं नव्हतं!'' बंसी पाण्याचा ग्लास टीपॉयवर ठेवत म्हणाली, ''आज सकाळीच एका साहित्य संमेलनात व्याख्यान द्यायला त्यांना नागपूरला जावं लागलं.''

''काय म्हणता? ठाकोरसाहेबांना साहित्याचीही इतकी आवड आहे?'' मी आश्चर्यानं विचारलं.

''साहित्याची तर त्यांना खूपच आवड आहे. ही बघा ना, ही सगळी पुस्तकं त्यांनीच विकत घेतलेली आहेत.'' असं म्हणत बंसीनं एका भिंतीजवळ ठासून पण

व्यवस्थित पुस्तकं रचून ठेवलेल्या कपाटाकडे माझं लक्ष वेधलं.

बंसीच्या पतीच्या स्वभावाची ही आणखी एक नवी बाजू समजून मला आश्चर्य वाटलं.

"ठाकोरसाहेबांचा तर असा आग्रह होता, की ह्या व्याख्यानासाठी मीपण त्यांच्याबरोबर जावं." बंसी पुढे म्हणाली, "पण आता तुम्हीच सांगा साहेब, असं तर त्यांना वरचेवर बाहेरगावी जायचं निघतं. प्रत्येक वेळी त्यांनी मला बरोबर घेऊनच जायचा हट्ट केला, तर कसं चालेल? मला ऑफिसचं कामही सांभाळलं पाहिजे ना?"

ठाकोरसाहेबांबद्दल मला मनातून जो हेवा वाटत होता आणि जो मी निग्रहानं लपवत होतो, तो आता आणखीच वाढला. मला वाटलं तो दिसून नाही आला म्हणजे पुरे!

थोडा वेळ इकडच्या तिकडच्या औपचारिक गप्पा झाल्या. त्या वेळात बंसीनं मला चहा-नाश्ता दिला. चहा-नाश्त्याचा ट्रे जरा वाकून तिनं टीपॉयवर ठेवला, तेव्हा खरं सांगायचं तर माझी नजर तिच्यावर खिळून राहिली होती. नाश्त्याची प्लेट, चहाचा कप, पाण्याचा ग्लास हे सगळं देण्याची बंसीची पद्धत इतकी व्यवस्थित, नेटकी होती, की पुन्हा एकदा मला मनातून ठाकोरसाहेबांचा हेवा वाटला.

जरा वेळानं चहा-नाश्ता आटपून मी उठलो. बंसीच्या पतींची भेट झाली नाही, ह्याबद्दल औपचारिक हळहळ व्यक्त केली. बंसीनंही तसंच सर्व पद्धतीप्रमाणे म्हटलं आणि मग खात्रीपूर्वक सांगितलं, की आता तीच ठाकोरसाहेबांना घेऊन माझ्या घरी येईल.

ज्या मित्राच्या घरी मला जायचं होतं तिथं पोहोचलो, तेव्हा इतर पाहुणे अजून आले नव्हते. मी माझ्या अंदाजापेक्षा लवकरच पोहोचलो होतो. मित्राशी गप्पा मारतामारता मिसेस बंसी ठाकोरचा ओझरता उल्लेख केला.

मी तिच्या घरीच गेलो होतो आणि ती माझ्या ऑफिसमध्ये माझ्याबरोबरच काम करते, हे समजल्यावर मित्र सहानुभूतीपूर्ण स्वरात म्हणाला, "बाई बिचारी खूप चांगली आहे! सुसंस्कृत आणि दुसऱ्याचं दुःख समजू शकणारी अशी आहे, पण बिचारीचं प्रारब्धच इतकं विचित्र, की सारं आयुष्य असं एकाकी घालवावं लागलं!"

मला वाटलं की, बंसीला मूलबाळ नाही त्याबद्दल माझा मित्र असं बोलत असेल.

मी म्हटलं, "तिला मुलं नाहीत ते तर आहेच, पण निःसंतान असण्याची उणीव ती वागण्याबोलण्यात जाणवू देत नाही."

"मूलबाळ नसण्याएवढीच गोष्ट नाहीये!" मित्र पुढे म्हणाला, "लग्न झाल्यावर

दुसऱ्याच वर्षी तिचा नवरा तिला टाकून दुसऱ्याच कुठल्या बाईबरोबर पळून गेला होता. बंसीनं आणि तिच्या घरच्या माणसांनी बरीच वर्षं त्याचा शोध घ्यायचा प्रयत्न केला आणि वाटही बघितली. त्यानंतर बातमी मिळाली, की तिच्या पतीनं धर्मपरिवर्तन करून एका मुस्लीम स्त्रीशी निकाह लावला आहे, एवढंच नाही, तर हा देशही सोडून तो गेला आहे. बंसीच्या कुटुंबातल्या सर्वांनी तिला दुसरं लग्न करण्याचा खूप आग्रह केला, पण बंसीनं ऐकलं नाही. आता कितीतरी वर्षं झाली, ती एकटीच राहते आहे. इतकी चांगली बाई सारा जन्म अशी एकटी पडावी, ह्याला कमनशीब नाही तर दुसरं काय म्हणायचं?''

माझ्या मित्रानं बंसीबद्दलच्या अनपेक्षित माहितीचा खजिनाच अगदी सहजगत्या माझ्यासमोर ठेवला होता.

पण ही माहिती मला सहन होईल अशी नव्हती. कोपराच्या हाडावर अनपेक्षितपणे जोरात लागलं म्हणजे जशी असह्य कळ येते, तशी असह्य, शब्दात व्यक्त करता न येणारी कळ माझ्या काळजात उठली.

बंसीच्या तोंडून वारंवार निघणाऱ्या शब्दांचे- 'माझे मिस्टर' आणि 'आमचे ठाकोरसाहेब'चे प्रतिध्वनी चारही बाजूंनी जणू माझ्या कानांवर आपटत होते. स्वाभिमानी आणि प्रसन्न दिसणारी मिसेस बंसी ठाकोर- तिच्या अंतर्मनाची काजळकाळी पोकळी माझ्या मनासमोर आपलं अकराळविकराळ रूप दाखवत होती.

■